Chúng ta trong một thế giới mất trật tự

Trung Quốc, Hoa Kỳ và sự tái định hình thế giới

Desolate Isle

phi hư cấu

Nhà xuất bản Thời đại Sáng tạo
Innovation Era Press Boston U.S.A.

Chúng ta trong một thế giới mất trật tự

Trung Quốc, Hoa Kỳ và sự tái định hình thế giới

Us in a World Out of Order

China, America, and the Remaking of the World

Liên hệ tác giả: Desolate Isle (Liu Gan)

Xuất bản bởi: Nhà xuất bản Thời đại Sáng tạo (Boston, Hoa Kỳ)

Published by Innovation Era Press (Boston, U.S.A.)

Website: https://www.ierapress.com

Số từ: 177.000 từ

Khổ sách: 152 × 229 mm

Cuốn sách này được dịch từ nguyên tác tiếng Trung《失序世界中的我们》(Chúng ta trong một thế giới mất trật tự). Ấn bản tiếng Việt, xuất bản lần thứ nhất trên toàn cầu vào tháng 6 năm 2026.

ISBN-13: 979-8-950761-08-9

Liên hệ tác giả / nhà xuất bản: contact@ierapress.com

Đây là một tác phẩm phi hư cấu. Tại chương 15 và chương 18, độc giả Việt Nam có thể tìm thấy những quan sát và góc nhìn của tác giả về Việt Nam.

Lời tựa

So với những năm trước và đối chiếu với dòng chảy lịch sử, năm 2025 mang lại cho rất nhiều người trên thế giới một cảm giác bất thường.

Sự bất thường ấy không đến từ những thảm họa kinh thiên động địa, mà bởi vô số những thân phận nhỏ bé, những người dân thường đã phải gánh chịu những cú sốc và sự rạn nứt ngay trong bối cảnh tưởng chừng như "mưa thuận gió hòa". Dù không có những cuộc đại chiến thế giới như Thế chiến I hay Thế chiến II, nhưng những tác động đổ ập lên đầu hạng người tiểu dân lại chẳng hề kém cạnh.

Nhìn chung, giống như quy luật tự nhiên, chính đảng và chính phủ các nước đều cho rằng 2025 là một năm tương đối ổn định và tiến bộ; chính đảng vẫn là chính đảng đó, chính phủ vẫn là chính phủ đó. Đối với nhiều nhân vật tầm cỡ và những chính phủ lớn, họ thậm chí còn đạt được những thành tựu rực rỡ hơn trong năm này.

Trên bình diện quốc tế, giá vàng tăng 70%, giá bạc tăng hơn gấp đôi, lượng khách du lịch nước ngoài tăng 10%, vượt mốc 700 triệu lượt. Ba chỉ số chứng khoán chính của Mỹ tăng 20%. Thị trường chứng khoán Trung Quốc tăng gần 20%, kéo theo cả GDP và thặng dư thương mại xuất nhập khẩu đều phá kỷ lục lịch sử.

Ma sát thương mại giữa Mỹ và Trung Quốc "vết sẹo cũ chưa lành, vết thương mới đã hiện". Những nợ nần cũ từ đại dịch bắt nguồn từ Trung Quốc – nơi đã phong tỏa người dân trong thời gian quá dài – vẫn đang đè nặng lên đôi vai của bách tính...[1]

---

[1] « La dette héritée de la pandémie pèse encore lourdement sur l'échine des citoyens » (Gánh nặng nợ nần từ đại dịch vẫn đè nặng lên vai người dân):Cách nói này đề cập đến hậu quả của nhiều năm phá dỡ và xây dựng ồ ạt, cùng với ba năm khủng hoảng y tế do đại dịch COVID-19. Trong giai đoạn này, những khoản tiền khổng lồ đã bị tiêu tốn, trong khi nạn tham nhũng mang tính hệ thống — do một số cán bộ thực hiện dưới vỏ bọc hợp pháp — trở nên phổ biến. Vô số khoản nợ — dù là của chính quyền trung ương, chính quyền địa phương hay các doanh nghiệp nhà nước, dù được công khai hay che giấu — đều bị chuyển sang vai người dân dưới hình thức "hoàn trả nợ công" (Giảm thiểu rủi ro

Các doanh nghiệp tư nhân Trung Quốc trên chặng đường "Vạn lý Trường chinh"[2] mới chỉ vừa bước vào "Chiến dịch Tương Giang"[3]...

Tiếng súng chiến tranh vẫn tiếp diễn tại Ukraine, những nợ máu và thù mới hận cũ suốt ba nghìn năm ở Trung Đông vẫn tiếp tục vòng xoáy chém giết...

Nước Mỹ một mặt dùng những bức tường cao và nhà tù để tuyên chiến với người nhập cư, mặt khác vung cây gậy thuế quan khuấy động khắp bốn đại dương...

Khói súng từ các "ngành công nghiệp xám" (grey industry) tại Đông Nam Á lan tỏa mù mịt, trong khi những "người lựa chọn" ở Anh quốc ngày càng bị đẩy ra rìa...

Tự đánh giá về bản thân, tôi vừa là một nhân vật nhỏ bé, vừa là một người dân thường, nhưng đôi khi lại có thể chạm tới "dây thần kinh" của những nhân vật lớn và chính phủ lớn. Có lẽ chính vì là một kẻ "phi truyền thống" vùng vẫy giữa thời đại, một kẻ cố gắng lách mình vào dòng chủ lưu rồi lại bị văng ra khỏi đó, mà trong năm 2025, tôi đã bị biến thành một chiếc lá rụng cuốn theo chiều gió, trôi dạt qua từng ngóc ngách của thế giới. Tôi bỗng chốc trở thành một sợi dây, xâu chuỗi những con người trong nhà ổ chuột, những kẻ trong lao tù, những người ở tầng lớp đáy, những thân phận rủi ro, những kẻ bị mắc kẹt, những người đang "lên" và cả những người đang "xuống".

Mỹ, Trung Quốc, Dubai, Barcelona, Singapore, Malaysia, Thái Lan, Việt Nam, Campuchia, Hồng Kông, Philippines, Canada, Nhật Bản...

---

nợ, Huazhai 化债). Giờ đây, phần lớn người dân, oằn mình dưới gánh nặng này, đang vật lộn để sinh tồn trong bối cảnh kinh tế suy thoái, phải đối mặt với thất nghiệp, phá sản, nợ nần cá nhân và sự sụp đổ của thu nhập.

[2] Vạn lý Trường chinh (万里长征): cuộc rút lui chiến lược quy mô lớn của Hồng quân Trung Quốc (Đảng Cộng sản Trung Quốc) trong những năm 1934–1936, vượt quãng đường khoảng 12.500 km để thoát khỏi vòng vây của quân Quốc Dân Đảng. Về sau, cụm từ này được dùng để ví von một hành trình gian khổ, dài đằng đẵng và đầy thử thách.

[3] Chiến dịch Tương Giang" diễn ra từ tháng 11 đến tháng 12 năm 1934, chỉ hơn 40 ngày sau khi Hồng quân bắt đầu cuộc Vạn lý Trường chinh. Khoảng 87.000 quân thuộc Hồng quân Trung ương Đảng Cộng sản Trung Quốc đã bị quân đội Quốc dân Đảng bao vây và tiêu diệt bằng máy bay và pháo binh. Quân số bị hao hụt lên tới 70%, chỉ còn lại khoảng 30.000 người bao gồm cả thương binh và binh lực còn sót lại.

Hãy để tôi kể cho các bạn nghe như kể một câu chuyện: về những cuộc gặp gỡ của lá rụng; về sự kết nối của những sợi dây.

1. Căn Nhà Ổ Chuột (Liêu Ố)

Năm mới của người Mỹ thực chất bắt đầu từ đầu tháng 12 năm cũ, khi mọi người tất bật chuẩn bị cho Giáng sinh với không khí lễ hội, trang phục lộng lẫy, quà tặng và những kỳ nghỉ. Những lời cầu nguyện và chúc tụng trong đêm Giáng sinh cũng đồng nghĩa với việc một năm mới đang cận kề, dù phải một tuần sau đó năm mới thực sự mới gõ cửa.

Trở về Los Angeles từ Puerto Rico, tôi buộc phải tìm một "căn nhà ổ chuột" rộng vỏn vẹn 8 mét vuông. Với mức thuê 700 USD một tháng đã bao gồm internet và điện nước, đây là nơi trú thân duy nhất của tôi trong cảnh túng quẫn cùng cực. Điều này rất quan trọng. Dù tôi sở hữu một chiếc SUV Toyota đời mới (với khoản vay trả góp lên tới 70%), và về lý thuyết, tôi có thể coi xe là nhà, sống cảnh màn trời chiếu đất giống như những tài xế công nghệ khác—ăn, ngủ và làm việc ngay trên xe. Nhưng tôi tự huyễn hoặc mình là một nhà văn, hay ít nhất tôi có đam mê và động lực viết lách. So với những tài xế kia, tôi có một "nhu cầu cứng" hơn: một chiếc bàn viết, mạng internet và một căn phòng là những thứ không thể thiếu đối với tôi.

Đêm tôi chuyển vào căn phòng này chính là đêm Giáng sinh năm 2024. Đây là một phòng trong khu chung cư cũ nát gồm hơn 20 phòng. Bên ngoài cửa sổ là một hồ bơi rộng khoảng 30 mét vuông; tôi chưa bao giờ thấy ai bơi trong cái hồ bé tẹo ấy, nhưng nước hồ lúc nào cũng được giữ trong vắt và xanh ngắt. Phòng tôi ở tầng một, người qua kẻ lại thường xuyên và có thể nhìn thấu hết gia sản ít ỏi của tôi, vì vậy tôi đành phải kéo rèm sáo và bật đèn suốt cả ngày.

Toàn bộ khu chung cư do một chủ nhà người Hoa quản lý và cho thuê, cư dân ở đây chủ yếu đến từ Mỹ Latinh, Nam Mỹ và Trung Quốc. Dù sống trong một không gian chật hẹp với hơn 20 hộ dân, nhưng tuyệt nhiên không có sự giao lưu hay qua lại nào. Nửa năm trước, khi tôi theo học lớp tiếng Anh miễn phí tại Trường Cao đẳng Thành phố Pasadena, cô bạn học Marose cùng con nhỏ đã dọn đến đây trước tôi hơn một năm. Hàng ngày, cô ấy bước đi trên sàn nhà ngay trên đầu tôi mà tôi chẳng hề hay biết. Cô làm việc cho một công ty bảo hiểm với mức thu nhập hoa hồng ít ỏi hơn 2.000 USD mỗi tháng. Tôi đã nhắn tin tư vấn và mua bảo hiểm xe từ cô ấy qua mạng xã hội, chỉ đến khi nhìn thấy địa chỉ của tôi, cô mới ngạc nhiên thốt lên: "Chúng ta đang sống chung (đồng cư) này!". Tôi đã phải đính chính lại: là "hàng xóm" (lân cư).

Trong những ngày Giáng sinh và Năm mới đầy mong đợi và rực rỡ nhất của người Mỹ, khu chung cư nơi tôi ở vẫn giữ một sự tĩnh lặng đến lạ kỳ, như thể bị cô lập hoàn toàn với thế giới bên ngoài.

Năm mới, chỗ ở mới, nhưng vận may thì chưa thấy đâu. Một đêm nọ, xe của tôi bị dán một tờ vé phạt 65 USD vì lỗi đỗ xe ngược chiều so với luồng giao thông trên phố. Các quy tắc đỗ xe ở Mỹ cực kỳ rắc rối: có cái được ghi chữ nhỏ xíu trên biển báo, có cái lại đòi hỏi bạn phải tự biết luật lệ hoặc tập quán của từng thành phố. Có lẽ chỉ Chúa mới biết tôi đã suy sụp thế nào sau khi dùng phần mềm dịch thuật để hiểu nội dung tờ vé phạt đó—nó tương đương với tiền ăn cả tuần của tôi! Tôi hận chính mình. Sau bao nhiêu chuyến vất vả chuyển đống nồi niêu xoong chảo, gối đệm và bàn ghế nhỏ từ chiếc SUV vào căn phòng 8 mét vuông kia, tôi lại còn nổi hứng lái xe đi xem triển lãm đèn trang trí cách đó 8km ở Pasadena để an ủi linh hồn cô độc, để tâm hồn có chút không khí Giáng sinh. Kết quả là, khi trở về vào đêm muộn và đỗ xe trên phố gần nhà, tôi đã đụng phải một "linh hồn" khác không hề nghỉ ngơi mà vẫn miệt mài dán vé phạt lúc rạng sáng.

Tất nhiên, sau đó tôi không thực sự nộp phạt mà đã gửi đơn khiếu nại lên chính quyền thành phố Alhambra. Lý do tôi đưa ra là: "Các ngài thiếu tiền đến thế sao? Các ngài không thể thân thiện hơn với một cư dân mới sao? Với tư cách là một chuyên gia giao thông nước ngoài, tôi hoàn toàn không thể hiểu nổi loại vé phạt này, bởi việc tôi đỗ xe ngược chiều vào ban đêm chẳng hề gây cản trở hay ảnh hưởng gì đến giao thông cả!"

Hiện tại, tôi chỉ là một kẻ bình dân không thể bình thường hơn, nhưng tôi từng là chuyên gia giao thông ở Trung Quốc, là cây bút chuyên luận về xã hội và kinh tế của một cơ quan truyền thông trung ương, và đã xuất bản 3 cuốn sách văn học. Ngay cả trong không gian mạng hay ở một môi trường nào đó, tôi vẫn tự coi mình là một người có chút danh tiếng. Nếu cái danh xưng đó có thể mang lại thuận lợi, tôi vẫn sẽ ưu tiên sử dụng nó để giới thiệu bản thân.

Lúc mới thương lượng thuê phòng với chủ nhà, tôi đã chìa ra cái danh nhà văn của mình. Quả nhiên, người chủ vốn là một thầu khoán xây dựng đã tỏ thái độ tôn trọng tôi hơn—đây là tâm lý thường thấy ở Trung Quốc, nơi người ta có thói quen kính trọng người có chữ nghĩa. Quan trọng nhất là chủ nhà đã sảng khoái đồng ý cho tôi thuê ngắn hạn 6 tháng, và chủ động giảm 50 USD so với mức giá 750 USD ban đầu. Những người mới nhập cư từng thuê nhà ở Los Angeles đều biết rằng, mức giá 700 USD là rẻ đến mức nào. Một năm trước đó, tôi từng ở trong một căn phòng hậu viên của một gia đình với giá 1.800 USD chưa kể điện nước. Xa hơn nữa, hồi mới đến Los Angeles, tôi cũng từng ở một căn phòng tương tự như thế này nhưng giá thuê lên tới 1.200 USD mỗi tháng.

Tiền bạc quan trọng đối với tôi thế nào? Nếu đánh giá theo "lằn ranh sinh tử" của kinh tế học, tôi đã rơi vào tình trạng tồi tệ hơn nửa năm nay rồi.

Cuối tháng 11 năm ngoái, tại công ty của tôi ở Trung Quốc, lẽ ra tài sản phải lớn hơn nợ phải trả, nhưng thực tế là các khoản phải thu không thể thu hồi, đất đai nhà xưởng công nghiệp bị mất giá, tài sản vô hình như sở hữu trí tuệ thì có danh mà chẳng có giá, khiến tôi sa lầy vào vũng bùn phá sản. Ngân hàng dĩ nhiên rất thực tế, đối với một công ty mất khả năng thanh toán mà đơn hàng, lợi nhuận và quy mô đều sụt giảm liên tục, họ buộc phải thu hồi khoản vay và ngừng giải ngân mới. Ở Trung Quốc, giới tài chính và doanh nghiệp gọi đây là "ngừng vận hành vốn, rút vốn" (đình thải, thâu thải). Vô số công ty lớn nhỏ đã gục ngã trên lằn ranh sinh tử này. Mặc dù chính phủ liên tục ban hành chính sách yêu cầu ngân hàng không được rút vốn đối với các doanh nghiệp thực thể, nhưng chính phủ sẽ không bao giờ đứng ra bảo lãnh cho rủi ro và trách nhiệm của ngân hàng. Ngân hàng tất nhiên phải "cắt lỗ" một cách đầy thực tế, cho dù về bản chất, chính phủ chính là "cha đẻ" của ngân hàng.

Trước khi đại dịch COVID-19 quái ác bùng phát, tôi — một người vừa làm nghiên cứu phát triển, vừa trực tiếp sản xuất lẫn chạy dự án — đã kiệt sức vì những ngày tháng xoay xở, "giật gấu vá vai" để duy trì công ty. Sau khi đại dịch kết thúc, tôi lại dựa vào hết chính sách này đến chính sách khác của chính phủ làm điểm tựa niềm tin để thoi thóp thêm bốn năm nữa. Trong thời gian đó, do áp lực kéo dài dẫn đến rối loạn chức năng sinh lý, vú bên trái bị bệnh lý và tôi buộc phải cắt bỏ. Tôi là một người đàn ông mà lại phải cắt bỏ một bên vú, thật là một trò đùa tai quái của tạo hóa. Nợ nần chồng chất là thực tế, tài sản vẫn còn đó cũng là thực tế, nhưng không thể biến tài sản thành "tiền tươi thóc thật" cũng lại là thực tế. Có thể gồng gánh tiếp không? Chắc chắn là có. Nhưng gồng được bao lâu? Chẳng ai biết. Và sẽ gồng đến mức nào? Khả năng cao là sẽ sớm "cạn kiệt cả tiền lẫn người". Tính đi tính lại, không phá thì không thể xây, tôi mua vé máy bay sang Mỹ. Định bụng để công ty tạm dừng hoạt động, rồi sẽ tuyên bố phá sản theo luật pháp.

Nửa năm trước, vào cuối tháng 5, tôi đã tiêu sạch vài chục nghìn đô la ít ỏi mang theo sang Mỹ. Nghĩ lại, có lẽ tôi không nên đem những sản phẩm mới nghiên cứu tại Trung Quốc ra trưng bày tại các triển lãm ngành giao thông ở Mỹ, càng không nên đổ tiền vào lập công ty, xây website hay tìm kiếm khách hàng. Nếu tiết kiệm được những khoản đó chắc chắn tôi đã có thể trụ lại lâu hơn. Mô hình kinh doanh hướng chính phủ và doanh nghiệp, lại còn quảng bá khái niệm mới, công nghệ mới và sản phẩm mới, thì vài chục nghìn đô la căn bản không thấm tháp vào đâu. Tôi thừa biết những khó khăn và rủi ro đó, nhưng vẫn ôm giữ niềm tin và sự cầu may. Tệ hại nhất là, những cơ quan nghiên cứu và doanh nghiệp Mỹ từng chào đón tôi giao lưu công nghệ mười năm trước, nay đã thẳng thừng từ chối yêu cầu thăm viếng của tôi. Rõ ràng, "bầu trời" ở Mỹ đang thay đổi, đã thay đổi rồi. Thực tế là tôi hết tiền, không còn tiền trả thuê nhà tháng sau. Đúng lúc này, một vị lãnh đạo từng giúp đỡ tôi mười năm trước ở trong nước lại ngỏ ý nhờ tôi đón tiếp gia đình ông ấy, vì danh nghĩa quan chức chính phủ nên ông không được phê duyệt nghỉ phép cũng như không được phép lấy hộ chiếu ra. Việc thu nộp hộ chiếu của cán bộ trong hệ thống[4] chính quyền, doanh nghiệp nhà nước và đơn vị sự nghiệp đã diễn ra vài năm nay và đang mở rộng ra hầu hết những người trong biên chế. Đối mặt với lời nhờ vả này, với một người luôn tự nhận là kẻ mọn, vừa muốn báo ân vừa muốn giữ thể diện như tôi, dĩ nhiên phải "gồng mình lên mà sĩ diện". Thế là tôi bán tống bán tháo chiếc Toyota Accord cũ duy nhất, thu về 8.500 đô la, thuê một chiếc xe xịn hơn để làm xe đưa đón, và cũng tạm thời có tiền đóng tiền nhà.

Sau đó, tôi dày mặt hỏi vay tiền ba người bạn cũ ở quê. Nói là vay, nhưng giọng điệu thực chất là khiến đối phương không thể không tìm cách giúp tôi vượt qua hoạn nạn, tổng cộng gom góp được hơn 10.000 đô la. Danh bạ điện thoại của tôi có hơn 10.000 người quen, nhưng bạn bè và vòng kết nối không đồng nghĩa với việc có thể vay tiền. Những người thực sự tôi có thể mở miệng vay và vay được không quá 5 người.

---

[4] "Trong hệ thống" (体制内, tǐ zhì nèi): chỉ những người làm việc trong cơ quan đảng – chính quyền, doanh nghiệp nhà nước và đơn vị sự nghiệp công ở Trung Quốc, tức những người "trong biên chế". Từ khoảng giữa thập niên 2010, chính quyền Trung Quốc bắt đầu thu giữ và quản lý tập trung hộ chiếu cá nhân của nhóm cán bộ này, hạn chế việc xuất cảnh vì lý do riêng; phạm vi áp dụng ngày càng được mở rộng. Đây là lý do vị quan chức trong đoạn này không thể tự lấy hộ chiếu hay xin phép ra nước ngoài.

Có lẽ tôi nên đi làm "chui" (lao động bất hợp pháp), công việc dễ tìm nhất là giao bưu kiện. Các việc khác gần như không thể tìm thấy; những nhà hàng lớn nhỏ của người Hoa đều sợ hãi sau những vụ "lao động chui từ Trung Quốc quay lại tố cáo chủ người Hoa dùng lao động lậu". Các mảng như giao đồ ăn, đưa đón đều bị các nền tảng trực tuyến thiết lập quy định phải vừa hợp pháp vừa có bằng cấp chứng chỉ. Tiếng Anh của tôi đang học từ con số không, không chỉ không nhận mặt chữ, không nói được mà còn khó nghe hiểu hơn, nói gì đến chuyện tìm việc. Tại sao việc giao bưu kiện "chui" lại dễ tuyển người? Bởi vì các loại tiểu ngạch hàng hóa Trung Quốc có giá thành thấp, nhu cầu của cộng đồng người Hoa nhập cư tại Mỹ rất lớn, tầng lớp thu nhập thấp và trung bình ở Mỹ cũng đặt hàng qua mạng nhiều, dẫn đến một lượng khổng lồ bưu kiện nhỏ vận chuyển đến Mỹ cần được giao đến tận nhà. Thị trường này dĩ nhiên đều do người Trung Quốc nắm giữ kênh logistics. Gặp đúng lúc kinh tế Trung Quốc đi xuống không thấy đáy, hai năm nay mỗi ngày có hàng nghìn, hàng vạn người vượt biên trái phép từ biên giới Mexico vào Mỹ, thường gọi là "tẩu tuyến" (zou xian) hay "Run" (nhảy)[5]. Tất nhiên cũng không ít người đi visa B1/B2[6] sau khi nhập cảnh thì quyết định ở lại luôn, đa phần ở lại theo diện xin tị nạn. Với tính chất của công việc giao bưu kiện "chui", công ty logistics cần nhân công giá rẻ, người mới nhập cư cần làm việc để sống sót, lại đều là người Trung Quốc với nhau, nên nghiễm nhiên hình thành quan hệ cung cầu. Nhưng trong hoàn cảnh đó, lao động người Hoa trên thị trường làm chui là nhóm yếu thế rõ rệt: một

---

[5] Tẩu tuyến (走线 zouxian): thuật ngữ mạng tiếng Trung chỉ việc di cư bất hợp pháp vào Mỹ bằng đường vòng — thường là bay sang một nước Nam Mỹ rồi đi đường bộ băng qua Trung Mỹ và Mexico để vượt biên vào Hoa Kỳ. Từ này gắn liền với "nhuận" (润, "rùn") — cách chơi chữ từ tiếng Anh "run" (chạy trốn), một tiếng lóng phổ biến trong xã hội Trung Quốc đương đại, ám chỉ việc rời bỏ Trung Quốc để di cư ra nước ngoài. Nói cách khác, "nhuận" là mong muốn ra đi, còn "tẩu tuyến" là một trong những con đường để thực hiện điều đó.

[6] Visa B1/B2: thị thực không định cư của Mỹ dành cho mục đích công tác ngắn hạn (B1) và du lịch, thăm thân (B2).

là quá nhiều người muốn làm chui dẫn đến cạnh tranh hạ giá công; hai là các ông chủ người Hoa sẽ dùng mọi danh nghĩa để quỵt tiền cọc hoặc tiền công; ba là độ khó của các tuyến đường giao hàng, vắt kiệt sức chạy mười mấy tiếng mỗi ngày cũng chỉ kiếm ròng được một hai trăm đô la. Những yếu tố này dĩ nhiên không phải là lý do khiến tôi không làm chui, vì "có thực mới vực được đạo". Vấn đề là, sau nhiều năm viết lách và kinh doanh, tôi bị thoát vị đĩa đệm cột sống thắt lưng nhiều tầng, đừng nói là lái xe cường độ cao và chạy bộ giao hàng, ngay cả việc ngồi, đứng, đi lại hàng ngày cũng phải cẩn thận.

Sự cộng hưởng của nhiều trạng thái bất lợi và rủi ro khách quan khiến tôi sau bao lần liên hệ với các ông chủ thuê người lậu, cuối cùng vẫn hết lần này đến lần khác từ bỏ. Số tiền đó, tôi muốn kiếm, nhưng cái mạng này không cho phép tôi kiếm.

Ở đây, tôi thấy cần phải giải thích rõ ràng về tư cách lưu trú của mình tại Mỹ — đó là diện tị nạn.

Tại sao tôi lại chọn nước Mỹ? Tại sao lại xin tị nạn?Tôi không phải không biết rằng mình sẽ phải xin tị nạn sau khi đến Mỹ, và cũng hoàn toàn hiểu rằng điều đó đồng nghĩa với việc trong một thời gian rất dài tôi không được phép rời khỏi đất nước này. Theo chính sách nhập cư của Mỹ, người xin tị nạn phải trải qua một quá trình nộp đơn, phỏng vấn và chờ đợi lịch hầu tòa rất phức tạp và kéo dài; nhanh thì ba đến năm năm, chậm thì có khi tới mười năm. Trước khi có được thẻ xanh, một khi xuất cảnh, người đó sẽ bị coi là tự nguyện từ bỏ quyền lợi hoặc gian lận, và về nguyên tắc sẽ không được nhập cảnh lại Mỹ trong vòng mười năm. Tuy nhiên, chính sách của Mỹ không tuyệt đối cứng nhắc; có người vì người thân qua đời mà xin được "Giấy thông hành" (Advance Parole - văn bản được chính phủ Mỹ phê duyệt để xuất cảnh rồi quay lại) và có thể ra vào bình thường một lần; cũng có người gặp sự cố khẩn cấp không kịp xin giấy tờ mà vẫn quay lại Mỹ suôn sẻ sau khi xuất cảnh. Ngay cả việc chờ đợi lịch hẹn xét duyệt cũng đầy rẫy những bất định, thời gian dài ngắn khác nhau, và vận may của mỗi người cũng khác biệt một trời một vực. Dù biết rất rõ tất cả những gì phải đối mặt khi xin tị nạn, tôi đã không cân nhắc quá nhiều liệu nó có thực sự phù hợp hay có phải là lựa chọn tối ưu cho mình hay không.

Vào thời điểm tháng 11 năm ngoái, tình hình là: thứ nhất, tôi thực sự không còn sức để đối phó với những nỗi giày vò khi dòng tiền kinh doanh bị đứt gãy, tôi quá khao khát nhanh chóng dứt khoát rút thân để tự giải thoát; thứ hai là trước đó tôi đã đưa cả con gái và con trai sang Mỹ du học, con trai hiện vẫn đang học tại Boston; thứ ba là so với các quốc gia khác, Mỹ là nơi tôi đi lại nhiều nhất và có nhiều bạn bè nhất, tôi hy vọng có thể tiếp tục gây dựng sự nghiệp còn dang dở của mình tại đây. Nhìn lại sau này, có lẽ đó là do nhận thức của tôi chưa đầy đủ, hoặc cũng có thể do "tâm ma" (không cam lòng từ bỏ những công nghệ và sản phẩm mới đã dày công nghiên cứu và kinh doanh nhiều năm) thúc đẩy.

Cách đây một hai năm, tôi từng thử nộp đơn xin thẻ xanh diện nhân tài kiệt xuất (EB-1A)[7]. Đối chiếu với các điều kiện và tiêu chuẩn của diện này, tôi đáp ứng được khoảng 60-70%, còn 30-40% không đạt thuộc về những trường hợp đặc biệt như y tế. Nói cách khác, theo lẽ thường, tôi chắc chắn có thể xin được thẻ xanh. Nhưng đó là lẽ thường của trước năm 2020. Tháng 10 năm 2020, Sở Di trú Mỹ đã ban hành một chính sách mới: nghiêm cấm các thành viên cực đoan của các đảng phái chuyên chế nhập cảnh, xin thẻ xanh và định cư tại Mỹ, trừ khi được đặc xá. Vài tháng sau khi ký hợp đồng với đơn vị môi giới và nộp hồ sơ, tôi được thông báo rằng tư cách của mình không vượt qua được vòng thẩm định và được hoàn trả toàn bộ tiền phí. Luật sư di trú nói rằng, trừ khi tôi có thể xóa sạch mọi bài báo về mình trên internet để chứng minh mình không phải là thành viên cực đoan của đảng chuyên chế, nếu không thì dù tôi xin các diện di trú khác cũng sẽ bị từ chối. May mắn là tôi thuộc

[7] EB-1A: loại thị thực định cư (thẻ xanh) của Mỹ dành cho "người có năng lực xuất chúng" trong khoa học, nghệ thuật, giáo dục, kinh doanh hay thể thao, cho phép tự nộp đơn mà không cần công ty bảo lãnh.

nhóm những người đầu tiên xin được visa B1/B2 thời hạn 10 năm, đã nhiều lần ra vào nước Mỹ, nên trong thời hạn visa tôi vẫn có thể đến đây bình thường.

Biết rõ "trong núi có hổ nhưng vẫn hướng về phía núi"? Đúng vậy. Ngoài sự thúc đẩy của tâm ma lúc bấy giờ, còn một nguyên nhân quan trọng khác: tôi bị cám dỗ bởi khả năng kiếm tiền dễ dàng ở Mỹ, cũng giống như vô số người đã vượt vạn dặm đường dài để "Run" đến đây—tôi muốn kiếm tiền.

Ở Trung Quốc, với ngành nghề và quy mô kinh doanh của công ty tôi, chỉ cần một làn gió kinh tế nóng hay lạnh, tôi có thể cảm nhận được ngay lập tức, thậm chí là cảm nhận trước. Chỉ là, nếu không bị dồn đến đường cùng, người ta thường không nỡ thực sự từ bỏ. Việc có thể tiếp tục gồng gánh kinh doanh hay không, trong lòng tôi tự hiểu rõ; sự sống còn phụ thuộc vào việc ngân hàng có tiếp tục cho vay hay không. Như ngạn ngữ có câu, đó là "sợi rơm cuối cùng làm gãy lưng lạc đà". Vì vậy, tôi buộc phải chuẩn bị cho mình một lối thoát: nếu sợi rơm đó thực sự rơi xuống, tôi phải làm gì và sống ở đâu.

Thực tế là không còn không gian để tôi cân nhắc phải làm gì nữa. Trong vòng một năm sau khi đại dịch kết thúc, tôi đã cạn sạch mọi nguồn tiền có thể xoay xở, nợ lương nhân viên, nợ nhà cung cấp, và dư nợ ngân hàng ngày càng lớn. Nhưng "sống ở đâu" thì tôi vẫn có thể lựa chọn. Là một người tự nhận mình là nhà văn, tôi tôn thờ và theo đuổi tự do, trong khi những năm đó, việc các tài khoản mạng xã hội và bài viết của tôi bị bóp tương tác, bị xóa bài, bị khóa tài khoản một tuần, một tháng hay thậm chí ba tháng đã trở thành chuyện cơm bữa. Thế là, nhân cơ hội đi học tại Đại học Harvard vào tháng 9 năm ngoái, tôi đã cố tình dừng chân tại Los Angeles vài ngày để khảo sát các lựa chọn "sống ở đâu" sau khi mình ngã xuống. Trong thâm tâm, tôi biết tai họa sắp ập đến, và "tẩu vi thượng sách".

Người cung cấp dịch vụ thuê xe trọn gói cho tôi trong thời gian ở Los Angeles là A Vỹ, một người Hoa trung niên, kém tôi hai tuổi, sau này chúng tôi trở thành bạn. Theo phân loại nghề nghiệp trên nền tảng du lịch, A Vỹ là một "tài dẫn" (vừa là tài xế vừa là hướng dẫn viên). Gọi là đi du lịch, nhưng tâm trạng tôi chẳng lấy gì làm vui vẻ; tôi muốn thông qua A Vỹ để tìm hiểu xem một người lạ lẫm nếu đến Mỹ thì sẽ sống thế nào. Dù đã đến Mỹ nhiều lần, nhưng hầu như lần nào lịch trình cũng được sắp xếp chu đáo theo kiểu chi tiền để du lịch, thăm viếng hoặc học tập, tôi hoàn toàn không hiểu gì về xã hội Mỹ thực sự, đặc biệt là cuộc sống của người nhập cư và tầng lớp dưới đáy. A Vỹ không chỉ sẵn lòng chia sẻ mọi thứ, mà còn dẫn tôi đi thăm hai căn nhà của anh ta—không hẳn là biệt thự xa hoa, nhưng trong mắt tôi đó đều là những "Big House" có hồ bơi.

Cần phải kể lại câu chuyện của A Vỹ, vì vận mệnh của anh gắn liền với thời đại, và nó cũng ảnh hưởng sâu sắc đến tôi, khiến tôi sau này không chút do dự mà lao thẳng đến Los Angeles.

A Vỹ những năm trước sống tại một thành phố nhỏ ở phía bắc tỉnh Cát Lâm. Anh nói mình lớn lên ở một hốc hẻm vùng nông thôn Đông Bắc, điển hình của kiểu người thiếu học vấn, ngay cả tiểu học cũng chưa tốt nghiệp. Anh bảo mình là một trong những người đầu tiên cảm nhận được việc bị thời đại đào thải: máy tính không biết dùng, mạng internet cũng không rành, nếu không có điện thoại thông minh, anh chỉ có thể bán sức lao động rẻ mạt. Vấn đề là ở vùng nông thôn Đông Bắc, chỉ cần vơ tay một cái là có cả nắm người muốn bán sức lao động rẻ mạt; đó không còn gọi là cạnh tranh nữa, mà gọi là "huyết chiến" để mưu sinh. A Vỹ mất việc trong làn sóng chính sách "đổi mới công nghệ và chấn hưng Đông Bắc"[8] của quốc gia. Vì sinh ra đã có hộ khẩu thành thị[9], sau khi mất việc

---

[8] Chấn hưng Đông Bắc (振兴东北): chiến lược quốc gia của Trung Quốc nhằm vực dậy vùng công nghiệp nặng cũ ở ba tỉnh Đông Bắc (Liêu Ninh, Cát Lâm,

anh không cam tâm xuống tầng lớp thấp hơn để huyết chiến với những người lao động chân tay ở nông thôn. Nếu vậy, kiếm được chút tiền mồ hôi nước mắt đó cũng chẳng thể coi là đang sống một cuộc đời bình thường. Anh bắt đầu xoay xở đủ nghề: mở quán ăn, dựng sạp đồ nướng, mở cửa hàng kim khí... tất cả những gì anh nghĩ ra và có thể thực hiện đều không thành công. Cứ làm rồi lại hỏng, anh làm đủ mọi việc có thể, nhưng chẳng những không kiếm được tiền mà còn gánh trên vai một đống nợ, vay mượn hết họ hàng hang hốc mà cũng không trả nổi. Giữa lúc tuyệt vọng không còn đường lui, có người xúi anh sang Mỹ kiếm tiền lớn. Đó là năm 2014.

A Vỹ thật sự tin rằng đến Mỹ có thể kiếm được tiền lớn, dù anh thậm chí chưa từng đến Bắc Kinh, nói gì đến ra nước ngoài. Nhưng đối với anh lúc đó, rời khỏi Trung Quốc có thể giúp anh tránh được cảnh bị chủ nợ đòi nợ rát mặt mỗi ngày, dù sao cũng dễ chịu hơn cảnh lủi thủi trốn chui trốn nhủi. Tay môi giới xúi anh đi cũng chỉ vì tiền, hắn đưa ra hai lựa chọn: hoặc là làm visa B1/B2 rồi bay sang, hoặc là làm visa Mexico rồi vượt biên trái phép vào Mỹ. Đi từ Mexico thì với trình độ tiểu học của mình, anh không đời nào dám mạo hiểm. Còn làm visa B1/B2 thì anh vừa không có việc làm, không có tài sản, vừa không đóng thuế hay bảo hiểm xã hội, căn bản là không thể làm được. Nhưng những năm đó hầu như không có người Trung Quốc nào muốn đi xa xứ, việc xin visa tương đối dễ dàng, và cũng có những con đường lắt léo, chỉ cần có tiền và có thời gian. Thế là anh thuyết phục vợ, bán tháo đủ thứ, vay mượn khắp nơi để gom đủ 50 vạn nhân dân tệ đưa cho bên môi giới làm visa.

Trong vòng ba đến năm tháng, bên môi giới thực sự đã làm được visa cho A Vỹ. Có visa là đi ngay, anh mua vé máy bay, thu xếp quần áo, bay

---

Hắc Long Giang), nơi nhiều nhà máy quốc doanh sa sút khiến đông đảo công nhân mất việc.

[9] Hộ khẩu (户口): chế độ đăng ký hộ tịch của Trung Quốc gắn quyền lợi (giáo d ục, y tế, phúc lợi) với nơi cư trú, chia thành hộ khẩu "thành thị" và "nông thôn"; hộ khẩu thành thị từng được coi là có địa vị và phúc lợi cao hơn.

từ Bắc Kinh. Vợ anh lúc đó có công việc, lương chẳng đáng là bao, nhưng thực sự không nỡ rời xa, vì chuyến đi này tiền đồ bất định, sống chết chưa biết thế nào. Hai vợ chồng ngồi tàu hỏa lên Bắc Kinh, suốt dọc đường bi thương, nước mắt trên mặt người vợ chưa bao giờ khô. Nếu có một cách nào đó tốt hơn dù chỉ một chút, có lẽ A Vỹ đã không đi.

Máy bay hạ cánh xuống Los Angeles, bước ra khỏi cửa hải quan, ngoài chiếc ba lô đựng quần áo, trong người A Vỹ chỉ có vẻn vẹn 60 đô la. Không quen biết một ai, dựa vào thông tin tìm kiếm trên điện thoại, anh chạy thẳng đến San Gabriel—nơi tập trung đông người Hoa sinh sống. Đang tuổi tứ tuần sức dài vai rộng, việc gì anh cũng sẵn lòng làm, lương bao nhiêu cũng được, ngay ngày hôm đó anh đã được một ông chủ quán ăn người Hoa nhận vào làm. Bao ăn bao ở, tiền công hơn ba nghìn đô la một tháng, làm chân chạy vặt và rửa bát trong bếp. Những năm tháng thuận lợi và địa điểm tốt dường như đều mỉm cười với A Vỹ; thời điểm đó ở California rất dễ tìm việc, dễ kiếm tiền và dễ chuyển đổi tư cách cư trú. Chỉ khoảng nửa năm, số tiền anh kiếm được đã đủ để trả phí môi giới di trú, thuê nhà và vay tiền mua xe. A Vỹ xin nghỉ việc, ông chủ quán ăn không nỡ để anh đi, đã chân thành mời anh một bữa thịnh soạn và họ trở thành bạn bè.

Sau đó, mô hình kinh doanh "tài dẫn" của A Vỹ phất lên như diều gặp gió, tất cả là vì người Trung Quốc sang Los Angeles du lịch quá đông. Có người muốn thuê xe đi chơi cho thỏa thích, có người muốn mua đồ hiệu xa xỉ, có người không tiếc tiền thuê người tháp tùng các quan chức; chỉ cần phục vụ tốt là không lo không có tiền. Khi đã tích lũy được một chút, anh liên tục vay tiền mua xe, lúc cao điểm có tới hơn hai mươi chiếc để cho du khách Trung Quốc thuê hoặc thuê tài xế đưa đón khách. Dịch vụ của anh là nguồn cung cấp thiết yếu cho các nền tảng du lịch lớn tại Trung Quốc. Tính tổng cộng trong khoảng tám chín năm, A Vỹ đã sớm trả hết nợ, vợ con đều đã định cư, mua được hai căn nhà ở Los Angeles và một căn ở Thanh Đảo. A Vỹ tính sơ bộ, tài sản ròng có thể thanh khoản bất cứ lúc nào của anh đã vượt quá 5 triệu đô la.

Nghe và thấy thực tế thần kỳ của A Vỹ, tôi không ngớt lời bày tỏ sự khâm phục và kính trọng. Thế nhưng, A Vỹ nói rằng những ngày tháng hiện tại đã bắt đầu kém đi từng ngày, từng năm. Anh kể cho tôi nghe về những tác động xấu của môi trường vĩ mô đối với mình. Cuộc chiến thương mại Mỹ - Trung không ngừng leo thang, phía Trung Quốc kiểm soát ngày càng chặt chẽ việc ra nước ngoài của các quan chức chính phủ và nhân viên các đơn vị sự nghiệp nhà nước; phía Mỹ lại ban hành các lệnh cấm visa và nhập cư đối với quan chức đảng và chính quyền Trung Quốc, khiến ngành du lịch nguội lạnh nhanh chóng. Đang lúc khó khăn thì đại dịch COVID-19 bùng phát, các chuyến bay bị hủy bỏ, đường xá vắng tanh. Bất đắc dĩ, năm 2020 anh phải dừng việc kinh doanh cho thuê xe, bán sạch những chiếc có thể bán, chỉ giữ lại ba chiếc để hai vợ chồng làm du lịch và giao đồ ăn. May mắn là trong hơn một năm dịch bệnh nghiêm trọng nhất, dịch vụ giao đồ ăn và mua hộ rất đắt khách, hai vợ chồng có thể kiếm được khoảng 1.000 đô la mỗi ngày. Họ thậm chí còn ước rằng lệnh phong tỏa dịch bệnh ở Mỹ kéo dài hơn nữa, nhưng đáng tiếc là Mỹ đã đi đầu thế giới trong việc mở cửa trở lại.

Trải nghiệm cuộc đời mà A Vỹ kể cho tôi nghe rất ly kỳ và rực rỡ, nhưng thực tế cũng rất tồi tệ và bất lực. Mỗi ngày có tới hàng vạn người tị nạn tràn vào Mỹ từ biên giới Mexico, trong đó ít nhất 30-40% là người Trung Quốc. Người đến quá đông dẫn đến việc làm khó tìm và lương thấp, đơn giá giao đồ ăn và bưu kiện giảm liên tục theo từng năm, số lượng du khách thuê xe từ Trung Quốc sang thậm chí còn không nhiều bằng số tài xế làm dịch vụ đón khách tại Los Angeles. Hiện giờ hai vợ chồng anh dựa vào việc một người làm tài dẫn, một người giao đồ ăn; làm mười ba mười bốn tiếng mỗi ngày mới kiếm ròng được bốn năm trăm đô la để duy trì chi phí gia đình. Để kiếm tiền, cũng giống như nhiều gia đình nhập cư người Hoa khác, hai căn nhà của A Vỹ có phòng nào trống đều đem cho thuê hết. Các Homestay của gia đình nhập cư người Hoa đa số đều không đăng ký chính quy, chủ yếu làm ăn với khách Trung Quốc.

Về việc xin tị nạn tại Mỹ, tôi cũng học được những điểm thực tế từ miệng A Vỹ và tăng thêm nhận thức của mình. Thông thường mọi người nghĩ rằng xin tị nạn ở quốc gia khác thì một là người tị nạn từ vùng chiến sự, hai là người bị đàn áp chính trị. Theo hiểu biết chung này, Trung Quốc chắc chắn không có ai sống trong chiến tranh, vậy thì bao nhiêu người Trung Quốc sang Mỹ xin tị nạn chắc hẳn đều là bị đàn áp chính trị, liệu có phải họ thêu dệt sai sự thật không? Hiểu như vậy có lẽ không có gì sai. Nhưng Mỹ là Mỹ, Mỹ có logic chính trị và chính sách của riêng mình. Lý do xin tị nạn tại Mỹ có thể vô cùng đa dạng và lắt léo: không được tự do tín ngưỡng hoặc hoạt động tôn giáo; người đồng tính bị kỳ thị hoặc trấn áp; bị cưỡng chế thu hồi đất đai bằng bạo lực; bị ép buộc phá thai trong chính sách kế hoạch hóa gia đình; có oan ức đi khiếu kiện vượt cấp bị chẩn đoán là bệnh tâm thần; hàng xóm xây nhà lấn chiếm đất khiến nhà mình không có lối đi; bày sạp bán hàng nhỏ bị trật tự đô thị tịch thu và chuyển sang công an; con cái bị bạn học đánh hội đồng ở trường nhưng kêu oan không thấu; trong các vụ tai nạn giao thông thảm khốc phải ký tên kết thúc vụ việc dưới sự "quan tâm chăm sóc" của nhiều cán bộ; đi đường thấy người già ngã thì giúp đỡ nhưng bị yêu cầu chứng minh không có lỗi mà không chứng minh được nên bị bắt giữ; đưa hối lộ, tham ô nhận hối lộ đối mặt với việc bị thẩm tra và kết tội... Quá nhiều, không thể liệt kê hết ở đây. Nhưng có một điểm, nếu bạn là một dân thường, có lẽ bạn nghĩ chính trị ở rất xa mình. Tuy nhiên, sau khi nghe về những sự kiện mang tính hiện tượng này, bạn nghĩ chúng có thuộc về chính trị không? Có liên quan mật thiết đến bạn không? Suy nghĩ sâu hơn một chút, nếu bạn là nạn nhân trong những sự kiện đó, bạn sẽ hiểu thế nào về đàn áp chính trị? Đúng vậy, đàn áp chính trị không nhất thiết phải là những nhân vật lớn bị gán mác "phản loạn" hay "phản động" vì phản đối một chính sách đảng phái nào đó.

Ở Mỹ có một hiện tượng kỳ lạ: trước cửa các đại sứ quán hoặc lãnh sự quán Trung Quốc thường có người Trung Quốc chăng băng rôn hoặc cầm áp phích kêu oan hoặc trút giận chửi bới đảng cầm quyền và các nhà lãnh đạo của tổ quốc mình. Điều này hiếm thấy trên toàn cầu, thông thường kiều dân của một nước sẽ phải dựa vào sự giúp đỡ của sứ quán trong các vụ việc kiều vụ.

Như tôi, trên các nền tảng WeChat, Toutiao, Douyin, Weibo, Xiaohongshu, tôi đều đã lần lượt mở tài khoản cá nhân. Đây là một thời đại công nghệ vĩ đại đã cho một dân thường như tôi có nhiều nền tảng mở để thể hiện cá tính và quan điểm một cách toàn diện, có cơ hội trở thành một "nhân vật nhỏ bé" tự phụ, và nhờ đó có được những người bạn cùng chí hướng, vừa là thầy vừa là bạn. Không may là, các "chiến dịch đặc biệt làm sạch môi trường mạng" cấp quốc gia thường xuyên diễn ra. Việc bị hạn chế lưu lượng, bị cấm đăng bài, các bài đã đăng bị xóa, video bị gỡ xuống, tài khoản bị khóa một tuần, một tháng hoặc vài tháng; các bài viết hay video liên quan đến nhạy cảm chính trị sẽ bị chính quyền hoặc công an khu vực nơi làm việc triệu tập để răn đe, tất cả những điều đó khiến tôi thường xuyên sống trong lo âu sợ hãi, thậm chí là trầm cảm. Nếu bảo không có tự do ngôn luận, thì ở các ngõ ngách vẫn có người thầm thì, đóng cửa tìm một quán rượu nhỏ cùng dăm ba người bạn chí cốt vẫn có thể xả nỗi lòng về những loạn lạc và bất công của thế sự. Còn nếu bảo có tự do ngôn luận, thì loại người như tôi chắc chắn là không có. Hơn nữa, theo cảm nhận trực tiếp của tôi, chính trị đã gây ra sự đàn áp vi hiến đối với tôi.

Khách quan mà nói, xã hội Trung Quốc thực sự đã trở nên tốt đẹp hơn nhờ một thời kỳ cải cách mở cửa, vì thế, tôi cũng luôn cố gắng viết lách và lên tiếng một cách ẩn dụ, hàm súc. Tuy nhiên, những blogger lên tiếng một cách trần trụi hoặc táo bạo hơn, nhẹ thì bị tạm giữ, nặng thì vào tù cũng không phải là ít. Trong số đó có một đại gia bất động sản nổi tiếng mà ai ai cũng biết, được gọi là "Nhậm Đại Pháo", người đã công khai lên tiếng một cách trần trụi và táo bạo đòi "lật đổ bức tường kia (thể chế)"[10], và sau đó ở tuổi thất thập đã bị thẩm tra ra một số vấn đề kinh tế và nhận bản án nặng nề mười tám năm tù. Đối chiếu lại, nếu bài viết và tiếng nói của tôi trực diện hơn một chút, tai họa gần như chắc chắn sẽ giáng xuống đầu tôi. Theo lời xưa của Trung Quốc, "thường đi bên bờ sông, sao khỏi có lúc ướt giày"?

A Vỹ nói rằng, việc một nhà văn bị hạn chế tự do ngôn luận là quá dễ dàng để có được tư cách tị nạn tại Mỹ. Hơn nữa, chính sách nhập cư đối với người tị nạn của Mỹ là: chỉ cần đơn xin tị nạn của đương sự có nội dung phù hợp, họ sẽ tiếp nhận trước rồi mới đưa vào quy trình thẩm định. Nghĩa là, ngay cả khi một người thêu dệt ra một câu chuyện, nó vẫn sẽ được cơ quan nhập cư Mỹ tiếp nhận và đưa vào quy trình thẩm định. Quan trọng hơn là, trong vòng 6 tháng sau khi đơn xin tị nạn được tiếp nhận, người nộp đơn sẽ nhận được thẻ công tác EAD (Employment Authorization Document) thời hạn 5 năm do chính phủ Mỹ cấp và số an sinh xã hội SSN (Social Security Number) đi theo suốt đời. Điều đó có nghĩa là, bất kể cuối cùng có được cấp tư cách tị nạn hay không, trước đó họ đều có mọi tư cách để làm việc hợp pháp, kinh doanh, y tế, giáo dục, dưỡng lão và tín dụng xã hội tại Mỹ. Dù những điều này không đại diện cho việc cuối cùng có thể lấy được thẻ xanh, nhưng đối với nhiều người, đó đã được coi là lá bùa hộ mệnh rồi. Những người tị nạn "Run" hay "vượt biên" vào Mỹ có lẽ chỉ có chưa đến 10% xác suất cuối cùng lấy được thẻ xanh, nhưng điều đó không ngăn cản họ làm việc và sinh sống lâu dài tại Mỹ.

Việc xin tị nạn tại Mỹ thường bị giới du học sinh và giới nhà giàu Trung Quốc coi khinh hoặc coi thường, xem đó là việc mà những tầng

[10] Nhậm Đại Pháo (任大炮, "Đại bác họ Nhậm"): biệt danh của Nhậm Chí Cườ ng (Ren Zhiqiang), một ông trùm bất động sản Trung Quốc nổi tiếng vì phát ngôn thẳng thừng. Năm 2020, sau khi công khai chỉ trích ban lãnh đạo, ông bị kết án 18 năm tù với các tội danh kinh tế.

lớp thấp kém mới làm. Nhưng điều thú vị là, trong một cuộc trò chuyện sau này của tôi với một quan chức lãnh sự quán Trung Quốc tại Mỹ, tôi hỏi đối phương nghĩ thế nào về việc người Trung Quốc xin tị nạn tại Mỹ? Đối phương nói rằng, trường hợp thêu dệt, bôi nhọ chính phủ Trung Quốc chắc chắn là có, nhưng thực tế có tới hơn 90% người nhập cư Hoa kiều tại Mỹ có được tư cách lưu trú thông qua con đường tị nạn. Với một cộng đồng và con số khổng lồ như vậy, một số người ở Mỹ đã bước chân vào chính trường, giới kinh doanh trở thành những nhân vật nổi tiếng lớn nhỏ, một số người thường xuyên vinh quy bái tổ hào phóng giúp đỡ quê hương, và thậm chí một số người trở thành lực lượng bảo vệ quyền lợi hợp pháp cho cộng đồng nhập cư người Hoa tại Mỹ; chính phủ Trung Quốc chắc chắn cần và coi trọng họ.

Trong nhận thức về việc xin tị nạn tại Mỹ, việc muốn giải thích và thay đổi suy nghĩ của một số người Trung Quốc thường là công dã tràng. Một nhà văn nổi tiếng từ Thượng Hải đã cất công đến Los Angeles thăm tôi, chúng tôi đã trò chuyện sâu sắc suốt hơn nửa ngày. Về nước Mỹ, những gì ông ấy muốn biết và những gì tôi biết, tôi đều kể hết. Những bài viết của tôi nhiều lần bị cưỡng chế xóa bỏ, cấm đăng tải; tài khoản cá nhân của tôi nhiều lần bị khóa; các công trình chuyên môn của tôi vì đưa ra ý kiến trái chiều về "định nghĩa con đường công nghệ duy nhất trên phương diện chính sách" mà không được xuất bản; các tác phẩm văn học vì thể loại và nội dung không vượt qua được kiểm duyệt mà không được xuất bản... tất cả những sự thật đó cấu thành việc tôi cần tự do ngôn luận, cần xin tị nạn. Tôi không hẳn là người tị nạn theo nghĩa đen, không phải là người nhập cư bất hợp pháp, không bôi nhọ hay khai báo gian dối, càng không thuộc diện phản động của quốc gia; tôi chỉ đang sử dụng luật pháp và chính sách của Mỹ để tranh thủ một tư cách nhập cư hợp pháp. Dù vậy, trong bài viết sau khi về nước, nhà văn đó vẫn mô tả tôi như một "người tị nạn bất hợp pháp". Tôi đã không tranh luận gì với ông ta mà giữ im lặng. Mỗi người đều có quyền hiểu và định nghĩa theo cách riêng của mình; nhận thức không thể đạt được chỉ trong một sớm một chiều.

Lượng lớn người nhập cư có tác dụng gì đối với nước Mỹ? Cố Thủ tướng Singapore Lý Quang Diệu từng nói: "Không có quốc gia nào trên thế giới có thể tiếp tục phồn vinh và hưng thịnh khi dân số bị thu hẹp." Trong gần 50 năm qua, tổng dân số Mỹ đã tăng trưởng hơn 55%, trong đó người nhập cư sinh ra tại nước ngoài đóng góp hơn 15% mức tăng trưởng, và trong giai đoạn 2023-2024, di cư quốc tế ròng đóng góp khoảng 84% mức tăng trưởng!

Quay lại với thực tế, trong căn nhà ổ chuột, điều tôi nghĩ đến nhiều nhất là bốn việc: một là khi nào tôi mới có thể kiếm được tiền; hai là toàn bộ xã hội loài người rốt cuộc đang bị làm sao và năm tới sẽ thế nào; ba là làm sao tôi có thể để con gái mình quay lại Mỹ và định cư, vì tôi đã đồng ý để con bé từ bỏ tư cách trúng tuyển H1-B để về nước vào đầu năm 2023, tôi muốn bù đắp sai lầm đó; bốn là nuốt hạt thầu dầu tự sát hay đốt than trong căn phòng 8 mét vuông này thì dễ dàng hơn.

Trong tuần lễ từ đêm Giáng sinh đến Tết Dương lịch, tôi đã viết một bài viết dài vạn chữ mang tên "Hiện tượng Mỹ", bản tiếng Trung đăng trên tài khoản WeChat "Học xá Sáng tạo", bản tiếng Anh đăng trên Daily Kos và Substack. Điều trớ trêu là, trong quá trình sử dụng trang web Daily Kos do Đảng Dân chủ—vốn luôn tuyên bố về dân chủ và tự do—sáng lập, một bài viết khác của tôi mang tên "Trump, thế giới và Trung Quốc dưới vận hội mới của Mỹ" đã bị xóa bài và bị cấm đăng lại các bài có tiêu đề và nội dung tương tự.

Xem ra, thế giới đại đồng, sự tự do ngôn luận mà tôi hiểu và mong muốn, có lẽ cần phải hiểu một cách hẹp hòi hơn.

2. HIỆN TƯỢNG MỸ

Giờ đây, ngày càng có nhiều người Trung Quốc lấy xã hội Mỹ làm tiêu chuẩn đối chiếu. Đối chiếu đến mức độ nào? Bất kỳ một người dân bình thường nào trên đường phố hay trong ngõ hẻm tại các thành phố Trung Quốc cũng có thể mở miệng là bàn luận về nước Mỹ—nước Mỹ thế này, nước Mỹ thế kia.

Lịch sử Mỹ, con người Mỹ, văn minh Mỹ dường như đều quá ngắn ngủi, những cuốn sách về chủ đề này thường khiến người ta cảm thấy tẻ nhạt khi đọc. Thế nhưng, sự biến chuyển, tính đa nguyên và xã hội Mỹ dường như lại quá rộng lớn, luôn khiến người ta hoa mắt không kịp nhìn.

Ngay cả khi đi đến bất kỳ một ngôi làng của người bản địa Da đỏ nào, nơi đó chắc chắn cũng ít nhiều dung nạp những người nhập cư đến từ khắp nơi trên thế giới. Trạm xăng bên đường có thể do một người nhập cư từ châu Âu điều hành, nhân viên cửa hàng bán lẻ cạnh trạm xăng có thể là người nhập cư từ Nam Mỹ, và người lái xe vào đổ xăng có thể đến từ châu Á hoặc châu Phi. Ở đầu làng, những chiếc hòm thư xuất hiện san sát, đa số là những chiếc hộp treo trên cọc gỗ. Những lá thư và tờ quảng cáo nhận được chẳng thể biết thuộc về thương hiệu quốc gia nào, nhưng chắc chắn là do những con người đến từ quá nhiều quốc gia khác nhau đang kinh doanh. Nếu phải tìm ra một điểm chung, thì đó chính là tiếng Anh—ngôn ngữ của người Anh đi cùng với cuộc chinh phục châu Mỹ. Chính xác mà nói, tiếng Anh ban đầu đã luôn biến thể thành "tiếng Anh kiểu Mỹ". Những người nhập cư khác nhau đều đang nỗ lực để được đồng hóa, dùng "tiếng Anh Mỹ" để giao tiếp và làm ăn.

Bước vào bất kỳ một khu phố hay cộng đồng nào, thay vì nói đó là nước Mỹ, thà rằng nói đó là thế giới. Đối với người dân ở nhiều quốc gia đóng kín hoặc bán đóng kín, họ có lẽ không thể hình dung nổi quốc tế hóa rốt cuộc là như thế nào. Nhưng đối với người Mỹ, họ có lẽ cũng không thể hình dung nổi một quốc gia đóng kín hoặc bán đóng kín sẽ ra sao. Điều mà người Mỹ dù thế nào cũng không thể hiểu được là: Tại sao lại có quốc gia hạn chế và cấm các trang web Internet thông dụng quốc tế? Tại sao lại có người nghĩ rằng một đảng phái nào đó bị lật đổ đồng nghĩa với việc quốc gia đó diệt vong? Và tại sao lại có nhiều dân thường tin đó là sự thật đến vậy? Đối với người Mỹ, người của Đảng Dân chủ lên nắm quyền thì nước Mỹ vẫn là nước Mỹ; người của Đảng Cộng hòa lên nắm quyền thì nước Mỹ vẫn cứ là nước Mỹ. Cái gọi là đảng phái không cần ai phải viết đơn xin vào đảng, không có các cuộc họp hay hoạt động của tổ chức đảng theo từng cấp bậc, càng không cần ai phải đóng đảng phí; đảng phái chẳng qua chỉ là một hình thức tổ chức của một triết lý, cương lĩnh và lập trường nào đó. Người từ khắp các quốc gia trên thế giới đều nhập cư đến Mỹ sinh sống, tụ họp thành Phố Tàu, Phố Hàn, Phố Thái, Phố Ấn, Phố Tây Ban Nha, Phố Đan Mạch… và nước Mỹ vẫn là nước Mỹ.

Một tài xế Uber trung niên nói với tôi rằng ông đến từ Hà Lan, vì ngưỡng mộ nước Mỹ nên đã đến đây hơn mười năm rồi. Tuy nhiên, vợ ông vẫn sống ở Hà Lan và nuôi dạy các con. Tôi hỏi ông ngưỡng mộ điều gì ở Mỹ? Ông nói nước Mỹ rất náo nhiệt, có thể tiếp xúc với đủ loại người và môi trường, trải nghiệm đủ loại niềm vui. Hà Lan tương đối đơn điệu hơn nhiều, chủ yếu là những người nói tiếng Hà Lan.

Một quản lý công ty cho thuê xe ngoài năm mươi tuổi kể với tôi rằng ông đến từ Úc, sang Mỹ gặp và kết hôn với một phụ nữ Việt Nam, họ có với nhau bốn người con. Đại gia đình của ông có người ở Úc, có người ở châu Âu hoặc châu Á. Tôi hỏi ông có dự định gì cho tương lai? Ông nói ông có quá nhiều bạn bè và lối sống ở Mỹ, có lẽ khi già sẽ quay về Úc, hoặc cũng có thể cứ làm việc ở Mỹ cho đến khi qua đời.

Một cụ già người Đài Loan ngoài tám mươi tuổi nói với tôi rằng cụ đã ở Mỹ hơn bốn mươi năm, đang sống cùng vợ trong một căn nhà lớn. Con cái đều có công việc và sự nghiệp riêng, đứa ở Trung Quốc, đứa ở Mỹ. Tôi hỏi cụ tại sao lại đến Mỹ và tại sao không quay về Đài Loan? Cụ nói đó là cái "số hưởng" của những năm 1970, cụ theo một nhà máy do công ty Đài Loan đầu tư tại Mỹ để sang đây làm việc. Thời đó, trước khi rời Đài Loan, cả gia đình chỉ muốn khua chiêng gõ trống để ăn mừng. Làm việc ở Mỹ đồng nghĩa với thu nhập cao và bảo đảm tốt, dù nhiều năm trời công việc chỉ là một đường thẳng từ nhà đến nhà máy, nhưng cụ chưa bao giờ nảy ra ý định rời đi. Việc quay về Đài Loan là hoàn toàn có thể, ngôi nhà cũ đã tư nhân hóa vẫn còn đó, nhưng cụ thực sự không thể làm quen nổi với phong tục tập quán hay bàn tán chuyện thiên hạ và lòng người bất nhất của người Đài Loan. Lá rụng về cội, đất đai chính là cội rễ, chứ không phải chỉ có Đài Loan mới là cội rễ. Hơn nữa, ở Mỹ không cần những mối quan hệ xã hội phức tạp mà vẫn có thể sống rất tốt.

Một người đàn ông vùng Đông Bắc (Trung Quốc) gần năm mươi tuổi nói với tôi rằng anh ta đã "vượt biên" (đi tuyến - zou xian) vào đây được hai năm, mùa xuân tới có thể kiếm đủ 500.000 Nhân dân tệ làm của hồi môn cho con gái ở quê nhà. Những lúc vui vẻ, anh mở ứng dụng của ngân hàng Mỹ cho tôi xem, xem hồ sơ phát lương, xem hồ sơ tăng trưởng số dư tài khoản. Anh nói, tiền ở Mỹ quá dễ kiếm, trong thời gian "vượt biên" chưa có giấy tờ thì làm việc chân tay, khi có giấy phép lao động thì quay lại nghề cũ làm thợ hàn điện, mỗi tháng đều có thể thu nhập ròng năm sáu nghìn USD, đây là điều mà ở trong nước có nằm mơ cũng không dám nghĩ tới. Chỉ có một cô con gái rượu, của hồi môn là nhiệm vụ anh tự đặt ra, hoàn thành nhiệm vụ rồi thì kiếp này mới không nợ nần gì con gái.

Về những câu chuyện tay trắng lập nghiệp của người nhập cư và người tị nạn, nước Mỹ có rất nhiều; trong những câu chuyện đó cũng có rất nhiều khó khăn và thuận lợi. Khi những câu chuyện tương tự trở nên quá nhiều, bản thân câu chuyện đó cũng không còn mấy giá trị. Việc những người nhập cư kiếm được nhiều tiền hơn, giúp đỡ được gia đình và quê hương, đó mới là giá trị. Đối với mỗi người đang sống ở Mỹ, thế giới chỉ có hai loại người: người đã nhập cư Mỹ và người chưa nhập cư Mỹ. Luôn có một cách để bạn có thể nhập cư Mỹ, và cũng luôn có một lý do để bạn chưa nhập cư Mỹ.

Bất kỳ ai từng đọc những cuốn sách lịch sử về giai đoạn trước và sau cuộc Đại Suy thoái ở Mỹ đều biết rằng, bản "Hiến pháp Hoa Kỳ" được người đời ca tụng không thể giúp xã hội và kinh tế Mỹ ổn định mãi mãi. Chính trị, xã hội và kinh tế Mỹ đều đã trải qua những tổn thương to lớn, "tiến lên từng chút một trong đấu tranh và tội lỗi, đó là cái giá của dân chủ và tự do, không còn cách nào khác". Tiếp đó là sau Chiến tranh Thế giới thứ hai, xã hội và kinh tế Mỹ bị bao phủ bởi cái bóng khổng lồ của thế giới, công nghệ dù mạnh đến đâu nhưng giống như một cú đấm ngàn cân đánh vào một đống bông, có sức mà không dùng vào đâu được. Cho đến khi Tổng thống Nixon nỗ lực và thành công trong công tác ngoại giao, khiến công nghệ Mỹ, thương hiệu Mỹ, văn hóa Mỹ được xuất khẩu ra toàn cầu, nước Mỹ mới thu được lợi ích khổng lồ.

Tự xưng là ngọn hải đăng của dân chủ và tự do của nhân loại, những con người trên mảnh đất Mỹ này định sẵn phải gánh vác nhiều hơn thế. Người ở Mỹ càng dễ kiếm tiền, thì những người ở xa bên ngoài nước Mỹ càng cảm nhận được một cách trực tiếp rằng thế giới đang thay đổi, hướng về phía công nghệ và sự cường thịnh.

Sau Thế chiến thứ hai, nước Mỹ rơi vào cảnh khốn khó cả trong lẫn ngoài. Trên trường quốc tế, Tổng thống thứ 18 của Pháp, Charles de Gaulle, nổi tiếng là một người "bài Mỹ" và đã gây ra bầu không khí căng thẳng trong quan hệ Pháp - Mỹ; "Chính sách hướng Đông mới" của Đức trở thành vấn đề quan hệ hóc búa nhất của Hoa Kỳ; mâu thuẫn giữa chủ nghĩa cộng sản của Liên Xô và dân chủ tự do kiểu Mỹ diễn ra gay gắt;

việc sa lầy vào nội chiến Việt Nam khiến hàng trăm nghìn quân Mỹ lún sâu vào vũng lầy chiến tranh; trong bối cảnh buộc phải rút lui khỏi chiến trường Triều Tiên, quan hệ với Trung Quốc gần như rơi vào trạng thái biệt lập. "Chủ nghĩa quân phiệt" của Thế chiến thứ hai tưởng chừng mang lại cho Mỹ sự gia tăng chưa từng có về thực lực quân sự và công nghệ, nhưng thực tế, thứ mà nước Mỹ đón nhận không chỉ là một môi trường bên ngoài đầy rẫy những va vấp, mà còn là một nền kinh tế nội địa tồi tệ vô cùng. Việc xây dựng cơ sở hạ tầng như đô thị và đường cao tốc một cách ồ ạt đã khiến nợ chính phủ tăng vọt và đứng trước nguy cơ phá sản; sản xuất dư thừa, các sản phẩm công nghệ mới nổi không thể xuất khẩu, một lượng lớn doanh nghiệp phải đóng cửa, phá sản vì chi phí nghiên cứu phát triển (R&D) và đầu tư thị trường không thể thu hồi vốn; khí thải công nghiệp, khói bụi ô tô, việc lạm dụng phân bón và thuốc trừ sâu khiến không khí ô nhiễm, gây hại cho môi trường tự nhiên và sức khỏe con người; các vấn đề về người tị nạn, sắc tộc, khoảng cách giàu nghèo cứ thế dồn dập kéo đến.

Nếu công nghệ Mỹ, sản phẩm Mỹ không tìm được lối thoát và không thể xuất khẩu, xã hội và kinh tế Mỹ sẽ càng lúc càng lún sâu vào đầm lầy mênh mông. Dù đó là cái giá định sẵn của đổi mới công nghệ, nhưng bất kể ở thời điểm nào, không một ai có thể thực sự gánh chịu nổi những thảm họa hình thành từ rủi ro của sự đổi mới đó. Nhìn lại khoảng thời gian trước và sau khi Thế chiến thứ nhất kết thúc, sự sáng tạo và đổi mới của Mỹ trong ngành hàng không đã được bồi đắp bằng vô số tiền bạc và sinh mạng. Các ngành công nghiệp như sản xuất ô tô, viễn thông, hàng hải, y tế và vật liệu mới, dù đầu tư nghiên cứu bao nhiêu đi chăng nữa, nếu không có ứng dụng thực tiễn, tất cả sẽ trở về con số không.

Trong một không gian và thời gian nhất định, điều gì đã giúp nước Mỹ thoát khỏi cảnh khốn cùng và đưa công nghệ Mỹ bước lên con đường thênh thang? Câu trả lời chính là: Mô hình Mỹ.

Avis là một trong những tập đoàn cho thuê xe hơi và xe tải lớn nhất Hoa Kỳ, với doanh thu hàng năm đạt hàng chục tỷ USD, duy trì mức lợi nhuận ròng trên 20% và lượng tiền mặt trong tài khoản luôn giữ ở mức hơn 1 tỷ USD. Đây có lẽ là quy mô mà nhiều doanh nghiệp Trung Quốc không thể tưởng tượng nổi, tương đương với doanh thu của các công ty hàng đầu trong lĩnh vực công nghệ cao tại Trung Quốc. Khi Warren Avis, người sáng lập Avis, mới bắt đầu khởi nghiệp vào năm 1946, ông chỉ đầu tư 85.000 USD để mở điểm cho thuê xe Avis đầu tiên tại sân bay Willow Run, Detroit, bang Michigan.

Ben & Jerry's, một thương hiệu kem hàng đầu của Mỹ, có doanh thu năm 2023 gần 1 tỷ USD và các sản phẩm mang thương hiệu riêng luôn giữ mức tiêu thụ cực cao. Người sáng lập công ty luôn nói rằng mọi thứ bắt đầu rất khiêm tốn từ năm 1978, khi ông chỉ tốn 5 USD để tham gia một khóa học hàm thụ về làm kem tại Đại học Bang Pennsylvania, và đầu tư 12.000 USD (trong đó có 4.000 USD là tiền vay mượn) để mở cửa hàng kem đầu tiên tại một trạm xăng cũ được tân trang lại ở Burlington, Vermont.

Thuê xe, kem, bánh hamburger, quần áo thể thao—mỗi món đồ dùng và ngành dịch vụ quen thuộc trong đời sống hàng ngày, vốn là những nghề chẳng mấy nổi bật (trong mắt đa số người Trung Quốc thì không được coi là công nghệ cao), hầu như đều có thể trở nên lớn mạnh và hùng cường tại Mỹ bởi các công ty Mỹ. Liệu có sự trợ giúp của thần linh, hay có bí mật nào ẩn giấu?

Một nhà đầu tư Mỹ nói với tôi rằng, có thể đến Mỹ để khởi nghiệp, nhưng đừng bàn chuyện khởi nghiệp công nghệ; điều đầu tiên và quan trọng nhất là phải nghĩ kỹ xem làm sản phẩm gì và dùng mô hình nào. Ban đầu tôi không thể lĩnh hội và hiểu được ẩn ý trong lời nói của ông ấy, thậm chí còn muốn phản bác. Ở Trung Quốc, mỗi giây mỗi phút chúng ta đều đối mặt với công nghệ Mỹ, từ nhỏ như một chiếc giẻ lau, một cái nhãn mác, đến lớn như một chiếc điện thoại hay một chiếc máy tính. Giả sử không bàn về công nghệ, làm sao có thể cạnh tranh với các doanh nghiệp Mỹ ngay tại nước Mỹ? Làm sao có được một chỗ đứng trên thị trường Mỹ? Chỉ đến khi tôi tự mình khởi nghiệp, tiếp xúc với các nhà khởi nghiệp Mỹ, đọc và học hỏi về quá trình kinh doanh cũng như báo cáo tài chính của các doanh nghiệp Mỹ, tham gia vào các kỳ thi chứng chỉ hành nghề của các ngành nghề khác nhau tại Mỹ, tôi mới thực sự thán phục rằng: Thứ quan trọng hơn sản phẩm công nghệ chính là mô hình kinh doanh. Không có mô hình kinh doanh, sản phẩm công nghệ chẳng qua cũng chỉ là một "đứa trẻ trong cơn vận hạn".

Mang theo niềm tự hào về nghiên cứu phát triển và sản xuất của Trung Quốc, với những sản phẩm ứng dụng có chỉ số đổi mới công nghệ cực cao tại Trung Quốc, đầu năm 2024, tôi đã xuất hiện tại hai triển lãm hàng đầu của ngành giao thông vận tải toàn nước Mỹ ở Washington D.C. và San Diego. Trong triển lãm, các chuyên gia và doanh nhân Mỹ đến giao lưu nườm nượp, những câu hỏi và ý định hợp tác cũng không ít. Nhưng tôi phải thừa nhận rằng, so với các sản phẩm truyền thống trong lĩnh vực đó đang được sử dụng tại Mỹ và các sản phẩm có cấu trúc tương tự ở các lĩnh vực khác, để đạt được tiêu chuẩn và chất lượng ứng dụng của ngành công nghiệp Mỹ, vẫn còn cần phải đầu tư rất nhiều công sức vào vật liệu, quy trình và cấu trúc. Nhưng đồng thời, nếu làm như vậy tại thị trường Trung Quốc, không gian nhu cầu và lợi nhuận căn bản không thể chống đỡ nổi; dường như chẳng thể oán trách việc sản phẩm sáng tạo của tôi (thứ thực sự là sáng tạo trong cùng ngành tại Mỹ) vẫn còn những thiếu sót rõ rệt ở một vài khía cạnh nào đó. Còn một điều nữa là, đối với một sản phẩm hoàn chỉnh, muốn tiến vào thị trường Mỹ, ít nhất cần có: Thiết kế Mỹ, Bằng sáng chế Mỹ, Sản xuất Mỹ, Chứng nhận Mỹ và Dịch vụ Mỹ. Hầu như tất cả các doanh nghiệp ngoại thương Trung Quốc đang vận hành hiện nay chỉ cần tiếp nhận nhu cầu về sản phẩm hoặc linh kiện hoàn chỉnh do doanh nghiệp Mỹ thiết kế và đặt hàng, họ chỉ chịu trách nhiệm gia công sản xuất và đóng tàu vận chuyển. Muốn thực sự quảng bá và ứng dụng sản phẩm mới tại Mỹ, thứ phải đối mặt sẽ là: Đầu tư Mỹ, Nhân viên Mỹ, chứ không phải dựa dẫm vào kiểu "tiếp thị là vua" như đại đa số các doanh nghiệp trên thị trường Trung Quốc.

Một ông chủ đã bén rễ ở Mỹ hơn 30 năm nói rằng, khởi nghiệp ở Mỹ, nếu bạn đã chuẩn bị sẵn sàng thì cứ hành động thôi. Bạn không cần phải đi làm quen hay lấy lòng một vị trưởng phòng, trưởng khoa hay cục trưởng nào đó, cũng không cần lo lắng ở một thành phố hay khu vực thị trường mới có người nhà hoặc người thân của một quan chức nào đó đang kinh doanh cùng loại mặt hàng, rồi vì xung đột lợi ích mà thực hiện các hành vi chèn ép quyền lực sáng tối. Mặc dù bản thân quan chức Mỹ và gia đình họ đều có thể kinh doanh, và cũng có người nhập cư gốc Hoa làm ăn nhỏ nói rằng từng gặp băng đảng xã hội đen, nhưng tư pháp độc lập với chính phủ, việc bảo vệ quyền lợi dễ dàng hơn nhiều. Pháp luật vừa là đường dây cao thế mà không ai được phép chạm vào, vừa là chất cách điện để bất kỳ ai cũng có thể thực thi quyền lợi của mình.

Công nghệ Mỹ và chất lượng Mỹ được tạo ra như thế nào? Điều đó cũng có một mô hình, đó là trao cho người tiêu dùng quyền đổi trả hàng vô điều kiện. Khi người tiêu dùng mua bất kỳ một món hàng nào, ngoài việc trả giá niêm yết, họ còn phải trả khoản thuế ghi rõ; trên hóa đơn mua hàng ghi nhận và thông báo rõ ràng tư cách "người nộp thuế" của người tiêu dùng. Mua một món hàng, vừa cung cấp lợi nhuận cho doanh nghiệp, vừa cung cấp thuế cho chính phủ và xã hội, thì quyền "Thượng đế" của người tiêu dùng đương nhiên cũng phải được thể hiện một cách thực tế. Sau khi người tiêu dùng mua hàng tại siêu thị, trung tâm thương mại hay trên nền tảng trực tuyến, họ có quyền đổi trả hàng vô điều kiện trong vòng một tháng. Khái niệm này là gì? Nghĩa là ngay cả khi món hàng đã bị bóc tem, đã qua sử dụng, nhưng vì rất nhiều lý do khiến người tiêu dùng không hài lòng, họ có thể trả hàng hoặc đổi hàng ngay lập tức. Đã có người mua dưa hấu ở Costco, ăn hết một nửa cảm thấy không ngon liền mang đi trả và được hoàn tiền đầy đủ. Từ nhỏ như quần áo, bách hóa hay đồ điện tử, đến lớn như một căn nhà, nếu người bán nhà che giấu những tình trạng đáng lẽ phải tiết lộ trước (được liệt kê trên một biểu mẫu theo điều khoản pháp định), người mua phát hiện ra vấn đề trong thời gian gia hạn sau này thì có quyền trả lại nhà. Dưới mô hình "người tiêu dùng ở thế mạnh" như vậy, cơ quan hành pháp xử lý các vấn đề và gian lận (nếu có) về hàng hóa và dịch vụ cực kỳ quyết liệt, thử hỏi còn doanh nghiệp nào dám làm việc qua loa? Tuy nhiên, để làm ra những sản phẩm và dịch vụ chất lượng cao khiến người tiêu dùng hài lòng, chỉ có con đường duy nhất là không ngừng đổi mới công nghệ. Có doanh nghiệp nào than phiền không? Đương nhiên là có; trên các nền tảng đồ cũ, thị trường hàng tồn luôn có vô số món đồ rẻ tiền mua mãi không hết, đồ rẻ nhưng vẫn là đồ tốt, đó cũng là do chi phí của doanh nghiệp đã bị tiêu tốn vô ích.

Sau khi tìm hiểu về thị trường nợ và chủ nợ tại Mỹ, tôi cảm nhận sâu sắc rằng làm một người cho vay (Lender) chẳng hề dễ dàng. Giới tư bản kiếm lời bằng cách cho vay hoặc đầu tư, nhưng riêng rủi ro cho vay đã là rất lớn. Trong ngành bất động sản và một số lĩnh vực tài sản cố định, người vay (Borrower) chỉ dùng tài sản thế chấp làm vật bảo đảm cuối cùng cho khoản nợ. Nếu người vay không có khả năng hoàn trả hoặc vi phạm hợp đồng vì lý do nào đó, người cho vay chỉ nhận được giá trị bán đấu giá cuối cùng của bất động sản đó; phần dư ra so với khoản nợ phải trả lại cho người vay, còn nếu giá trị đấu giá không đủ bù đắp khoản nợ, người cho vay đành ngậm ngùi tự chịu. Dĩ nhiên, đằng sau đó là một hệ thống bảo hiểm nghiêm ngặt, một số rủi ro hữu hình sẽ được bảo hiểm chi trả, nhưng người cho vay vẫn phải đối mặt với nguy cơ không thu hồi được vốn. Đối với người vay, khi tai họa và rủi ro ập đến, tài sản cố định trở về con số không, nhưng ít nhất họ không phải rơi vào cái vận hạn phải liên đới vô hạn hay trả nợ suốt đời.

Mặc dù giới tư bản phải đối mặt với những rủi ro hiển hiện khi đóng vai trò là bên cho vay, nhưng thị trường thế chấp vẫn diễn ra cực kỳ sôi động. Việc trả trước (down payment) 20% giá trị bất động sản hoặc thấp hơn là rất phổ biến; các nhóm đối tượng đặc biệt như cựu chiến binh còn được hưởng chính sách ưu tiên với mức trả trước bằng không. Bên cạnh đó, thị trường thứ cấp của các khoản vay thế chấp cũng hoạt động mạnh mẽ, một khế ước nợ do bên cho vay nắm giữ có thể dễ dàng giao dịch và quy đổi thành tiền mặt trên thị trường. Trong quá trình này, có sự hiện diện của các công ty ký quỹ trung gian (Escrow). Không phải mọi rủi ro xảy ra đều cần đưa ra tòa án tốn thời gian giải quyết; bên ký quỹ có thể trực tiếp xử lý và đấu giá tài sản theo đúng các điều khoản hợp đồng ban đầu. Tôi không thể giải thích cặn kẽ toàn bộ mối quan hệ giữa vốn và tài sản, nhưng có thể định nghĩa đơn giản rằng: "Logic và cấu trúc của giá trị quyền sở hữu đã chống đỡ cho sự phát triển bền vững của thị trường vốn và tài sản".

Nhắc đến vốn và tài sản, không thể không nói đến ngành bảo hiểm. Trước đây khi ở Trung Quốc, tôi thường chú ý đến những tin tức nói rằng ngân hàng Mỹ phá sản, người gửi tiền sẽ mất trắng. Thực tế không phải vậy: thứ nhất, mỗi tài khoản của người gửi tiền được bảo hiểm lên đến 250.000 USD; thứ hai, việc ngân hàng phá sản dù sao cũng là sự cố xác suất nhỏ. Sự bảo hộ của ngành bảo hiểm đối với vốn và tài sản ở Mỹ có thể nói là hiện diện khắp nơi. Chỉ cần bạn có nhu cầu mua bảo hiểm ở bất kỳ phương diện nào, luôn có một phương án bảo hiểm phù hợp với bạn.

Dù ngành bảo hiểm bị giám sát chặt chẽ, nhưng các công ty bảo hiểm thực sự vẫn có thể phá sản vì nhiều lý do. Ví dụ, họ có thể định giá sản phẩm quá thấp và phải đối mặt với các yêu cầu bồi thường cao hơn dự kiến, giống như trường hợp của Penn Treaty — một công ty bảo hiểm chăm sóc dài hạn. Công ty này bị tuyên bố phá sản vào năm 2017, và đây được coi là một trong những vụ phá sản lớn nhất lịch sử Hoa Kỳ. Khi một công ty bảo hiểm rơi vào khó khăn tài chính, hệ thống bảo lãnh tại bang nơi công ty đó đặt trụ sở sẽ ra tay trợ giúp. Theo Hiệp hội Các quỹ Bảo lãnh Bảo hiểm Quốc gia (NCIGF), tất cả 50 bang của Mỹ, Đặc khu Columbia và Puerto Rico đều có các hiệp hội bảo lãnh bảo hiểm.

Đa số các bang đều sở hữu đồng thời hai loại hình bảo vệ: Một là Hiệp hội Bảo lãnh Sinh mạng và Sức khỏe, bao gồm bảo hiểm sinh kỳ, sức khỏe, thương tật, chăm sóc dài hạn và niên kim. Hai là Hiệp hội Bảo lãnh Tài sản và Tai nạn, chịu trách nhiệm cho bảo hiểm ô tô, nhà ở và bồi thường tai nạn lao động. Các công ty bảo hiểm được cấp phép bán bảo hiểm tại một bang bắt buộc phải là thành viên của hiệp hội bảo lãnh bang đó và đóng phí vào quỹ bảo lãnh để bảo vệ người thụ hưởng bảo hiểm. Nếu một công ty bảo hiểm không ổn định về tài chính và không thể chi trả bồi thường, cơ quan quản lý bảo hiểm bang có thể tiếp quản công ty thông qua quy trình kiểm soát. Theo tổ chức Hiệp hội Bảo lãnh Bảo hiểm Sinh mạng và Sức khỏe Quốc gia, việc tiếp quản bao gồm các giai đoạn khả thi: cơ quan bảo hiểm bang cố gắng tái cấu trúc công ty, cải thiện tình hình tài chính, nếu tái cơ cấu không thành công, cơ quan này có thể tuyên bố công ty phá sản và bán đấu giá tài sản.

Tôi thường nghe một số người nói rằng Mỹ trông giống như một "vùng quê lớn". Ngay cả Los Angeles, thành phố lớn thứ hai toàn quốc, khu trung tâm cũng chỉ có vài chục tòa nhà chọc trời đếm trên đầu ngón tay. Đứng từ bất kỳ điểm cao nào trên dãy núi Santa Monica ở phía Bắc, bạn sẽ thấy bạt ngàn những ngôi nhà có sân vườn san sát nhau. Có phải người Mỹ thích sống như vậy hơn không? Tôi nghĩ, sở thích ăn ở đi lại của con người thường quyết định bởi thói quen tích tụ lâu ngày. Hơn nữa, chế độ sở hữu tài sản của Mỹ đã quyết định hình thức của tài sản. Nhà ở được coi là bất động sản, người nắm giữ có quyền sở hữu tuyệt đối (tư sản). Đất đai, công trình trên mặt đất và các vật phụ thuộc, khoáng sản dưới lòng đất, khoảng không gian phía trên, bờ sông dọc theo mảnh đất, tất cả đều được luật pháp quy định rõ thuộc quyền sở hữu tuyệt đối. Nhà ở là "gia sản, gia nghiệp", không hề tồn tại mâu thuẫn hay tranh chấp "quyền sở hữu chung" với người khác. Rất nhiều ngôi nhà được một gia đình truyền thừa từ thế hệ này sang thế hệ khác suốt một trăm năm, hai trăm năm… Cơ nghiệp do một thế hệ gầy dựng nghĩa là sẽ tạo thành sự tích lũy dưới hình thức tài sản và vốn thực thụ, để thế hệ sau tiếp tục bồi đắp trên nền tảng của thế hệ trước.

Hữu hình hay vô hình, gần như mọi thứ đều có thể mua bán giữa các cá nhân, điều này tạo nên sự năng động cho dòng vốn và tài sản của Mỹ. Trên một số nền tảng Internet về "mua bán kinh doanh", mỗi ngày đều có lượng lớn thông tin rao bán cửa hàng hoặc công ty; người khởi nghiệp khi mua lại thường có sẵn nguồn khách hàng và doanh thu ổn định. Việc mua bán tài sản hay cơ sở kinh doanh sẽ có một "chuỗi dữ liệu" (Chain) cung cấp trước cho người mua, bao gồm và công khai toàn bộ dữ liệu lịch sử của tài sản đó. Nhiều vụ "mua bán kinh doanh" trong xã hội Mỹ xảy ra vì chủ sở hữu nghỉ hưu hoặc không có người kế nghiệp, buộc phải chuyển giao cho người khác tiếp quản thông qua hình thức bán lại. Trong các lĩnh vực như ô tô, bất động sản, doanh nghiệp, việc công khai tính xác thực của "chuỗi dữ liệu" này được pháp luật ràng buộc, nên có thể hoàn toàn yên tâm.

Nhắc đến vốn và tài sản có nghĩa là phải là người giàu? Không phải vậy. Trên thị trường chứng khoán, sau khi bất kỳ ai mở tài khoản, họ không bị giới hạn số lượng cổ phiếu mua, không giới hạn số lần giao dịch trong ngày, không giới hạn biên độ tăng giảm, và có thể tự do giao dịch từ trước giờ mở cửa, trong phiên đến sau giờ đóng cửa. Ngay cả khi một người chỉ có một số vốn nhỏ, đó vẫn là vốn; nếu người đó có sự chuyên nghiệp và coi đó là nghề nghiệp, làm một cổ đông toàn thời gian, thì người đó chính là một nhà tư bản thực thụ. Tôi tin rằng nhiều người biết về câu chuyện của Warren Buffett, ban đầu ông chỉ mua 6 cổ phiếu ưu đãi của Cities Service với giá 38 USD mỗi cổ phiếu (3 cổ phiếu cho mình và 3 cho chị gái), để rồi cuối cùng tạo nên huyền thoại về vốn và tài sản. Từ năm 2025, các công ty giao dịch chứng khoán bắt đầu cung cấp thời gian giao dịch lên tới 20 giờ mỗi ngày. Sự hồi hộp có thể ví như sòng bạc, nhưng mức độ chuyên nghiệp và tính nghề nghiệp thì vượt xa sòng bạc.

Giáo dục Mỹ có hai hệ thống: công lập và tư thục. Tổng thống Biden đã hai lần đến các trường đại học ở Boston làm việc, và cả hai lần đều đến Đại học Massachusetts — một trường công lập. Các trường tư thục cạnh tranh cực kỳ khốc liệt trên thị trường giáo dục quốc tế, họ không chỉ phải tạo ra thành tựu và những nhân vật nổi tiếng, mà còn phải nỗ lực thăng hạng trong các bảng xếp hạng thương mại. Mặc dù các chính trị gia và tổng thống thường đến các trường công lập cho công việc giáo dục, nhưng các trường công lập và tư thục đều không "bàn chuyện chính trị", điều họ cùng cổ xúy là học thuật và tự do. Những năm gần đây, một số người trong xã hội chỉ ra rằng giới học giả đại học Mỹ đang hình thành một hiện tượng cực đoan: "không phê phán thì không phải học thuật". Hai năm qua, ồn ào nhất phải kể đến phong trào "phản đối Israel" xuất phát từ cuộc chiến Israel-Hamas; các trường đại học lớn từng có lúc bị chiếm đóng bởi lều trại và các cuộc tuần hành, khiến cảnh sát phải vào khuôn viên để duy trì trật tự. Tất nhiên, khuôn viên đại học Mỹ không có tường bao quanh, đường sá ngang dọc đan xen, chẳng khác nào một khu trung tâm (Downtown) của thành phố, nên cảnh sát thực tế vẫn luôn hiện diện ở đó.

Tại thành phố Irvine, California, có một người mẹ nhập cư Trung Quốc khá nổi tiếng trên mạng tên là "Mẹ Tiểu Ngư". Trong một video, cô ấy nói về người chồng có bằng Tiến sĩ của mình, từ một trường đại học công nghệ danh tiếng ở Trung Quốc sang Mỹ học tiếp Tiến sĩ, cuối cùng đã từ bỏ con đường học thuật để chuyển sang hỗ trợ bản đồ kinh doanh của vợ. Câu đại ý của cô ấy là: Đàn ông Trung Quốc luôn muốn cầu học, cầu công danh, thực tế học xong Tiến sĩ làm giáo sư hay quan chức cũng chẳng mấy người trở thành rường cột của xã hội, thà rằng thành lập doanh nghiệp phát triển kinh tế lại đóng góp thiết thực hơn cho xã hội. Thực tế, lời cô ấy không hề sai, giáo dục Mỹ cũng giống như sự đa dạng của xã hội Mỹ, mục đích giáo dục phần lớn là hướng nghiệp và việc làm; chỉ có chưa đầy 20% học sinh trung học trực tiếp bước vào bậc đại học, rồi sau đó mới sàng lọc ra những người theo đuổi sự nghiệp nghiên cứu học thuật. Tất nhiên, trong giai đoạn làm việc, rất nhiều người đồng thời tham gia học đại học hoặc cao học, bởi vì các trường đại học Mỹ không yêu cầu phải dựa vào kỳ thi "Cao khảo" (đại học) mới có tư cách vào trường.

Tại Pasadena City College, tôi vẫn không khỏi ngạc nhiên, dù nước Mỹ có quá nhiều ngôi trường tương tự (với hậu tố là College). Người Trung Quốc quen gọi chúng là "Đại học cộng đồng", thực chất đó là quy mô giáo dục cấp thành phố, tương tự như các "trường nghề" ở các thành phố của Trung Quốc, như Học viện Vu Hồ ở thành phố Vu Hồ hay Học viện Công nghệ Diêm Thành ở thành phố Diêm Thành. Điểm khác biệt hiện nay là các trường cao đẳng thành phố của Mỹ vẫn duy trì đào tạo kỹ thuật nghề nghiệp, trong khi các "trường nghề" của Trung Quốc hầu như đều đã chuyển sang đào tạo cấp bằng đại học. Pasadena City College có các lớp ngôn ngữ và các lớp kỹ thuật chuyên nghiệp riêng biệt. Bất kỳ ai (kể cả khách du lịch hay người tị nạn), bất kể danh phận hay bằng cấp, đều có thể bắt đầu lớp học tiếng Anh. Mỹ gọi đây là giáo dục phổ cập ngôn ngữ thứ hai, ngoài việc phải tự mua sách vở tốn vài chục đô la, thì việc nghe giảng và đi xe buýt đều miễn phí. Những người nói tiếng mẹ đẻ, hoặc những người đã vượt qua bài kiểm tra tiếng Anh cấp độ 5 (Level 5), có thể bắt đầu học các lớp chuyên ngành. Đến từ Nam Mỹ, Trung Đông, Đông Nam Á hay Châu Phi, sinh viên nói tiếng Anh kiểu Mỹ, học từ thợ máy máy bay, kỹ sư xây dựng đến hộ lý gia đình, thợ làm tóc. Qua 1 đến 3 năm học tập và thực hành thực tế, họ tốt nghiệp và đạt trình độ chứng chỉ hành nghề. Có tìm được việc làm không? Không cần phải lo lắng, thứ nhất là chính phủ Mỹ phải gánh chịu chi phí thất nghiệp rất lớn; thứ hai là có quá nhiều đơn vị tuyển dụng thường xuyên đến trường để săn tìm nhân tài. Một người bạn học gốc Hoa học tiếng Anh miễn phí đã khoe với tôi khoản học bổng 200 USD mà cô nhận được, một người bạn học khác gốc Nam Mỹ đóng học phí ít ỏi và ở ký túc xá giá rẻ đã khoe với tôi thư mời làm việc (Offer) nhận được trước khi tốt nghiệp.

Nếu có ai hỏi tôi nên cho con sang Mỹ học từ cấp hai, cấp ba hay đợi đến đại học? Tôi có thể trả lời một cách trách nhiệm và không chút do dự rằng: hãy đi từ cấp hai, cấp ba. Bởi vì, biết nói ngôn ngữ chung của quốc tế là tiếng Anh sớm ngày nào thì điều đó quan trọng với cuộc đời biết bao! Để trẻ bắt đầu con đường học tập theo sở thích từ trong huyết quản sớm ngày nào thì quan trọng với cuộc đời biết bao! Tất nhiên, không cần phải mù quáng lao vào giáo dục đại học, khi đã trưởng thành, có công việc và nghề nghiệp, bất cứ lúc nào cũng có thể tiếp tục học để lấy bằng cấp cao hơn. (Chú thích: Giáo dục đại học ở đây chỉ việc tốt nghiệp nhận bằng Cử nhân. Tại Mỹ, hơn 70% thanh niên trước tiên sẽ lấy bằng Phó cử nhân - Associate Degree, tức là tại các trường đại học cộng đồng đào tạo kỹ thuật nghề nghiệp. Có người nói bằng Phó cử nhân tương đương với bằng Cao đẳng của Trung Quốc, chỉ có điều bằng Cao đẳng của Trung Quốc không cấp bất kỳ văn bằng học thuật nào và gần như không có kỹ năng thực hành để đi làm ngay được.)

Ngành bảo hiểm đã đề cập ở trên, theo dữ liệu công bố của Bộ Lao động Hoa Kỳ, số lượng nhân sự làm việc trong ngành này hiện nay đã lên tới 3 triệu người! Nhân viên bảo hiểm làm việc trung bình khoảng 38 giờ mỗi tuần, với mức lương giờ khoảng 45 USD, tương đương với các ngành kỹ thuật cao cấp. Điều khiến tôi bất ngờ là người cung cấp dịch vụ bảo hiểm cho tôi là một cụ bà đã ngoài 70 tuổi, bà đã làm nghề này hơn 40 năm mà chưa nghỉ hưu.

Sự đa dạng của giáo dục Mỹ gắn bó mật thiết với nhu cầu và sự thúc đẩy của sự đa dạng nghề nghiệp tại Mỹ. Dữ liệu mới nhất cho thấy, nước Mỹ với hơn 19.700 sân bay, các hãng hàng không vận chuyển hành khách và hàng hóa thuê tổng cộng hơn 1 triệu nhân viên, ngoài ra còn có hơn 300.000 thợ máy máy bay. Ngành công nghiệp golf với hơn 16.000 sân golf cung cấp hơn 2 triệu việc làm cho nước Mỹ. Ngành khách sạn Mỹ có hơn 2,1 triệu lao động trực tiếp, môi giới bất động sản có hơn 1,5 triệu người, và ngành cho thuê xe hơi dù nhỏ cũng thuê khoảng 150.000 nhân viên. Nếu một người không tìm được việc làm ở Mỹ, đó chắc chắn là do lý do cá nhân đặc biệt, bởi vì Mỹ thông qua các hình thức giám sát quy phạm pháp luật đã cung cấp cơ hội và không gian phát triển cho nhiều ngành nghề hơn (bao gồm cả các mảng nhạy cảm như mại dâm, cờ bạc, ma túy ở một số bang nhất định), làm sao lại không có lấy một cơ hội việc làm cho một người? Hơn nữa, luật pháp nghiêm cấm phân biệt đối xử trong việc làm, doanh nghiệp không thể từ chối tuyển dụng công khai vì tuổi tác, giới tính, màu da hay sắc tộc của một người (cần nói rõ là thực tế không loại trừ việc một số doanh nghiệp sẽ dùng các lý do hợp pháp khác để không thuê người họ không muốn dùng).

Nói đến việc làm, không thể không nhắc đến những người vô gia cư thường bị chế nhạo hoặc căm ghét. Ở New York, San Francisco, Hawaii, Chicago hay Los Angeles, từ Đông sang Tây, Nam chí Bắc, các khu trung tâm thành phố, công viên, lối đi, gầm cầu đều bị người vô gia cư chiếm cứ bằng lều trại, xe đẩy và nệm trải dưới đất. Có người kết hợp hiện tượng bẩn thỉu, lộn xộn, nghèo khổ này với hình ảnh nhà ở "vùng quê lớn" để mô tả hình ảnh thu nhỏ của xã hội Mỹ, mô tả sự mục nát của chủ nghĩa tư bản, mô tả nỗi sợ hãi về an ninh môi trường. Mô tả như vậy có lẽ không sai, đó thực sự là một khung cảnh có thật và đang tiếp diễn; đứng ở góc độ của người ngoài (thực chất là người quan sát), đó là quyền bình phẩm của mỗi người. Giống như những người vô gia cư trong xã hội Mỹ, họ lang thang có thể vì là người tị nạn, người nhập cư không thể thích nghi; lang thang có thể vì rào cản ngôn ngữ và máy tính khiến họ không thể đăng ký cứu trợ trực tuyến; lang thang có thể vì khu trung tâm thành phố cung cấp thực phẩm miễn phí và không gian công cộng hợp pháp; lang thang cũng có thể vì lười biếng, phóng túng…

Chúng ta phải thừa nhận rằng, luôn có một loại người chỉ có thể lang thang, cần được lang thang và đã lựa chọn lang thang. Liệu đó có phải trách nhiệm của chính phủ và xã hội Mỹ không? Tôi nghĩ có lẽ là có, mà cũng có lẽ là không. Ví dụ cách đây không lâu, để chuẩn bị cho World

Cup 2026 và Olympic 2028, Los Angeles cần cải thiện môi trường đô thị và dự định xây dựng hơn 400 căn hộ miễn phí tại khu vực người Hoa để nuôi dưỡng người vô gia cư, nhưng đã vấp phải nhiều cuộc biểu tình phản đối của cư dân xung quanh. Hay như việc đóng cửa biên giới, trục xuất người tị nạn, có lẽ sẽ không có cảnh tượng người vô gia cư tụ tập đông đảo như hiện nay. Tôi thường để sẵn ít tiền lẻ trên xe, dựa vào trực giác để giúp đỡ một chút ít ỏi cho những người lang thang thực sự khó khăn; đa số lần tôi đều nhận được những lời cảm ơn liên tục từ họ. Có người hỏi tôi tại sao lại làm vậy khi có quá nhiều người vô gia cư như thế? Câu trả lời của tôi là: lang thang cũng có thể là tự do và quyền của một người, và tôn trọng người vô gia cư cũng là tự do và quyền của tôi.

Ở Maine và California, tôi đều có cơ hội lưu trú tại các nhà dân (homestay) do các nữ giáo viên da trắng đã nghỉ hưu mở trong chuyến du lịch của mình. Tôi trò chuyện với các chủ nhà, họ thậm chí còn lấy ra hai ba cuốn sách tiếng Trung cho tôi xem, nói rằng muốn học tiếng Trung nhưng môn đó quá khó. Ở Mỹ, tên gọi của homestay là "Bed and Breakfast" (Giường ngủ và Bữa sáng), đơn giản trực quan là có thể hiểu ngay sản phẩm và dịch vụ được cung cấp. Nhà nghỉ dọc đường là Motel, quán trọ là Inn, khách sạn là Hotel, khu nghỉ dưỡng là Resort; thực ra với người học tiếng Anh, điều này vừa dễ lại vừa khó, nắm được quy luật thì sẽ dễ hơn. Một nữ giáo viên nghỉ hưu ở California kể với tôi rằng, thu nhập từ hai phòng khách năm ngoái là 21.000 USD, nhưng ba quý đầu năm nay mới đạt 12.000 USD, bà rất hy vọng có thêm nhiều du khách Trung Quốc đến ở. Bà nói phẩm chất của du khách Trung Quốc nhìn chung rất tốt và họ rất quan trọng đối với ngành du lịch Mỹ. Tuy nhiên, điều tôi biết là "Bed and Breakfast" không được nhiều người Trung Quốc biết đến, và rất ít người đặt loại hình này khi đi du lịch Mỹ.

Trong môi trường việc làm rộng mở theo kiểu "trời sinh ta ắt có chỗ dùng", nước Mỹ có một hệ thống luật lao động phức tạp và chằng chịt. Việc hợp đồng lao động giữa chủ và thợ dài hàng chục trang giấy với những điều khoản chi tiết li ti là chuyện thường tình. Mỗi bang sẽ có các nội dung luật áp dụng riêng, chủ sử dụng lao động cũng sẽ dựa trên nhu cầu thực tế của vị trí công việc để đưa ra các phương thức trả lương khác nhau. Ở cấp Bộ Lao động Hoa Kỳ, họ áp đặt những yêu cầu bắt buộc khắt khe đối với chủ lao động về an toàn môi trường nơi làm việc, sức khỏe thân thể và chống phân biệt đối xử. Ở cấp chính quyền bang, sẽ có các điều luật và sự giám sát về hình thức thuê mướn, phương thức thù lao và quy tắc thương mại.

Để hiểu rõ quy trình và quy luật của các vụ việc chính quyền Mỹ, tôi đã thử học tập và làm việc trên các trang web của các cơ quan chính phủ khác nhau, từ đó nhận ra rằng nền tảng hành chính mạng hóa và kỹ thuật số của Mỹ vô cùng tiện lợi. Bất cứ việc gì liên quan đến công việc hay đời sống cũng đều có biểu mẫu thống nhất để điền. Điều quan trọng nhất là mỗi ngành nghề, mỗi loại, mỗi tờ đơn đều được cấp một mã số định danh thống nhất trên toàn nước Mỹ. Về định danh cá nhân, chỉ cần nhập số An sinh Xã hội (Social Security number - SSN) gồm 9 chữ số là danh tính thực sẽ được xác thực ngay lập tức. Sự số hóa mang lại tiện nghi lớn nhất là người dân không còn phải nộp một đống tài liệu chứng minh rườm rà. Ví dụ như đăng ký công ty, trước tiên điền đơn trên trang web chính thức của Tổng thư ký tiểu bang (Secretary of State) và nộp phí đăng ký 100 USD; sau khi nhận được xác nhận lưu hồ sơ, bạn tiếp tục lên trang web của Cục Thuế nội địa (IRS) điền đơn xin cấp miễn phí Mã số Thuế nhà tuyển dụng (Employer Identification Number - EIN). Tính cả thời gian tự mày mò học hỏi, chỉ tốn khoảng hai ba tiếng đồng hồ là việc đăng ký một doanh nghiệp đã hoàn tất. Với 100 USD và không cần bất kỳ giấy tờ vật lý nào để chứng minh (tùy mỗi bang, có bang không cho phép dùng nhà ở làm địa chỉ công ty nên có thể cần hợp đồng thuê nhà kinh doanh), công ty đã có thể hoạt động hợp pháp.

Giữa chính phủ Mỹ và cư dân Mỹ là mối quan hệ mà mỗi bên tự chịu trách nhiệm về quyền lợi và nghĩa vụ của mình. Nếu nhất định phải nói rằng những quan chức đắc cử và nhân viên hợp đồng đó đang phục vụ nhân dân, thì thà nói rằng họ thực chất đang phục vụ pháp luật. Pháp luật quy định quyền và nghĩa vụ của chính quyền cũng như nhân viên công vụ, và họ có quyền cũng như nghĩa vụ thực thi tốt pháp luật đó. Mọi sự hài lòng của xã hội nhất thiết phải dựa trên tiền đề tuân thủ pháp luật. Một chủ nhà muốn trục xuất một khách thuê nợ tiền hoặc từ chối trả tiền phòng nhưng vẫn chiếm giữ nơi ở, theo quy định của pháp luật, thường cần vài tháng cho thủ tục kiện tụng (trong thời gian đó đành để khách ở miễn phí); nhưng một khi đã có phán quyết và lệnh thi hành, cảnh sát đến hiện trường sẽ cưỡng chế trục xuất nhanh chóng, ngay cả khi khách thuê đang tắm hay đang ngủ.

Ở Mỹ, người làm kinh doanh có thể tranh cử làm quan, và bất kỳ quan chức nào hay gia đình họ cũng đều có thể có doanh nghiệp, làm kinh doanh. Donald Trump là một siêu trùm bất động sản tranh cử Tổng thống, không ai coi đó là điều bất thường. Thế nhưng, chính phủ Mỹ không làm kinh doanh; chính phủ chịu trách nhiệm kiểm soát mọi hoạt động kinh doanh sao cho đúng luật. Các hệ thống pháp lý như lưu hồ sơ, tư cách, giấy phép, chứng nhận đều có đủ: sản phẩm cần chứng nhận liên quan, hành nghề cần chứng chỉ tư cách, đi câu cá cần giấy phép. Chứng nhận hay giấy phép trong mọi ngành nghề đều cực kỳ nghiêm ngặt. Thợ cắt tóc cần học chuyên môn vài tháng mới có chứng chỉ hành nghề. Để có tư cách nhân viên môi giới bất động sản, trong phòng thi khép kín suốt 3 tiếng đồng hồ, bạn cần trả lời đúng 70% của 150 câu hỏi tiếng Anh. Ngay cả một số bài thi học trực tuyến cũng được thiết lập quy trình chặt chẽ, "thực học" mới là cách duy nhất để thi tốt. Mọi người đều biết chính phủ Mỹ không nể nang ai trước pháp luật, cái giá của việc vi phạm pháp luật là cực lớn, vì thế ai nấy đều theo sự sắp xếp của chính phủ mà học tập, thi cử và lấy chứng chỉ trước. Chính phủ Mỹ không làm kinh doanh, nhưng lại có rất nhiều hiệp hội làm kinh doanh, mặc dù những hiệp hội đó mang danh nghĩa mỹ miều là "tổ chức phi lợi nhuận". Khái niệm này là gì? Các hiệp hội ngành nghề đóng vai trò hỗ trợ chính quyền, cung cấp đào tạo, cấp chứng chỉ, quản lý, và hầu như tất cả đều là các hạng mục thu phí.

Nếu không có hứng thú, làm quan ở Mỹ thực ra chẳng có gì thú vị. Pháp luật lớn hơn quyền lực. Người con trai út của đương kim Tổng thống Biden vừa bị kết án tù nặng trong năm nay, điều mà ở các quốc gia cực quyền là không thể tưởng tượng nổi. Làm quan ở Mỹ có lợi lộc gì không? Tôi nghĩ chắc chắn là có. Từ hiện trường các hoạt động tranh cử của các quan chức có thể thấy, hầu hết đều là những cuộc tụ hội của các chính khách, phú thương, người nổi tiếng và tầng lớp trí thức cao, và ai nấy đều phải nộp "quyên góp tranh cử" cho các hiệp hội hoặc tổ chức liên quan. Trong bất kỳ xã hội nào, mạng lưới quan hệ, chính sách và thực thi pháp luật đều là những nguồn lực hiếm có, và Mỹ chắc chắn không ngoại lệ. Con trai Tổng thống phạm tội vào tù, vẫn có thể được Tổng thống ân xá.

Chính quyền và quan chức Mỹ về cơ bản không họp hành nhiều, vì chẳng có gì để nghiên cứu thảo luận, mọi việc đều đã có luật để chiếu theo. Con người tôn trọng lẫn nhau, nhưng con người không tôn trọng "ghế" quan chức; không phải vì ai đó là quan chức hay nhân viên chính phủ mà người đó được quyền cao hơn người khác trên đường phố hay giữa đám đông. Thành phố Los Angeles tương đối nhỏ, nhưng các thành phố lớn nhỏ xung quanh đều thuộc về "Vùng Đại Los Angeles". Các cơ quan như thư viện, cứu hỏa, bưu điện đều thuộc cùng một hệ thống quản trị thành phố Los Angeles. Tuy nhiên, Thị trưởng Los Angeles không thể lãnh đạo thị trưởng của các thành phố lân cận; giữa chính quyền với chính quyền, thị trưởng với thị trưởng đều tồn tại độc lập. Gặp chuyện? Có luật pháp! Gặp tranh chấp? Giữa thành phố với thành phố, bang với bang, địa phương với quốc gia đều có thể thông qua kiện tụng tại tòa án để nhận phán quyết.

Nhu cầu cá nhân của mỗi người dân rất đa dạng và biến đổi: có người thực sự vì nhu cầu tinh thần hoặc bệnh lý mà nuôi chó cảnh; có người vì nhu cầu phòng vệ và thám hiểm mà tự trang bị vũ khí; có người vì nhu cầu sinh lý và gia đình mà mang thai hộ hoặc nhận con nuôi. Chó cảnh có thể đi cùng máy bay, súng ống có thể mang theo người ra ngoài trời theo luật, thụ tinh ống nghiệm hay nhận nuôi con là phổ biến. Ở Mỹ, bất cứ ai muốn thực hiện một sở thích hay nhu cầu nào, luôn có một bộ luật để lật ra tìm cách thực hiện, và luôn có một quy trình tương ứng với luật pháp để đăng ký xin phép.

Có thể có người dựa vào sự cởi mở của các nhu cầu đa dạng này mà suy diễn ra sự tồi tệ của xã hội Mỹ thông qua một vài trường hợp cá biệt. Ví dụ: liệu có bị chó cắn trên máy bay không? Liệu có bị bắn vô cớ trên đường phố không? Liệu có nảy sinh việc mua bán trẻ sơ sinh không? Dữ liệu là thế này:

Theo báo cáo của Trung tâm Kiểm soát Dịch bệnh (CDC) và Hiệp hội Nhân đạo, mỗi năm ở Mỹ có khoảng 4,7 triệu vụ chó cắn người, khoảng 80% nạn nhân bị cắn bởi chó của gia đình hoặc bạn bè, hơn 12.000 người phải nhập viện. Nuôi chó đương nhiên có luật, và bị thương cũng có luật pháp bảo vệ quyền lợi.

Theo báo cáo của Trung tâm Dịch vụ Y tế Quốc gia, năm 2023 có hơn 42.000 người Mỹ chết vì vết thương do súng, trong đó 35% là giết người, 56% là tự sát, gần 4% là do tai nạn, 3% do cảnh sát bắn, và chưa đầy 2% là các vụ xả súng hàng loạt.

Theo dữ liệu từ báo cáo chính thức của chính phủ Mỹ "2023 Trafficking in Persons Report: United States", trong năm tài chính 2022, một tổ chức phi chính phủ vận hành Đường dây nóng Chống buôn người Quốc gia do Bộ Y tế và Dịch vụ Nhân sinh tài trợ đã nhận được hơn 55.000 tín hiệu thực tế, xác định được 10.013 vụ buôn người tiềm ẩn liên quan đến 16.775 nạn nhân tiềm năng; Bộ Tư pháp đã khởi tố 162 vụ buôn người liên bang, trong đó 155 vụ chủ yếu liên quan đến mại dâm (bao gồm cả trẻ em).

Đứng từ góc độ tội ác và thương tổn, bất kỳ con số nào cũng khiến người ta khó lòng chấp nhận. Trước những sự thật khách quan hiện hữu, chính phủ Mỹ không hề né tránh việc công bố dữ liệu. Liệu chính phủ

Mỹ có lo lắng việc công bố dữ liệu sẽ gây hoang mang dư luận, tạo ra bất ổn xã hội, hay ảnh hưởng đến cuộc khủng hoảng chính quyền của đảng cầm quyền? Điều không thể biết chắc là, giống như khái niệm "chuỗi dữ liệu" (Chain) đã nói ở trên, dữ liệu của các quan chức phải chịu trách nhiệm trước pháp luật chứ không phải trước bất kỳ cá nhân hay lãnh đạo nào. Sự trung thực của dữ liệu mới là điểm tựa vững chắc để giải quyết vấn đề và hành động.

Tôi từng có một cuộc đối thoại với một vị đại thẩm phán da trắng. Sau khi chọn nghỉ hưu ở tuổi 60, ông đã mở văn phòng luật riêng tại Boston được hơn 20 năm, cả gia đình ba người cùng dẫn dắt hơn 20 nhân viên. Hiện ông đã ngoài 80 tuổi nhưng vẫn hằng ngày tự mình điều hành và thụ lý án. Cô con gái ngoài 40 tuổi của ông vẫn chưa kết hôn, cô đã nhận nuôi và giáo dục 3 đứa trẻ da đen. Mỗi thứ Sáu, nhân viên có thể mang theo chó cưng đi làm, và chiều hôm đó sẽ có một bữa tiệc giải trí. Vị luật sư xuất thân thẩm phán này hoàn toàn khác với những luật sư người Hoa mà tôi quen ở California; ông dùng logic chặt chẽ đặc trưng của mình để phân tích tình huống của đương sự, thu phí không hề rẻ theo giờ, và đưa ra một dự đoán kết quả vụ án theo tỷ lệ phần trăm. Ông nói, tính xác thực và tính toàn vẹn của bằng chứng là chìa khóa quyết định kết quả vụ án, không ai có thể thay đổi hay giúp đỡ được.

Hiến pháp Mỹ quy định sinh mạng, tự do và tài sản của công dân là bất khả xâm phạm. Phải thông qua trình tự pháp luật mới có thể tước đoạt tự do thân thể và tài sản của một người. Ngay cả khi đối mặt với những trận cuồng phong, động đất hay sóng thần hiếm thấy trong lịch sử, chính quyền cũng chỉ có thể đưa ra thông báo yêu cầu cư dân vùng nguy hiểm sơ tán trước khi thảm họa ập đến, chứ không thể cưỡng chế trục xuất. Họ thông báo cho mọi người về hậu quả thảm họa có thể xảy ra, đồng thời đề nghị những người tiếp tục lưu trú nên viết tên lên những bộ phận cần thiết trên cơ thể để dễ dàng nhận dạng nếu chẳng may gặp nạn. Năm 2021, một tòa chung cư ven biển tại thành phố Surfside, Florida bị sập khiến 98 người thiệt mạng; cuối cùng các bên liên đới trách nhiệm — công ty bảo hiểm, công ty xây dựng và một tòa chung cư hạng sang đang xây bên cạnh — đã đạt được thỏa thuận hòa giải, bồi thường 1,02 tỷ USD (bao gồm 100 triệu USD phí pháp lý và 120 triệu USD tiền mua mảnh đất 1,8 mẫu Anh đó do một nhà phát triển tỷ phú ở Dubai đóng góp). Sự thật là, nhiều năm trước khi thảm họa xảy ra, các cơ quan hữu quan đã đưa ra cảnh báo nguy hiểm cho cư dân tòa chung cư này, nhưng ngặt nỗi, cư dân vẫn có quyền tiếp tục cư trú.

Chính phủ Mỹ chưa bao giờ né tránh bàn luận về các thảm họa. Những người cầm quyền hiểu rất rõ rằng nếu cấm súng thì có thể tránh được các vụ xả súng; nếu cưỡng chế trục xuất thì có thể tránh được thương vong trong thiên tai; nếu các nơi công cộng như công viên, quảng trường cấm người vô gia cư tạm trú hoặc xin ăn dọc đường như đất tư nhân, thì sẽ không có cảnh bẩn thỉu nhếch nhác. Thế nhưng, những người Mỹ sùng bái tự do đồng lòng cho rằng thảm họa, bất hạnh và sự tồi tệ chính là cái giá của tự do. An toàn luôn là tương đối, an toàn thân thể không thể đánh đổi bằng việc bị kiểm soát và mất đi tự do.

Đi qua các thời kỳ từ Chế độ Lưỡng viện — Bang liên — Liên bang, giai đoạn Tân Liên bang hiện nay đã trải qua hơn nửa thế kỷ; một chính phủ Mỹ ngày càng lớn mạnh đang được 50 chính quyền bang, đặc khu, lãnh thổ và 335 triệu dân chấp nhận. Tiền tệ, trái phiếu và thuế thu nhập — những "củ cà rốt" là các khoản phân bổ và hỗ trợ của chính phủ liên bang cho chính quyền bang và địa phương không ngừng tăng lên, giúp cho những "cây gậy" pháp luật và sắc lệnh ngày càng có lực. Mỗi một bản tu chính án hiến pháp đều cần sự biểu quyết thông qua của hai phần ba Quốc hội (Hạ viện và Thượng viện) và ba phần tư số bang, điều này khiến cho việc cải cách chính trị của chính phủ Mỹ không hề dễ dàng, bất kể ai đắc cử Tổng thống. Đồng hành với đó, người Mỹ vừa xem các doanh nghiệp Mỹ phóng tên lửa liên lục địa vào không gian, vừa ủng hộ sức mạnh quân sự Mỹ duy trì công lý thế giới, đồng thời vẫn có người sử dụng những chiếc điều hòa cửa sổ ồn ào và ít nhất 15% gia đình vẫn dùng bóng đèn sợi đốt hoặc đèn halogen.

Nếu bạn cho rằng người Mỹ dám và dũng cảm xuống đường biểu tình phản đối là vì sự bất mãn với chính trị xã hội, sự bất công trong đãi ngộ và cuộc sống, và cho rằng đó là nhờ sự cho phép của chính phủ và tự do chính trị, thì chắc chắn bạn mới chỉ nhìn thấy một mặt. Ở Mỹ, mỗi năm có ít nhất hàng nghìn hoặc hàng vạn người bị bắt giữ vì các cuộc phản đối, bạo loạn và các cuộc nổi dậy nhỏ lẻ. Từ cuộc Chiến tranh Giành độc lập bùng nổ tại Boston năm 1775 đến nay, mỗi lần bảo vệ dân chủ, tự do và tài sản đều có người phải trả giá bằng máu hoặc sinh mạng, chưa bao giờ dừng lại. Mỗi người Mỹ đều yêu quý sinh mệnh, tình yêu, gia đình và nhân phẩm, nhưng mỗi người Mỹ cũng đều cho rằng việc của chính trị và xã hội chính là việc của mình, chỉ có và phải dùng hành động để tranh đấu.

Chỉ có khoảng 7% người Mỹ không tin vào sự tồn tại của Chúa hay Đấng Sáng tạo. Mặc dù dân chủ và luật pháp Mỹ được xây dựng dựa trên ý chí của đa số, nhưng trong phương diện tôn giáo và tín ngưỡng, ngay cả những nhóm hay cá nhân nhỏ nhất vẫn được tôn trọng và tồn tại.

Có người nói ở Mỹ khám bệnh khó, khám bệnh đắt. Thực tế là Mỹ có một hệ thống bảo trợ cứu hộ theo kiểu "mạng người quan trọng hơn trời". Trên đường phố, đôi khi bạn sẽ thấy nhiều xe cảnh sát, xe cứu thương, xe cứu hỏa rú còi chạy đến chỗ một người qua đường đột nhiên đổ bệnh để cấp cứu và đưa đi bệnh viện; trường hợp này họ sẽ không xem xét bệnh nhân là ai, có tiền hay không, cứu người cứu mạng là trách nhiệm pháp lý của công quyền. Y tế bình thường có ít nhất hai loại hình tiện lợi: Một là người có thu nhập cực thấp (dưới 2.000 USD/tháng) sẽ nhận Thẻ Trắng (Medicaid), hoàn toàn miễn phí (hóa đơn vẫn được in ra), trừ khi sau này khi qua đời có tài sản để truy thu. Loại khác là bảo hiểm y tế giá rẻ (Affordable Care Act), dựa trên thu nhập và đóng thuế để hưởng các mức phí bảo hiểm và hỗ trợ tài chính khác nhau; nhiều người thực tế mỗi tháng chỉ cần đóng vài chục đô la, sau khi mức tự chi trả trọn đời đạt giới hạn 3.000 USD thì mọi chi phí y tế sau đó đều miễn phí.

Giá cả hàng hóa ở Mỹ có đắt không? Những người kiếm tiền ở Trung Quốc hoặc dùng tiền kiếm được ở Trung Quốc để tiêu dùng tại Mỹ thấy giá cả đắt đỏ là chuyện bình thường, vì họ luôn phải dùng một hệ số nhân lớn hơn tỷ giá hối đoái hiện tại để quy đổi. Còn đối với người kiếm tiền ở Mỹ, mặc dù lương tháng cũng chỉ vài nghìn hay mười nghìn đô la, nhưng mua một chiếc xe chỉ tốn hai ba vạn đô la. Đổ một bình xăng chỉ mất ba mươi đến năm mươi đô la, ăn một bữa burger chỉ tốn hơn mười đô la, mua một cân rau quả chỉ mất hai ba đô la, mua một căn nhà bốn phòng ngủ bình thường cũng chỉ khoảng năm sáu trăm nghìn đô la (tương đương 5 năm lương của một công nhân kỹ thuật); những thứ này hoàn toàn có thể gánh vác dễ dàng, tỷ lệ giữa thu nhập và tiêu dùng đã hiển hiện rõ ràng.

Dữ liệu mới nhất về ngành tang lễ Mỹ: hiện nay tỷ lệ người Mỹ chọn hỏa táng sau khi qua đời chiếm khoảng 61,9%, tỷ lệ chọn địa táng (chôn cất trong quan tài) chiếm khoảng 33,2%. Điểm này có lẽ nhiều người sống ở những quốc gia cưỡng chế hỏa táng khó mà tưởng tượng nổi, vì những tuyên truyền cải cách tang lễ nhiều năm trước đều nói là học tập Mỹ hỏa táng toàn bộ. Tất nhiên, dù hỏa táng hay địa táng, môi trường nghĩa trang ở Mỹ có thể nói là tuyệt đối nhã nhặn. Dưới bầu trời xanh mây trắng, những thảm cỏ xanh mướt trải dài quanh năm, những tấm bia mộ bằng kim loại hoặc đá khắc tên và ngày sinh của người quá cố được đặt nằm bằng phẳng trên mặt cỏ; những chiếc chong chóng nhỏ, vòng hoa nhỏ hay bó hoa tươi đặt bên cạnh sẽ giúp người ta nhận ra đó là nghĩa trang từ xa. Một trăm năm, hai trăm năm, ba trăm năm, hậu duệ của người quá cố vẫn luôn xuất hiện tại nghĩa trang vào những ngày kỷ niệm hay cúng bái để tĩnh lặng cầu nguyện. Ngoại lệ luôn có, tại Honolulu, Hawaii, mộ của vợ chồng Trương Học Lương và Triệu Nhất

Địch[11] được xây theo kiểu Trung Quốc: mua một mảnh đất, xây thành lăng mộ cao hơn nửa người, trông rất đặc biệt bên sườn đồi của một nghĩa trang rộng lớn. Ở một số khu vực miền Nam nước Mỹ, những ngôi mộ đồ sộ xây đua nhau cũng giống như phong tục "hậu táng" của các quốc gia châu Á.

Nhiều năm qua, chúng ta luôn nghe thấy những tranh luận và chủ trương về giới tính, hôn nhân, phá thai, sắc tộc và nhập cư trong các cuộc tranh cử Tổng thống. LGBTQ, tức là "người không dị tính", trong xã hội Mỹ ngày nay có tới 97 loại giới tính được công bố. Đối lập với việc phá thai hợp pháp, các tổ chức phản đối phá thai thường tụ tập tại các cơ sở phá thai để biểu tình và khuyên nhủ đương sự. Từ việc thực dân Anh và các cường quốc châu Âu chiếm đóng châu Mỹ, tàn sát người bản địa thực hiện diệt chủng, đến việc 10 bang miền Nam từ chối bãi bỏ nô lệ dẫn đến Nội chiến, rồi đến các phong trào đòi quyền lợi của người Mỹ gốc Phi, người Da đỏ bản địa không ngừng giành thắng lợi, "phân biệt chủng tộc" đang trở thành một chủ đề chính trị và xã hội nhạy cảm và bất hợp pháp. Đồng thời, con người trong tự nhiên vốn dĩ đã có sự khác biệt về giống loài và sắc tộc; thực tế không ai có cách nào yêu cầu sự hòa hợp theo đúng nghĩa giữa những người thuộc các sắc tộc khác nhau. "Phân biệt chủng tộc" không vì trở thành luật pháp mà hết mâu thuẫn; ngược lại, những mâu thuẫn âm thầm tích tụ luôn chực chờ bùng phát thành sự kiện khi có sơ hở.

Vấn đề nhập cư luôn làm đau đầu các chính khách và cư dân Mỹ, nhưng cũng luôn là điểm tựa cho chính sách "không câu nệ quy cách mà dùng nhân tài" của nước Mỹ. Là một người Trung Quốc, tôi tiếp xúc nhiều nhất chắc chắn là những người nhập cư gốc Hoa, đó là một nhóm người đặc biệt tồn tại ở Mỹ. Hầu như tất cả mọi người, dù là nhập cư hợp

---

[11] Trương Học Lương (张学良, 1901-2001): một tướng lĩnh quan trọng trong lị ch sử Trung Quốc cận đại; Triệu Nhất Địch (赵一荻) là người bạn đời gắn bó cả đời với ông. Sau biến cố chính trị, ông bị quản thúc suốt hơn nửa thế kỷ, v ề cuối đời sang định cư và qua đời tại Hawaii.

pháp hay những người xin tị nạn theo kiểu "vượt biên", họ luôn hoặc là đang bôn ba kiếm tiền, hoặc là đang kiếm tiền bôn ba, chăm chỉ đến mức quên cả thời gian làm việc, quên cả luật lao động và nghỉ ngơi của Mỹ. Ngay cả con cái của những người nhập cư gốc Hoa cũng dành hầu hết thời gian nghỉ ngơi ở các lớp đào tạo kỹ năng, thay vì ở ngoài trời, trên thảm cỏ hay sân vận động như con cái của người da trắng.

Về hôn nhân, trong những gia đình người Mỹ da trắng mà tôi quen biết, tôi nhận thấy ba điều: Thứ nhất là sự trung thành và trách nhiệm của cả vợ và chồng trong hôn nhân có thể coi là mẫu mực, đằng sau đó có lẽ cũng vì những chế tài pháp lý cho việc gây tổn hại hôn nhân là không thể chịu đựng nổi; Thứ hai là khoảng cách tuổi tác trong hôn nhân rất ít người để ý, kết hôn muộn một chút có lẽ lại giúp ích cho việc lựa chọn bạn đời ưng ý và gánh vác trách nhiệm gia đình; Thứ ba là hôn nhân giữa các gia đình tinh anh thường mang tính "môn đăng hộ đối", và họ chú trọng gửi con cái vào các trường tư thục để nhận được nền giáo dục tốt hơn.

Không biết có liên quan đến "Lệnh cấm rượu" bắt đầu từ năm 1920-1933 hay không, mà ở một nước Mỹ nơi cần sa, súng đạn, cờ bạc được hợp pháp hóa, thì rượu mạnh lại cực kỳ bất tiện khi sử dụng vì các ràng buộc pháp lý. Công dân 18 tuổi có thể đi lính, có thể bỏ phiếu bầu cử, nhưng chưa đủ 21 tuổi thì không được mua và uống đồ uống có cồn. Nhiều nhà hàng, khách sạn vì không có tư cách cung cấp và bán đồ uống có cồn nên khách không được uống rượu tại đó. Ngay cả tại một khách sạn cao cấp bên bến cảng Boston, khi tôi và bạn bè thuê phòng riêng để ăn tối, cũng không có giấy phép uống rượu, chúng tôi đành phải từ bỏ một số nghi thức ăn mừng náo nhiệt hơn. Tất nhiên, Mỹ có rất nhiều trang trại hoặc xưởng sản xuất rượu vang chất lượng cao, nơi bạn có thể thỏa sức thưởng thức.

Ngoài việc có nhiều sân bay, nhiều sân golf, nhiều sòng bạc, Mỹ còn có đặc biệt nhiều bảo tàng, đặc biệt nhiều các tổ chức phi lợi nhuận, đặc biệt nhiều thảm cỏ, đặc biệt nhiều trang điền, đặc biệt nhiều công viên quốc gia không có tín hiệu điện thoại, và đặc biệt nhiều các loài động vật hoang dã hay chim chóc chủ động vây quanh du khách để xin ăn xin uống.

Công chức Mỹ phụ thuộc vào hệ thống bầu cử, không cần thi cử, nhưng đa số công chức đều tốt nghiệp từ các trường danh tiếng; 6 nhiệm kỳ Tổng thống gần đây nhất đều tốt nghiệp từ các trường thuộc khối Ivy League. Các trường đại học Mỹ phụ thuộc vào hệ thống xét tuyển, không cần kỳ thi "Cao khảo", nhưng các tiêu chí về phẩm chất, học lực và hành động ưu tú là điều kiện nhập học tất yếu; lượng bài tập và tín chỉ khổng lồ trong thời gian đại học cần được đối xử nghiêm túc, nếu không sẽ không thể tốt nghiệp.

Là một quốc gia nhập cư, quá nhiều người vì ngưỡng mộ dân chủ, tự do và sự giàu có mà đến Mỹ, nhưng họ luôn phải đối mặt với nỗi cô đơn và sự bất lực khi môi trường xa lạ, rào cản ngôn ngữ và thói quen sinh hoạt không tương thích. Người Mỹ dù thế nào cũng không thể hiểu nổi tại sao lại có người không đấu tranh, thậm chí hy sinh để giành lấy dân chủ, tự do và tài sản. Người Mỹ càng không thể hiểu nổi tại sao lại có người cho rằng Mỹ không có hơi thở cuộc sống (nhân gian yên hỏa), trong khi Mỹ rõ ràng có đặc biệt nhiều môi trường và cơ hội khác nhau. Thực ra, không phải Mỹ không có hơi thở cuộc sống, mà là hơi thở của mỗi nơi mỗi khác. Con người tuy cùng cư ngụ trong một không gian trên Trái Đất, nhưng lại sống ở những thời đại lịch sử khác nhau về chính trị, công nghệ và kinh tế.

Trong một năm qua, tôi đã học cùng lúc 4 khóa học bao gồm: tiếng Anh, Bất động sản và Tài chính Mỹ, Du lịch và Homestay Mỹ, và Chính phủ Mỹ của Đại học Rice (Rice University). Tại Mỹ, quá nhiều kiến thức xã hội và chuyên môn khiến tôi hấp thụ như người đang khát, thường xuyên học liên tục hơn 14 tiếng mỗi ngày mà không biết mệt mỏi; thực sự cảm ơn số phận đã sắp đặt cho tôi một quãng thời gian như thế này.

3. VỤ HỎA HOẠN LOS ANGELES

Để có thể kiếm tiền, tôi cũng đã hao tốn không biết bao nhiêu tâm tư. Tôi từng thử cung cấp dịch vụ tư vấn tâm lý cho những người nhập cư gốc Hoa, đó là một nhóm đối tượng có nhu cầu rất lớn, đặc biệt là những du học sinh trẻ tuổi. Tôi chưa từng học qua tâm lý học, càng không thể chạm tới tiêu chuẩn của một bác sĩ trị liệu tâm lý chuyên nghiệp tại Mỹ; sự tự tin của tôi đến từ việc trước đây thường xuyên làm công tác khai vấn tâm lý và định hướng cuộc đời cho thanh niên. Ý định kiếm tiền từ việc tư vấn tâm lý này cũng bắt nguồn từ hai sự việc.

Sự việc thứ nhất là một đêm nọ, tôi nhận được điện thoại từ một người bạn ở trong nước. Con gái của bạn thân anh ấy đang mất liên lạc tại Đại học Nam California (USC). Tình hình là bố mẹ và con gái đã không liên lạc suốt ba tuần. Hôm đó, họ nhận được email từ giáo sư đại học thông báo rằng cô bé đã nghỉ học liên tục hai tuần, không ai nhìn thấy hay liên lạc được. Cảm xúc của cha mẹ cô bé lập tức sụp đổ, người mẹ khóc hết nước mắt, người cha đứng ngồi không yên. Trời vừa hửng sáng, tôi đã tức tốc lái xe đến căn hộ ký túc xá của cô bé. Quản lý căn hộ kiểm tra và cho biết cô đã dời đi từ hơn bốn tháng trước, không rõ đi đâu. Sau đó, tôi liên lạc được với vị giáo sư đã gửi email, rồi tham khảo ý kiến một người bạn khác cũng là giáo sư đại học tại Mỹ; họ đều khuyên tôi rằng dù thế nào cũng nên báo cảnh sát ngay lập tức. Sau khi xác định được phương thức báo án, cha mẹ cô bé đã lần lượt báo tin cho cảnh sát trường học và Tổng lãnh sự quán Trung Quốc tại Los Angeles. Do cha mẹ cô không có visa, họ chỉ có thể đợi tin trong sự lo âu tột độ ở quê nhà. Cho đến ba ngày sau, cô bé mới được bạn học liên lạc được, lúc đó mọi người mới thở phào nhẹ nhõm. Tình trạng thực tế của cô cũng giống như hàng ngàn hàng vạn du học sinh khác: giữa áp lực, trầm cảm và tâm lý chán học, cô đã tự giam mình và cắt đứt liên lạc với thế giới.

Sự việc thứ hai cũng liên quan đến một nữ sinh tên Thanh Thanh. Cô đã tốt nghiệp được ba năm và đang trong tình trạng tuyệt giao với người cha già — ông Thẩm, cũng là một người bạn của tôi ở trong nước. Cô chặn hoặc xóa mọi phương thức liên lạc, thậm chí mở miệng là mắng nhiếc người cha tội nghiệp chẳng khác nào cầm thú. Ông Thẩm vì quá thương con nên đã ủy thác cho tôi tìm cách gặp Thanh Thanh để tìm hiểu tình hình và khuyên nhủ. Ông chủ yếu lo con gái bị trầm cảm, vì Thanh Thanh từng tuyên bố sẽ tự sát. Tôi đã lặn lội lái xe sáu tiếng đồng hồ đến San Francisco để tìm cách gặp cô. Cô gái đó có tính cách rất cứng rắn, cực kỳ bất mãn với việc cha mình duy trì cùng lúc hai gia đình (vợ cả và vợ lẽ), mà mẹ cô chính là vợ lẽ. Các con của vợ cả đang quản lý khối tài sản hàng tỷ nhân dân tệ của gia tộc; cô vừa không ưa người chị cùng cha khác mẹ, vừa mượn gió bẻ măng nói rằng mình không muốn tranh giành gia sản, nhưng mở miệng ra là chì chiết cha già không chịu cho mình một khoản tiền lớn. Ông Thẩm lại càng đau lòng và bất lực hơn, doanh nghiệp của ông ở trong nước vốn đã là một cái vỏ rỗng nặng nề đầy nợ nần; ông đã tốn hàng triệu USD để đưa Thanh Thanh sang Mỹ học từ trung học cho đến khi tốt nghiệp đại học, chẳng khác nào nuôi một kẻ vô ơn. Thái độ của Thanh Thanh rất rõ ràng: chết cũng phải ở lại Mỹ. Mặc dù đã trải qua đủ mọi chuyện: cư trú bất hợp pháp — vào tù di trú — bị trục xuất về nước làm việc — tái nhập cảnh bất hợp pháp — đơn xin tị nạn bị bác bỏ, cô vẫn kiên quyết rằng: ngay cả khi phải vơ đại một người đàn ông có quốc tịch Mỹ để kết hôn, cô cũng phải bám trụ cho bằng được. Cô cứ tự nói một mình, vừa mắc trầm cảm nặng phải uống thuốc duy trì, vừa tự khích lệ bản thân thách thức khó khăn, lại vừa thỉnh thoảng muốn tự sát. Cô không có việc làm trong nhiều năm, mỗi tháng vẫn bắt cha già phải chi trả hàng vạn USD cho tiền xe, tiền thuê nhà và đủ loại sinh hoạt phí. Điều không may cho tôi là, sau buổi gặp gỡ trò chuyện hôm đó,

Thanh Thanh cũng chặn luôn liên lạc của tôi. Cô để lại lời nhắn: "Ông tính là cái thớ gì, không tự soi gương xem mình có xứng giúp lão già đó tới thuyết phục tôi không." Thật đúng là chuyện quái gở!

Hai câu chuyện của hai du học sinh này, cùng với những người trẻ tuổi sau đó liên lạc với tôi để tìm cách giải tỏa gánh nặng tâm lý, đã cho thấy nguyên nhân dẫn đến trạng thái bệnh lý tâm lý đại khái bao gồm: Loại thứ nhất là từ nhỏ được chiều chuộng, đột ngột đến nơi xứ lạ quê người, lại càng cô độc hơn trong thời kỳ đại dịch COVID-19; Loại thứ hai là ngành học ở đại học không phải sở thích cá nhân, hoàn toàn phụ thuộc vào sự tư vấn của trung gian và cha mẹ, học chỉ để mà học, không tiếp thu được hoặc cảm thấy vô dụng, tâm lý kháng cự nhưng lại khó lòng từ bỏ; Loại thứ ba là rào cản ngôn ngữ, học không hiểu, giao tiếp không xong, lâu dần hình thành tính cách lập dị; Loại thứ tư là kinh tế trong nước sa sút liên tục nhiều năm, việc kinh doanh và sự nghiệp của cha mẹ bị giáng đòn nặng nề, thu không đủ chi, bên bờ vực phá sản hoặc thực tế đã sụp đổ, đối mặt với nguy cơ tù tội... dẫn đến việc một số cha mẹ luôn tính toán với con cái về việc phải "thành tài", "tiết kiệm", "thu hồi vốn", khiến đứa trẻ nảy sinh bóng ma và gánh nặng tâm lý. Và tình trạng của loại thứ tư này mang tính phổ biến rất cao.

Việc thử sức trở thành một chuyên gia tư vấn tâm lý nghề nghiệp của tôi đương nhiên là "tự sinh tự diệt". Tôi đã uổng phí hai ba trăm USD cho phí quảng cáo và thu hút người dùng trên các nền tảng mạng xã hội. Có hơn ba mươi người tìm đến nhờ giúp đỡ, nhưng tôi chẳng thu được một đồng nào, chỉ cung cấp miễn phí những lời khuyên, chỉ dẫn và giúp đỡ cần thiết trên mạng.

Tôi cũng từng nghĩ đến việc đi bán bảo hiểm hoặc bán nhà, và đã bắt tay vào hành động. Sau khi theo chân người khác tham gia một đại hội được các "đại sư" đào tạo bảo hiểm người Hoa đóng gói thành "Hội nghị hoạch định tài chính và quản lý rủi ro", tôi thấy mình thực sự không phù hợp với kiểu công việc được thổi phồng đến mức hoàn hảo không tì vết đó. Còn bán nhà, bạn cần phải tham gia kỳ thi môi giới bất động sản của Mỹ, thi đỗ mới có chứng chỉ hành nghề. Trên mạng luôn có những người Trung Quốc chia sẻ kinh nghiệm thi đỗ ngay lần đầu, đến trường đào tạo cũng được bảo rằng chỉ cần nắm được tiếng Anh đơn giản là thi qua. Nhưng thực tế thì sao?

Sau khi tôi bỏ ra vài trăm USD tiền học phí, tài liệu và học hơn ba tháng, mỗi lần tham gia kỳ thi tiếng Anh toàn phần tốn 100 USD, mức điểm đỗ 70% cho 150 câu hỏi đối với tôi là một thử thách cực đại. Tiếng Anh của tôi vốn dĩ bắt đầu từ con số không và mới học được vài tháng, mà đề thi lại liên quan đến nhiều nội dung về quyền sở hữu, tài chính và kiến thức xây dựng, vừa phải phân tích vừa phải thấu hiểu. Mặc dù điểm số lần sau luôn cao hơn lần trước một chút, nhưng cuối cùng tôi vẫn thất bại ở lần thứ tám với mức điểm 67% không đạt. Hầu hết các câu hỏi ở lần thi sau đều khác với lần trước, sự thay đổi đề thi là kiểu vô cùng khó khăn. Nghe nói vì sự cạnh tranh quá khốc liệt, các phòng thi của Hiệp hội Môi giới Bất động sản lúc nào cũng kín chỗ. Tỷ lệ đỗ càng thấp càng giúp cân bằng thị trường nghề nghiệp, lại còn tăng thêm thu nhập từ phí thi cử. Suốt hơn nửa năm trời, tiền học, tiền thi tốn hơn một nghìn USD nhưng không đổi lại được chứng chỉ hành nghề; bù lại, nó cũng ít nhiều nâng cao trình độ tiếng Anh và kiến thức bất động sản của tôi.

Sau Tết Nguyên đán, dựa trên dự báo thời tiết địa phương, tôi linh cảm rằng núi rừng ở Los Angeles lại sắp bốc cháy, và khả năng cao là hỏa hoạn sẽ lớn hơn, khó kiểm soát hơn. Có ba nguyên nhân: Thứ nhất, hầu như năm nào vùng lân cận Los Angeles cũng có hỏa hoạn dữ dội, và được giới chức trách, giới học thuật cũng như dân gian công nhận là hiện tượng “cháy rừng” tự phát dưới điều kiện địa lý khí hậu đặc thù; Thứ hai, tại đây thỉnh thoảng sẽ xuất hiện những trận cuồng phong “Santa Ana” từ cấp 8 trở lên thổi liên tục trong hai ngày; Thứ ba, tâm trạng chính trị và xã hội của toàn bang California đang ở trạng thái “nhiệt độ cao, áp suất lớn”, do Tổng thống Biden đại diện cho Đảng Dân chủ sắp mãn nhiệm và

Tổng thống Trump đại diện cho Đảng Cộng hòa sắp nhậm chức trở lại sau 4 năm gián đoạn. Trong lòng tôi lờ mờ cảm thấy sẽ có đại sự xảy ra, nhưng ở Mỹ tôi đến một dân thường nhỏ bé cũng chẳng tính là gì, mọi cảm giác cũng chỉ giống như ảo giác. Tôi không dám chắc "lửa rừng" có tự bùng phát hay không, nhưng tôi dám chắc một khi đã cháy, hỏa hoạn sẽ cực kỳ dữ dội và không thể kiểm soát, nhờ vào yếu tố gió và cả yếu tố con người. Quả nhiên, vào chiều ngày 7 tháng 1, khi thủ đô ở bờ Đông tuyết rơi trắng trời, thì tại nhiều nơi ở Los Angeles bên bờ Tây, lửa rừng đã bắt đầu bùng cháy.

Tại sao tâm trạng chính trị và xã hội của toàn bang California lúc đó lại ở trạng thái nhiệt độ cao, áp suất lớn? Bởi vì CaliforniA Vỹnh viễn là một "Bang Xanh" (Blue State) mang màu sắc của Đảng Dân chủ[12]. Giữa làn sóng chính trị phản đối Trump kịch liệt, một cách đầy kịch tính, Trump — người đang "có tội thân mang" — đã giành chiến thắng trong cuộc đại cử tri. Còn trong dân gian thì sao? Lại càng châm biếm hơn. Trong những ngày trước cuộc bầu cử, dọc hai bên nhiều tuyến đường tại California, người dân đã tự phát cắm rất nhiều biển hiệu ủng hộ Trump và Vance chiến thắng trên các cánh đồng. Cũng không ít người treo cờ hiệu ủng hộ Trump và Vance ngay trong sân vườn hoặc trên nhà mình. Vào đúng ngày bầu cử, các nhóm chính trị "Xanh" của California đã tuyên bố áp đảo rằng 54 phiếu đại cử tri thuộc về Harris của Đảng Dân chủ, nhưng điều đó không ngăn nổi chiến thắng vang dội của Trump bên Đảng Cộng hòa. Rất nhiều người dân đã trực tiếp lên mạng xã hội chửi bới sự dơ bẩn và vô liêm sỉ của nền chính trị Đảng Dân chủ tại California.

Nếu không xảy ra một chuyện lớn, tâm trạng sẽ không có cách nào được giải tỏa.

---

[12] Tại Mỹ, màu xanh đại diện cho Đảng Dân chủ, màu đỏ đại diện cho Đảng C ộng hòa

Hiển nhiên là trong năm vừa qua, sự chủ động và tích cực quan tâm, tham gia chính trị của người dân California đã đạt đến một tầm cao chưa từng có. Điều này tạo nên sự tương phản rõ rệt với tỷ lệ cử tri tham gia trong các kỳ bầu cử Tổng thống Mỹ trước đây, vốn thường chỉ dao động khoảng 50% số cử tri đủ tuổi. Trong kỳ đại bầu cử tháng Mười Một, tỷ lệ bỏ phiếu tại San Francisco đã vọt lên gần 79%.

Liệu có phải người dân California thực sự ủng hộ và yêu mến Trump? Chưa chắc! Thay vì nói rằng người dân California, hay thậm chí là đông đảo cử tri Mỹ đang ủng hộ Trump, thà nói rằng thực chất các cử tri đang hy vọng áp đảo vào việc Đảng Dân chủ thất bại, Harris thất bại. Thời thế tạo anh hùng, việc Trump tự phong thánh cho mình cũng chỉ có thể nói là "thắng làm vua thua làm giặc", chẳng qua là ông ấy có cơ hội để nói lớn hơn, tiếng vang cao hơn mà thôi. Nước Mỹ nhìn bề ngoài là cuộc bầu cử toàn dân, dân chủ tự do, nhưng thực chất là cuộc bầu cử và nền chính trị của thiểu số đảng phái, thiểu số cá nhân. Khi người dân không có lựa chọn nào tốt hơn, họ sẽ ưu tiên đuổi kẻ trông có vẻ tồi tệ hơn xuống đài.

Dựa trên quan sát và tìm hiểu thực địa, tôi xin chia sẻ ba loại vấn đề và mâu thuẫn mà người dân Mỹ phổ biến không hài lòng:

Thứ nhất, thu nhập của tầng lớp làm công ăn lương bình thường chỉ đủ duy trì chi tiêu sinh hoạt cơ bản, không thể cải thiện thực chất chất lượng cuộc sống, càng không thể bàn tới việc theo kịp bức tranh phát triển của công nghệ và tài chính Mỹ. Để tiết kiệm cho chuyến hành trình, tôi đã từng lưu trú tại các homestay gia đình ở Puerto Rico, Maine và California; thật tình cờ, chủ nhà đều là những nữ giáo viên tiểu học và trung học đã nghỉ hưu. Vì cần tiết kiệm tiền nên tôi không quản ngại vị trí địa lý, những homestay đó đều tương đối hẻo lánh. Tất nhiên, ngay cả ở những khu phố hẻo lánh, môi trường công cộng vẫn mang dáng dấp đô thị hóa. Trong cuộc trò chuyện với các nữ giáo viên này, tôi được biết dù chính phủ Mỹ công bố mức lương tháng trung vị của giáo viên phổ thông là khoảng 5.000 USD, nhưng thực tế trong suốt sự nghiệp, họ chỉ nhận mức lương khoảng 4.000 USD. Họ không dám cho con cái học các trường tư thục tốt hơn, nhiều bảo đảm cơ bản phải dựa vào chính phủ. Một khi xảy ra những vấn đề xã hội lớn như cuộc khủng hoảng "nợ dưới chuẩn" năm 2008, cuộc sống của mỗi người lập tức rơi vào khủng hoảng, mong manh dễ vỡ. Sau khi nghỉ hưu, họ dành ra các phòng trống trong nhà để làm homestay, vừa mang lại thu nhập một hai nghìn USD mỗi tháng, vừa để khỏa lấp nỗi cô đơn. Tôi hỏi họ có hiểu biết về Trung Quốc không? Họ gần như đưa ra câu trả lời thống nhất: thông qua những vị khách Trung Quốc, họ biết rằng người Trung Quốc và kinh tế Trung Quốc đều rất tốt. Thế nhưng, thu nhập của họ khó lòng chi trả cho những chuyến du lịch nước ngoài; sở hữu một cuốn hộ chiếu có thể bay đi bất cứ đâu không có nghĩa là có sẵn số tiền USD để bay đi bất cứ lúc nào.

Về vấn đề khoảng cách giàu nghèo và thu nhập quá thấp của tầng lớp lao động, tờ Washington Post vào tháng Mười Một năm nay đã đăng bài phân tích cho rằng: dựa trên gói thù lao trị giá lên tới 1.000 tỷ USD đã được cổ đông Tesla phê duyệt, nếu tính trung bình thù lao khoảng 100 tỷ USD mỗi năm, thu nhập của Elon Musk sẽ vượt quá tổng thu nhập hàng năm của khoảng 1,4 triệu giáo viên tiểu học tại Mỹ cộng lại. Câu hỏi và suy tư của giới truyền thông là: khi của cải và luật chơi được định nghĩa bởi một số cực ít cá nhân, liệu có hợp lý không? Năng lực của một Elon Musk thực sự lớn đến mức vượt qua 1,4 triệu người sao?

Thứ hai, cơ sở hạ tầng công cộng thiếu sự điều phối thống nhất. Ngoại trừ một số ít khu nhà giàu, quá nhiều đường sá, phố xá và địa điểm hoạt động công cộng rơi vào tình trạng xuống cấp, hư hỏng vì lâu năm không được sửa chữa. Tình trạng này thực tế đã tồn tại ở Mỹ rất nhiều năm, không phải là vấn đề của riêng bang, hạt hay thành phố nào, mà là một hiện tượng phổ biến. Từ bờ Đông sang bờ Tây, từ Miami đến Boston, hay các vùng tương đối biệt lập như Hawaii, Puerto Rico, khi lái xe trên đường, bạn có thể bất chợt cảm thấy như đang lạc vào một thời đại cũ kỹ, rách nát. California được coi là nền kinh tế lớn thứ tư thế giới (chỉ sau Mỹ, Trung Quốc và Đức), tổng lượng kinh tế của Los Angeles lại tương đương với gần một phần ba của 3.114 hạt thông thường tại Mỹ hợp lại, đủ giàu có chứ? Vậy mà những con đường nằm giữa Beverly Hills và bãi biển Santa Monica, hay đoạn đường từ Hollywood đến Downtown, có những đoạn xóc đến mức khiến bạn phải nghi ngờ cuộc đời. Tuy nhiên, những tình trạng này có đại diện cho việc cơ sở hạ tầng của Mỹ tồi tệ không? Chưa chắc, bởi nhiều thị trấn nhỏ xa xôi lại vô cùng phồn hoa.

Lẽ ra, Mỹ dẫn đầu thế giới về chế độ và cơ chế trong hệ thống tài chính công và phúc lợi xã hội công cộng, tại sao trong lĩnh vực hạ tầng công cộng lại luôn có sự "nhất trọng nhất khinh" (bên trọng bên khinh) như vậy? Tôi không thể đưa ra câu trả lời chính xác, nhưng tôi sẽ đưa ra những suy ngẫm và kiến giải trong phần tiếp theo nói về việc "Tại sao hỏa hoạn luôn thiêu rụi Los Angeles".

Thứ ba, người vô gia cư tập trung đông đúc, ma túy tràn lan, tội phạm lộng hành giữa thanh thiên bạch nhật không chút sợ hãi; môi trường an ninh xã hội ở ngày càng nhiều khu vực đang trở nên tồi tệ và thoái hóa. Một người nhập cư ở Los Angeles nói với tôi rằng, mười mấy năm trước khi anh mới đến, nơi đây đâu đâu cũng là môi trường thân thiện hòa hợp, các cửa hàng mở đèn trưng bày tủ kính suốt đêm, cư dân có thể ngủ không cần khóa cửa, một cô gái đơn độc hoàn toàn có thể đi dạo đêm. Còn bây giờ thì sao? Lãnh địa và phạm vi của người vô gia cư không ngừng mở rộng, chiếm cứ Công viên MacArthur phía Bắc và xung quanh Đại học Nam California (USC); tại các bãi biển, thị trấn trong thung lũng đều có thể bắt gặp họ. Còn cô gái nào dám đi ra ngoài một mình vào ban đêm? Rồi còn cái gọi là "Mua sắm 0 đồng" (Zero-dollar shopping), tức là hạ mức tội trộm cắp dưới 950 USD từ trọng tội xuống tội nhẹ, khiến các tổ chức tội phạm dùng cách thức luân phiên cướp bóc theo băng nhóm ngay giữa ban ngày. Báo cảnh sát cũng bằng thừa, ngăn chặn trộm cướp có khi còn bị kiện ngược vì gây thương tích thân thể, chi phí bảo hiểm và bồi thường so ra thì lợi bất cập hại. Các cửa hàng phải làm sao? Hoặc là tăng chi phí phòng ngừa, hoặc là đóng cửa nghỉ kinh doanh. Một số cửa hàng tiện ích trong cộng đồng biến mất, đẩy giá vật giá leo thang. Quan trọng nhất là, môi trường an ninh không chỉ xấu đi một chút.

Tại nhiều bang của Mỹ, việc trồng trọt, kinh doanh, vận chuyển và hút cần sa đã hoàn toàn hợp pháp hóa. Những bang chưa hợp pháp hóa cũng khó tránh khỏi bị ảnh hưởng lan tỏa. Hậu quả là gì? Chuỗi ngành hàng càng thêm hoàn thiện, người hút càng thêm lệ thuộc, dẫn đến gia tăng số người bị bệnh cả về thể chất lẫn tâm lý. Không chỉ đường Kensington ở Philadelphia trở thành "con phố kinh hoàng" khét tiếng, mà nhiều đường phố ngõ hẻm khác cũng thỉnh thoảng xuất hiện những cảnh tượng gây khiếp sợ, và các hoạt động tội phạm cũng theo đó mà tăng lên.

Ba loại vấn đề và mâu thuẫn nêu trên không phải là chuyện một sớm một chiều, mà là kết quả của sự dung túng và không chịu thay đổi suốt nhiều năm tháng tích tụ lại. Người dân ngày qua ngày bất lực, ngày qua ngày nhẫn nhịn; cộng thêm việc khoảng 250 triệu tín đồ Cơ Đốc giáo (chiếm khoảng 65% dân số) tuân theo giáo lý yêu người như mình, lương thiện với mọi người và trung thực, công chính, thánh khiết, có lẽ họ đã dần quen. Thế nhưng, quen không có nghĩa là ủng hộ và đồng ý. Chính trong môi trường và thời kỳ này, cương lĩnh tranh cử của Đảng Cộng hòa do Trump đại diện đã xuất hiện, từng điều từng điều đánh trúng vào vấn đề, đánh trúng vào lòng dân. Tạm chưa bàn tới việc ông ấy có thể thi hành chính sách thành công hay không, việc quy kết gần như mọi vấn đề cho người nhập cư chắc chắn là sai lầm, nhưng Đảng Dân chủ do Biden và Harris đại diện không những không quan tâm đến lòng dân ý dân, mà còn muốn tiếp tục duy trì, không thay đổi, kết quả có thể đoán trước được rồi. Người dân bỏ phiếu bằng chân, cũng muốn đuổi vị Tổng thống của Đảng Dân chủ xuống đài; còn việc Tổng thống của Đảng Cộng hòa có thể làm hài lòng họ hay không, điều đó có vẻ như chỉ là thứ yếu.

Có người cho rằng nếu để người dân, để đa số đưa ra lựa chọn, có thể sẽ không chọn được một nhà lãnh đạo tốt. Thế nhưng, nhất định có thể chọn để loại bỏ, để đuổi một nhà lãnh đạo tồi xuống đài. Chỉ riêng điểm này thôi, chế độ tổng tuyển cử toàn dân đã đủ sức nặng và ý nghĩa trọng đại rồi.

Quay lại với vụ "lửa rừng" bùng phát cùng lúc tại nhiều nơi ở Los Angeles, kéo dài tới 24 ngày, diện tích cháy hơn 233 km vuông, thiệt hại có thể lên tới 250 tỷ USD — đó rốt cuộc là thiên tai hay nhân họa?

Những ngày đầu hỏa hoạn, tôi đã cố gắng tiến vào hiện trường vụ cháy. Vì các nơi bị hỏa hoạn đều bị quân đội và cảnh sát phong tỏa trong vòng vài km, tôi chỉ may mắn vào được hiện trường sau vụ cháy sớm nhất gần Eaton Canyon ở Altadena. Tôi có thể vào được không phải vì sự tùy tiện, mà vì tôi đã giải thích với nhân viên giám sát rằng mình là một nhà văn, cần trực tiếp đến hiện trường để viết bài. Cảnh tượng tang thương đó, những thanh thép méo mó, những bức tường gạch đen kịt, trông giống như ngày tận thế.

Ngày thứ ba khi ngọn lửa đang bùng cháy dữ dội, tôi đã viết một bài báo ngay trong căn nhà tồi tàn: "Tại sao hỏa hoạn luôn thiêu rụi Los Angeles?". Trong bài viết, tôi nghi ngờ mạnh mẽ quan điểm cho rằng thiên tai là "lửa rừng", mà cho rằng có người đã cố tình phóng hỏa, đồng thời các biện pháp chữa cháy sau đó cũng tồn tại những nhân họa rõ rệt, dù trực tiếp hay gián tiếp đều hiển nhiên và không thể ngó lơ. Vài tháng sau, cơ quan thực thi pháp luật liên bang Mỹ đã bắt giữ một người đàn ông tên là Jonathan Rinderknecht với cáo buộc phóng hỏa vụ cháy rừng Palisades sau đó biến thành thảm họa hủy diệt. Vụ hỏa hoạn đó khiến 12 người thiệt mạng, hàng nghìn ngôi nhà bị phá hủy, là một trong những tổn thất lớn nhất trong lịch sử Los Angeles cũng như thế giới.

Một số dự báo và quan điểm của tôi sau đó đã được thực tế kiểm chứng là chính xác. Bài viết "Tại sao hỏa hoạn luôn thiêu rụi Los Angeles?" ban đầu được đăng bằng tiếng Trung và tiếng Anh trên các phương tiện truyền thông tự thân tại Trung Quốc và Mỹ, lượng người đọc cực kỳ hạn chế. Bây giờ, tôi xin dán bài viết đó vào đây:

TẠI SAO HỎA HOẠN LUÔN THIÊU RỤI LOS ANGELES?

Trận đại hỏa hoạn Los Angeles bắt đầu vào chiều ngày 7 tháng 1 năm 2025 (tên gọi chung của ít nhất 5 vụ cháy rừng cùng thời điểm) đã thiêu rụi những cột mốc mới trong lịch sử ghi chép của nhân loại. Cách đây một giờ, tập đoàn JPMorgan Chase của Mỹ đã công bố báo cáo cho biết thiệt hại do trận cháy rừng lịch sử này gây ra đã vọt lên mức gần 50 tỷ USD và vẫn đang tiếp tục tăng. 48 giờ đã trôi qua, lực lượng cứu hỏa được chính phủ huy động 100% nhưng hiệu quả đạt được vẫn là 0%.

Nếu nói trận đại hỏa hoạn Los Angeles lần này là thiên tai thì có lẽ cũng không quá lời, bởi trong chiều và đêm ngày 7, khu vực Đại Los Angeles đã hứng chịu những trận gió "Santa Ana" khét tiếng là "ngọn gió ma quỷ"; âm thanh và mức độ cây cối bị xé toạc khiến người ta phải nổi da gà. Thế nhưng, nếu nói trận đại hỏa hoạn này là bất khả kháng thì rõ ràng là phi thực tế, bởi tính dự báo của nó là quá lớn. Cần biết rằng, những thảm họa có thể dự báo thường là có thể phòng ngừa và kiểm soát, ít nhất cũng có thể giảm thiểu tổn thất và thương vong thông qua việc phòng bị và né tránh. Tuy nhiên, đà phát triển liên tục của đám cháy Los Angeles không tuân theo logic thông thường: dự báo cháy — cháy — cháy lớn — cháy trên diện rộng — thiêu rụi nhiều hơn; ngọn lửa dường như đang hoành hành mà không gặp bất kỳ trở ngại nào.

Ngược dòng thời gian về 3 ngày trước đó, khoảng ngày 5 tháng 1, gió "Santa Ana" đã được dự báo chính xác về cấp độ và tốc độ, đồng cũng đã cảnh báo đầy đủ đến người dân và các quan chức chính phủ. Ngược dòng về 1 năm trước, vào mùa đông năm ngoái, nhiều ngọn núi ở khu vực Đại Los Angeles cũng đã bốc cháy và thiêu rụi liên tiếp trong nhiều ngày, nghiêm trọng nhất là khu vực xung quanh Quận Cam (Orange County). May mắn là rất ít nhà cửa bị thiêu rụi, nhưng không may là lửa ngút trời, khói bụi che lấp cả mặt trời đã ảnh hưởng đến cuộc sống bình thường của quá nhiều người. Tổn thất tài sản chắc chắn cũng rất khổng lồ; mùa hè năm nay tôi đã đến những vùng núi bị cháy đó, nhìn thấy từng đống gỗ đen kịt xếp ngổn ngang, một khung cảnh hoang tàn xơ xác.

Gió "Santa Ana" sắp đến, vì đã có bài học nhãn tiền nên tôi luôn có linh cảm rằng trận đại hỏa hoạn năm ngoái sẽ lại bùng lên ở một ngọn núi nào đó. Hơn nữa, tôi cũng đã tra cứu hồ sơ cháy rừng ở khu vực Đại Los Angeles, nói quá lên một chút thì gần như năm nào cũng có hỏa hoạn, và năm sau lại lớn hơn năm trước. Người dân địa phương không lạ gì cháy rừng, họ coi đó là những vụ "lửa hoang" tất yếu trong điều kiện địa lý khí hậu đặc thù. Tất nhiên, một người bình thường như tôi thì cao lắm cũng chỉ có linh cảm; việc nhìn thấy một thảm họa tất yếu sắp ập đến cũng chẳng có tác dụng hay ý nghĩa gì. Tác dụng duy nhất là giúp bản thân giữ được sự bình thản. Ví dụ, ngày 6 tôi đi máy bay đến thủ đô Washington, hãng hàng không Alaska Airlines sau khi bay được nửa tiếng đã phát thông báo: do bão tuyết khiến sân bay Quốc gia Reagan phải đóng cửa, máy bay buộc phải quay đầu. Khi máy bay hạ cánh trở lại sân bay Los Angeles, các hành khách cùng chuyến xếp hàng dài để tìm giải pháp, còn tôi một mình lẳng lặng bình thản rời khỏi nhà ga và thực hiện thao tác hoàn vé trên mạng. Lúc đó tôi đã nghĩ: nếu đã không cho tôi đi xem một trận tuyết rơi trắng trời, vậy thì hãy để tôi chứng kiến một trận hỏa hoạn vang trời dậy đất đi.

Mặc dù chiều ngày 7, gió "Santa Ana" đã gầm rú đến đúng hẹn và gây ra sức tàn phá khủng khiếp, những chiếc xe cứu hỏa, xe cảnh sát, xe công trình nối đuôi nhau hú còi inh ỏi lao về phía thung lũng, nhưng tôi vẫn không cam tâm. Bởi lẽ, tôi vốn thích lên những đỉnh núi, những vùng cao thung lũng của Đại Los Angeles để chiêm ngưỡng dãy núi sừng sững nằm giữa sa mạc và đại dương. Ngày đêm khô hanh, đá sỏi vụn vỡ, lớp đất nông và cằn cỗi; ngoại trừ những thung lũng liên thông có một số cây lớn như thông hoặc cây đồng, thì hầu hết các sườn núi chỉ là bụi rậm và cỏ dại bạt ngàn. Do trong một năm có khoảng chín tháng không có lấy một giọt mưa, nên đến mùa hè, dưới cái nắng chói chang, nhìn từ xa thì đồi núi trọc lóc, đến gần thì mỗi bước chân đều lún sâu trong bụi bặm. Dãy San Gabriel kéo dài hàng trăm dặm phần lớn là như vậy; cho dù ở dãy Santa Susana, núi Santa Monica, đồi Beverly hay Hollywood có những loài cây và sức sống khác biệt, nhưng so với những cánh rừng rậm rạp ở phương Bắc Bắc Mỹ hay Ngũ Nhạc ở Trung Quốc thì thực sự không thể gọi là "tươi tốt". Tôi có thể hiểu địa lý khí hậu đặc thù của Los Angeles sẽ có nhiều gỗ mục cỏ khô dễ tự cháy thành "lửa hoang" dưới tác động của nhiệt độ, tĩnh điện hay khí nồng, nhưng tôi thực sự không thể hiểu nổi tại sao "lửa hoang" lại có thể cháy ngút trời cho đến khi thiêu rụi hàng loạt mái ấm của con người trước mắt một cộng đồng dân cư đông đúc và những thiết bị công nghệ vạn năng.

Tôi biết rằng, với sự trợ lực của gió "Santa Ana" (tức là vài tiếng đồng hồ gió thổi vào chiều và tối ngày 7), con người chúng ta thường không thể ngăn cản được lửa hoang. Đồng thời tôi cũng biết rằng, nếu lửa hoang gặp phải "vành đai ngăn lửa không thể cháy", nó cũng chỉ có thể tự sinh tự diệt. Tháng 8 năm 2022, trận đại hỏa hoạn dữ dội thiêu rụi núi Cận Vân ở Trùng Khánh, Trung Quốc suốt 5 ngày đêm, cuối cùng đã bị dập tắt hoàn toàn trước "vành đai ngăn lửa" rộng từ 30m đến 200m do hàng nghìn con người dũng cảm khai phá! Nhiều người Mỹ có lẽ chưa từng đến Trùng Khánh, nhưng có một điều rõ ràng là: trong những dãy núi trập trùng của vùng lòng chảo nội địa Trung Quốc phần lớn là gỗ thông, gỗ tạp giàu nhựa, lực tự nhiên gây cháy và trợ cháy đều rất lớn. Vậy thì có thể so sánh thử, ở các thung lũng thuộc vùng Đại Los Angeles, sau vô số lần thảm họa cháy rừng, liệu con người có nên thiết lập một, hai, ba hoặc nhiều vành đai ngăn lửa hơn nữa để bảo vệ tổ ấm và sinh mạng của chính mình hay không?! Câu trả lời là: hoàn toàn có thể, và nên làm được. Điều đáng tiếc và đau xót là, có lẽ người ta nhân danh tự nhiên, nhân danh môi trường, nhân danh sinh thái, hay nhân danh nơi cư trú, mà đã quá đỗi "gần gũi không kẽ hở" với một thiên nhiên đầy rẫy nguy hiểm tiềm tàng. Đằng sau đó còn có một nguyên nhân khó tin hơn, đó chính là quyền sở hữu tư nhân; có lẽ mỗi sườn núi, mỗi tấc đất đều là tài sản riêng của một cá nhân nào đó, là thiêng liêng bất khả xâm phạm; ngoại trừ việc tự nguyện tự giác làm, thì không ai có thể thực hiện việc xây dựng một "vành đai ngăn lửa".

Vùng Đại Los Angeles là một nơi như thế nào? Dữ liệu cho thấy, với gần 10 triệu dân và cụm 88 thành phố, GDP của Los Angeles đã tiệm cận mức 1.000 tỷ USD mỗi năm! Indonesia — quốc gia đông dân thứ tư thế giới với 280 triệu dân (gấp khoảng 28 lần Los Angeles) — cũng chỉ có GDP hàng năm khoảng 1,4 nghìn tỷ USD! California là tiểu bang giàu có nhất, là tiêu chuẩn của dân chủ và tự do kiểu Mỹ, còn Los Angeles lại là hạt giàu có nhất California, là điển hình thành công nhất trong những điển hình của một xã hội dân chủ và tự do. (Xin ngắt lời một chút, cái nghèo thực sự sẽ hạn chế trí tưởng tượng của những người ở vùng nghèo khó và đang phát triển; dữ liệu tài sản của một vùng, doanh thu của doanh nghiệp hay tài sản của gia đình thường có thể giúp nhiều người nhận thức vấn đề một cách đơn giản và rõ ràng nhất). Nơi hội tụ các tỷ phú, những nhân vật nổi tiếng và trí tưởng tượng phong phú, tại một nơi được coi là đỉnh cao của xã hội loài người như thế, nhưng đáng thương thay, nguồn lực và năng lực hạ tầng công cộng lại vô cùng nghèo nàn. Nước ngọt trong hồ chứa quanh năm thiếu hụt, thiếu những hành động dẫn nước từ nơi khác đến hay khử muối nước biển; khi muốn dập tắt cháy rừng, người ta chỉ biết đứng nhìn Thái Bình

Dương cách đó hai ba mươi dặm mà bất lực, chỉ biết "nhìn đại dương mà than thở"! Điều khiến người dân còn bất bình hơn cả là lửa vẫn đang cháy mà các trụ nước cứu hỏa đã hết sạch nước.

Hơn nữa, trong một xã hội dân chủ và tự do nơi "quyền riêng tư" cần được bảo vệ và hạn chế ở khắp mọi nơi, trên những con đường và cánh đồng vốn có tín hiệu viễn thông và mạng cực yếu, thật khó để tìm thấy một chiếc camera công nghệ hiện đại nào giám sát những kẻ xấu làm ác. Vậy thì ai dám đảm bảo rằng những vụ "lửa hoang trên núi" kia thực sự là lửa hoang tự phát? Nếu có ai đó vô tình hay cố tình thực hiện hành vi tội phạm phóng hỏa, ai có thể biết hoặc xác minh được? Và nếu thực sự tồn tại việc cố ý phóng hỏa hết lần này đến lần khác, thì làm sao để phòng ngừa, kiểm soát và truy tố? Dường như không có câu trả lời, nhưng nhất định phải tìm ra một câu trả lời và thực thi nó.

Tôi đã thấy một số xe cứu hỏa, xe cảnh sát và xe công trình đang túc trực trên một vài đường phố ở thành phố San Gabriel, và được biết các quan chức thành phố đang bàn bạc đối sách suốt ngày đêm. Thực tế, những việc này rất hữu ích; người Trung Quốc có câu "họa vô đơn chí" (họa không đi một mình), càng ở thời điểm thiên tai thì càng phải nâng cao cảnh giác. Bởi lẽ, rủi ro hình thành thảm họa là sự cộng hưởng của nhiều yếu tố; trong tình huống đó, các rủi ro khác cũng sẽ dễ dàng hình thành thảm họa hơn. Trận đại hỏa hoạn Los Angeles lần này cũng vậy, ban đầu là một điểm cháy, sau đó là hai, rồi ba, bốn, năm điểm…

Los Angeles là quê hương của Tổng thống Nixon. Là một trong những vị Tổng thống được nhân loại toàn cầu ngưỡng mộ và tôn trọng, ông có một câu nói nổi tiếng: "Dân chủ là một đóa hoa mong manh, nó chỉ có thể phát triển mạnh mẽ khi đất đã được chuẩn bị kỹ lưỡng."

Đại hỏa hoạn đã thiêu rụi Los Angeles nhiều lần, và đại hỏa hoạn vẫn đang thiêu rụi Los Angeles; khi nào mới là hồi kết? Liệu đại hỏa hoạn có chắc chắn sẽ thiêu rụi Los Angeles một lần nữa, và một lần nữa hay không?

Đất đai có thể là sở hữu tư nhân, đỉnh núi có thể là sở hữu tư nhân, cây cối có thể là sở hữu tư nhân, tài sản có thể là sở hữu tư nhân, mọi thứ đều có thể là tư hữu — đó là những điều mà dân chủ và tự do kiểu Mỹ tôn sùng. Thế nhưng, mỗi một con người, nhiều người hơn, và tất cả mọi người đều thuộc về xã hội; mọi thứ trong tự nhiên đều lẽ ra thuộc về và ảnh hưởng đến cuộc sống, công việc cũng như mọi điều của con người. Đối mặt với thủy hỏa vô tình, làm thế nào để một xã hội dân chủ và tự do có thể trở nên hữu tình?

Trong khi hỏa hoạn tại Los Angeles vẫn đang thiêu rụi, chiểu theo Hiến pháp Hoa Kỳ, Donald Trump đã bước lên ngai vàng Tổng thống của mình, mở đầu cho một chương mới trong sự nghiệp chính trị: vị Tổng thống đắc cử nhiệm kỳ 45, thất cử nhiệm kỳ 46 và tái đắc cử nhiệm kỳ 47. Giữa làn khói lửa ngút trời, Trump đã trực tiếp đến Los Angeles, ngồi trên trực thăng thị sát tình hình hỏa hoạn và triệu tập các quan chức để mở cuộc họp. Điều chấn động nhất chính là Gavin Christopher Newsom — Thống đốc bang California thuộc Đảng Dân chủ, vốn là đối thủ không đội trời chung — đã ra tận sân bay đón vị tân Tổng thống. Ông ta xuất hiện với dáng vẻ gần như khép nép, diễn một màn nịnh bợ chân thực nhất trong hệ thống quan liêu.

Trong khoảng hai ba tháng sau thảm họa hỏa hoạn Los Angeles, tôi đã tiến vào tâm điểm của vài khu vực gặp nạn. Hai người đàn ông Mỹ da trắng mà tôi không nhớ nổi tên đã dẫn tôi đến ngôi nhà của họ tại Pacific Palisades — nơi từng được bao bọc bởi rừng xanh nay đã bị thiêu rụi hoàn toàn. Một người đàn ông khác hoàn toàn xa lạ, ông Benjamin, đã đưa tôi đến nơi chịu thiệt hại nặng nề nhất tại vùng biển Malibu. Họ đều phải xuất trình thẻ cư trú và căn cước công dân cho lực lượng quân đội và cảnh sát đang túc trực ở vòng ngoài khu vực hỏa hoạn. Lúc đó đã là "tháng Tư nơi trần thế" như trong thơ của Lâm Huy Nhân[13]; những thảm hoa dại sắc tím, sắc vàng nở rộ bạt ngàn trên đống đổ nát và dọc lối đi. Những thân cây đen kịt, những thanh thép méo mó trơ trọi cùng khung sắt của những món đồ nội thất sứt sẹo phơi mình ra đó; làn khói lửa của vài ngày trước đã cuốn trôi tất cả mọi thứ của họ. Tôi muốn đặc biệt cảm

---

[13] Lâm Huy Nhân (林徽因, 1904–1955): nữ kiến trúc sư kiêm nhà thơ nổi tiếng c ủa Trung Quốc. "Tháng Tư nơi trần thế" (人间四月天) là hình ảnh trong một bài thơ nổi tiếng của bà, thường gợi vẻ đẹp dịu dàng và tràn đầy sức sống của mùa xuân.

ơn họ vì đã cho tôi chứng kiến hiện trường của một thảm họa hiếm thấy và không nên có trên đời này, cũng cầu chúc cho họ sau đại nạn sẽ gặp đại phúc.

4. LÀM TÀI XẾ UBER

Bầu trời phía Bắc và Đông Nam Los Angeles bao phủ bởi lớp khói bụi màu vàng nâu, người dân buộc phải hít thở trong bầu không khí nồng nặc mùi khét. Trên quảng trường rộng hàng ngàn mét vuông của trường Đại học Cộng đồng Pasadena (PCC), những đoàn người quyên góp nối đuôi nhau vận chuyển nhu yếu phẩm đến, các tình nguyện viên duy trì trật tự để những người vô gia cư đến nhận đồ. Người dân ở bờ Tây gần như chìm đắm trong bầu không khí bi tráng của việc cứu trợ và bàn tán. Nữ Thị trưởng Los Angeles thuộc Đảng Dân chủ - Karen Bass và Thống đốc bang California - Newsom trở thành mục tiêu tấn công trên mạng xã hội: cứu hỏa thiếu người, thiếu tiền, thiếu nước; dự án dẫn nguồn nước dồi dào từ phía Bắc xuống phía Nam bị cản trở nhiều lần; dự án đường sắt đầu tư khổng lồ nhưng đình trệ kéo dài; tình trạng nhập cư bất hợp pháp và tội phạm bạo lực tràn lan trên phố xá bị dung túng; có cả những con phố hoặc khu vực biến thành nơi giao dịch tình dục nhếch nhác đến mức không nỡ nhìn. Ai có nỗi oan thì than vãn, ai có lòng hận thì xả giận. Còn ở bờ Đông kia, vị Tân Tổng thống sắp tuyên thệ nhậm chức, đang ấp ủ một cơn bão nhân tính lớn hơn, nhưng chẳng ai còn tâm trí đâu mà nghĩ đến nữa.

Nhiều loại cảm xúc tiêu cực chồng chất khiến tôi, trong căn nhà tồi tàn nhỏ hẹp, càng cảm thấy tồi tệ cực độ. Ngoài viết lách, tôi chỉ biết lái xe đi loanh quanh vô định. Tôi thậm chí đã ra bờ sông Los Angeles thu nhặt hàng chục hạt thầu dầu. Trước đó, tôi từng thấy những cây thầu dầu dại mọc tràn trề trên vùng đất sỏi đá, và cũng đã tìm hiểu kỹ trên mạng về độc tính cũng như liều lượng gây chết người của nó.

Hy vọng sống đã xuất hiện vào chiều ngày 16 tháng 1 đầu năm mới.

Trước đó, tôi đã nhiều lần cố gắng đăng ký làm tài xế trên các nền tảng gọi xe như Uber, Lyft và các nền tảng giao đồ ăn như Panda, DoorDash, nhưng đều không thành công: hoặc là bằng lái không phù hợp, hoặc là lượng tài xế đã đủ nên tạm ngừng tuyển thêm. Uber yêu cầu về xe và thẻ lao động (work permit) tôi đều đáp ứng, nhưng thời gian có bằng lái xe tại Mỹ phải đủ một năm. Tôi lấy bằng lần đầu vào ngày 16 tháng 1 năm ngoái tại thành phố Reno, bang Nevada. Ở đây cần giải thích một chút tại sao tôi lại lặn lội đường xa hàng ngàn dặm đến tận Reno để thi bằng lái. Do khi mới đến Los Angeles tôi chẳng biết gì, người hướng dẫn tôi đăng ký thi là anh A Vỹ cũng không nói rõ, nên khi đi nộp hồ sơ tôi đã không mang theo giấy tờ nhập cảnh I-94 cần thiết. Nhân viên của Cục Quản lý Lộ vận (DMV) cứ thế nhận các giấy tờ khác theo thủ tục, và hồ sơ bị đưa vào quy trình thẩm tra danh tính của Bộ An ninh Nội địa. Mọi thủ tục của chính phủ Mỹ, một khi đã bắt đầu, nghĩa là bạn chỉ có thể đi tiếp trên cây cầu độc mộc đó cho đến cùng. Chờ đợi trong vô vọng, cách duy nhất để kiểm tra khi nào hoặc liệu hồ sơ có thông qua hay không là gọi vào một số điện thoại mà tôi đã bấm hơn 1000 lần nhưng chưa bao giờ gặp được người trực. Sau khi tốn 200 USD nhờ một cư dân mạng (người có thể gọi thông được số đó) giúp đỡ, tôi lại đợi thêm một tháng nữa vẫn không nhận được thư phản hồi, và có người bảo tôi có lẽ phải đợi ba tháng hoặc nửa năm. Sau khi hy vọng và lòng tin bị vắt kiệt, tôi chọn đến Reno – nơi có bạn bè – để xin bằng lái. Tổng cộng tôi đã đi lại ba lần bằng cả máy bay và ô tô, coi như tốn một khoản tiền lớn để có được tấm bằng lái xe – nhu cầu thiết yếu để sống và làm việc tại "quốc gia trên bánh xe" này.

Thật đúng là duyên số, sáng hôm đó khi bằng lái vừa tròn một năm, tôi gửi đơn lên nền tảng Uber, đến chiều đã thông qua vòng kiểm tra lý lịch, và tín hiệu có thể nhận đơn xuất hiện trên điện thoại. Màn hình hiện lên toàn tiếng Anh, tôi đọc chữ được chữ mất nhưng lòng thì nôn nóng muốn nhận đơn ngay. Trời ạ, cuối cùng tôi cũng có cơ hội kiếm tiền rồi! Tôi từng bao nhiêu lần nói với gia đình rằng ở Mỹ lái Uber có thể kiếm được vài ngàn, thậm chí cả vạn đô la mỗi tháng, nhưng đáp lại luôn là sự hoài nghi, thậm chí là mỉa mai rằng tôi đang mơ mộng quá hão huyền về nước Mỹ, suốt ngày chỉ biết bốc phét. Bây giờ, tôi có thể chứng minh những gì mình nói là đúng. Gần như không chút do dự, tôi ném tất cả năm hạt thầu dầu kia vào thùng rác. Tôi có thể bắt đầu cuộc đời mới rồi!

Nhanh như cắt, ngón tay tôi nhấn vào nút nhận đơn, lập tức hiện ra một cuốc xe giá 4 USD. Thậm chí tôi chưa từng hỏi ai về cách thao tác hay những điều cần lưu ý, chỉ mới xem qua video hướng dẫn trên ứng dụng. Thật sự là tim đập rộn ràng, tay run lẩy bẩy, chân bước thoăn thoắt, tôi chạy ra xe nổ máy và xuất phát theo định vị. Điều nực cười là, khi đến nơi tôi mới biết mình đã nhầm lẫn điểm trả khách thành điểm đón khách. Nghĩa là, khách vốn dĩ ở ngay gần căn hộ tôi ở, vậy mà tôi chưa đón được khách đã nhấn "pick-up" (đã đón khách) và chạy thẳng đến điểm "drop-off" (trả khách). Chẳng sợ mọi người cười chê, đến lúc đó tôi mới thực sự hiểu cách dùng của "pick-up" và "drop-off", dù trước đó đã từng học qua hai từ này. May sao cuối cùng khi tôi nhấn "drop-off" và nhận được 4 USD, tôi đã xin lỗi khách, và họ cũng không yêu cầu hoàn tiền hay khiếu nại. Cứ thế, tôi đã hoàn thành cuốc xe công nghệ đầu tiên trong đời theo cách "râu ông nọ chắp cằm bà kia", kiếm được 4 USD đầu tiên tại Mỹ.

Ngành nào cũng có bí quyết của ngành đó, đã định dựa vào Uber để kiếm tiền thì phải vừa làm vừa học, vừa làm vừa suy ngẫm, thậm chí là nghiên cứu sâu sắc. Tôi tự yêu cầu bản thân phải trở thành một tài xế Uber Mỹ hạnh phúc, phải kiếm được tiền để cải thiện cuộc sống của mình.

Tôi coi nửa cuối tháng Một là giai đoạn thử nghiệm và mày mò, dồn toàn bộ thời gian có thể, trừ lúc ngủ. Thực tế, cũng có khi tôi thức dậy từ nửa đêm để chạy xe nhận cuốc, bởi tôi không chỉ cần làm quen với việc điều phối và phục vụ, mà còn cần hiểu rõ các khu vực địa lý, cũng như nắm bắt quy luật về lượng khách và giá cả theo từng khung giờ. Sang tháng Hai, tôi đã thực sự trở thành một tài xế Uber chuyên nghiệp. Tổng thu nhập tháng Hai của tôi khoảng 8.300 USD, bao gồm doanh thu chuyến đi khoảng 5.900 USD, tiền tip khoảng 1.200 USD và tiền thưởng từ nền tảng khoảng 1.200 USD. Trong suốt 28 ngày, ngày nào tôi cũng xuống đường cung cấp dịch vụ, dẫu không hẳn là lúc nào cũng ôm vô lăng. Tôi tận dụng các buổi gặp gỡ bạn bè cần thiết để nhận tiện một cuốc xe trên đường đi hoặc về. Tính trung bình, để đạt được mức thu nhập này, tôi cần khoảng 10 tiếng lái xe mỗi ngày, trong khi thời gian trực tuyến (online) trên ứng dụng vượt quá 13 tiếng. Theo đạo luật lao động liên quan của bang California, công ty Uber phải chi trả một khoản trợ cấp bảo hiểm y tế mỗi quý; sau này tôi lĩnh được mức trung bình mỗi tháng khoảng 440 USD.

Tôi cũng tự lập một danh sách tổng chi tiêu cho tháng Hai. Nhiều năm qua, tôi đã hình thành thói quen ghi chép, nhưng tôi không phải kiểu người chi li tính toán từng đồng, tôi chỉ muốn để những gì mình từng làm, từng viết có thể được truy xuất ngay khi cần, và cũng là để sau này có một hồi ức đẹp để nhìn lại. Tổng chi tiêu tháng đó khoảng 3.500 USD, bao gồm: tiền thuê nhà 700 USD, ăn uống 900 USD, xăng xe 1.300 USD, bảo hiểm cá nhân, bảo hiểm xe và bảo trì khoảng 600 USD.

Ở Mỹ, việc thuê nhà hay mua nhà chỉ cần cách nhau một con phố hoặc 10 phút lái xe là giá cả đã khác biệt một trời một vực. Một người độc thân có thể chi 2.000–3.000 USD để thuê căn hộ chung cư (apartment), cũng có thể chi hơn 1.000 USD thuê nhà riêng (house), hoặc chỉ tốn vài trăm USD để thuê kiểu "nhà tồi tàn" (shack) như tôi. Ăn uống một mình không tốn bao nhiêu, vì khi chạy Uber tôi không tự nấu nướng nữa; mỗi ngày một bữa đồ Hoa tính cả tiền tip tối đa là 20 USD, một suất burger khoảng 13 USD. Có thể khẳng định rằng, số tiền này đủ để ăn no và ăn ngon, cơ bản đáp ứng đủ thịt, rau và đồ uống. Thời gian trước, giá xăng ở California chỉ khoảng 4 USD/gallon, sang tháng Hai tăng lên khoảng 4,6 USD, mức này đối với tài xế Uber là khá cao. Người California tự nhận xăng ở đây có tiêu chuẩn cao nhất và đơn giá đắt nhất thế giới, đó chắc chắn là cách nói quá. Tuy nhiên, ở đa số các bang khác của Mỹ, giá xăng thực sự thường chỉ bằng khoảng 70% so với California.

Thu chi bù trừ đồng nghĩa với việc mỗi tháng tôi có thể dư ra hơn 5.000 USD. Có người nói mức đó chưa trừ thuế thu nhập năm, tôi không đồng ý với cách nói đó. Bởi tôi đã tự bỏ ra 100 USD để đăng ký công ty trực tuyến, rồi nhờ kế toán giúp đăng ký trên nền tảng Uber; mọi thu nhập và báo thuế đều quy về công ty, còn tôi lĩnh lương từ công ty. Sau một vài thao tác nghiệp vụ, đến cuối năm chỉ cần sổ sách công ty phản ánh không có lợi nhuận thì gần như không phải đóng thuế hoặc chỉ đóng một khoản rất nhỏ. Còn về chi phí xe cộ, dựa trên chiếc SUV Toyota mới mua của tôi, giá xe chỉ tương đương với nửa năm thu nhập ròng.

Điều bất ngờ nhất khi trở thành tài xế Uber chính là khoản trợ cấp bảo hiểm y tế; số tiền nhận được nhiều gấp ba bốn lần chi phí cá nhân thực tế phải đóng. Tôi tham gia chương trình bảo hiểm y tế giá rẻ (Obamacare), mỗi tháng đóng khoảng 100 USD phí bảo hiểm. Khi đi khám bệnh, ban đầu cá nhân tự chi trả cho bệnh viện đến mức 3.000 USD, sau đó toàn bộ chi phí y tế trọn đời sẽ do bảo hiểm chi trả toàn phần. Ngoài ra, công ty Uber còn bắt buộc phải mua bảo hiểm tai nạn với mức bồi thường tối đa 1 triệu USD cho tài xế theo luật định, tài xế chỉ cần tự mua bảo hiểm xe thông thường là đủ.

Tôi yêu thích viết lách, nên việc khảo sát xã hội là không thể thiếu. Theo nghĩa này, lái Uber giống như mở ra cho tôi một tầm nhìn thoáng đạt và một không gian thông tin khổng lồ. Ví dụ, tôi đã tìm hiểu và phân tích thấy tài xế Uber đại khái có ba loại hình làm việc:

Thứ nhất là loại hình bán thời gian, xã hội Mỹ có rất nhiều tài xế gọi xe bán thời gian. Bởi lẽ, dịch vụ gọi xe vừa là một công việc và cách tồn tại ở tầng lớp thấp nhất, vừa là nhu cầu tất yếu và cấp bách của nhiều người, đồng thời cũng là một hình thức hoạt động giao tế và môi trường hiệu quả nhất. Tài xế bán thời gian thường làm việc trung bình 15–25 giờ mỗi tuần, có thể nhận được khoản trợ cấp y tế tương đương 41% mức phí bảo hiểm toàn phần trung bình tháng tại California.

Thứ hai là loại hình toàn thời gian tự tại, đây là nhóm tôi bắt gặp nhiều nhất, bao gồm cả người da trắng bản địa lẫn người da màu nhập cư. Tôi gọi là "tự tại" vì Đề án 22 (Proposition 22) của luật pháp California đã trao cho họ cơ hội "làm việc tự do". Theo Đề án 22, tài xế gọi xe làm việc trung bình trên 25 giờ mỗi tuần phải được đảm bảo thu nhập tối thiểu; công thức tính là: lương giờ tối thiểu của California (16 USD) x 120% = 19,2 USD, cộng thêm trợ cấp lộ trình 0,36 USD/dặm. Tương đương với việc nếu một tài xế từ lúc nhận khách đến khi kết thúc chuyến đi mất 1 giờ và đi được 30 dặm, thì thu nhập tối thiểu cho chuyến đó là 30 USD. Bất kể giá thanh toán thực tế mà Uber đưa ra lúc đó là bao nhiêu, phần thiếu hụt sẽ được bù đắp. Tất nhiên, nếu trong hai tuần làm việc liên tiếp, thu nhập đơn giá thực tế của tài xế (không tính tiền tip) cao hơn mức bảo đảm tối thiểu thì sẽ không có trợ cấp thêm. Trong tình huống này, lượng lớn tài xế Uber có thể thong dong ôm vô lăng, chỉ cần mỗi ngày phục vụ khoảng 6 tiếng (thường cần bật ứng dụng 7–8 tiếng) là thu nhập hơn 5.000 USD mỗi tháng không phải là mơ. Chi phí sinh hoạt của nhóm này cũng khá thấp: thuế bất động sản khoảng 1% giá trị nhà mỗi năm; tiền xăng, bảo trì và bảo hiểm xe trung bình 0,2 USD/dặm là đủ bao phủ; phần còn lại là dành cho ăn uống, may mặc và tận hưởng cuộc sống.

Thứ ba là loại hình toàn thời gian phát triển, đây là những cá nhân kiệt xuất đạt cấp độ Kim cương trên nền tảng Uber, thu nhập trên vạn đô mỗi tháng không phải là mơ, và tôi chính là một trong số đó. Tôi coi việc lái xe công nghệ là một nghề nghiệp trong ngành dịch vụ, bởi tôi biết rằng bất kỳ ngành nghề hay công việc nào, một khi đã tiến tới sự chuyên nghiệp hóa, sẽ có vô vàn khả năng xảy ra. Ví dụ như tiền tip: như tôi đã nói, trong tháng Hai, tiền tip của tôi chiếm 20% doanh thu chuyến đi, có ngày cao nhất lên tới 50%, giúp tôi có thể nghỉ ngơi sớm. Việc kiếm tiền tip vừa có bí quyết, mẹo vặt, vừa mang ý nghĩa "vị tha". Thực tế, dù làm cách nào đi nữa, nếu chỉ tính doanh thu chuyến đi bình thường chia đều trong chu kỳ làm việc thì rất khó đạt được tiêu chuẩn bảo đảm thu nhập tối thiểu. Thế nhưng, việc nâng cao tỷ lệ giữa thời gian di chuyển và thời gian trực tuyến, tăng thu nhập từ tiền tip và cải thiện sự thoải mái khi lái xe là điều mà một tài xế toàn thời gian theo hướng phát triển luôn nỗ lực thực hiện.

Có những vị khách tăng thêm tiền tip qua ứng dụng sau ba hoặc năm ngày; có khách báo cho tôi ngay trước khi xuống xe rằng đã tip qua ứng dụng hoặc đưa tiền mặt; lại có khách trả tiền tip gấp đôi, gấp ba hoặc nhiều hơn cả tiền cước chuyến đi. Hãy thử nghĩ xem, tại sao? Đó là vì lao động và sự phục vụ của tôi khiến khách hàng thấy thoải mái và hài lòng, họ muốn bày tỏ sự cảm ơn và tôn trọng thông qua tiền tip. Những người da trắng gốc Âu, người Nhật gốc Á, đủ loại người gốc Nam Mỹ, hay cư dân ở các khu nhà giàu — những đối tượng này có xác suất trả tiền tip rất cao.

Nền tảng Uber cung cấp nhiều hình thức kiếm tiền như: chở khách, giao đồ ăn hoặc quà tặng, chở thú cưng, mua hộ. Với những người không thành thạo tiếng Anh, họ không phù hợp để nhận dịch vụ mua hộ. Vậy không biết tiếng Anh có lái được Uber không? Tất nhiên là được, nhưng bạn sẽ phải đối mặt với đủ loại khó khăn đau đầu và những tình huống ê chề, đồng thời rất khó kiếm được tiền tip. Biết nói tiếng Anh cơ bản, đồng thời nhanh chóng nâng cao kỹ năng nghe nói trong quá trình làm việc, giúp đỡ khách hàng những lúc cấp bách và khiến họ vui vẻ là điều mà một tài xế Uber chuyên nghiệp cần làm được. Với một cuốc xe Uber thông thường, tài xế chỉ có khoảng 3 giây để quyết định có nhận đơn hay không dựa trên đơn giá, đánh giá của khách, điểm đến và loại hình chuyến đi hiển thị trên màn hình; điều này thử thách trình độ tiếng Anh, sự thông thuộc môi trường và khả năng phản xạ của tài xế. Với riêng tôi, từ khi lái Uber, tôi đã dám mở miệng nói tiếng Anh và dần dần có thể trò chuyện đơn giản (dù còn hơi lắp bắp) với khách hàng.

Lái xe ở Mỹ tương đối dễ dàng: thứ nhất là trừ những khu phố thương mại cực kỳ sầm uất, tuyệt đại đa số các cung đường và khung giờ gần như không có người đi bộ hay xe đạp. Thứ hai là xác suất xe hỏng hóc cơ giới cực thấp, các dòng xe không quá phức tạp, tai nạn giao thông cũng hiếm khi bắt gặp. Thứ ba là không có vị khách nào yêu cầu phải chạy nhanh hơn nữa để đến đích, thời gian và bầu không khí rất thư thả. Tất nhiên, cũng có những lúc khó khăn. Chẳng hạn, việc đối chiếu giữa định vị và biển báo giao thông là một thử thách; đường sá đa phần quanh co hoặc đan xen bất quy tắc và phức tạp, biển báo vừa ít vừa khó nhìn rõ; tốc độ xe trên cao tốc cực kỳ nhanh, đòi hỏi phải luôn thận trọng nhưng đồng thời cũng phải duy trì tốc độ nhanh tương ứng mới đảm bảo an toàn.

Cuối tháng Hai, tôi đã trở thành tài xế hạng Kim cương của Uber, được giảm giá xăng 10%–15%, mỗi khi đến sân bay đều được ưu tiên nhận đơn giữa hàng dài tài xế đang chờ đợi, và nhận được nhiều cuốc xe hạng Comfort sang trọng với giá cao hơn. Từ chỗ bế tắc trước môi trường thành phố xa lạ, không biết gì về ngành dịch vụ gọi xe, cho đến khi trở thành một phần của đội ngũ chuyên nghiệp, nếu ai đó hỏi tôi có vất vả không? Câu trả lời chắc chắn là: Rất vất vả. Thế nhưng, mỗi khi tôi đưa một chai nước, một túi bánh quy nhỏ hay một quả trái cây cho những vị khách đang đói, khát hay mệt mỏi trong cơn bận rộn, nỗi vất vả của tôi lại tan biến. Mà suy cho cùng, có ai, có công việc nào là không vất vả? Đằng sau vinh quang của nhà vô địch là sự khổ luyện, quá khứ của phú thương là sự mài giũa, dưới ngòi bút của văn hào là nỗi thống khổ, và người nắm quyền lực cần sự nhẫn nhịn khi làm chính trị. Tài xế Uber rất vất vả, nhưng sau nỗi vất vả đó, họ có thể cho phép mình ngủ một giấc thật dài, thật ngon, và có thể dành thật nhiều thời gian để ngắm nhìn sự phồn hoa đô hội hay phong hoa tuyết nguyệt của cuộc đời.

Nước Mỹ có tốt không, việc sinh tồn trong xã hội Mỹ khó hay dễ, tôi hy vọng thông qua trải nghiệm của một tài xế Uber mới chân ướt chân ráo đến Mỹ và còn rào cản ngôn ngữ như mình, có thể đưa ra một góc nhìn chân thực về sự thật. Còn việc hiện tại vai trò của tôi có phải là hạng người bình thường nhất, thấp kém nhất trong xã hội Mỹ hay không, hay trước đây ở Trung Quốc tôi có thuộc tầng lớp trung lưu không tầm thường hay không, điều đó đã không còn quan trọng nữa rồi.

Tôi đã lái Uber tổng cộng hai tháng rưỡi. Trong những ngày đó, có những con người và sự việc đủ khiến tôi ghi nhớ suốt đời, và đương nhiên tôi phải ghi lại chúng để thời gian không làm mờ đi ký ức.

Pietro, con trai của một họa sĩ, ngoài ba mươi tuổi, dựa vào nguồn lực của cha mình trong giới nghệ thuật để mở một phòng tranh trên đại lộ Jefferson (Jefferson Blvd). Tôi đón anh ấy vào một buổi hoàng hôn nhạt nắng, bầu trời phía trên Thái Bình Dương hiện ra như một bức màn vàng rực rỡ thường lệ, đổ bóng sâu thẳm về hướng thung lũng San Gabriel. Trên xe là bốn người trẻ tuổi gồm hai nam hai nữ đầy khí chất, kiểu tóc và trang phục thời thượng, toát lên vẻ nghệ thuật đến mức có thể thu hẹp khoảng cách không gian ngay tức khắc. Vừa lên xe chúng tôi đã trò chuyện cởi mở, bắt đầu từ lời khen ngợi của tôi dành cho những chàng trai cô gái tuấn tú này. Họ tràn đầy nụ cười và sức sống thanh xuân. Có người giới thiệu Pietro là một nhà giám tuyển nghệ thuật và khá có tiếng tăm trong giới sáng tạo nghệ thuật hiện đại ở Hollywood. Chúng tôi tự nhiên trở thành bạn bè, trao đổi email và hẹn ngày gặp lại.

Tuần thứ hai, tôi đến phòng tranh của Pietro đúng như đã hẹn, anh đang bài trí cho một buổi triển lãm tác phẩm điêu khắc. Câu chuyện của chúng tôi bắt đầu từ câu hỏi của anh về kinh tế thế giới, bởi việc kinh doanh của anh đang kém đi sau mỗi năm. Những năm trước, tác phẩm nghệ thuật hiện đại ở Mỹ ngày càng sôi động, thị trường khởi sắc, các nghệ sĩ có thể thu được lợi nhuận khá nhờ những tác phẩm nghệ thuật độc đáo và trình độ cao. Thị trường Trung Quốc cũng là một trong những nguồn trưng bày và thu nhập lớn nhất của cha anh cùng bạn bè nghệ sĩ; hơn nữa, những người mua Trung Quốc tin tưởng tuyệt đối vào giá trị của giới nghệ thuật Hollywood, sẵn sàng bỏ ra số tiền lớn để sưu tập. Khoảng từ năm 2018, nhu cầu từ thị trường Trung Quốc hạ nhiệt đột ngột, tình hình năm sau tệ hơn năm trước và ảnh hưởng trực tiếp đến thị trường Mỹ. Giờ đây, những tác phẩm dày công sáng tạo nhiều khi không đổi lại được chi phí sinh hoạt cho nghệ sĩ. Việc trưng bày và điều hành phòng tranh, anh buộc phải cùng hai nhân viên bỏ ra cả thời gian lẫn sức lực; nếu không phải vì bất động sản là của nhà mình không tốn tiền thuê, có lẽ anh đã không trụ vững. Anh hỏi tôi: Thế giới bị làm sao vậy? Trung Quốc bị làm sao? Mỹ lại bị làm sao? Sự suy thoái kinh tế này mang tính chu kỳ hay là dài hạn, và khi nào mới có thể thoát khỏi bóng tối u ám này?

Tất nhiên tôi không thể đưa ra một câu trả lời chính xác. Tôi bắt đầu nói từ chiến lược ngoại giao cuối những năm 1960 khi Tổng thống Nixon mới nhậm chức; khó khăn lớn nhất bủa vây Tổng thống Nixon lúc bấy giờ là các sản phẩm công nghệ chất lượng cao tiên tiến của Mỹ không thể xuất khẩu ra thế giới, điều đó đồng nghĩa với việc mọi hoạt động nghiên cứu đổi mới chỉ trở thành sự tiêu hao và tổn thất chứ không phải là sự tăng trưởng sức sản xuất. Tiếp đó, tôi nói về sự trỗi dậy của kinh tế Trung Quốc, cũng như những lợi thế, sự cạnh tranh và mâu thuẫn giữa hai nước Trung-Mỹ. Khoảng năm 2016, giới chính trị và học thuật Mỹ đã đạt được sự đồng thuận cao độ, nhấn nút cạnh tranh và tuyên chiến với Trung Quốc, đó là cuộc chiến thương mại, chiến tranh công nghệ và chiến tranh tài chính. Chúng ta có lẽ không thể phân định ai đúng ai sai, vấn đề là phán đoán và quyết sách của chính phủ Trung Quốc là đối đầu cứng rắn, nghênh chiến. Xét về mặt sự kiện, ngay cả khi không có đại dịch COVID-19 bùng phát, ai có thể đảm bảo rằng sẽ không có những sự kiện khác bị đẩy lên cao và phóng đại ra không? Giống như trận hỏa hoạn ở Los Angeles vừa qua, người Mỹ các bạn đều cho là thiên tai, là lửa rừng, nhưng có lẽ chỉ có Chúa mới biết đó thực sự là gì.

Khi nào kinh tế mới thoát khỏi suy thoái, tôi không biết, nhưng tôi biết rằng sự chia rẽ cực độ của chính trị Mỹ và định nghĩa cực đoan về các vấn đề, sự "khối sắt đồng nhất" của chính trị Trung Quốc, sự phục hồi của chủ nghĩa bảo thủ trong chính trị Anh và Châu Âu — tất cả đều là xu hướng ảnh hưởng tiêu cực đến môi trường kinh tế xã hội lớn trong 5 năm, 10 năm tới. Mặc dù môi trường tồi tệ đến đâu vẫn luôn có cơ hội tốt, nhưng đối với những người khởi nghiệp và nhà đầu tư, điều đó đồng nghĩa với chu kỳ dài hơn và rủi ro lớn hơn.

Khi chúng tôi thảo luận đến mức gay gắt nhất, cảm xúc khiến tay Pietro run lên. Dựa vào độ tuổi và sự theo đuổi, hiểu biết về nghệ thuật của mình, anh nói anh không thể hiểu nổi tại sao những chính trị gia già nua lại muốn dày vò như thế. Cuộc sống vốn dĩ đang yên ổn, thị trường vốn dĩ đang sống động, vậy mà họ cứ cố làm ra nông nỗi này, bắt người dân phải gánh chịu mọi sự tồi tệ.

Ông Hoàng, một người Đài Loan đã gần 70 tuổi, vẻ ngoài trông gầy gò, lếch thếch, thậm chí là có phần nghèo khổ. Trên chuyến xe Uber, tôi được biết ông là một nhà sưu tầm, và từng khởi nghiệp điều hành một nhà máy điện tử ở Đông Quản suốt gần 20 năm. Khi xuống xe trước cửa nhà, ông mời tôi vào tham quan nơi ở và các bộ sưu tập của mình. Điều khiến tôi bất ngờ là ông một mình trông coi hai căn nhà lớn nằm sát nhau; ngoài không gian sinh hoạt và trưng bày cá nhân, phần lớn các phòng đều được cho thuê. Có hơn mười người đang thuê trọ tại đây, đến từ Trung Quốc đại lục, Mexico, Nam Mỹ, và cả một cảnh sát Mỹ đã nghỉ hưu thuê ở đây gần mười năm. Ông có một chiếc máy tính màn hình siêu lớn, dành phần lớn thời gian để theo dõi thị trường và giá cả các món đồ sưu tầm. Bộ sưu tập của ông chủ yếu là các bức sơn dầu cổ điển. Câu chuyện giữa chúng tôi bắt đầu từ những vấn đề mà tôi cảm thấy hứng thú.

Về dự án khởi nghiệp của ông ở Đông Quản. Ông kể rằng mình mở nhà máy điện tử đó từ năm ngoài ba mươi tuổi, bắt nguồn từ việc lúc bấy giờ Đài Loan sở hữu đủ loại công nghệ linh kiện và quy trình sản xuất, trong khi Trung Quốc đại lục lại có nhu cầu khổng lồ tăng vọt theo từng năm. Nhà máy của ông là nhà cung cấp thượng nguồn không thể thiếu cho các loại thiết bị gia dụng; đơn hàng dồi dào, lợi nhuận kếch xù, môi trường kinh doanh cực kỳ thân thiện, chính quyền địa phương thậm chí còn dành cho những ông chủ gốc Đài Loan như ông những đãi ngộ vượt xa cả công dân nước họ. Lúc cao điểm, nhà máy có hơn 600 nhân viên. Sự chuyển biến bắt đầu từ khoảng năm 2015. Đầu tiên là vào năm 2013, thị trường bất động sản Trung Quốc đình trệ, đơn hàng giảm sút. Tiếp đó là các đối thủ cùng ngành xuất hiện ngày càng nhiều, dẫn đến dư thừa năng lực sản xuất, cạnh tranh khốc liệt; chính quyền địa phương cũng dần xem nhẹ những nhà máy như của ông, coi đó là ngành công nghiệp truyền thống lạc hậu. Giá cả ngày càng thấp, chi phí ngày càng cao, lợi nhuận mỏng dần rồi bắt đầu thua lỗ. Dù ông có đối đãi tốt với nhân viên thế nào họ cũng vẫn bất mãn; hễ ra cơ quan chính quyền để trọng tài tranh chấp lao động là nhà máy cầm chắc phần thua. Trong tình cảnh bất khả kháng, ông quyết định từ bỏ. Nhưng vì có tình cảm với những quản lý cấp cao và nhân sự nòng cốt đã theo mình nhiều năm, không muốn họ thất nghiệp, ông đã chuyển nhượng vô điều kiện cổ phần, quyền sử dụng đất, nhà xưởng và thiết bị cho các nhân viên chủ chốt, chỉ mang theo số tiền mặt lợi nhuận còn dư. Nhà máy đó hiện vẫn đang hoạt động nhưng nghe nói chỉ còn vài chục người, và ông cũng chưa từng quay lại đó. Giờ đây, ông trông nom nhà cửa ở Mỹ, bà vợ ở Đài Loan trông vài căn nhà khác, ngoài ra họ còn có nhà ở Pháp, Anh và Thụy Sĩ.

Về mô hình kinh doanh đồ sưu tầm. Ông dẫn tôi đi tham quan các tác phẩm treo và xếp chồng khắp nơi từ trên lầu xuống dưới nhà, chủ yếu là tranh sơn dầu, đồ cổ ít hơn. Sau đó ông mở máy tính cho tôi xem qua tình hình kinh doanh. Ông nói vài năm nay thị trường giao dịch và giá cả đồ sưu tầm không tốt do ảnh hưởng từ sự suy thoái kinh tế của các nền kinh tế lớn trên thế giới. Đồ sưu tầm của ông đa phần có giá trị cao, khó lưu thông, lại vì yêu thích nên không nỡ bán, ý nghĩa lớn nhất của việc sưu tầm chính là sự sở hữu. Tuy nhiên, với ông, thị trường đi xuống lại là cơ hội để mua được những món đồ yêu thích với giá thấp hơn; và khi có nhiều đồ cổ hơn thì nhu cầu trưng bày cũng lớn hơn. Các bảo tàng, triển lãm và buổi đấu giá luôn có nhu cầu về các món đồ quý hiếm giá trị cao, từ đó thúc đẩy thị trường cho thuê. Các bộ sưu tập của ông thường xuyên được cho khách hàng ở châu Âu, Trung Đông và Mỹ thuê lại. Trong quá trình thuê, khách hàng không chỉ trả tiền thuê mà còn phải trả phí bảo hiểm để bảo đảm giá trị trước các rủi ro vận chuyển, hư hỏng hay mất mát. Cũng có khả năng trong thời gian trưng bày, có người trả giá cao để mua lại, và giao dịch sẽ được thực hiện tùy theo tình hình. Ông Hoàng nói rằng giá trị của văn hóa, văn nghệ và cổ vật không chỉ nằm ở giá trị tài sản bản thân chúng; sự trỗi dậy của thị trường này có thể phái sinh ra rất nhiều ngành nghề và cơ hội nghề nghiệp mới. Trong khi đó, tại Trung Quốc đại lục những năm gần đây, lĩnh vực sưu tầm và nghệ thuật đã trở nên rất tồi tệ. Dù điều này ảnh hưởng đến sự ảm đạm của thị trường toàn cầu cùng loại, nhưng nó cũng đồng thời gây tổn thương nghiêm trọng cho chính họ.

Về hiện trạng cuộc sống và tuổi già. Đây là một chủ đề rất thực tế. Vẻ lếch thếch bên ngoài và sự lẻ bóng bên trong của ông, dù không hẳn gọi là cô đơn, nhưng sự lẻ bóng là có thật, theo góc nhìn của tôi. Chính vì đã tận thấy sự giàu có của ông, tôi càng muốn ông mở lòng về chủ đề muôn thuở này.

Ông Hoàng nói, dĩ nhiên ông biết mình đã sắp đến tuổi gần đất xa trời; nếu một ngày cơ thể không còn đủ sức để duy trì sở thích, ông sẽ nghiêm túc dưỡng già, sống một thời gian ở nhà tại London, rồi lại sang Zurich một thời gian, hoặc về Đài Loan thăm vợ. Ông đã quen sống một mình và không muốn thay đổi. Hai con trai của ông, một người là Tiến sĩ Y khoa, một người là Tiến sĩ Trí tuệ nhân tạo (AI); bản thân và gia đình họ không cần phải thừa kế tài sản, vì vậy ông sẽ hiến tặng toàn bộ bộ sưu tập cho bảo tàng. Hồi nhỏ ở Đài Loan ông từng tiếp thụ một lối giáo dục rằng: đời người nên được tính là 600 năm, chia làm bốn giai đoạn: 50 năm đầu đời là học tập và xây dựng nền tảng; 50 năm tiếp theo là làm việc và tích lũy; 200 năm sau khi chết là sự tồn tại và lắng đọng; và 300 năm tiếp đó là sự lan tỏa và tầm ảnh hưởng. Vì vậy, ông nói mình chẳng có gì phải vội, sinh mệnh vẫn còn một khoảng cách thời gian rất xa xôi.

Paulo, một người Brazil ngoài 50 tuổi, vì công ty ở Brazil không thể duy trì được nữa nên đã trốn chạy đến Mỹ vài ngày trước. Đêm đó lên xe, ông chủ động bắt chuyện với tôi; ông đã uống chút rượu, tâm trạng buồn bã. Tôi vừa chậm rãi lái xe, vừa trò chuyện với ông thông qua ứng dụng dịch thuật trên điện thoại. Ông nói chính trị Brazil những năm gần đây hoặc là cực đoan, hoặc là đối kháng, kinh tế đã rơi vào tình trạng trì trệ thảm hại. Hệ thống quan liêu tham nhũng và quyền lực cần tiền, nên đã tìm mọi cách xoay tiền trên lưng các doanh nghiệp lớn nhỏ; họ kiểm tra xem kinh doanh có đúng luật không, thuế má có đúng luật không, truy quét ngược lại 10 năm, 20 năm, thậm chí 30 năm, mục đích chỉ có một: vòi tiền. Các doanh nghiệp Brazil nhiều năm qua phải đối mặt với hơn 50 danh mục thuế phí, chính phủ thường xuyên thay đổi chính sách hướng vào doanh nghiệp; chỉ cần bị truy quét là gần như mọi doanh nghiệp đều bị khui ra sai phạm. Ông tiếp quản công ty dược phẩm từ tay cha mình, đã kinh doanh hơn 30 năm, nhưng cách đây không lâu bị chính phủ truy quét và đối mặt với khoản thuế và phạt lên đến hàng triệu USD. Không có tiền đóng, lại đứng trước nguy cơ tù tội, ông đành từ bỏ kinh doanh và một thân một mình đến Mỹ. Ông cần nhanh chóng ổn định và tìm cách mưu sinh tại đây, vì ở quê nhà còn cha mẹ già, cùng vợ và ba đứa con đang đi học; ít nhất ông cũng phải tìm cách đưa vợ con sớm sang Mỹ đoàn tụ. Ông nói khó quá, thậm chí không biết làm thế nào để xin được danh phận ở Mỹ, làm sao để bắt đầu cuộc sống mới.

Tôi dĩ nhiên thấu hiểu cảnh ngộ của ông. Chính trị Brazil những năm qua đi theo hướng cực "tả" thân Nga; Bolsonaro thua cử nhưng không phục, âm mưu đảo chính rồi sau đó bị kết án 27 năm tù. Kinh tế trong mười năm qua đã trải qua suy thoái sâu sắc, tăng trưởng đình trệ kéo dài, phục hồi chậm chạp, lạm phát và chi phí tín dụng tăng cao thường xuyên xảy ra, vẫn chưa thoát khỏi bóng tối. Tôi kể sơ qua cho Paulo nghe về tình hình của mình, chia sẻ những kinh nghiệm ít ỏi về việc cầm cự và sinh tồn ở Mỹ cho ông, rồi chúng tôi trao đổi thông tin liên lạc.

Giáo sư Leiao là hành khách tôi đón tại Viện Công nghệ California (Caltech), ông vừa tham gia một hội nghị học thuật xong. Ông trò chuyện với tôi bằng vốn tiếng Trung còn gượng nghịu, nhưng sau khi biết tôi là thành viên của hiệp hội các giáo sư người Hoa tại nhiều trường đại học Nam California, ông trở nên cởi mở hơn. Là thế hệ người Hoa nhập cư thứ hai gốc Thượng Hải, lại là một nhà khoa học trong lĩnh vực máy tính, Giáo sư Leiao quan tâm nhiều đến các ứng dụng AI nóng hổi nhất hiện nay và luôn giải đáp được những câu hỏi của tôi.

"Giữa năm ngoái, tôi đã có mặt tại đây nghe bài diễn văn của CEO Nvidia Jensen Huang dành cho sinh viên tốt nghiệp Caltech. Tôi muốn nghe Giáo sư Leiao chia sẻ góc nhìn về công nghệ và thị trường trí tuệ nhân tạo giữa Trung Quốc và Mỹ."

"Nếu anh đã nghe bài diễn văn đó của Jensen Huang, anh sẽ biết Nvidia đang dùng chip và kiến trúc để định nghĩa và tạo ra hệ thống máy tính thế hệ mới. Jensen Huang dám nói mọi thứ, công khai mọi thứ, bởi vì logic tầng thấp và khoa học cơ bản của toàn bộ công nghệ này không phải là chuyện một sớm một chiều, mà là nỗ lực chung của hàng vạn kỹ sư trong hơn mười năm. Theo nghĩa này, về mức độ dẫn đầu trên cùng một lộ trình công nghệ, Trung Quốc đại lục không chỉ không thể vượt qua trong ngắn hạn, mà trong dài hạn cũng chỉ có thể là người đuổi theo. Không chỉ Trung Quốc đại lục, mà cả những nơi có công nghệ bán dẫn hàng đầu thế giới như Nhật Bản, Đức, Hà Lan và Đài Loan cũng chỉ có thể là những người đi theo, trở thành hệ thống chuỗi cung ứng của Nvidia. Nhưng chắc anh cũng nghe nói các doanh nghiệp Trung Quốc đại lục đang huy động thêm hàng vạn kỹ sư dùng phần mềm để định nghĩa sức mạnh tính toán, xây dựng kiến trúc." Giáo sư Leiao nói như đang chia sẻ quan điểm sâu sắc nhất với một người bạn cũ.

"Vâng thưa Giáo sư Leiao, tôi là người ngoài ngành, căn bản không hiểu nổi. Ở Trung Quốc, hết doanh nghiệp này đến doanh nghiệp khác công bố công nghệ AI, còn tuyên bố ngang hàng hoặc vượt cả Nvidia. Đây là do công nghệ thực sự đạt được đột phá, hay là vì điều gì khác?"

"Nên nói thế này, tầng trên của mọi khoa học cơ bản và công nghệ nền tảng chính là ứng dụng. AI cũng không ngoại lệ, nó mang lại hệ thần kinh cho Internet và Internet vạn vật (IoT), giúp dữ liệu lớn (Big Data) được hỗ trợ bởi sức mạnh tính toán khổng lồ đạt được những ứng dụng chưa từng có. Nói đơn giản là ứng dụng dữ liệu lớn vào mọi khía cạnh chính trị, xã hội, thương mại. Khi đã có những mô hình ứng dụng như ChatGPT, lại có nền tảng thị trường của các nền tảng thương mại, việc từ tầng ứng dụng suy ngược lại cách giải quyết vấn đề kỹ thuật sẽ đưa ra phương án dùng phần mềm định nghĩa sức mạnh tính toán và xây dựng kiến trúc. Đạo lý này rất dễ hiểu phải không?"

"Vâng, cái này tôi hiểu, giống như dùng nồi gang hầm thịt và dùng nồi áp suất hầm thịt vậy."

"Ví dụ của anh hơi khiên cưỡng nhưng cũng tương tự. Cách đây vài tháng, tôi vừa được các trường đại học và cơ quan nghiên cứu Trung Quốc mời tham gia một buổi giao lưu; tại đó, tôi đã bày tỏ sự lo ngại về lộ trình công nghệ và mô hình ứng dụng dữ liệu lớn hiện nay của Trung Quốc đại lục. Tại sao? Tôi đứng từ góc độ kinh tế để nhìn vào hiệu quả của nghiên cứu và năng lượng. Trung Quốc đại lục đang dùng những hệ thống phức tạp nhất, công nghệ tốn năng lượng nhất để vận hành các ứng dụng dữ liệu lớn bằng mọi giá, giống như dùng thương vong gấp nhiều lần kẻ thù để đổi lấy chiến thắng trong một trận đánh. Các giáo sư, chuyên gia ở đại lục dường như không hề quan tâm đến cái giá kinh tế, mà coi đó là nhiệm vụ chính trị phải hoàn thành."

"Đúng vậy thưa Giáo sư, Trung Quốc đại lục luôn như thế, trước nhiệm vụ là bất chấp mọi giá!"

"Trong hai tuần ở Trung Quốc đại lục, một cảm nhận trực quan khác về cái giá khổng lồ của AI là hiệu quả đầu ra của ứng dụng dữ liệu lớn cực thấp. Dùng dữ liệu lớn để định vị hành tung của công chức và những người nhạy cảm, dùng dữ liệu lớn để vận hành hàng hóa kém chất lượng và video dung tục, dùng dữ liệu lớn để xây dựng chủ nghĩa hình thức và hệ thống trung ương. Khái niệm này là gì? Mọi ứng dụng dữ liệu lớn đều phải dựa vào điện năng, năng lượng và nhân lực để chống đỡ; nếu trí tuệ nhân tạo lâu dài là một thị trường thương mại tiêu tốn và thua lỗ, không một nền kinh tế nào có thể gánh chịu nổi. Tất nhiên, một số lo ngại của tôi chỉ là nói riêng với vài chuyên gia, nhưng cách hiểu của họ lại là: tiêu thụ năng lượng, dùng điện càng cao càng tốt, vì điều đó chứng tỏ kinh tế đang tăng trưởng!"

"Phân tích và cảm nhận của Giáo sư đều là sự thật đang tồn tại, nhưng gần như không có người Trung Quốc nào ý thức được họ đang kinh doanh, làm việc và sinh sống trong một hệ thống vận hành theo mô hình tiêu tốn và thua lỗ. Không chỉ là AI hay ứng dụng dữ liệu lớn mới nổi, mà tư tưởng 'không phá không xây' của các phong trào chính trị trước đây đã ảnh hưởng sâu sắc và lâu dài đến xã hội; người ta cho rằng một sản phẩm hay công trình không nên làm chất lượng quá tốt, làm càng tệ thì càng sớm phải thay thế, cập nhật, từ đó mới có việc để làm và có tiền để kiếm. Trong ý thức của họ, việc một nhóm người có tiền kiếm được dựa trên sự tiêu hao và tổn thất của nhóm người khác cũng được coi là phát triển kinh tế."

Trước khi xuống xe, Giáo sư Leiao liên tục lắc đầu thở dài. Ông nói với tư cách là đồng bào, nếu cứ tiếp tục kiểu đổi mới công nghệ và cạnh tranh công nghệ như thế này, sẽ chỉ có thêm nhiều thời gian và tiền bạc của người Trung Quốc bị tiêu tốn vô ích. Sẽ có một bộ phận nhỏ được lợi, nhưng điều đó không duy trì được lâu. Bản thân đổi mới công nghệ là đầu tư cao và rủi ro lớn, việc đầu tư khổng lồ bất chấp cái giá phải trả nhưng đầu ra lại thấp hoặc mang tính tiêu tốn như hiện nay sẽ khiến rủi ro ngày qua ngày biến thành thảm họa cho nhiều người hơn.

Có những cuộc gặp gỡ tình cờ mang lại cho tôi niềm vui lái xe và sự bổ ích. Anna là người khiến tôi dễ dàng ghi nhớ sự thực hành và lòng dũng cảm trong tiếng Anh. Anna khoảng bốn mươi tuổi, mọi nét trí tuệ bên trong đều toát ra vẻ đẹp thị giác thông qua những cử chỉ vô tình, cộng thêm vóc dáng thanh mảnh và làn da trắng ngần, truyền đến nhận thức của tôi chỉ bằng hai chữ: cực đẹp. Đó là một buổi chiều mưa hiếm hoi, hoa mộc lan nở những cánh hoa trắng li ti, cây phong linh tím trổ ra vô số chiếc chuông nhỏ; bãi cỏ trải dài và những hàng cọ cao vút thẳng tắp ở bờ biển Santa Monica — điểm cuối của Tuyến đường 66 — trông đặc biệt thanh khiết và thoát tục. Khi cô bước ra khỏi một cửa hàng và đi về phía xe tôi, tôi cũng bung ô đón cô, giúp cô cẩn thận đặt những túi lớn túi nhỏ đồ trang trí nội thất vào cốp xe. Chính xác mà nói, sau khi cô ngồi vào xe, tôi tự nhủ phải trân trọng khoảng thời gian hữu hạn với Blanche Ingram — vị phu nhân quý tộc xinh đẹp trong cuốn sách "Jane Eyre". Đường cao tốc đến bãi biển Hermosa – điểm đến của Anna – bị kẹt xe nghiêm trọng, định vị gợi ý đi dọc theo đường bờ biển từ điểm cực nam của Đường số 1. Qua khỏi sân bay quốc tế Los Angeles, mưa tạnh, trên bầu trời Thái Bình Dương xuất hiện một dải cầu vồng ảo diệu. "Wow, it's very beautiful!" (Wow, đẹp quá!), tôi khẽ thốt lên, đồng thời cô cũng khẽ gọi: "Rainbow!" (Cầu vồng!). Nghe tôi kể rằng việc lái Uber giúp tôi có thêm cơ hội tiếp xúc, học tập và nghe nói tiếng Anh, cô đã khẳng định và khích lệ tôi rằng đó là sự "Practice" (Thực hành) và "Brave" (Dũng cảm).

5. ĐÊM GIAO THỪA

Xét về góc độ sức khỏe, tôi vốn không phù hợp để làm một tài xế chuyên nghiệp, dù bản thân là một người có chuyên môn sâu trong ngành kỹ thuật giao thông, nắm giữ những kỹ năng và kiến giải độc đáo về an toàn và ùn tắc. Để chứng minh năng lực của mình, tôi từng thực hiện một cuộc "thử nghiệm ưu tiên" về lộ trình và thời gian với cả ba hệ thống dẫn đường lớn là Uber, Google và Apple ngay trong một chuyến chở khách. Trước sự chứng kiến của hành khách, khi các hệ thống dẫn đường lần lượt đưa ra lộ trình tối ưu với thời gian từ 62 đến 65 phút, tôi đã đến đích chỉ sau 41 phút theo con đường mình tự chọn. Vị khách đó hỏi tôi tại sao có thể làm được như vậy? Do kỹ thuật hay do may mắn? Câu trả lời của tôi là: Chẳng phải kỹ thuật, càng không phải may mắn; đó là bởi dù đường có tắc nghẽn đến đâu, các công ty dẫn đường, viễn thông, nhiên liệu và xe hơi cũng không chịu bất kỳ tổn thất thực tế nào, ngoại trừ việc người dân phải tốn nhiều tiền hơn và chính phủ bị phàn nàn, còn những công ty đó lại có cơ hội tạo ra nhiều lợi nhuận hơn. Qua vốn tiếng Anh bập bẹ, chậm chạp kết hợp với khua tay múa chân, vị khách đã hiểu lời giải thích của tôi. Ông bảo sẽ trả tiền tip, rằng đó là điều tôi xứng đáng được nhận, và với tư cách là một người lao động thu nhập thấp bình thường ở Mỹ, ông cũng thầm cảm ơn những người như tôi, dù thông thường ông chẳng mấy khi tip khi đi taxi. Thú vị là, hai ngày sau, vị khách đó mới gửi cho tôi 25 USD tiền tip qua hệ thống Uber.

Thực sự là quá vất vả, quá bào mòn sức lực. Dù việc lái Uber mang lại cho tôi sự tiến bộ về tiếng Anh hay những thu hoạch từ trải nghiệm xã hội, cơ thể tôi cũng không thể thích nghi và không còn sức để kiên trì thêm nữa. Bàn về sự chịu thương chịu khó, năm hai mươi tuổi tôi từng đạp xích lô kiếm tiền ở Thượng Hải, năm ba mươi tuổi từng làm việc và viết lách tới mười sáu tiếng mỗi ngày; nhưng giờ nhìn lại, tất cả những điều đó chỉ là vốn liếng của tuổi trẻ. Trong thời gian lái Uber, tôi cũng đã hai lần thử sức với công việc khác nhưng đều thất bại. Một lần tôi nộp đơn xin làm hướng dẫn viên tại Bảo tàng Tổng thống Nixon, xuất phát từ bài viết của tôi về bảo tàng này nên đã nhận được lời mời phỏng vấn, nhưng thực tế họ không cần hướng dẫn viên tiếng Trung. Lần khác, tôi đăng ký và đăng tin cung cấp dịch vụ hướng dẫn viên du lịch bao xe trên vài trang web du lịch tiếng Anh; dù có đơn đặt trước, tôi vẫn phải từ bỏ vì sự nhút nhát trong giao tiếp tiếng Anh.

Quyền lực của nước Mỹ — không, phải là quyền lực của thế giới — đã hoàn tất việc chuyển giao cho Trump. Những du khách và người nhập cư đến từ khắp nơi trên thế giới mà tôi gặp, tuyệt đại đa số đều nói với tôi rằng thế giới hiện tại đang đầy rẫy khó khăn. Tôi đã tiếp xúc với những người Ukraine, người Nga, người Palestine và người Iran bị cuốn vào vòng xoáy chiến tranh. Với các chính trị gia, câu chuyện của năm 2025 mang những kỳ vọng vĩ mô hơn hẳn mọi năm, họ đều đang sục sôi chuẩn bị cho những kế hoạch lớn lao. Còn với những người dân thường, mỗi ngày trôi qua đều là sự chờ đợi không thấy điểm dừng, xen lẫn với sự thất vọng và bất lực hết lần này đến lần khác đối với chính trị.

Rốt cuộc, sự thật của nhân gian trong năm 2025 là gì?

Buổi chiều nhận được tin mẹ già bị đột quỵ nguy kịch, tôi đã vài lần lái xe sai lộ trình. Tôi dĩ nhiên không tiện và cũng không thể về nước thăm nom, điều duy nhất có thể làm là tìm cách gom ít tiền, nhờ vả người thân bạn bè ở bệnh viện hỗ trợ điều phối việc cứu chữa. Những lúc đó, tôi hận bản thân đã không tiếp thu nhiều hơn các kiến thức y khoa phổ thông; nếu biết rằng người già dễ bị đột quỵ vào mùa đông và nếu được thông mạch máu trong vòng 6 giờ vàng thì tình trạng sẽ được cải thiện rõ rệt, mẹ tôi chắc chắn đã không phải chịu cảnh đau đớn bệnh tật tuổi già. Tôi bắt đầu cầu xin sự trợ giúp của thần linh. Tôi đối thoại với chính mình — một kẻ vốn không tin vào tôn giáo cũng chẳng tín ngưỡng Kitô — rằng dù có thể không tin bất cứ điều gì, thì cũng phải tin vào người mẹ đầu tiên của nhân loại: Đức Mẹ Maria. Lần đầu tiên trong đời, tôi thành tâm cầu nguyện và xin Đức Mẹ Maria giúp đỡ, rồi đăng một bức ảnh Đức Mẹ thiêng liêng lên vòng bạn bè (Moments) trên điện thoại. Như có thần linh phù hộ, một tháng sau, dù bác sĩ từng định liệu rằng "không chết cũng liệt", mẹ tôi tuy vĩnh viễn không thể nói năng bình thường nhưng đã có thể bước đi một cách kỳ diệu và được xuất viện về nhà.

Gần đến Tết Nguyên đán, tại một tiệm ăn nhanh của người Hoa, có một người phụ nữ ngoài năm mươi, chân xỏ đôi giày rách, ăn mặc rách rưới, đầu tóc bù xù, đang mỉm cười và chắp tay vái chào từng người trong số mười mấy thực khách người Hoa đang dùng bữa: "Có thể mua giúp tôi một phần cơm không?". Tất cả mọi người đều thờ ơ, bao gồm cả tôi lúc đó. Người phụ nữ ấy đành vừa nhìn những món ăn trong tủ kính, vừa hỏi những thực khách mới đến. Không kết quả, bất lực, nhưng bà cũng không rời đi mà lẳng lặng ngồi vào một góc băng ghế, tiếp tục dõi mắt về phía những người mới vào tiệm. Tôi dùng bữa xong khá nhanh, trước khi đẩy cửa bước ra, thâm tâm tôi tự hỏi và tự tranh biện: Bà ấy có đáng được giúp đỡ không? Thái độ và sự từ chối của hầu hết mọi người là đúng hay sai? Tôi còn nhìn thấy trong tay bà đang nắm chặt 1 USD, chỉ có điều 1 USD đó chẳng thể giải quyết được cơn đói. Một khoảnh khắc sau khi bước ra khỏi cửa, tôi vô thức buộc mình phải lựa chọn: Nên mua cho bà ấy một phần cơm nóng sẵn, hay nên đưa cho bà 10 USD để bà tự đi mua. Tôi dám chắc rằng ngay lúc này bà đang rất cần một phần cơm. Tôi cũng chắc rằng mình đã ăn ở tiệm này rất nhiều lần, nhưng đây là lần đầu tiên có một con người và sự việc như thế xảy ra trong tầm mắt tôi. Cuối cùng, tôi vẫn lấy 12 USD từ ví ra, quay lại tiệm ăn và đưa tiền cho bà. Nhận được tiền, bà đi thẳng tới quầy. Chúng tôi gần như không hề chạm mặt nhau theo đúng nghĩa đen, và cũng hầu như không có thực khách nào thấy hành động quay lại trả tiền của tôi sau khi đã rời đi. Tôi nhanh chóng rời đi một lần nữa.

Người phụ nữ xin cơm trong tiệm ăn nhanh đó, bà ấy có thể là một người lười biếng, một kẻ ngốc nghếch hay một người yếu thế. Theo thói quen của người Trung Quốc chúng ta trong xã hội hiện nay, bất kỳ ai chỉ cần có sức lực và trí tuệ thì không có lý do gì không thể kiếm tiền nuôi thân, vì vậy đừng nên đồng cảm hay cứu giúp những kẻ đi xin. Những năm 1980, 1990 trước đây, làng quê chúng ta thỉnh thoảng vẫn xuất hiện những người xin ăn áo quần rách rưới, đầu tóc bù xù, tay chống gậy, bị chó giữ sủa đuổi, trước ngực hoặc sau lưng đeo một chiếc túi vải dài. Người xin ăn luôn có thể xin được một nắm gạo, ngũ cốc hay một ít thức ăn. Về sau, vào thế kỷ 21, bắt đầu xuất hiện những tin đồn, những thông tin trên mạng xã hội nói rằng những kẻ xin ăn chuyên nghiệp đó có người ở nhà xây lầu cao, có người bí mật sống cảnh sơn hào hải vị. Sự thật thế nào chẳng ai biết, cũng chẳng có nhân vật hào nhoáng hay thành đạt nào có trong sự nghiệp của mình "hũ vàng đầu tiên" nhờ đi xin ăn cả; chẳng ai kiểm chứng, chỉ biết rằng sau này không còn thấy người xin ăn, cũng không thấy người lang thang nữa. Liệu có thực là không còn ai cần xin một bữa cơm, cần lang thang trên phố nữa không? Điều đó chẳng thể biết được.

Sau khi rời khỏi quán ăn, tôi liên tục tự hỏi và tự trả lời: Tại sao? Ngay cả khi bà ấy là một người lười biếng, ngốc nghếch, bẩn thỉu, vô dụng hay bất thường, thì việc bà ấy cần một bữa cơm tại thời điểm đó là sự thật. Đưa cho bà 12 USD thì có sao, liệu điều đó có thực sự ảnh hưởng đến tôi hay đến cuộc sống bình thường của bất kỳ thực khách nào không? Thử nghĩ lại xem, mỗi chúng ta trong đời đều sẽ nhiều lần gặp những người thực sự sa cơ lỡ vận ngay bên cạnh mình, gặp những người khó khăn cần giúp đỡ; liệu chúng ta có giúp đỡ họ khi điều đó không ảnh hưởng đến cuộc sống của chính mình hay không? Và khi chính chúng ta gặp khó khăn cần giúp đỡ, lật tung danh sách bạn bè và liên lạc trên điện thoại mà vẫn hoàn toàn bế tắc, thì lúc đó phải giải thích thế nào? Cho dù một hệ thống cứu trợ xã hội có tốt đến đâu, vẫn luôn có những người yếu thế nằm ngoài hệ thống đó và cần được giúp đỡ.

Đêm ba mươi Tết âm lịch, tôi quyết định tự thưởng cho mình bằng một giấc ngủ thật sâu, dù sao cũng là năm mới rồi. Có thể không có món ngon, có thể không có niềm vui, cũng có thể chẳng còn kỳ vọng, nhưng ngủ thì vẫn có thể. Tôi nghỉ việc sớm, nằm lên giường và mở ra từng thước phim quá khứ lưu trữ trong đại não.

Trên cánh đồng nơi quê nhà, tôi lấy đà rồi bay bổng lên không trung. Tôi đã có ít nhất hai ba mươi lần thực hiện việc "cất cánh" ngay trên giường như thế, và hầu hết đều là bay trên bầu trời quê hương. Tầm nhìn trở nên cực kỳ khoáng đạt, tôi có thể nhìn thấy những thửa ruộng đã từng canh tác, nhìn thấy những con mương từng bắt cá mò tôm, nhìn thấy cha tôi dùng chiếc chậu lớn đựng cám gạo trộn với rau dại băm nhỏ để cho đàn ngỗng ăn. Năm nào ông cũng đặt hy vọng vào đàn ngỗng, mong chờ dùng chúng đổi lấy tiền để lần lượt cưới vợ cho hai thằng con trai đã chẳng còn trẻ trung gì. Ha ha, tôi còn nhìn thấy sau khi cán bộ thôn cưỡng chế kéo đi phần "lương thực miệng" đóng góp theo kiểu "thuế thân lương hoàng" mà nhà tôi phải nộp, mùa thu hoạch của kho thóc công xã kết thúc, phần lương thực của nhà tôi lại nằm gọn trong nhà cán bộ. Cánh đồng dưới tầm mắt khiến lòng tôi khoan khoái lạ thường, dù nó chẳng được coi là mỹ lệ, cũng chẳng phải danh lam thắng cảnh, nhưng tôi nhìn mãi không chán. Tôi bay về phía một đỉnh núi cao nhất, thực ra không gọi là đỉnh núi được, vùng đồi núi thấp này chỉ toàn những ngọn đồi nhỏ, đỉnh cao nhất cũng nằm dưới tầm mắt tôi.

Một người mặc đồ đen đang ngồi trên một phiến đá phẳng khổng lồ, tôi đáp xuống ngay sau lưng ông ta. "Xin hỏi ông là ai? Ông làm gì ở đây?"

"Anh nên cho tôi biết trước, sao anh lại đến được đây?" Người mặc đồ đen không ngoảnh đầu lại, ngồi ngay ngắn ở đó, dường như không cho phép tôi đi lại mà chỉ muốn đối thoại.

"Tôi không biết, tôi cứ bay mãi rồi bay đến đây thôi."

"Hôm nay là Tết, sao anh không ở nhà đón năm mới cùng gia đình?"

"Vì tôi có nhà mà không thể về. Rất nhiều người, hàng triệu, hàng chục triệu người cũng có nhà mà không thể về. Tết mà, qua đi là được rồi."

"Xem ra anh có oán khí rất lớn. Tại sao nhiều người có nhà mà không thể về? Phạm pháp sao?"

"Phạm pháp gì chứ, đều là vì làm ăn, mở doanh nghiệp, mua đất mua nhà rồi nợ nần chồng chất, bị tòa án phán quyết là kẻ bội tín (lão lài), không còn mặt mũi nào về nhà, về nhà cũng bị đòi nợ đủ kiểu, sầu khổ gian nan lắm."

"Tòa án phán quyết là kẻ bội tín? Nợ tiền đâu thể đều là phạm tội. Anh nói tôi nghe xem."

"Không vi phạm pháp luật, cũng chẳng phạm tội, nhưng tòa án là bộ phận của chính phủ, chính phủ lãnh đạo tòa án, còn quản gì đến luật hay không luật nữa. Có quá nhiều điều để nói, tôi có thể kể đơn giản cho ông nghe..."

"Những năm qua, quốc gia mang tiền đem tặng bên ngoài, chính phủ chú trọng làm các siêu dự án bề nổi, các hoạt động trọng đại thì bắt ngừng công ngừng sản, ba năm đại dịch thì phong tỏa khắp nơi. Những mối làm ăn có tiền thì bị lũng đoạn, những việc không ra tiền thì tranh nhau làm. Nói cho cùng, cả cái đất nước này, cái làm ra không bằng cái hao hụt đi. Ngay lúc khó khăn chồng chất này, lãnh đạo quốc gia lại thúc đẩy cải cách với mục tiêu chiến lược là sở hữu công cộng. Nói trắng ra là muốn doanh nghiệp nhà nước chiếm phần lớn, giữ vai trò chủ đạo tuyệt đối, thế là doanh nghiệp tư nhân buộc phải bị chèn ép không gian sống. Không gian ngày càng nhỏ, số lượng ngày càng ít. Tại sao? Vì chiến lược nằm ở chỗ tối, chính sách nằm ở chỗ sáng. Chính sách ở chỗ sáng vẫn cứ rêu rao cho doanh nghiệp tư nhân chính sách tốt, hỗ trợ hay, doanh nghiệp tư nhân thì cứ mơ mộng, hão huyền, lại không phục, không tin vào cái ác, cứ thế vật lộn dằn vặt từng ngày, làm sao không chèn ép, liều mạng với nhau cho được."

"Tôi chính là một kẻ không phục và không tin vào cái ác đó. Thua lỗ liên miên, hão huyền liên miên, rồi lại tìm mọi cách đầu tư để mong thay đổi. Vốn liếng xuất hiện lỗ hổng, đủ loại vay mượn, tín dụng, cho đến khi không thể trả nợ ngân hàng đúng hạn, không còn vay được tiền nữa, đành phải bỏ mặc (bãi làn)."

"Bỏ mặc? Tại sao không phá sản theo pháp luật?" Người mặc đồ đen tiếp lời.

"Điều này phải chia làm hai tầng lý do để nói…

Tầng thứ nhất: Một khi chuỗi cung ứng vốn bị đứt gãy, nợ không thể hoàn trả, chắc chắn phải đối mặt với việc chủ nợ khởi kiện, nhân viên bị nợ lương khởi kiện, dẫn đến việc tòa án ban lệnh hạn chế tiêu dùng cao hoặc phán quyết là người phải thi hành án mất tín nhiệm. Về lý thuyết, trong môi trường pháp trị hiện đại, doanh nghiệp kinh doanh kém có thể xin phá sản theo luật. Nếu có thể vào quy trình phá sản, thực hiện thanh lý hoặc tái cấu trúc, con nợ sẽ có được sự chấm dứt cuối cùng hoặc giảm nhẹ để tái sinh. Nhưng trên thực tế, doanh nghiệp tư nhân, đặc biệt là những công ty thực thể hoạt động nhiều năm, ít nhiều đều tồn tại những khiếm khuyết như sổ sách không khớp với tiền mặt, không khớp với hàng hóa, không khớp với chứng từ, cấu trúc quản trị pháp nhân không quy phạm… dẫn đến việc không đủ điều kiện kiểm toán tài chính theo yêu cầu của quy trình phá sản, không có khả năng nộp thuế theo kết quả kiểm toán, nên không thể phá sản.

Tầng thứ hai: Đứng từ góc độ tư bản lũng đoạn nhà nước, phá sản theo luật nghĩa là cần phải thanh lý. Vậy thì, những khoản tiền mà các cơ quan hành chính, sự nghiệp và doanh nghiệp dưới sự lũng đoạn nhà nước đang nợ một doanh nghiệp tư nhân phá sản nào đó, đều nên được tòa án thi hành và chi trả cho chủ nợ của doanh nghiệp tư nhân đó. Điều đó có thể dẫn đến hai tình huống: một là doanh nghiệp đó sau khi đối trừ thì nợ nhẹ đi; hai là sau khi đối trừ doanh nghiệp đó vẫn còn dư tiền. Thực tế, theo dữ liệu nợ chính phủ được công bố công khai, tổng số tiền nợ doanh nghiệp tư nhân vượt xa số tiền tất cả doanh nghiệp tư nhân nợ ngân hàng.

Một khi tạo thành phong trào trên diện rộng, chính phủ sẽ không có khả năng gánh vác. Tòa án, ngân hàng thực chất cũng là các bộ phận của tư bản lũng đoạn nhà nước. Để doanh nghiệp tư nhân đóng cửa, bỏ mặc chứ không cho phá sản theo luật, đối với tư bản lũng đoạn nhà nước mà nói, lợi nhiều hơn hại.

Có người sẽ bảo rằng, những khiếm khuyết như sổ sách không khớp, quản trị không quy phạm hoàn toàn là tự chuốc lấy họa. Thực ra không hẳn vậy, chính phủ trong rất nhiều phương diện như ưu đãi, trợ cấp, hoàn thuế, đấu thầu và cho vay đều tồn tại sai sót và lệch lạc, những khiếm khuyết mang tính hệ thống sẽ đẩy doanh nghiệp đến bờ vực nguy hiểm từng bước một. Còn những vấn đề tự thân phổ biến của doanh nghiệp trong quá trình từ nhỏ đến lớn, xét về luật có thể không dung thứ, nhưng xét về xã hội thì chẳng có hại gì."

"Xem ra tôi hiểu biết quá ít về tình hình thực tế của xã hội. Vậy anh dự định bước tiếp theo thế nào?"

"Nói thật lòng, tôi muốn trở thành một người bình thường, một người tự do. Hơn nữa, vấn đề của tôi không nghiêm trọng, nếu ba loại tài sản lớn của tôi là khoản phải thu (tức là tiền chính phủ và doanh nghiệp nhà nước nợ công ty tôi), đất đai nhà xưởng và quyền sở hữu trí tuệ đều có giá thị trường công bằng, tôi không đến mức mất khả năng thanh toán. Ngay cả khi những tài sản đó mất giá, thì những khoản nợ tích tụ năm qua đều do thua lỗ kinh doanh, mà mặt khác của thua lỗ chính là đã chống đỡ cho lương bổng, nghiên cứu phát triển, lãi suất và thuế phí cho các sự nghiệp xã hội.

Nhưng hiện tại, tôi và hàng triệu, hàng chục triệu ông chủ doanh nghiệp tư nhân buộc phải 'bỏ mặc' liệu có lối thoát không? Thật sự không thấy lối thoát. Bởi lẽ, lệnh hạn chế tiêu dùng hoặc lệnh phán quyết mất tín nhiệm của tòa án gần như không thể gỡ bỏ nếu chưa trả hết nợ. Tất cả tài khoản của công ty và cá nhân tôi bị đóng băng, không thể đi máy bay và tàu cao tốc, không thể đăng ký kinh doanh bất kỳ công ty nào, tương đương với việc mất đi cơ hội làm việc hoặc kinh doanh kiếm tiền, tạo thành một nút thắt chết."

"Thỉnh thoảng về nhà một lần thăm mẹ già lâm bệnh nặng, vào dịp Tết, cũng không được sao?" Người mặc đồ đen vậy mà lại biết mẹ tôi đang bệnh nặng.

"Nếu có nhà, nghĩa là có thể vẫn còn tài sản, tòa án và công an sẽ liên kết phá án để đến tận cửa chặn đường và bắt giữ. Nếu đi máy bay hay tàu cao tốc, ra vào các tụ điểm du lịch, sẽ bị coi là vi phạm lệnh hạn chế tiêu dùng, khi đó sẽ bị khép tội. Ngoài ra, công ty đột ngột không thể duy trì, bỏ mặc, tất yếu tồn tại việc nợ lương, nợ thuế; những khu đất và nhà xưởng chưa giải quyết xong cũng phải gánh thêm thuế tích lũy hàng năm, hai loại nợ này chính xác là phạm vào luật hình sự, cơ quan công an có thể trực tiếp bắt người. Về nhà, chẳng khác nào tự chui đầu vào lưới."

"Anh biết viết lách, tại sao không viết ra những bất công này để nói cho mọi người biết?" Người mặc đồ đen có vẻ đã bắt đầu thấu hiểu tôi.

"Những bài viết nói về vấn đề xã hội, hiện tượng bất công sẽ bị xử lý, xóa bỏ. Có những bài trực diện phẫn nộ và kháng nghị hơn còn bị bắt giữ, tạm giam thậm chí vào tù. Chính phủ định nghĩa việc phản ánh vấn đề vượt cấp là khiếu kiện trái phép, định nghĩa khiếu kiện trái phép là gây rối trật tự công cộng, định nghĩa gây rối trật tự công cộng là tội gây rối trật tự trị an (tầm hấn tư sự). Định nghĩa việc thảo luận công khai sự bất hợp lý, bất công và sai trái của chính sách, pháp luật, sự kiện là 'vọng nghị trung ương' (bàn tán lung tung về trung ương), định nghĩa vọng nghị trung ương là tội lật đổ chính quyền nhà nước."

"Nghe có vẻ anh đang rơi vào một cái hố khổng lồ, dường như tôi cũng lực bất tòng tâm không thể giúp anh thoát ra. Có lẽ anh nên hỏi Chúa xem phải làm gì." Người mặc đồ đen vẫn bất động, tôi nghe rất rõ ràng.

"Chúa? Chúa ở đâu? Đó là tôn giáo phải không, tôi chưa bao giờ tin vào tôn giáo. Từ nhỏ tôi đã được người cha là đảng viên Cộng sản bảo rằng phải làm một người vô thần, một người duy vật, phải nghiêm túc, phải đấu tranh, phải khiến cho bọn ngưu quỷ xà thần đều phải khiếp sợ."

"Vậy anh có tin vào vận may không?" Người mặc đồ đen vẫn rất bình thản.

"Tôi đương nhiên tin. Tôi sống ngần ấy năm, quá nhiều việc biến chuyển nhờ vận may, thành nhờ vận may hoặc bại cũng do vận may. Và qua những việc mình từng trải qua, tôi biết thực sự có ngưu quỷ xà thần, không phải truyền thuyết cũng chẳng phải hư cấu."

"Anh tin vào vận may, biết có ngưu quỷ xà thần, nhưng anh lại không tin vào sự tồn tại của Chúa. Có lẽ anh nên tìm hiểu một chút về Exodus (Xuất Ê-díp-tô ký)[14], anh nên tìm hiểu về mối quan hệ giữa thần học và khoa học. Một nhà văn, một học giả như anh nên học hỏi và thấu hiểu nhiều hơn, thay vì hạn hẹp, phiến diện khi nhìn nhận thế giới. Thế giới không chỉ có loài người, và đương nhiên không chỉ có những gì loài người mắt thấy tai nghe." Người mặc đồ đen ngước nhìn bầu trời, "Sắp mưa rồi, tôi phải đi đây."

Bầu trời đột nhiên đen kịt, mây đen cuộn sóng, người mặc đồ đen cũng biến mất, những giọt mưa lạnh buốt quất vào người khiến tôi rùng mình ớn lạnh.

Tỉnh dậy mới biết mình lại nằm mơ. Những giấc mơ của tôi thực sự quá nhiều, và thực sự là chuyện gì cũng có thể xảy ra. Với lấy chiếc điện thoại, tôi thấy thời gian đã gần 1 giờ sáng ngày mùng một Tết âm lịch, hàng trăm tin nhắn chúc Tết đủ loại đang chồng chất trên màn hình. Ngay khoảnh khắc này, người Trung Quốc ai nấy đều đang chìm đắm trong bầu không khí hân hoan, quên hết mọi sự trên đời.

Cơn buồn ngủ tan biến sạch sành sanh, tôi ngồi dậy lấy hũ rượu nho rừng từ dưới đáy tủ quần áo ra. Khoảng dịp Trung thu, tôi tình cờ bắt gặp

---

[14] Exodus (Xuất Ê-díp-tô ký): quyển thứ hai trong Kinh Thánh Cựu Ước, kể về việc dân Israel rời khỏi Ai Cập dưới sự dẫn dắt của Moses.

một giàn nho rừng lớn leo trên hàng rào dọc bờ sông Los Angeles; những quả nho màu tím sẫm, phủ một lớp phấn trắng, căng mọng và bóng bẩy. Tôi đã hái vài chục chùm, rồi mua thêm 3 chai rượu trắng Nhị Oa Đầu 63 độ ở siêu thị đồ Hoa, ngâm tất cả vào một chiếc bình nhựa 5 lít vốn đựng nước tinh khiết. Vị cồn nồng nặc, hăng hắc ban đầu của rượu trắng đã được những quả nho rừng hấp thụ và nhả lại liên tục, biến thành một thứ chất lỏng trong trẻo, thơm ngát, chua thanh mang nồng độ của loại đồ uống giải khát. Tôi rót một bát nhỏ, chừng hai lạng, nhắm cùng một gói đậu phộng rang muối.

Mượn chút hơi men, hồi tưởng lại giấc mơ và sự vạn hạnh của mẹ già, tôi tùy hứng chia sẻ một dòng trạng thái lên vòng bạn bè (Moments), kèm theo bức ảnh Đức Mẹ Maria: "Chúc anh em bạn hữu trên WeChat một năm mới cát tường, vạn sự như ý. Không tin thần, chẳng tin ma, càng không tin tôn giáo, nhưng tôi tin vào những văn tự ghi chép về Thánh Mẫu, thiên thần và ác quỷ. Cầu mong Đức Mẹ Maria mang đến cho các bạn ánh sáng của sự tiến bộ và văn minh."

Vẫn có người nhớ đến tôi vào đêm giao thừa. Marine đã gọi video cho tôi qua WeChat. Cô ấy là một cô gái "quá lứa" sinh năm 1988 mà tôi quen khi học tiếng Anh tại Trường Cao đẳng Cộng đồng Pasadena.

"Anh ơi, chúc mừng năm mới! Tết nhất thế này mà anh đang làm gì đấy? Vừa thấy anh đăng bài, vẫn chưa ngủ sao?"

"Em gái à, vẫn là em tốt nhất, giờ này còn nhớ đến đại ca. Anh đang nhâm nhi chút rượu. Ngủ được vài tiếng rồi nằm mơ, tỉnh dậy thấy trống trải quá nên uống chút rồi ngủ tiếp. Anh ấy mà, đặt lưng xuống là ngủ tít, cũng tại lái Uber mệt quá! Em đang ở Thâm Quyến hay về quê ở Trùng Khánh rồi, đang làm gì đấy?"

"Thì em đang gọi điện cho anh đây này, em đang ở quê Trùng Khánh."

"Thế 'cây ATM di động' lão Vương của em có lì xì cho em cái bao đỏ nào thật lớn không?"

"Anh này, nói chuyện kiểu đấy là chết câu chuyện đấy nhé. Nhưng em bảo anh nghe, lão Vương hôm kia còn khoe khoang với em là có người mới rồi. Nhưng em thì nắm thóp lão ấy chặt rồi, hơn mười năm bên nhau, lão 'già đời' ấy nặng nhẹ bao nhiêu em còn lạ gì. Em bảo lão là dạo này người ngợm không khỏe, nhà cửa thì bao nhiêu khó khăn, em còn chưa nói hết câu thì tin nhắn báo nhận 20.000 Nhân dân tệ từ ngân hàng đã tới. Nhận tiền xong, bà cô đây chặn luôn số lão, chỉ để lại một câu: Thích tìm người mới thì cứ đi mà tìm, cần nịnh nọt vợ cũ thì lo mà nịnh đi, đừng hòng dùng chút tiền này mà đuổi khéo tôi!"

Marine này, tốt nghiệp cao đẳng năm 20 tuổi đã vào làm việc tại công ty của một vị Vương tổng ở Thâm Quyến, rồi dần dần bị ông ta đưa lên giường. Hai người hơn kém nhau 19 tuổi, nên cô gọi là lão Vương. Khi Marine kể cho tôi nghe câu chuyện của cô ấy, cô đã đặc biệt hẹn tôi vào một buổi chiều; cô nói mình có hàng đống tâm sự và phiền muộn cần trút bỏ. Lúc đó tôi đang định kinh doanh dịch vụ tư vấn tâm lý, nên đương nhiên càng muốn lắng nghe xem cô gặp phải chuyện gì khó khăn.

Hoàn cảnh và cảnh ngộ của Marine có thể tìm thấy nhan nhản ở Trung Quốc. Những nữ sinh đại học sinh những năm 1980 trở thành đối tượng ngoại tình của đàn ông không phải là chuyện gì mới mẻ. Tại sao?

Thứ nhất, môi trường trưởng thành là nông thôn hoặc thị trấn nhỏ, đi học đại học được gặp gỡ bạn bè khắp nơi nhưng những gì học được đều là các "đáp án tiêu chuẩn", ngoài ra khó có thêm nhận thức nào khác. Những cô gái lớn lên cùng tiểu thuyết Quỳnh Dao và phim ảnh tin sái cổ vào tình yêu, chấp nhận sự chênh lệch tuổi tác.

Thứ hai, những người đàn ông hơn các cô gái mười, hai mươi, ba mươi tuổi đều đang giàu lên nhanh chóng, và khi có tiền, họ bắt đầu có nhu cầu theo đuổi tinh thần. Chẳng hạn như đọc vài cuốn sách, học vài khóa ở trường kinh doanh, đi giao lưu đại học vài lần rồi đi du lịch nước ngoài vài chuyến; sau đó, điều hối tiếc lớn nhất của họ là kết hôn quá sớm từ thuở còn là thanh niên nông dân, vợ chồng tính khí không hợp. Lại thêm sự hun đúc từ những câu chuyện về đại hiệp và các thiếu nữ trí thức yếu đuối trong tiểu thuyết kiếm hiệp, tình yêu lập tức vượt lên trên hôn nhân để trở thành mục tiêu theo đuổi mới, và đối tượng đương nhiên sẽ là các nữ sinh trong và ngoài giảng đường.

Thứ ba là sự cám dỗ của tiền bạc và địa vị đối với một nhóm người nhất định. Hai thứ này hoàn toàn không thể dùng để thử thách nhân tính, bất kể cha mẹ và giáo dục gia đình có chính thống đến đâu. Đàn ông có quyền có tiền, lại thêm việc đọc thêm vài cuốn sách, đi thêm vài dặm đường, trông có vẻ có chút khí chất văn hóa, thì thời đó chẳng mấy nữ sinh có thể tự mình cách ly khỏi sự cám dỗ đó.

Sau khi Marine qua lại với lão Vương, "não yêu đương" của cô giống như bị nghiện, bị trúng độc. Người thân biết chuyện từng mắng nhiếc thậm tệ, bản thân cô cũng từng thề thốt cắt đứt, nhưng tất cả đều vô ích. Lão Vương hết lần này đến lần khác tuyên bố ly hôn, rồi hết lần này đến lần khác lời nói dối bị bóc trần, rồi lại tiếp tục thề thốt sẽ ly hôn. Cho đến một ngày, khi vợ lão Vương phát hiện ra sự tình, Marine dù bị "xé xác" cũng không cần mặt mũi nữa, trái lại hy vọng được kết hôn với lão Vương càng tăng lên. Thế nhưng, mãi cho đến khi Marine trải qua ba lần phá thai và không còn khả năng sinh nở, cô mới cay đắng nhận ra lão Vương vẫn còn dùng dằng với vợ cũ, họ dường như vẫn là một gia đình. Khóc lóc, làm loạn, uất ức đều vô dụng, người chịu tổn thương chỉ có chính mình.

Marine nói, vận rủi của cô lại gặp đúng thời buổi khó khăn, công ty của lão Vương xảy ra chuyện. Đương nhiên vẫn là những chuyện bại hoại "quạ nào chẳng đen như nhau". Những năm gần đây Trung Quốc đẩy mạnh phòng chống tham nhũng, ví tham quan lớn là "hổ", tham quan nhỏ là "ruồi", Ủy ban Kiểm tra Kỷ luật đi tiên phong điều tra, rồi Công an, Viện Kiểm sát, Tòa án theo sau cùng phá án, "đả hổ diệt ruồi". Công ty của lão Vương kinh doanh thiết bị y tế, nhập khẩu từ nước ngoài, bán ra trong nước. Nhìn bề ngoài là giao dịch thị trường bình thường, nhưng thực tế công ty lão Vương chưa bao giờ cần đến vốn liếng hay hàng tồn kho. Vậy làm ăn kiểu gì? Lão Vương có một hội bạn học đại học y khoa, cái thời mà đỗ đại học đã khó, học y lại càng là phượng mao lân giác; ngoại trừ lão Vương lăn lộn thương trường, các bạn học của lão người thì là "bàn tay vàng" phẫu thuật, người là "trưởng phòng" y vụ, người là "người có tiếng nói" trong viện. Bạn bè của lão ở bệnh viện có kế hoạch, có nguồn vốn, nơi nào có nhu cầu là họ nhắm vào đó để làm đại lý độc quyền cho một thương hiệu thiết bị y tế nước ngoài, hợp đồng ký xong, tiền về tài khoản là phát hàng. Tiền hoa hồng cho bạn bè đưa thế nào? Đương nhiên là Marine ra mặt rồi, bạn bè với nhau mà đưa tiền trực tiếp thì ngại quá! Người Trung Quốc thường cho rằng, con người mà, cái "thể diện" vẫn là quan trọng nhất, không thể cái gì cũng nói đến tiền, nhưng cũng không thể cái gì cũng không nói đến tiền. Marine ra mặt đưa tiền, đúng kiểu "bịt tai trộm chuông", vừa giữ được thể diện lại vừa nhận được tiền. Bạn bè của lão Vương lần lượt bị tra xét, không khí căng như dây đàn, các nhóm WeChat bạn bè đều giải tán, tiếp xúc riêng tư cũng lén lút như đi ăn trộm, "trời biết đất biết, anh biết tôi biết". Lão Vương thấy tình hình không ổn, bèn trốn chạy khắp nơi. Những chuyện hối lộ đó mười phần thì tám chín phần là do Marine ra mặt, nên cô cũng phải đi lánh nạn.

Thế là lão Vương bảo Marine làm visa du lịch Mỹ để tránh bão và khuây khỏa. Marine nói, thời gian này cô đang kiểm tra xem có thể hút trứng để lưu trữ không, và muốn nhân cơ hội này dùng không gian và thời gian để ngăn cách với lão Vương, cắt đứt đoạn nghiệt duyên mười mấy năm trời. Có thực sự cắt đứt được không? Không thể. Bởi vì mỗi câu cô nói với lão Vương đều khiến lão xót xa, thấy thiếu nợ, thấy tội lỗi. Chẳng được mấy ngày, lão Vương đã chủ động chuyển cho Marine mấy vạn tệ vào thẻ, rồi mua vé máy bay sang Los Angeles thăm cô. Tôi đã lái xe cùng Marine ra sân bay đón lão Vương, cảnh tượng đó thật đúng là "muốn đứt lại nối". Một người muốn hôn nhân, một người muốn tạm bợ, chẳng ai có được điều mình muốn.

Marine nói, lão Vương còn muốn bàn chuyện tình cảm, nhưng cô giờ chỉ còn lòng sắt dạ đá, chỉ muốn đào tiền của lão, coi lão như một cây ATM và một gã già nghe lời. Sợ lão ư? Marine đang nắm trong tay cả đống bằng chứng về những chuyện bại hoại của lão, chỉ cần đăng một bài lên WeChat cũng đủ khiến lão Vương và hội bạn học kia thót tim.

Buổi chiều hôm đó, Marine nào có phải tìm tôi tâm sự để xin lời khuyên, cô ấy hoàn toàn đã dạy cho tôi một bài học sống động về sự thật trong quan hệ nam nữ.

"Marine, điểm này anh phục em sát đất đấy, em nắm thóp lão Vương rồi, gọi là đến, đuổi là đi. Đáng đời lão ta lắm. Chỉ cần em gái thấy lòng thoải mái, sống vui vẻ là vạn sự đại cát rồi."

"Anh ơi, em cảm ơn anh nhé, có bao nhiêu chuyện thối nát em 'đổ' hết sạch ra cho anh rồi đấy. Thật lòng cảm ơn những góc nhìn anh đã dành cho em, mấy tháng ở Los Angeles làm phiền anh không ít. Chúc anh năm mới đại cát đại lợi, tìm được một chị dâu mới nhé!"

"Em đừng đùa nữa, con gái với phụ nữ các em ấy mà, sau chuyện tình yêu thì ai cũng giống ai thôi. Hoặc là cần hôn nhân, hoặc là cần tiền, không có được hôn nhân thì đào tiền, có được hôn nhân rồi thì vẫn muốn đàn ông kiếm tiền, đàn ông không có tiền thì bị coi là đồ vô dụng. Tình cảm nhạt thì không đủ sâu sắc, tình cảm sâu thì lại để lại điểm yếu. Đại ca của em đây, một sợi tóc của phụ nữ cũng chẳng dám chạm vào, thực sự là không dám dây vào, dây vào không nổi đâu."

"Haha, anh vui tính quá, thế chúc anh năm mới kiếm được thật nhiều tiền, phát tài thật to nhé."

"Cũng chúc em năm mới trẻ hơn, đẹp hơn, đào được thật nhiều tiền của lão Vương nhé, haha!"

Lời chúc Tết "theo khuôn mẫu" của người Trung Quốc, cung hỷ phát tài, ai nghe cũng thấy lọt tai.

Còn có Melin, Citar cũng gửi tin nhắn thoại chúc Tết tôi, hai người họ cũng là người tôi quen khi đến Los Angeles. Câu chuyện của họ khác xa với Marine, chỉ có điểm chung về danh phận là những người mẹ đơn thân mang theo con cái. Trước đây khi còn ở trong nước, nghe người ta gọi người di cư sang Mỹ là "Mỹ tịch Hoa kiều", tôi cũng như bao người khác thấy làm được "Mỹ tịch Hoa kiều" thật là oai phong lẫm liệt. Sống ở Mỹ rồi mới hiểu, rất nhiều người đều là rời bỏ quê hương trong sự yêu hận tình thù và những giọt nước mắt chua chát.

Mượn chút hơi men, giữa sự tĩnh lặng và bóng tối bình thường của đêm khuya sau lễ giao thừa, tôi lại chìm vào giấc ngủ.

6. CON ĐƯỜNG QUAY ĐẦU

Bốn điều tôi đã nghĩ vào đêm Giáng sinh năm ngoái:

Thứ nhất, tôi đã thực hiện được việc kiếm tiền.

Thứ hai, trong thời gian ngắn, tôi đã tiếp xúc được với nhiều câu chuyện và sự thật của con người hơn.

Thứ ba, một doanh nhân định cư tại Mỹ nhiều năm sau khi quen biết đã tạo cơ hội cho con gái tôi ở tận trong nước tham gia bốc thăm visa H1-B một lần nữa, nhưng tiếc là không trúng.

Thứ tư, không cần phải nuốt hạt thầu dầu, cũng không cần phải đốt than trong nhà tồi tàn nữa.

Tất cả đã sang trang. Việc lái Uber đã nhanh chóng cải thiện cuộc sống của tôi.

Để có thêm cơ hội kiếm tiền, tiết kiệm thêm thời gian học tập và viết lách, sau khi ở căn nhà tồi tàn được tròn hai tháng, tôi đã chuyển đến một căn hộ Studio rộng hơn 30 mét vuông ở Santa Monica. Chi phí thuê căn nhà cũ cuối cùng đã tăng vọt một cách đáng kể, vì gã chủ nhà vốn là một thầu khoán xây dựng đã không chịu trả lại cho tôi khoản tiền đặt cọc 700 USD tương đương một tháng tiền thuê. Mặc dù việc tôi trả phòng sớm đã được cho phép, và ông ta từng nói với tôi rằng nhà ông ta không thiếu tiền, tiền gửi và tài sản có tiêu hai đời cũng không hết, nhưng khi tôi thực sự dọn đi và đề nghị trả lại tiền cọc, cái danh "nhà văn" của tôi không còn tác dụng như lúc mới dọn vào nữa. Ông ta bắt tôi đọc bản hợp đồng thuê nhà mẫu bằng tiếng Anh với những dòng chữ nhỏ li ti, dày đặc và cực kỳ khó hiểu. Tôi đành chấp nhận chịu mất tiền, dù sao tôi cũng không ở đủ 6 tháng như cam kết, mặc dù ngay từ đầu tôi đã thông báo miệng rằng đây chỉ là nơi ở tạm thời và có thể dọn đi sớm.

Chuyện trên đời này, có thể so đo tính toán, đặc biệt là ở Mỹ, những chủ nhà cho thuê phòng thường là nhóm yếu thế về mặt pháp lý. Ví dụ, khách thuê hoàn toàn có thể chây ì ở lại vài tháng mà không trả tiền phòng một cách dễ dàng. Nhưng tôi luôn tự yêu cầu bản thân phải dành thời gian và tâm trí của việc so đo những chuyện nhỏ nhặt này cho việc nghĩ cách kiếm thêm tiền. Chỉ cần chạy Uber ba ngày, trừ đi chi phí, tôi đã có thể kiếm lại số tiền bị mất đó.

Chuyển đến Santa Monica, cái lợi là hễ ra khỏi cửa là ngay lập tức nhận được đơn Uber, nhưng cái dở là tiền thuê nhà tăng vọt gấp ba lần, hơn 2.000 USD. Để cân bằng và đảm bảo thu chi, tôi phải bứt tốc hướng tới mục tiêu thu nhập 10.000 USD mỗi tháng. Tôi không dám lơ là đến mức nào? Đi ăn một bữa nhanh ở McDonald's cũng cảm thấy là lãng phí thời gian, là bớt đi tiền bạc. Những lúc buồn vệ sinh, tôi hận không thể giải quyết ngay tại chỗ như chó mèo. Vốn dĩ tôi bị thoát vị đĩa đệm cột sống thắt lưng kèm hẹp ống sống, khi lái xe phải thắt đai lưng để giảm đau. Buổi tối khi hứng viết dâng trào, tôi lại vô thức thức khuya thêm chút nữa. Kết quả là gì? Mệt mỏi, buồn ngủ khi lái xe và bị khách khiếu nại. Cơ thể đôi khi khó chịu dẫn đến mất tập trung, mắc lỗi và lại bị khiếu nại.

Trên ban công căn hộ, tôi mua một chậu hồng vàng và một chậu hồng trắng. Tôi còn nhặt được một chiếc thùng gỗ và thùng xốp bị vứt bỏ bên đường để trồng hoa cánh bướm (Cosmos), cải xanh và hành lá. Hoa cánh bướm ở Tây Tạng được người Tạng gọi là "hoa Trương đại nhân", vì vị đại thần trú tại Tây Tạng cuối triều Thanh là Trương Ánh Đường đã mang hạt giống đến gieo trồng. Trong tiếng Tạng, "Kalsang" (Cánh bướm) có nghĩa là "loài hoa hạnh phúc" hoặc "loài hoa thịnh thế". Tôi yêu loài hoa này từ chuyện của ba mươi năm trước, khi còn phục vụ trong quân đội tại vùng tự trị người Tạng ở tỉnh Thanh Hải. Đó là lần đầu tiên tôi nhìn thấy nó, thậm chí trong suốt ba năm thông tin bị cô lập đó, tôi luôn tin rằng nó là loài hoa đặc hữu chỉ có ở cao nguyên Thanh Tạng. Lịch sử thực sự là một con đường quốc tế hóa tuyệt vời: hoa cánh bướm, ngô, khoai tây, khoai lang, bí ngô và ớt đều có thể từ nơi xuất xứ là Mexico lan truyền đến Trung Quốc, gieo mầm trên khắp mọi miền đông tây nam bắc. Nếu là ngày nay, việc phát tán thực vật đã trở nên khó khăn hơn với nhiều phương tiện công nghệ giám sát nhập cảnh. Ở một số quốc gia cá biệt, cái gì cũng muốn "tự sự" thành tự chủ sáng tạo, theo đuổi sáng tạo tự chủ theo kiểu "phong trào", càng không thể dung nạp những giống loài ngoại lai.

Thế nhưng, cuộc sống của tôi không vì những sự bài trí đó mà thực sự yên ổn, tâm ma và ác quỷ vẫn thỉnh thoảng tấn công tôi.

Tâm ma, dĩ nhiên chính là việc tôi không thể buông bỏ tất cả những gì mình từng nỗ lực gầy dựng. Trong cuốn sách trước mang tên Lối thoát (Xuất lộ), tôi đã dùng con chữ để tuyên bố sẽ vĩnh biệt những thứ đó mãi mãi. Nhưng về hành động, khi đến Mỹ, tôi vẫn không ít lần bôn ba để quảng bá những công nghệ và sản phẩm mới về giao thông thông minh mà tôi đã dồn hết tâm huyết nghiên cứu. Trên vòng bạn bè (Moments), tôi vẫn gọi việc kinh doanh của công ty đang đình trệ, bỏ mặc là "nhấn nút tạm dừng".

Còn ác quỷ là gì? Là những lời lạnh nhạt ngoài đời thực. Bên cạnh những nội dung và bài viết tôi tiếp tục sáng tác, vẫn có những người bình luận: "Đã ở nước ngoài thì đừng có chỉ tay năm ngón chuyện trong nước nữa." "Có giỏi thì về đây, ở nước ngoài nói gì cũng là phản bội." "Lại thêm một kẻ ôm tiền chạy trốn." Còn "vợ cũ" của tôi — không, chính xác là mẹ của các con tôi, vì tôi chưa cưới vợ mới nên sao có thể gọi là "vợ cũ" được? Giữa chúng tôi không tránh khỏi phải trò chuyện về những việc nhà liên quan đến con cái, và trong những cuộc trò chuyện đó, tất yếu sẽ kéo theo nhiều chuyện quá khứ và tương lai. Cô ấy oán hận tôi, và từ tận thâm tâm, tôi thấu hiểu và thừa nhận lỗi lầm, tôi thực sự đã phạm sai lầm trong vấn đề hôn nhân. Cô ấy thường vừa nói vừa lồng ghép sự oán hận đó vào, khiến cuộc trò chuyện không thể diễn ra bình thường. Cô ấy thậm chí còn nói: "Anh viết những bài báo và cuốn sách đó thì có ích cái thớ gì, có đổi ra tiền được không? Chẳng phải tốn tiền tốn sức sao? Tại sao anh không mau mau kiếm tiền đi, con cái ngày một lớn, kết hôn cần rất nhiều tiền, mấy người bạn xung quanh đều sớm chuẩn bị sẵn tiền mặt và nhà cửa cho con rồi. Tại sao vào những ngày có tiền, anh không đưa thêm cho tôi để dành, không mua thêm vài căn nhà, để lại nhiều hơn cho con. Anh không phải là kẻ ngốc sao, biết mình sắp sụp đổ mà còn không rút bớt, chuyển bớt một ít tiền mặt ra ngoài. Đừng có nói với tôi chuyện từ từ, thứ tôi muốn thấy là anh có thể kiếm được tiền, kiếm được thật nhiều tiền."

Nếu nói tâm ma xúi giục tôi đi sai đường, thì ác quỷ lại quất roi bắt tôi phải chọn con đường sai lầm đó.

Những bài viết và cuốn sách đó sao lại không có ích gì chứ? Chẳng phải nhà văn nổi tiếng Thẩm Tùng Văn đã chứng minh chúng có ích đó sao? Trong những năm "Cách mạng Văn hóa" và phong trào thanh niên về nông thôn, trong ngoài nhà Thẩm Tùng Văn không thể tìm ra một cuốn sách, một tờ giấy hay một cây bút. Đôi khi ông ngồi thẫn thờ trên bờ ruộng, nhìn vợ là Trương Triệu Hòa đang cấy lúa dưới ruộng nước với nhiệt huyết cách mạng và lao động cực lớn. Ông không biết làm ruộng, cũng chẳng định làm ruộng, nhưng trong lòng ông biết rằng việc ông ngồi đó vừa thẫn thờ vừa suy nghĩ cũng là sáng tác, cũng là có ích. Trương Triệu Hòa dĩ nhiên không thể hiểu, bà cứ chì chiết mãi: "Ông viết những dòng chữ và bài báo chết tiệt đó thì có ăn được không hay có làm no bụng được không". Phải mãi đến sau khi chồng qua đời, Trương Triệu Hòa[15] sắp xếp lại di vật của ông, bà mới thấu hiểu sâu sắc từ những

[15] Thẩm Tùng Văn (沈从文, 1902–1988): một trong những nhà văn lớn của Trung Quốc hiện đại; Trương Triệu Hòa (张兆和) là vợ ông. Trong thời kỳ "Cách mạng Văn hóa", ông bị buộc ngừng sáng tác và phải lao động ở nông thôn.

trang viết rằng, những con chữ và bài báo của Thẩm Tùng Văn vừa có thể ăn được, vừa có thể làm no bụng, thậm chí giá trị còn cao hơn thế nhiều.

Về chuyện chữ nghĩa, bài báo và sách có đổi ra tiền được không, chắc chắn là được chứ! Tôi từng viết bài cho chuyên mục xã hội và kinh tế của các tờ báo trung ương suốt hai năm, thường xuyên nhận được nhuận bút. Mười năm trước, một bài viết hai ba nghìn chữ đã có nhuận bút vài trăm tệ. Những bài viết không trực tiếp đổi ra nhuận bút cũng gián tiếp giúp tôi tiếp cận được nhiều nguồn lực xã hội hơn, vừa quảng bá cho doanh nghiệp vừa gián tiếp giành được đơn hàng. Tiền bạc, nhà cửa, rốt cuộc bao nhiêu mới gọi là giàu có? Nhìn lên cao, luôn thấy mình kém cạnh; nhìn xuống thấp, luôn thấy những cảnh đời gian truân.

Về chuyện tại sao trước khi sụp đổ không rút bớt một ít tiền, nếu thực sự còn tiền để rút thì số tiền đó chắc chắn cũng phải được dùng để duy trì kinh doanh chứ. Đúng vậy, tôi thực sự đã linh cảm thấy công ty mình sẽ sụp đổ. Ba năm trước khi sụp đổ, tôi đã viết nhiều bài báo đưa ra cảnh báo rằng chiều hướng chính sách đang thay đổi, phong ba và bão tuyết đang ập xuống đầu tất cả các doanh nghiệp tư nhân. Thế nhưng, ai mà chẳng muốn trở thành kẻ chiến thắng ngược gió? Trong môi trường thị trường ngày càng tồi tệ, tôi đã cạn kiệt nỗ lực để giành lấy các khoản trợ cấp của chính phủ nhằm bù đắp phần nào thua lỗ. Công ty từ lâu đã không thể tạo ra lợi nhuận từ kinh doanh để duy trì, buộc phải dựa vào các khoản thưởng hỗ trợ, hoàn thuế và vay nợ để gắng gượng hoạt động. Kết quả là gì? Kinh doanh, tài chính... từng bước bị đẩy đến bờ vực nguy hiểm, cho đến khi lún sâu vào vũng lầy khủng hoảng mà không tài nào thoát ra được. Kiếm tiền, xoay tiền, ít nhất cũng phải cho tôi không gian và thời gian chứ, tôi đã và đang dốc hết sức mình rồi.

Cứ hễ nghĩ đến bản thân đang trong cảnh khốn cùng, cần người khác cho thời gian và không gian, lòng tôi lại trĩu nặng nỗi bi thương cho nhân thế. Ngay trước Tết, vẫn có nhân viên trực tiếp đòi nợ lương tôi. Trước đó, tôi đã nỗ lực hết sức để trả lương, nhưng cuối cùng còn nợ khoảng

200.000 tệ tiền lương của hơn 40 người, thực sự là không còn khả năng chi trả. Những nhân viên đó, với sự giúp đỡ của các cơ quan thực thi pháp luật lao động, đã tiến hành trọng tài, kiện tụng, đưa vụ việc vào quy trình pháp lý. Lẽ ra, một khi đã ở trong quy trình pháp lý thì cứ để tòa án phán quyết và thi hành. Thế nhưng có những nhân viên không chịu buông tha, vừa muốn... vừa muốn... lại còn muốn... Nhân viên chẳng lẽ không có trách nhiệm sao? Hết lần này đến lần khác xảy ra sự cố chất lượng mà không thể xử phạt, dù có phạt thì cũng chỉ là muối bỏ bể so với tổn thất khổng lồ. Công ty không dám đắc tội nhân viên, chỉ cần một sơ suất nhỏ là phải gánh chịu tổn thất kinh tế từ phán quyết trọng tài lao động. Nhiều doanh nhân đều biết rằng, Luật Lao động đang nhân danh việc bảo vệ kẻ yếu để dung dưỡng cho thói gây rối vô lý và cái thói sai mà không thể phạt. Giống như ông Hoàng người Đài Loan đã nói ở trên, việc doanh nghiệp gần như luôn ở thế thua trong các tranh chấp lao động là một hiện tượng phổ biến.

Đòi nợ, ép người, không cho người mắc nợ thời gian và không gian để giải quyết vấn đề. Chủ nợ, Cục Lao động, Cục Thuế, Công an, Tòa án, Viện Kiểm sát, tất cả cùng ập đến. Có những người không hiểu tại sao một số ông chủ doanh nghiệp tư nhân lại nhảy lầu tự tử, càng không hiểu tại sao các ông chủ doanh nghiệp tư nhân suốt ngày than vãn "tiêu cực". Trong mắt họ, mở công ty, làm doanh nghiệp có rủi ro là chuyện bình thường, gặp chuyện xui xẻo chẳng phải là đáng đời sao? Nghe họ nói có vẻ đầy chính nghĩa và không cho phép tranh biện. Nhưng thực tế thì sao, có mấy người trong số họ biết đến tác hại của tư bản lũng đoạn nhà nước, có mấy người biết rằng thị trường tự do là tiền đề cho sự sinh tồn và phát triển của doanh nghiệp và nền kinh tế? Dù biết hay không, họ vẫn cứ mở miệng nói, có những cái miệng còn đang nói trên nền tảng của tư bản lũng đoạn nhà nước. Mỗi khi nghe thấy những lời lẽ như vậy, tôi thường đưa ra những phép so sánh đơn giản. Ví dụ, một người đi xuyên qua rừng gai, bị đâm rách, bị cắn bị thương, bị xé xác, bị vây đuổi, người đó kêu gào, cầu cứu hoặc tự kết liễu trong tuyệt vọng, chẳng phải là lẽ thường tình của con người sao. Hay như câu chuyện và vở kịch "Bạch Mao Nữ" nổi tiếng khắp Trung Quốc, tái hiện sinh động hành vi bá đạo của địa chủ Hoàng Thế Nhân — kẻ lũng đoạn một phương trong xã hội cũ, đêm ba mươi Tết ép nợ Dương Bạch Lao, ép ông phải gả con gái là Hỷ Nhi[16] để dâm ô hành hạ, gây căm phẫn cho người đời. Trong thực tế, những tình tiết tương tự vẫn đang diễn ra từng màn một trong xã hội mới ngày nay, và còn được khoác lên mình cái danh nghĩa hợp pháp.

Trao cho người ta thời gian và không gian để giải quyết những khó khăn, vấn đề không phải là thập ác bất tuân là điều cực kỳ quan trọng. Cứ khư khư ép uổng chỉ lợi bất cập hại, hại người mà chẳng ích gì cho mình.

Mọi lời giải thích của tôi, đối với mẹ của các con tôi, đều vô dụng, chẳng khác nào tự nói với chính mình. Tôi chưa bao giờ oán trách cô ấy, thậm chí còn đứng từ góc độ của cô ấy để thấu hiểu, và luôn bảo các con rằng mẹ chúng không có gì sai, chỉ là những gì cô ấy thấy và nghe đã quyết định nhận thức của cô ấy. Tôi đã vô số lần cố gắng thuyết phục hay thay đổi, nhưng sau khi không có kết quả, tôi đã sớm từ bỏ. Những thành viên trong cùng một gia đình sớm tối có nhau còn mỗi người một số phận, huống hồ là tính cách và nhận thức. Điều tôi có thể làm phần lớn là hoặc đồng tình, hoặc giữ im lặng. Mẹ của các con tôi, và một vài người thân khác của tôi, sẽ có người nói rằng tôi có cái nhìn và cái tâm coi thường người khác; tôi cho rằng đó là sự đánh giá không khách quan và không công bằng đối với tôi. Thứ nhất, tôi chưa bao giờ có ý định coi thường bất kỳ ai; thứ hai, việc mong cầu sự đồng chí hướng từ những người bắt buộc phải chung sống thực sự không thể coi là coi thường đối phương; thứ ba, việc có được đối phương coi trọng hay không thực chất hoàn toàn là do tâm lý tự thân của một phía mà thôi.

---

[16] Bạch Mao Nữ (白毛女, "Cô gái tóc trắng"): một tác phẩm sân khấu kinh điển của Trung Quốc thời cách mạng, kể về người nông dân Dương Bạch Lao bị đị a chủ Hoàng Thế Nhân ép nợ đến chết và con gái Hỷ Nhi bị cướp đoạt; thườ ng được dùng làm biểu tượng cho sự áp bức của giai cấp địa chủ trong "xã h ội cũ".

Sự "không nỡ buông bỏ" của tâm ma lại vấp phải một sự cám dỗ thực sự: một tập đoàn nhà nước khổng lồ về xây dựng hạ tầng với tài sản hàng trăm tỷ nhân dân tệ ở thành phố Quảng Châu (gọi tắt là Tập đoàn Nam Cơ) đã ngỏ ý muốn hợp tác với tôi. Đây không phải là chuyện ngẫu nhiên; tôi và Chủ tịch tập đoàn Nam Cơ (gọi tắt là Chủ tịch Nam) đã có mối giao hảo hơn mười năm, vừa là đối tác công việc, vừa là tình thâm giao kiểu vừa là thầy vừa là bạn. Đôi khi ngồi lại với nhau, chúng tôi bàn chuyện chính trị, chuyện công nghệ, chuyện thế thái nhân tình và cả chuyện gia đình; đôi bên tuyệt đối tin tưởng nhau. Trong hơn một năm tôi ở Mỹ, một vài nhân viên cũ của công ty tôi đã cùng nhau thành lập công ty mới. Tôi vẫn luôn làm cầu nối tìm kiếm đơn hàng cho họ, nhờ vậy mối quan hệ khách hàng với Chi nhánh 3 thuộc Tập đoàn Nam Cơ vẫn được duy trì.

Ý định hợp tác này đã được thảo luận hơn một năm. Tập đoàn Nam Cơ có nhiệm vụ và ý tưởng về đổi mới nghiên cứu và phát triển (R&D). Những năm gần đây, các đợt cải cách và chính sách của quốc gia đã từng bước thúc đẩy doanh nghiệp nhà nước mở rộng thị trường, quy mô và tài nguyên; đổi mới và R&D được coi là chiến lược quốc gia và nhiệm vụ chính trị cần thực hiện. Doanh nghiệp nhà nước buộc phải chuyển đổi từ các lĩnh vực truyền thống sang "lực lượng sản xuất chất lượng mới". Về phần tôi, tuy công ty cũ đã đình trệ kinh doanh, nhưng vì các tài sản vô hình bị coi là vô giá trị nên không chủ nợ nào ngó ngàng tới. Nhờ vậy, những nhãn hiệu, bằng sáng chế và bản quyền tác giả mà tôi không nỡ từ bỏ vẫn tồn tại hợp pháp và tôi vẫn đóng phí duy trì hàng năm. Ý định hợp tác mà chúng tôi bàn bạc suốt hơn một năm qua là: Tập đoàn Nam Cơ cung cấp kinh phí R&D và môi trường ứng dụng, tôi dẫn dắt đội ngũ chịu trách nhiệm nghiên cứu và dịch vụ để phát triển thế hệ công nghệ và sản phẩm mới, còn quyền sở hữu trí tuệ sẽ thuộc về Tập đoàn Nam Cơ.

Theo ý kiến và tư tưởng của Chủ tịch Nam, những doanh nghiệp nhà nước lớn như họ từ lâu chỉ quen làm xây dựng hạ tầng, nhân viên chỉ biết tiêu tiền làm công trình; nếu thực sự muốn đổi mới R&D, việc dựa vào tài năng và sức mạnh công nghệ của các doanh nghiệp tư nhân có kinh nghiệm và thành quả sẽ đáng tin cậy hơn. Hơn nữa, ông cho rằng bất kể là doanh nghiệp nhà nước hay tư nhân, khi làm đổi mới, chỉ cần tập trung vào công nghệ ứng dụng và công nghệ thực tiễn thì rủi ro, đầu tư và đầu ra đều có thể kiểm soát và dự đoán được. Chủ tịch Nam đã chỉ đạo giao việc thảo luận chi tiết phương thức hợp tác và triển khai cụ thể công tác R&D cho Ngụy Tín, Tổng giám đốc Chi nhánh 3. Tôi và Ngụy Tín chưa từng gặp mặt, gần đây mới có một cuộc điện thoại dài về việc hợp tác. Kết luận là dự án R&D chắc chắn phải tiến hành, nhưng về phương thức và nội dung hợp tác cụ thể, tốt nhất là tôi phải đích thân thực hiện. Nói trắng ra, nếu tôi không có mặt, không ai có thể thay thế và cũng không ai có thể thực sự làm thành công. Không phải vì tôi có tài cán gì to tát, mà là vì dự án R&D đó, từ con số 0 đến 1 rồi đến 10 tại Trung Quốc, đều do tôi dẫn dắt đội ngũ làm ra.

Sức cám dỗ của tâm ma tăng lên, và sự quất roi của ác quỷ cũng tăng theo; mười con trâu cũng không thể kéo lại được ý chí quyết định đi con đường quay đầu của tôi. Chỉ mới 17 tháng, tôi đã tự tay gạch bỏ những dòng chữ trắng mực đen mình từng quyết tâm khởi nghiệp và sống nốt phần đời còn lại ở Mỹ. Là đúng? Hay sai? Có lẽ đó là sự sắp đặt của Chúa, nhưng cũng có thể là chính tôi đang làm trái lại sự sắp đặt trước đó của Ngài. Quan trọng hơn còn là một nỗi niềm đau đáu mà chỉ những người đã và đang trải qua mới hiểu thấu, như câu trong Luận Ngữ: "Cha mẹ còn sống, không đi chơi xa; nếu có đi, phải có nơi chốn rõ ràng." Mẹ già của tôi đang ở tuổi xế chiều như ngọn đèn trước gió.

Hầu như không một người quen nào đồng tình với ý định quay về của tôi, đa số đều can ngăn.

Người bạn thân thiết, ông Bạc Vọng, kịch liệt phản đối. Ông cho rằng tình hình kinh tế trong nước đang thực sự tồi tệ, cửa hàng đóng cửa khắp nơi, thương mại đìu hiu. Các chính quyền địa phương và các loại hình doanh nghiệp dưới áp lực nợ nần khổng lồ, ngay cả khi có một vài dự án mới thì cũng là kiểu "vắt chày ra nước", nợ đọng tiền dự án nghiêm trọng. Chúng tôi đều là những người nhiều năm làm việc với chính quyền và doanh nghiệp nhà nước ở trong nước, đã từng đảm nhận đủ loại dự án lớn nhỏ, những rủi ro hệ thống và các thủ đoạn lách luật vẫn luôn tồn tại; đã thoát ra được rồi thì hà tất phải quay lại nơi đục nước béo cò đó làm gì. Việc hợp tác mới với Tập đoàn Nam Cơ, nói trắng ra vẫn là dựa trên uy tín của mối quan hệ vừa là lãnh đạo vừa là bạn bè. Thế nhưng, trong chiến dịch chống tham nhũng "đả hổ diệt ruồi" bắt giữ hàng triệu quan chức mỗi năm, việc làm ít đi, không làm gì hoặc làm mà tránh được trách nhiệm trực tiếp, gián tiếp đã trở thành trạng thái bình thường trong hệ sinh thái quan liêu. Một Chủ tịch tập đoàn nhà nước có tài sản hàng trăm tỷ chỉ là một vị trí trong cấu trúc quan liêu; ông ấy có thể là tấm bùa hộ mệnh nhất thời cho một dự án hợp tác, nhưng chắc chắn không phải là một cơ chế bền vững lâu dài. Đối với những dữ liệu về chính sách chính phủ hay những con số kỷ lục của các doanh nghiệp đầu ngành mà tôi thấy trên truyền thông tiếng Trung, quan điểm của ông là: các triều đại trong lịch sử trước hoặc sau khi sụp đổ, cung vàng điện ngọc vẫn có sự xa hoa và cảnh đẹp, nhưng điều đó không đại diện cho môi trường xã hội.

Bạc Vọng đã trích dẫn một câu tục ngữ có tác dụng cảnh tỉnh rất lớn đối với tôi: "Quân tử không đứng dưới bức tường sắp đổ". Ông cho rằng việc kinh doanh của công ty tôi bị đình trệ, công quyền có thể lạm dụng chức quyền để tiến hành cái gọi là cưỡng chế thi hành bất cứ lúc nào; không đáng để mạo hiểm, dù tôi không thực sự có tội thân mang. Ngay cả khi về nước, cũng đừng dại dột quay lại nơi cư trú cũ.

Bạc Vọng và tôi trao đổi với nhau rất nhiều, gần như ngày nào cũng bàn chuyện quốc tế và trong nước. Đương nhiên ông cũng hiểu rõ nhất cuộc sống và hoàn cảnh thực tế của tôi; ở lại Mỹ trong ngắn hạn cũng sẽ không có chuyển biến gì tốt đẹp. Vào tháng Tư, chính phủ Trump đã thực hiện những thay đổi mang tính đảo lộn đối với chính sách nhập cư trong lịch sử Mỹ, khiến quá nhiều người nghe thấy đã biến sắc. Trump rõ ràng đang thực hiện chính sách trị quốc cực quyền cực đoan, quy kết các vấn đề xã hội mang tính hệ thống của Mỹ vào hai phương diện: một là nhập cư quá hỗn loạn; hai là thuế quan quá thua thiệt. Nhát roi thuế quan đánh vào chính phủ và doanh nghiệp các nước, người dân thường sẽ không cảm nhận được ngay. Nhưng cơn mưa nhập cư sẽ rơi trực tiếp lên đầu vô số người; sẽ có cá nhân mất đi danh phận và việc làm, sẽ có gia đình mất đi sự đoàn tụ và tương lai, sẽ có doanh nghiệp mất đi công nhân và sản xuất. Nghiêm trọng đến mức nào? Một dòng trạng thái trên mạng xã hội của Trump chính là một sắc lệnh chính phủ đi kèm ngay sau đó, ví dụ như tạm dừng cấp visa du học sinh, thẩm tra nhập cảnh, hoặc các sự cố bất ngờ. Những người đang ở trên máy bay xuất cảnh thì bị dừng chuyến bắt xuống xe, những người ở nước ngoài thì lập tức mua vé máy bay tranh thủ từng phút từng giây bay về Mỹ; dịp lễ tết chẳng ai dám về nước thăm nhà. Nhiều thành phố ở California, bao gồm cả Los Angeles, bắt đầu bùng phát các cuộc biểu tình phản đối chính sách nhập cư mới, cộng thêm các cuộc tuần hành của những người thân Palestine yêu cầu hòa bình và lập quốc, khiến nhiều khu vực thường xuyên bị phong tỏa giao thông.

Các công ty môi giới di trú cũng cho tôi biết, trong tình cảnh hàng triệu hồ sơ nhập cư bị tồn đọng, chính phủ Trump đã đóng băng tất cả các trường hợp "chạy đồng hồ" (tiến độ sắp xếp thời gian) của các đơn xin tị nạn trước đó. Bất kỳ ai, trong bất kỳ tình cảnh đặc biệt nào trong thời gian chờ xét duyệt tị nạn cũng không thể xin được "Giấy phép hồi Mỹ" (Advance Parole - văn bản cho phép rời cảnh và quay lại Mỹ). Chẳng ai biết kết quả xét duyệt tị nạn sẽ có sau 5 năm, 8 năm hay 10 năm. Hơn nữa, những thẻ lao động đã cấp cho người xin tị nạn trước đây khi hết hạn sẽ bị chấm dứt hoàn toàn, không được gia hạn. Chiến dịch bắt giữ người nhập cư bất hợp pháp tại Los Angeles được thực hiện quyết liệt nhất nước Mỹ; nhiều người "vượt biên" vào Mỹ bất hợp pháp đều phải lẩn trốn, không dám đi làm, hạn chế ra ngoài. Trong ngắn hạn, điều này không ảnh hưởng đến những người nhập cảnh bằng visa B1/B2 rồi mới nộp đơn xin tị nạn, nhưng về lâu dài, hoàn cảnh và tầm ảnh hưởng không hề lạc quan.

Cũng có người thân và bạn bè giữ thái độ khá mâu thuẫn. Một mặt là, một cơ hội hợp tác sâu với doanh nghiệp nhà nước lớn như thế mà bỏ qua thì quá đáng tiếc, thành công nghĩa là có thể tiếp tục và bắt đầu lại, bởi tôi có đủ sự tích lũy chuyên môn và kinh nghiệm trong ngành. Sau này nhìn lại, thái độ này vẫn mang tính phù hoa, vì thực tế vẫn chưa ký kết được thỏa thuận hợp tác chính thức nào. Mặt khác là, tôi đang gánh trên vai lệnh hạn chế tiêu dùng của tòa án, việc đi lại, làm lụng đều vô cùng bất tiện, sự đòi nợ của chủ nợ chắc chắn sẽ tiếp diễn và đầy rủi ro. Rốt cuộc là ủng hộ hay phản đối con đường quay đầu? Quả bóng rõ ràng vẫn nằm dưới chân tôi.

Trong những ngày tâm trạng phức tạp và mâu thuẫn, tôi không muốn kể hoàn cảnh tồi tệ của mình cho quá nhiều người thân bạn bè. Chính xác mà nói, trong vòng bạn bè hàng vạn người quen, không quá 10 người để trò chuyện thường ngày, không quá 5 người để chia sẻ sự thật về cá nhân. Người lạ thì ngoại lệ; thỉnh thoảng gặp ai đó mà cảm thấy hợp chuyện, tôi liền coi họ như một cửa sổ tạm thời để trút bầu tâm sự. Một người đàn ông gốc Nam Kinh đã định cư nhiều năm, trong lúc tán gẫu trên chuyến xe Uber, biết tôi đang dự định về nước, lúc xuống xe đã không ngừng dặn dò tôi hãy từ bỏ ý định đi con đường quay đầu. Xe tôi khởi hành rời đi, ông còn gọi với theo một tiếng: "Này người anh em, phải nghe lời tôi khuyên nhé, đã ra ngoài được rồi thì vạn lần đừng có quay về cái môi trường nát bét đó, không nghe lời, chắc chắn anh sẽ hối hận đấy!"

Một buổi chiều hai ngày trước khi đi, hệ thống Uber nhận được một cuốc xe của Isabel, một cô gái da trắng, đi đến một nhà thờ Kitô giáo. Khuôn mặt, vóc dáng, màu da và phong thái của cô vừa xinh đẹp vừa ôn hòa, ít nhất cũng là kiểu con gái da trắng phù hợp với thẩm mỹ lâu dài của tôi. Cô chủ động hỏi tôi có tin vào Chúa không? Tôi nói tôi tin rằng Chúa tồn tại dưới một hình thức nào đó, thần linh và vận may đều có thật, nhưng tôi không tin vào bất kỳ tôn giáo nào, dù tôi tôn trọng tôn giáo. Cô nói điều đó rất bình thường, trông anh có vẻ không giống một tài xế Uber toàn thời gian. Tôi nói: "Cảm ơn tiểu thư, tôi vốn là một nhà văn tiếng Trung, đây là quãng thời gian cuối cùng tôi lái Uber, ngày kia tôi sẽ quay về Trung Quốc và có lẽ sau này sẽ không bao giờ quay lại Mỹ nữa." Cô nói xem ra đây là một cơ duyên; cô đi theo bạn trai từ bang Florida đến Los Angeles chưa đầy một tháng, giờ đang đi tham gia hoạt động giáo hội, và sáng mai sẽ bay về nhà ở Miami. Bạn trai cô vẫn đang học Tiến sĩ, chuyên ngành Luật Quốc tế và cũng thông thạo tiếng Trung. Sau nhiều lần tôi được các tín đồ Kitô giáo thuyết phục mà vẫn chưa có ý định trở thành tín đồ, Isabel đã đưa ra một lời khuyên: tôi có thể đọc Kinh Thánh. Cô cho rằng việc có tin vào tôn giáo hay không, có trở thành tín đồ của một tôn giáo hay không là tự do và quyền của mỗi người, nhưng điều đó không có nghĩa là một người không nên đọc, học và tìm hiểu nhiều hơn. Quan điểm này của cô dĩ nhiên tôi hoàn toàn đồng tình và chấp nhận; đó vốn là điều mà một học giả chân chính tất yếu phải thực hành. Tôi nói rất cảm ơn lời khuyên của cô, sau này tôi sẽ thử đọc bản Kinh Thánh bằng tiếng Anh.

Trước khi xuống xe, Isabel nói: "Lát nữa đến nhà thờ tôi sẽ mua một cuốn tặng anh." Tôi nói ngày kia tôi đã rời Mỹ rồi. Cô bảo không sao, sáng mai hoặc sáng sớm ngày kia anh có thể nhận được. Chúng tôi trao đổi số điện thoại, email và địa chỉ nhà.

Ngày thứ ba, tức là khoảng 7 giờ sáng ngày tôi có chuyến bay đêm đó, khoảnh khắc tôi đẩy cửa phòng ra, tôi đã thấy một bưu kiện đựng cuốn Kinh Thánh. Tôi nhanh chóng gửi tin nhắn báo đã nhận và cảm ơn cô; cô trả lời rằng cô đã về đến Florida, vì nghĩ đến thói quen đọc sách của tôi nên chiều hôm kia ở nhà thờ không tìm thấy bản dịch đối chiếu Anh-Trung, cô đã nhờ một người bạn ở giáo hội tìm cách tìm được vào hôm qua và dặn bạn nhất định phải đảm bảo tôi nhận được vào buổi sáng ngày tôi rời Mỹ. Cô nói cô tin rằng Chúa sẽ phù hộ và chỉ lối, chúc tôi mọi việc thuận lợi khi trở về Trung Quốc.

Chị gái tôi vẫn luôn ở bên chăm sóc người mẹ già không còn khả năng tự sinh hoạt. Sáng ngày lên đường, tôi gọi video cho hai người để báo bình an, nhưng giấu nhẹm việc mình đã quyết định và sắp sửa về nước. Nhắc đến nỗi lòng hướng về mẹ, chị tôi hết lần này đến lần khác căn dặn đừng hành động bồng bột, chị có thể lo liệu tốt, việc về thăm chỉ là nhất thời, nhưng nếu chuốc họa vào thân thì mọi chuyện sẽ càng nan giải hơn. Tôi chỉ biết tự an ủi mình rằng, trở về nước ít nhất cũng đạt được đạo lý: "Cha mẹ còn sống, không đi chơi xa; nếu có đi, phải có nơi chốn rõ ràng." Tôi dặn đi dặn lại các con rằng chuyện tôi về nước, ngoài những người thực sự cần thiết, tuyệt đối không được tiết lộ cho bất kỳ thân thích hay bạn bè nào.

Tôi chuyển vào căn hộ này mới được tròn hai tháng, chẳng còn mặt mũi nào để đề nghị hủy hợp đồng sớm với chủ nhà. Tôi dự định sẽ viết một email xin lỗi và xin trả phòng khi đã ngồi trên máy bay, chấp nhận thanh toán khoản bồi thường vi phạm hợp đồng như đã thỏa thuận. Tính từ giữa tháng Giêng đến nay, tổng số ngày tôi lái Uber là 76 ngày. Chiếc SUV Toyota với ngoại thất và nội thất vẫn còn mới tinh ấy khi bán đi đã hiển thị hơn 30.000 dặm trên đồng hồ công-tơ-mét. Trong thời gian đó, tôi đã tiếp xúc với đủ loại người và chuyện đời. Với tổng cộng 1.495 chuyến xe và gần 800 giờ làm việc, tôi đã phục vụ những con người đủ mọi màu da đến từ hầu khắp các quốc gia trên thế giới. Ngoài những ghi chép quan trọng đã kể, còn có những đêm mưa gió mịt mù đi nhầm đường phải vòng lại và nhận được sự cảm thông ôn hòa; có những đôi nam nữ trẻ tuổi trong đêm Valentine yêu cầu bật nhạc Pop sôi động rồi hát vang sảng khoái; có những du khách Ukraine phẫn nộ kể về sự thật cuộc xâm lược của Nga; có những cụ bà vẻ ngoài bình dị nhưng lẳng lặng rút từ ví ra thêm 10 USD tiền tip cho tôi; có những người suốt dọc đường trút bầu tâm sự về mối tình nhiều năm nhưng vì nghèo khó mà không thể tiến tới hôn nhân; có những phụ nữ gốc Hoa say sưa kể về đủ thứ chuyện vụn vặt trong hơn hai mươi năm lấy chồng da trắng. Và dĩ nhiên, cũng không thiếu những kẻ say rượu, nghiện ngập hay mang theo súng. Quan trọng hơn cả, tôi đã nắm lòng đặc điểm địa lý và thương mại của gần như toàn bộ 88 thành phố thuộc vùng Đại Los Angeles. Ví dụ như hành khách tại sân bay quốc tế thường đi lại nhiều nhất trên dải hành lang văn hóa - kinh tế trọng yếu: Bãi biển Santa Monica — UCLA — Bảo tàng Trung tâm Getty — Beverly Hills — Hollywood — Universal Studios.

Điều khiến tôi lưu luyến còn là những cây cỏ trên ban công. Những đóa hồng vàng và hồng trắng tỏa hương ngày qua ngày; trên những thân cây tím mập mạp của hoa cánh bướm đã mọc ra bốn năm chiếc lá non nhỏ xíu; những cây cải xanh đón nắng với những giọt sương đọng trên lá mỗi sớm mai; và đám hành lá đã đủ lớn để làm gia vị cho những món tôi nấu. Tôi cẩn thận bê chúng xuống lầu, đặt ở nơi người qua đường dễ nhìn thấy nhất, hy vọng chúng sớm tìm được một mái nhà mới.

Những căn hộ dạng Studio ở Mỹ, ngoài những thiết bị bếp, tủ quần áo và nhà vệ sinh cần thiết, thường trống trơn. Người thuê tự sắm sửa đồ đạc khi dọn đến và phải dọn sạch khi rời đi. Tôi mất hơn nửa ngày để dọn trống căn phòng và sắp xếp hành lý.

Chiều sớm, Giáo sư David — một người gốc Giang Tây đang giảng dạy tại Đại học Bang California — đã đến tiễn tôi. Chúng tôi cùng hoạt động trong giới học thuật kỹ thuật giao thông vận tải, quen biết đã nhiều năm. Ông đã giúp đỡ và chỉ dẫn cho tôi rất nhiều trong thời gian tôi ở Mỹ. Ông muốn có một cuộc trò chuyện với tôi, không chủ đề, nhưng dĩ nhiên xoay quanh việc đi hay ở của tôi.

"Nhận được tin anh sắp về nước, tôi không ngăn cản, bởi tôi có quan điểm thế này:

Thứ nhất, Mỹ tuy là cường quốc số một thế giới với nhiều ưu thế và đặc thù, nhưng không phải nơi dành cho tất cả mọi người. Ngay từ đầu tôi đã khuyên anh phải thận trọng khi xin tị nạn, vì khi chưa có danh phận chính thức, anh buộc phải ở lỳ tại Mỹ, đó chẳng khác nào một dạng 'tù di trú' về mặt hình thức, hạn chế nghiêm trọng tự do không gian của anh.

Thứ hai, nếu anh đang ở độ tuổi hai mươi hay ba mươi, tôi nhất định sẽ kịch liệt ngăn cản, bởi anh còn nhiều thời gian để tích lũy. Mỹ là một xã hội trọng lợi nhuận và hiệu quả, làm thuê hay làm chủ thì đại đa số đều có tiền kiếm, tiền tiêu; hệ thống phân phối tài sản và bảo trợ xã hội cũng hàng đầu thế giới. Ngay cả khi phá sản, anh vẫn có tự do và cơ hội mới, thời gian đồng nghĩa với việc tích lũy tài sản.

Thứ ba, ở Trung Quốc, anh có những trải nghiệm đa ngành và nguồn lực mà nhiều người không thể với tới. Kinh tế dù có tệ đến đâu, thì với một quốc gia đông dân và có quy mô lớn như vậy, chắc chắn vẫn có không gian và cơ hội cho anh.

Thứ tư là, anh cứ cô độc ở Mỹ như thế này thì bao giờ mới là hồi kết? Lần trước khi tôi đến thăm anh ở căn nhà tại San Gabriel, chính anh đã nói rất rõ rằng đó không phải cuộc sống anh mong muốn, đó chỉ là giai đoạn quá độ. Anh đã thử nhiều cách kiếm tiền nhưng đều vấp phải rào cản ngôn ngữ. Việc anh lái Uber mà đạt được doanh thu hàng vạn đô la khiến tôi rất bất ngờ; với người bình thường đó là khoản thu nhập lớn, nhưng với anh, nó vẫn chỉ là một quãng tạm bợ." David kém tôi hơn mười tuổi, nhưng điều đó không ngăn cản chúng tôi là những người bạn thẳng thắn với nhau.

"Bốn quan điểm này của anh rất khách quan và hữu ích. Nói về bồng bột, tôi đã qua cái tuổi đó rồi. Tôi đã suy nghĩ rất nhiều lần về việc ở lại Mỹ hay về nước, và lần này tôi mất một tuần mới quyết định mua vé máy bay. Nói về sự bình thản, thì trong bốn ngày từ khi mua vé đến giờ, tôi chưa từng thực sự bình thản. Theo lẽ thường, tôi đã vượt qua giai đoạn khó khăn nhất, đã sống cuộc sống ở một quốc gia thế giới thứ nhất mà đại đa số người Trung Quốc không có được. Quay về dấn thân vào chốn đục ngầu đó, cơ hội chẳng thể lớn hơn rủi ro và khó khăn. Nhưng trong tính cách của tôi vốn dĩ đã có máu thích vùng vẫy và không chịu khuất phục. Sự nghiệp là một phần, gia đình cũng là một phần. Gia đình tôi, hai năm trước vốn nắm trong tay những quân bài tốt nhưng lại đánh hỏng hết cả. Nếu con gái không từ bỏ công việc và danh phận ở Mỹ, nếu tôi đã sang đây, nếu con trai vẫn đang học ở đây, cả nhà đoàn tụ thì làm gì có chuyện sống không tốt. Bây giờ thì hay rồi, mỗi người một ngả, nguồn sống kinh tế trở thành vấn đề lớn phải đối mặt mỗi khi mở mắt nhắm mắt. Thay vì nói là về nước để đánh cược vận may, thà nói rằng tôi luôn cảm thấy về nước thì không cần phải vất vả kiếm tiền như đang lái Uber hiện tại." Tôi rít vài hơi thuốc lá điện tử chưa kịp vứt đi — món đồ mà một hành khách bỏ quên trên xe hai tháng trước và tôi nhặt được.

"Có một vấn đề tôi luôn muốn thảo luận với anh. Tôi đã bảy tám năm chưa về nước. Theo truyền thông tiếng Trung, xã hội và kinh tế Trung Quốc vẫn luôn tốt lên và tăng trưởng. Nhưng có hai tình trạng: Một là, một số người nhập cư gốc Hoa khi về thăm quê thường thể hiện trên vòng bạn bè toàn là cảnh đẹp món ngon, lời lẽ thì toàn là về rồi lại muốn về tiếp. Tình trạng khác là, trò chuyện với một vài người bạn từ trong nước thỉnh thoảng sang Mỹ giao lưu học thuật hay du lịch, họ lại luôn đầy vẻ ưu tư, nói năng dè dặt, thể hiện sự thất vọng và bất lực trước tình hình kinh tế xã hội. Vậy sự thật rốt cuộc là gì?" David hỏi sao tôi lại hút thuốc, tôi nói mình đã bỏ thuốc hơn mười năm rồi; ngày xưa viết lách thức đêm có khi hút hai ba bao một đêm, sau này hễ hút là viêm đường hô hấp nên bỏ hẳn. Chiếc thuốc lá điện tử này là nhặt được, khi lái xe mệt thì rít một hơi cho tỉnh táo. Mấy ngày nay vì chuyện về nước mà ăn không ngon ngủ không yên, rít vài hơi cũng thấy có ích.

"Hai tình trạng anh nói đều tồn tại khách quan và chân thực. Thế này nhé, tôi sẽ nói đơn giản cho anh về ba khía cạnh của xã hội và kinh tế Trung Quốc. Tôi cũng sẽ nói sự thật một cách cầu thị, không phóng đại, không màu mè, có lẽ anh sẽ hiểu ngay.

Một là, gần nửa thế kỷ qua, các chính trị gia trong nước bắt đầu chuộng những chính sách 'trăm năm không đổi', những công trình 'kế hoạch ngàn năm'. Anh sinh những năm 80, cái thời đó kế hoạch hóa gia đình khủng khiếp đến mức nào, có thể đọc cuốn Ếch của Mạc Ngôn — người đoạt giải Nobel Văn học. Một nhà văn lớn như Mạc Ngôn, tôi vẫn nói là ông ấy gặp may, loại sách đó gặp đúng thời đại tốt mới được xuất bản, chứ đặt vào bây giờ thì đừng hòng. Sau khi đoạt giải lớn nổi danh, ở trong nước ông ấy cũng khôn ra mà làm giáo sư đại học. Đầu tiên là kế hoạch hóa gia đình được nâng lên thành quốc sách, rồi đến đầu thập niên 90, một vị lãnh đạo cấp phó quốc gia phụ trách các mảng Kế hoạch hóa gia đình, Phụ nữ và Trẻ em, Y tế, Người khuyết tật đã công khai tuyên bố quốc sách kế hoạch hóa gia đình 100 năm không đổi. Bà ta thật dám nói, có lẽ là do bị kích thích và ảnh hưởng bởi một vị lãnh đạo quốc gia khác khi đưa ra khẩu hiệu 'Đường lối cơ bản của Đảng trăm năm không dao động'. Kết quả thì sao, mới được hai mươi năm, dân số giảm sút, sinh đẻ được nới lỏng. Và cái khẩu hiệu 'Đường lối cơ bản của Đảng trăm năm không dao động' đó bị hầu hết mọi người hiểu theo nghĩa hẹp là 'Cải cách mở cửa trăm năm không dao động'. Dù cải cách mở cửa là một trong những cốt lõi, nhưng mọi người đã sơ suất quên mất điều mà vị lãnh đạo đó luôn nhấn mạnh: lấy sở hữu công cộng làm chủ đạo, không được làm tư hữu hóa tự do. Sự kiện năm 1989 đã kiểm chứng cách ông ta làm, và ba, bốn thế hệ lãnh đạo sau đó không ai dám thực sự lật lại cái gốc sở hữu công cộng, cho đến thế hệ lãnh đạo thứ năm thì trực tiếp thúc đẩy chiến lược lấy sở hữu công cộng làm chủ đạo. Cải cách mở cửa nhìn bề ngoài vẫn còn đó, nhưng thực chất là cải cách giật lùi, mở cửa thu hẹp. Anh chắc biết Đặc khu Hùng An là công trình kế hoạch ngàn năm chứ? Thực tế không chỉ Hùng An, nhiều dự án công trình trọng điểm đều được xưng tụng là kế hoạch ngàn năm. Tại sao? Bởi vì Kim Tự Tháp, Vạn Lý Trường Thành hay Cố Cung — những di sản văn hóa thế giới đó, vào thời đại đương thời đều là những công trình vắt kiệt mồ hôi nước mắt của nhân dân, nhưng ngàn năm sau lại trở thành cảnh quan du lịch hái ra tiền.

Kế hoạch ngàn năm có lợi ích không? Có chứ, chỉ là bắt hàng triệu hàng vạn dân thường phải khổ cực suốt mấy trăm ngàn năm, còn kẻ hưởng lợi sau này cũng chẳng phải dân thường. Anh có thể đọc cuốn sách dày cộp FROM REBEL to RULER, ONE HUNDRED YEARS of the CCP của Giáo sư Tony Saich thuộc Đại học Harvard.

Hai là, thế nào là lấy sở hữu công cộng làm chủ đạo? Giáo sư Tony Saich có một phép ẩn dụ về chức năng: doanh nghiệp nhà nước đóng vai trò là ống dẫn chính, còn doanh nghiệp tư nhân đóng vai trò là chiếc van; chỉ khi áp lực quá lớn người ta mới dùng đến chiếc van. Tôi sớm cảm nhận được mùi của cuộc đại biến đổi về hình thức sở hữu kinh tế từ cuối năm 2018, khi Trung ương đề xuất học tập mô hình Temasek của Singapore để cải cách và làm lớn mạnh doanh nghiệp nhà nước. Tiếp đó là cuộc cải cách thể chế giám sát quản lý tài sản nhà nước vào năm 2019, tức là thu nạp tất cả các loại hình doanh nghiệp công hữu của chính phủ và tập thể — vốn phân chia theo ngành nghề, địa phương hay hình thức sở hữu — về dưới danh nghĩa của Ủy ban Giám sát và Quản lý Tài sản Nhà nước (SASAC). Sau đó là giai đoạn 2020-2022 thực hiện cải cách quyền sở hữu, và 2023-2025 thực hiện cải cách cơ chế. Mục tiêu cuối cùng của họ là gì? Là đảo ngược tỷ lệ trong nền kinh tế: từ chỗ doanh nghiệp tư nhân chiếm 80%, nhà nước chiếm 20% thành doanh nghiệp nhà nước chiếm trên 80% và tư nhân không đầy 20%. Đây là một công trình lịch sử chấn động, vô cùng nan giải, vì nó động chạm đến lợi ích sát sườn của vô số người từ tầng lớp quan liêu địa phương đến tầng lớp trung lưu. Tôi ví việc này như một 'Chiến lược tái cấu trúc đàn cá' — vốn là hai loài cá quý hiếm được nuôi chung, trong điều kiện không được đánh bắt hay làm hại, phải làm sao để loài cá có sức cạnh tranh mạnh và số lượng lớn giảm đi đáng kể, còn loài cá ôn hòa nhưng số lượng ít tăng lên mạnh mẽ. Cách thức chắc chắn là có: đầu tiên phân khu để cách ly khả năng cạnh tranh của hai loài, sau đó hằng năm lấn dần lưới cách ly, dành cho loài cá ôn hòa nhiều nguồn nước và thức ăn tốt hơn, thuần hóa một phần loài cá mạnh trở nên ôn hòa, đồng thời khiến loài cá mạnh tự tàn sát và giảm đi trong điều kiện nguồn nước thu hẹp, áp lực tăng cao và môi trường xấu đi. Cuộc cải cách doanh nghiệp nhà nước theo mô hình Temasek này đã bước sang năm thứ 6; hầu hết các ngành nghề đều đang thực hiện việc đảo ngược này, rõ rệt nhất là ngành bất động sản, hiện doanh nghiệp nhà nước đã chiếm hơn 75%. Ở trong giai đoạn thúc đẩy chiến lược lấy sở hữu công cộng làm chủ đạo này, các ông chủ tư nhân cảm thấy gian nan nhưng vẫn sẽ gắng gượng chống đỡ, bởi họ là những cá thể đơn lẻ, gần như không thấy hoặc không nhìn thấu được tầm cao chiến lược đó.

Ba là, thực hiện một cuộc cải cách thể chế chấn động, đặc biệt là xoay chuyển xu thế vốn có, chắc chắn sẽ động một sợi lông mà rung chuyển cả thân mình. Tư bản lũng đoạn nhà nước không chỉ chạm đến dây thần kinh xã hội trong nước mà còn gây tổn hại đến trật tự kinh tế quốc tế. Các chính trị gia và học giả Mỹ dĩ nhiên không phải những kẻ thiểu năng trí tuệ; họ sớm dự báo được mối đe dọa và khủng hoảng, nên đã ra tay trước, chủ động tấn công Trung Quốc bằng các cuộc chiến thương mại, công nghệ và tài chính. Trung Quốc thì mục tiêu thể chế đã định, lại đang sung sức nên dĩ nhiên không chịu yếu thế, bèn mượn danh nghĩa chống thù ngoài để ổn định nội bộ tốt hơn. Đánh chiến tranh kinh tế với Mỹ, đánh chiến tranh khẩu chiến với Đài Loan, đúng lúc đại dịch COVID-19 bùng phát (dù là thiên tai hay nhân họa), họ bèn thuận nước đẩy thuyền khống chế nội bộ rất nhiều người. Có người nói việc phong tỏa Thượng Hải trong đại dịch là một dạng thử nghiệm áp lực, đúng mà cũng không đúng; tôi cho rằng đó là dùng thời gian phong tỏa cấm túc toàn quốc để đổi lấy không gian cho cải cách thể chế. Cần biết rằng trong ba năm đó, họ thực sự đã thu hồi tất cả doanh nghiệp dưới danh nghĩa chính phủ và tập thể về cho SASAC. Sau đó, Trung Quốc chỉ còn hai loại doanh nghiệp: một là doanh nghiệp nhà nước, hai là doanh nghiệp tư nhân. Doanh nghiệp nhà nước hành động thống nhất, doanh nghiệp tư nhân là những toán quân lẻ tẻ. Người xui xẻo đầu tiên có phải các ông chủ tư nhân không? Thực ra không phải, mà là gần như tất cả những người được gọi là 'người trong biên chế': bị thu hồi hộ chiếu, bị cấm vọng nghị chính sách chính trị; đăng bài không khéo trên vòng bạn bè hay lỡ lời khi tụ tập bạn bè đều trở thành manh mối để bị điều tra xử lý. Điều đó tương đương với việc mất hoàn toàn tự do ngôn luận và mất một phần tự do thân thể. Ngoại trừ ngân sách trung ương và ngân hàng trung ương không thiếu tiền, còn chính quyền địa phương, doanh nghiệp nhà nước, doanh nghiệp tư nhân thảy đều thiếu tiền hoặc nợ nần. Nhưng điều thú vị là, nhân viên trong biên chế bị nợ lương ba tháng, nửa năm vẫn có thể nín nhịn, còn nhân viên doanh nghiệp tư nhân thì luôn có thể dựa vào sự bảo vệ của Luật Lao động để hăng hái đối đầu với ông chủ. Ba năm đại dịch, đại đa số doanh nghiệp tư nhân vừa và nhỏ bị giày vò đến mức cạn túi, những doanh nghiệp tư nhân lớn hơn đa phần cũng ngã xuống hoặc bị doanh nghiệp nhà nước góp vốn quản lý. Chiến dịch 'đả hổ diệt ruồi' diễn ra rầm rộ, mỗi năm có thể đánh hàng triệu người, mà những gì đánh xuống đều là vàng thật bạc trắng nộp vào quốc khố. Ủy ban Kiểm tra Kỷ luật 'đả hổ' không phải là pháp luật, cũng chẳng phải anh hùng. Một là vì việc 'đả hổ' thường được lãnh đạo định tính từ trước và trong khi họp, sau đó mới đến tòa án xét xử; hai là 'hổ' không phải động vật hoang dã hay có tính ẩn nấp, nói rằng hổ chạy đầy rẫy trong các khu chăn nuôi có hàng rào bao quanh cũng không quá lời, chẳng qua là chọn lọc từng đợt để giết trước giết sau mà thôi, có thể hiểu đó là một vụ làm ăn."

David nghe tôi nói xong thì bật cười, ông nói thật không thể tin nổi, bao nhiêu cơ sở hạ tầng phát triển và xa hoa ở trong nước hóa ra lại được xây dựng và vận hành bởi tư bản lũng đoạn nhà nước dưới sự thống trị của quyền lực bằng cách vắt kiệt mồ hôi nước mắt của dân thường. Tôi nói đại giáo sư đúng là đại giáo sư, kết luận này thật sắc lẹm và đầy sức nặng. Sự bình lặng không có nghĩa là không có áp lực; sự nghe lời không có nghĩa là được phép lên tiếng.

"Vậy anh phải cân nhắc kỹ xem có nên về nước không, giờ hối hận vẫn còn kịp!" David cố gắng can ngăn.

"Biết trong núi có hổ, vẫn cứ tiến vào núi hổ. Nếu việc thành, cứ để thuận theo tự nhiên. Nếu việc không thành, tâm ma và ác quỷ cùng rời xa, coi như đó là sự sắp đặt của Chúa." Tôi cầm cuốn Kinh Thánh lên lắc lắc.

7. THÀNH PHỐ Quảng Châu

Khi cân nhắc chọn nơi định cư, tôi luôn xem xét môi trường tổng hòa của địa phương đó, trong đó ba khía cạnh: nhân văn, du lịch và kinh tế là quan trọng nhất. Hơn hai mươi năm trước, lần đầu tiên tôi mua nhà định cư tại thành phố Nam Kinh cũng là vì coi trọng nhân văn, du lịch và kinh tế của nơi này. Thành phố Quảng Châu cũng không ngoại lệ; tỉnh Quảng Đông nơi nó tọa lạc vừa kế thừa nền văn hóa trọng thương hiếm có suốt hàng trăm năm tại Trung Quốc, vừa luôn giữ vững vị thế đầu tàu kinh tế kể từ sau cải cách mở cửa. Vị trí địa lý thông sông ra biển mang lại nguồn tài nguyên độc đáo cho thương mại và du lịch. Vài năm trước, tôi đã có ba lần đi công tác đến Quảng Châu và để lại những ký ức sâu sắc.

Một lần là trong thời kỳ đại dịch, trên quảng trường trước ga tàu hỏa Quảng Châu dưới cơn mưa xối xả, những hàng dài người xếp hàng chờ xét nghiệm axit nucleic dài dằng dặc không thấy điểm kết thúc, rất nhiều người đứng trong làn nước, toàn thân ướt đẫm.

Một lần khác là không lâu sau khi đại dịch kết thúc, tôi tham dự một buổi diễn thuyết lớn tại Quảng Châu, may mắn với tư cách chuyên gia tham gia vào một hội nghị đầu tư do bộ phận giao thông của chính quyền mười mấy thành phố tổ chức. Tại hội nghị đó, tôi được biết về chính sách mới nhất đưa việc huy động vốn xây dựng đường cao tốc vào danh mục rủi ro nợ chính quyền địa phương, dẫn đến một loạt dự án đường cao tốc bị chậm lại hoặc bị nhấn nút tạm dừng.

Lần thứ ba là một tháng trước khi tôi đi Mỹ, tôi tham gia giảng dạy cho các kỹ sư có học hàm chuyên môn kỹ thuật trong hệ thống biên chế của tỉnh Quảng Đông. Tôi đã thốt ra trong lớp tập huấn kỹ thuật rằng:

"Các bạn có biết doanh nghiệp tư nhân quan trọng đến mức nào không? Doanh nghiệp tư nhân không chỉ giải quyết hơn 70% việc làm, mà còn giải quyết 100% việc làm cho các nhóm yếu thế trong xã hội. Nếu khối doanh nghiệp tư nhân sụp đổ, xã hội này coi như xong." Đoạn video vài chục giây đó sau đó được chia sẻ vào các nhóm bạn học của các trường kinh doanh lớn như Trung Âu (CEIBS), Trường Giang (CKGSB), Đại học Bắc Kinh, và được truyền thông Internet trong nước lẫn quốc tế lan truyền rộng rãi.

Nếu có thể ký kết hợp tác dự án R&D sản phẩm mới với Tập đoàn Nam Cơ, tôi sẽ định cư lâu dài tại Quảng Châu và tập trung sức lực để làm sâu, làm rộng thị trường sản phẩm mới tại tỉnh Quảng Đông. Dù kinh tế cả nước có tồi tệ đến đâu, tỉnh Quảng Đông vẫn thuộc diện "tốt nhất trong những nơi tệ". Nếu không thể ký kết hợp tác, tôi phải làm sao? Tôi căn bản không hề chuẩn bị cho phương án dự phòng đó.

Sáng ngày 24 tháng 4, máy bay hạ cánh, Chi nhánh 3 cử xe đến đón tôi và đi thẳng đến một nhà hàng nông trại (nông gia lạc). Về việc tiếp đãi, Tổng giám đốc Ngụy Tín giải thích rằng hiện nay việc chính quyền và doanh nghiệp nhà nước tiếp khách đều theo tiêu chuẩn cơm làm việc; trường hợp đặc biệt mới có thể xin định mức tiếp khách và kê khai phí chiêu đãi. Thực tế, không doanh nghiệp nào muốn chuốc lấy rắc rối từ việc xin xỏ, phê duyệt rồi lại bị kiểm toán, tra xét. Ngay cả những cuộc tiếp khách đối ngoại cần thiết cũng cố gắng cắt giảm chi phí, cá nhân tự chi trả tiền ăn hoặc tìm cách quyết toán dưới danh nghĩa nghiệp vụ khác. Vì tôi vừa từ Mỹ trở về, lại là bạn của Chủ tịch tập đoàn và là chuyên gia danh tiếng trong ngành, nên họ nhất định phải tận tình đãi khách để có cảm giác của một buổi lễ chào mừng. Các lãnh đạo cấp cao của Chi nhánh 3 cũng có mặt đông đủ để làm quen từng người. Tôi thực lòng không bận tâm đến việc tiếp đãi có nồng hậu hay hình thức hay không, bởi tôi đã quá am tường cái bộ máy chính sách và cách thực thi của hệ thống này từ nhiều năm qua.

Trên đường đi, tôi gọi điện cho Chủ tịch Nam, với thái độ của cấp dưới báo cáo cấp trên, tôi nói ngắn gọn về việc đã ổn định tâm trí để thúc đẩy hợp tác. Chủ tịch Nam đưa ra sự ủng hộ rõ ràng và bày tỏ kỳ vọng thành công cho việc triển khai dự án. Trong bữa trưa, Ngụy Tín trao đổi thêm với tôi về những ý tưởng triển khai nghiệp vụ, phần lớn cũng là những nội dung đã trao đổi qua điện thoại trước đó. Điều quan trọng nhất là đích thân tôi đã có mặt, điều này càng có lợi cho việc thúc đẩy và hiện thực hóa hợp tác.

Chi nhánh 3 nằm giữa vùng núi non cách thành phố Quảng Châu 40 km về phía Bắc, yên tĩnh và trống trải. Xung quanh chỉ có một hướng cách 1 km mới có nhà dân, cách 3 km mới có khu thương mại. Ban đầu, cùng với việc xây dựng hạ tầng, người ta đã trưng dụng hơn một trăm mẫu đất này nhưng bỏ trống nhiều năm. Để tận dụng, họ đã đầu tư hàng chục triệu nhân dân tệ để xây dựng nhiều tòa nhà văn phòng, ký túc xá và trung tâm hoạt động. Hơn một năm trước, họ đã tập trung hơn 200 nhân viên về đây làm việc và lưu trú. Chi nhánh 3 có tổng cộng hơn 600 nhân viên, phần lớn rải rác tại nhiều dự án hạ tầng khắp thành phố để vận hành, quản lý và bảo trì hàng ngày. Mỗi năm có hơn 600 triệu nhân dân tệ giá trị sản lượng, con số này cũng tương đương với doanh số, tương đương với số tiền tập đoàn phân bổ, và tương đương với mức chi phí bắt buộc phải tiêu hết. Nhiều doanh nghiệp nhà nước trong hệ thống xây dựng công trình đều giống nhau: mang tiếng là doanh nghiệp, có doanh số nhưng không có phòng thị trường hay phòng kinh doanh, đương nhiên cũng không cần nhân viên bán hàng. Mỗi năm sẽ có lãi, và bắt buộc phải có lãi, nếu không sẽ không qua được kỳ sát hạch. Chi nhánh 3 mỗi năm sẽ có khoản lãi khoảng hai ba triệu nhân dân tệ; khoản đó là lãi thật hay chỉ là con số trên sổ sách thì có vẻ không quan trọng, và chắc chắn chúng đều chịu được sự kiểm toán từ tập đoàn.

Chủ tịch Nam đã nhắc đi nhắc lại với tôi nhiều lần rằng phải "tẩy não" thật kỹ cho Ngụy Tín và các lãnh đạo của Chi nhánh 3. Bao năm qua, họ chỉ biết mỗi việc đem công trình đi thuê ngoài, ngoài ra căn bản không biết gì khác. Đừng nhìn vào việc ai nấy đều có học hàm Tiến sĩ hay kỹ sư cao cấp, đó chẳng qua chỉ là những chuyên gia "giải đề" xuất sắc trong trường đại học. Ngay cả tập đoàn lớn này, tổng tài sản hàng trăm tỷ, hàng ngàn nhân viên, cũng đều là những quan chức sống dựa vào các công trình hạ tầng. Giờ đây doanh nghiệp nhà nước muốn chuyển đổi, muốn đổi mới, họ hoàn toàn không theo kịp.

Trong suốt mười năm quen biết Chủ tịch Nam, lần thực sự gặp mặt ngồi lại tâm sự dài lâu là khi ông vừa được điều động về tập đoàn giữ chức Phó tổng giám đốc. Lúc đó ông nói đùa rằng mình từ chính quyền thành phố chuyển sang đây để dưỡng già, nhưng sau đó lại thăng chức lên Tổng giám đốc, rồi lên Chủ tịch tập đoàn kiêm Bí thư Đảng ủy. Chức vụ càng cao, ông càng bận rộn với đủ loại sự vụ không thể dứt ra được. Nhiều khi chúng tôi gọi điện cho nhau sau 10 giờ đêm, trò chuyện cả tiếng đồng hồ. Tôi dĩ nhiên thấu hiểu ông, dù trong mắt người khác ông là người đứng đầu một tập đoàn lớn, là quan chức cấp sảnh, nhưng cũng thường xuyên phải vì một tờ trình hay một công văn mà đứng đợi ngoài cửa phòng lãnh đạo cấp cao hơn suốt nửa ngày trời. Có lần chúng tôi hẹn gặp nhau ở sân quần vợt, tôi đã ngồi cùng ông hơn một tiếng đồng hồ, không phải để đánh bóng, mà là ở đó đợi vị lãnh đạo đang đánh bóng xong để báo cáo, xin ý kiến và xin chữ ký.

Trong hệ thống quan liêu Trung Quốc có quan tốt không? Chắc chắn là có, có rất nhiều. Chủ tịch Nam chính là một trong số những người như vậy mà tôi gặp trong nhiều năm giao thiệp với quan chức: nắm giữ vị trí cao nhưng giản dị, liêm khiết, chính trực và luôn cầu tiến đổi mới. "Ngưu tầm ngưu, mã tầm mã", có lẽ chính vì gốc rễ bình dân, tính nhút nhát và luôn cố gắng kinh doanh đúng luật của tôi, nên tôi tất yếu ít tiếp xúc với những tham quan ô lại hoặc khó có thể giao thiệp sâu sắc. Dù vậy, trong chiến dịch chống tham nhũng gần mười năm qua, vòng bạn bè của tôi cũng có tới ba chữ số những quan chức lớn nhỏ phải vào tù hoặc tự kết liễu, trong đó dĩ nhiên có cả những người tôi từng giao thiệp nhiều lần.

Điểm khác biệt của Chủ tịch Nam so với nhiều quan chức khác mà tôi biết nằm ở chỗ ông có nhận thức và hiểu biết sâu sắc về đổi mới doanh nghiệp. Ông cho rằng, doanh nghiệp làm đổi mới ứng dụng, chỉ cần nhắm vào những chức năng ứng dụng, khiếm khuyết ứng dụng hay những lỗ hổng ứng dụng hiển hiện, thì bản thân công nghệ không phải là vấn đề; bởi lẽ đây không phải làm nghiên cứu khoa học tự nhiên như các nhà khoa học. Đầu tư, chu kỳ và việc hiện thực hóa đổi mới công nghệ ứng dụng thường có thể dự đoán được, rủi ro cũng tương đối dễ kiểm soát. Khó khăn và rủi ro lớn nhất nằm ở chỗ sau khi tạo ra công nghệ và sản phẩm, thị trường có chấp nhận không, doanh nghiệp có đủ thực lực để duy trì đầu tư quảng bá và theo đuổi chu kỳ đó không. Chính dựa trên những điều này, ông đã quan sát lâu dài việc đổi mới R&D và quảng bá ứng dụng trước đây của tôi, thậm chí từng đích thân dẫn đội ngũ đến khảo sát xưởng R&D và nhà máy sản xuất của công ty tôi. Dự án hợp tác R&D mà chúng tôi dự tính sau này hoàn toàn dựa trên nền tảng sản phẩm phiên bản 1.0 (từ 0-1-10) mà tôi đã thực hiện, để nâng cấp lên sản phẩm phiên bản 2.0 có tính năng cạnh tranh thị trường mạnh mẽ hơn. Tập đoàn Nam Cơ đảm nhận rất nhiều công trình xây dựng hạ tầng và dự án vận hành, có bối cảnh thực tế, có nhu cầu, có thể ứng dụng, và khi ứng dụng thành công hoàn toàn có thể quảng bá ra toàn tỉnh Quảng Đông và cả nước. Công nghệ khả thi, thị trường tin cậy, rủi ro có thể kiểm soát, chỉ cần làm thật chắc chắn thì xác suất thành công là cực lớn. Vạn nhất có thất bại, đó cũng là rủi ro mà bất kỳ doanh nghiệp nào cũng phải gánh chịu trong đổi mới khoa học công nghệ. Không ai có thể đảm bảo thành công tuyệt đối, nhưng nếu không làm, mọi sự đều sẽ không thành.

Mỗi cuộc trò chuyện giữa tôi và Chủ tịch Nam đều mang lại cảm giác vẫn còn muốn nói thêm nữa.

Thế nhưng, kiến giải cá nhân, cái nhìn cá nhân hay quyết sách cá nhân của lãnh đạo, vào thời đại năm hay mười năm trước có lẽ rất hiệu nghiệm, nhưng đặt vào quy trình doanh nghiệp nhà nước và hệ thống quan liêu hiện nay, cao lắm cũng chỉ là một cơ duyên. Trước mắt, tôi phải phối hợp với Ngụy Tín để soạn thảo hồ sơ lập dự án, thuyết phục đội ngũ lãnh đạo cao cấp, giành lấy sự phê duyệt lập dự án của tập đoàn; và điều quan trọng hơn cả là phải làm sao để cá nhân Ngụy Tín không phải chịu bất kỳ trách nhiệm hay vấn đề gì trước, trong và sau sự việc này. Về điểm trách nhiệm này, Ngụy Tín cũng giống như nhiều quan chức và nhân viên trong hệ thống biên chế: làm ít hoặc không làm là lựa chọn hoàn hảo để tránh phải chịu trách nhiệm. Tôi dĩ nhiên thấu hiểu cái khó của Ngụy Tín, hiểu rằng Chi nhánh 3 không có ngân sách cho dự án R&D này trong năm nay, hiểu rằng ông không muốn ảnh hưởng đến thành tích kinh doanh và hiệu quả công việc của Chi nhánh 3 năm nay, và hiểu rằng bằng mọi giá ông phải giành được văn bản phê duyệt có chữ ký của Chủ tịch Nam.

Vào tuần thứ hai sau khi đến thành phố Quảng Châu, nhờ sự nỗ lực thúc đẩy của Ngụy Tín, Chủ tịch Nam đã chính thức triệu tập một cuộc họp triển khai dự án tại tập đoàn. Cuộc họp đã làm rõ ba điểm: Thứ nhất, đồng ý và hỗ trợ Chi nhánh 3 triển khai dự án R&D song song với việc xây dựng phòng thí nghiệm; Thứ hai, các công nghệ và sản phẩm mới được nghiên cứu sẽ được hỗ trợ ứng dụng vô điều kiện và toàn diện trên các loại hình dự án của Tập đoàn Nam Cơ, nhưng sản phẩm phải có tính đổi mới và ưu thế về chi phí; Thứ ba, việc phê duyệt lập dự án sẽ thực hiện theo quy trình thông thường của tập đoàn. Đối với việc đích thân ký tên, thái độ của Chủ tịch Nam rất rõ ràng: tập đoàn đã có quy trình liên quan, căn cứ vào hạn mức đầu tư mà lãnh đạo phụ trách tương ứng sẽ phê duyệt, ông chỉ ký những dự án thuộc thẩm quyền bắt buộc của Chủ tịch hội đồng quản trị.

Tiếp đó, việc chuẩn bị bài thuyết trình PPT để báo cáo và tranh thủ sự đồng thuận của đội ngũ lãnh đạo Chi nhánh 3, cũng như soạn thảo báo cáo lập dự án và phương án xây dựng phòng thí nghiệm, đều được hoàn tất trong vòng một tuần sau khi tôi về nước.

Đứng trong sân lớn của Chi nhánh 3 nhìn ra dãy núi trập trùng, nơi đây có bình minh và hoàng hôn đẹp nhất, cũng có mây mù bao phủ sau những cơn mưa. Tôi chẳng còn tâm trí đâu để thưởng ngoạn những cảnh đẹp ấy, mà chỉ biết lầm lũi đi hết vòng này đến vòng khác trong sân; tập thể dục chỉ là phụ, còn giải khuây và trấn tĩnh trước nỗi bàng hoàng mới là chính. Trong sân có những thảm cỏ rộng mênh mông, nhưng lại là loại cỏ dại phổ biến nhất trên đồng ruộng — cỏ chỉ (cỏ gà), lá cứng và nhọn như gai, sắc màu thì chẳng ra xanh cũng chẳng ra vàng, không chỉ cực kỳ xấu xí mà còn hoàn toàn không phù hợp để đi lại hay ngồi nằm. Tôi hỏi một vài vị lãnh đạo cấp cao rằng tại sao lại trồng loại cỏ dại này? Họ hỏi ngược lại: "Còn loại cỏ nào tốt hơn sao? Liệu có khó chăm sóc và tốn kém không?" Tôi bảo chắc chắn là có, nhưng rồi cũng chẳng buồn thảo luận thêm. Tôi có thể thay đổi được gì không? Không thể. Khắp nơi ở Trung Quốc người ta trồng đại trà cỏ dại và bụi rậm, có lẽ vì chi phí thấp hơn, và cũng có lẽ vì chúng dễ che giấu những điều nhem nhuốc bên dưới.

Tôi đã đến thăm Bạc Vọng, ông là một trong số mười mấy người trên khắp Trung Quốc biết chuyện tôi về nước. Như đã nhắc đến trước đó, chúng tôi gần như ngày nào cũng trò chuyện trực tuyến. Đến thành phố nơi ông ở rất thuận tiện, có tàu cao tốc tuyến C (tốc độ cao nội đô). Lệnh hạn chế tiêu dùng quy định tôi không được đi tàu cao tốc tuyến G và ghế hạng nhất tuyến D, còn lại thì đều được. Lần gần nhất chúng tôi gặp nhau là vào tháng Chín năm ngoái tại Seattle khi cả gia đình ông đang du lịch ở đó, ông đã mua vé máy bay khứ hồi từ Los Angeles để mời tôi cùng đi chơi. Lần này về nước, đương nhiên tôi phải gặp ông ngay lập tức, chủ yếu là vì tôi có việc cần nhờ vả: túi tiền đang thực sự cạn kiệt, tôi muốn mượn ông 100.000 Nhân dân tệ.

Bạc Vọng dẫn tôi đi dạo quanh khu công nghiệp và những con phố dưới chân tòa nhà công ty ông. Thực trạng hiện nay là: tại thị trấn vốn sở hữu hơn 200 công ty niêm yết này, gần một nửa các tòa nhà thương mại đang bỏ trống. Trong vòng 5 năm qua, có tới 30-40% nhà hàng bị phá sản, và 70-80% đã phải thay chủ đổi biển hiệu. Bạc Vọng vẫn không thể hiểu nổi tại sao tôi khăng khăng đòi về nước, ông cũng không lạc quan về việc tôi có thể thực sự đạt được thỏa thuận hợp tác với Tập đoàn Nam Cơ, mà dù có đạt được thì việc triển khai cũng sẽ vô cùng gian nan. Ông kể rằng, đa số các bạn học cũ tại Trường Kinh doanh Trường Giang giờ đây công ty đều rơi vào thua lỗ, khốn đốn, kẻ thì phá sản, người thì vào tù, những buổi họp lớp không bao giờ còn đông đủ được nữa. Có những người từng một thời vang bóng, khoe khoang thực lực và giàu sang nhờ quy mô doanh nghiệp, nay cũng đã tiêu tan nhuệ khí, không gượng dậy nổi. Ông khuyên tôi nên sớm chuẩn bị phương án dự phòng, vạn nhất hợp tác không thành thì phải làm sao, đi đâu.

Nợ khoản vay ngân hàng không chỉ bị hạn chế tiêu dùng hay trở thành kẻ mất tín nhiệm, mà nhiều ông chủ tư nhân còn bị kiểm soát biên giới, không cho phép xuất cảnh. Hiện tại tôi mới chỉ bị hạn chế tiêu dùng ở mức nhẹ nhất, nhưng đó cũng chỉ là một sự may mắn mong manh, những biện pháp trừng phạt nghiêm khắc hơn có thể giáng xuống bất cứ lúc nào. Để đề phòng đường lùi, tôi đã nộp đơn xin thị thực du lịch Hồng Kông - Ma Cao tại Cục Quản lý Xuất nhập cảnh thành phố Quảng Châu, nhưng đã bị từ chối với lý do nghiêm cấm du lịch cá nhân, đồng thời họ còn thu hồi luôn hộ chiếu phổ thông (giấy thông hành) đi Hồng Kông - Ma Cao của tôi.

Kỳ nghỉ lễ Quốc tế Lao động 1/5, tôi chẳng có nơi nào tốt hơn để đi. Cả nước được nghỉ 5 ngày, khuôn viên của Chi nhánh 3 càng trở nên vắng lặng. Tôi nhờ con gái thuê giúp một chiếc xe qua mạng, quyết định ra ngoài đi dạo một chuyến. Đã tách rời khỏi xã hội Trung Quốc một năm rưỡi rồi, tôi muốn xem liệu có sự thay đổi nào không. Tốc độ phát triển của xã hội Trung Quốc từ trước đến nay luôn khiến thế giới kinh ngạc, và cũng khiến người trong nước thường xuyên cảm thán rằng mỗi ngày một khác. Vậy còn tốc độ suy thoái thì sao? Liệu nó có thay đổi nhanh như vậy không?

Tôi lần lượt đi đến một thị tứ, một thành phố loại hai và một ngôi làng cổ.

Trên một đoạn phố dài vài trăm mét ở thị tứ, sáu tiệm cắt tóc với những chiếc đèn xoay ba màu xanh-đỏ-vàng bắt mắt không ngừng biến ảo trước cửa, nhưng chỉ có lác đác vài tiệm có hai ba người khách. Mỗi tiệm đều dán bảng giá công khai ngay trước cửa: cắt tóc nam 20 tệ. Tôi chọn một tiệm có mặt tiền khá rộng, quan sát từ xa thấy có bốn chiếc ghế cắt tóc nhưng chỉ có duy nhất một người thợ, mắt đang dán chặt vào màn hình điện thoại. Đó chắc hẳn là ông chủ. Trong lúc cắt tóc, tôi cũng muốn trò chuyện với anh ta để tìm hiểu thêm tình hình.

Ông chủ kiêm thợ cắt tóc tên là A Bính, trước đây là một công nhân gốc Dương Giang. Thành phố Dương Giang là nơi tập trung các khu công nghiệp tiêu biểu nhất, nổi tiếng trong và ngoài nước với nghề sản xuất dao kéo. Thời điểm đó, thu nhập tháng của A Bính hơn 10.000 tệ. Nghe nói tôi muốn tìm hiểu về tình hình kinh tế trong nước, anh ta lập tức mở lòng, nói rằng mọi thứ bây giờ quá khó khăn.

A Bính kể, các xưởng sản xuất dao kéo ở Dương Giang vài năm nay đơn hàng liên tục sụt giảm, nhiều công nhân mất cơ hội làm việc tại nhà máy, những người còn trụ lại được thì thu nhập cũng bị cắt giảm gần một nửa. Sau khi mất việc, anh ta vốn định mở một quán ăn nhỏ, nhưng sau nhiều ngày đêm quan sát các mặt bằng định sang nhượng, tính toán sổ sách kiểu gì cũng không thấy có lãi. Khắp các ngõ lớn ngõ nhỏ đã dày đặc các quán ăn, dù tuyệt đại đa số đều không có lãi hoặc thua lỗ, nhưng vẫn có những người vì sinh kế, dựa vào trí tưởng tượng đầy tự tin và lòng không cam chịu mà đổ hết tiền sang nhượng, tiền vốn liếng tích cóp và toàn bộ thời gian mỗi ngày vào đó; chủ trước vừa đóng cửa, chủ sau đã tiếp quản mở lại ngay. Cuối cùng, anh ta thuê lại tiệm cắt tóc hiện tại, hai vợ chồng cùng dùng tay nghề cắt tóc đã học được để làm chung. Tiệm rộng hơn 40 mét vuông, tiền thuê dù cũng giảm dần theo từng năm giờ chỉ còn hơn 3.000 tệ, nhưng trên đoạn phố chưa đầy 300 mét này đã mọc lên tới 6 tiệm cắt tóc, mỗi ngày mở cửa 12 tiếng mức thu nhập gộp cao nhất cũng chỉ được bốn năm trăm tệ. Mỗi tháng không có ngày nghỉ, trừ đi tiền nhà, điện nước và các chi phí khác, thu nhập ròng chỉ còn vài nghìn tệ, căn bản không bằng mức lương của hai vợ chồng khi còn làm ở nhà máy. A Bính liên tục lắc đầu thở dài: "Khó quá, khó quá đi mất."

Tôi hỏi A Bính, tỉnh Quảng Đông có nhiều thành phố kinh tế rất mạnh, ví dụ như thành phố Huệ Châu đó là thành phố loại hai, công nghiệp khởi động khá sớm, chỉ số hạnh phúc cũng khá cao, tại sao không đến những thành phố như thế để kiếm sống mà lại chen chúc ở Quảng Châu? A Bính nói tôi quá xa rời thực tế, nếu không tin cứ đến đường phố Huệ Châu mà xem, bây giờ nó thành cái dạng gì rồi, phố thương mại mà người bày bán vỉa hè mỗi ngày đông như chợ phiên ở nông thôn ngày xưa. Những người gồng mình chịu lỗ, thu nhập tháng chỉ hai ba nghìn tệ nhan nhản khắp nơi. Thành phố loại hai thì cũng chỉ có mấy cái cầu, cái đường, cái nhà đó làm cảnh thôi, chứ chúng đâu thể biến thành tiền cho dân ăn được, cái mà người dân đối mặt là nợ mua nhà, nợ mua xe, cứ bước chân ra ngoài là gánh nặng tiền xăng, tiền phí.

Những lời của A Bính khiến tôi lập tức nghĩ đến nền kinh tế tiểu nông. Trong những năm tháng khoán sản phẩm đến từng hộ và phụ thuộc vào mảnh đất được khoán để sinh sống, dù nói là tự lực cánh sinh, gian khổ phấn đấu, tự cung tự cấp, nhưng thực tế có ngày nào thực sự tự cấp được đâu? Nếu sau này không có nhiều cơ hội bước chân vào thành phố, vào các khu công nghiệp làm thuê kiếm tiền, e rằng đến nay vẫn phải sống cảnh thắt lưng buộc bụng, thiếu ăn thiếu mặc. Cần biết rằng, hiện nay vẫn còn ít nhất 800 triệu lao động đang ở tầng lớp dưới của xã hội, nếu họ mất đi cơ hội việc làm trong ngành chế tạo và dịch vụ, họ còn có thể đi đâu? Xác suất lớn là quay về với mảnh đất khoán, quay về làm tiểu thương nhỏ lẻ, quay về với nền kinh tế tiểu nông để lay lắt qua ngày.

"A Bính, tôi hỏi thêm một câu, chẳng lẽ những tin tức trên truyền thông chính thống về việc nâng cấp công nghiệp, doanh nghiệp sản xuất và tiêu thụ đều khởi sắc là giả sao?"

"Có lẽ không phải giả, ở quê tôi Dương Giang vẫn còn vài phần trăm các xưởng dao kéo trước đây đang hoạt động bình thường, nếu đưa tin về họ thì chắc chắn là thật, chỉ có điều đó là số ít cực hiếm rồi." A Bính nói, chẳng lẽ những người làm nghiên cứu như các ông không làm khảo sát thực tế sao? Ít nhất, những gì tôi nói đều là thật, ông nên tin tôi chứ, từ một công nhân lương tháng hơn vạn tệ, tôi đã trở thành một cặp vợ chồng cùng ra trận với thu nhập vài nghìn tệ như thế này. Những tiệm vợ chồng như thế này, nếu có lối thoát nào tốt hơn một chút, tôi thà không làm.

Thành phố Huệ Châu thuộc kiểu thành phố ven biển Lĩnh Nam "hướng về biển cả, xuân ấm hoa nở", lịch sử văn hóa có thể truy nguyên từ thời kỳ tiền Tần[17]. Công nghiệp khởi động khá sớm, chủ yếu là kinh tế tư nhân, nhưng trong một thời gian dài, nó không mấy nổi bật giữa những "anh tài" kinh tế của tỉnh Quảng Đông. Vậy mà ngay trong năm nay, dữ liệu chính thức cho thấy tổng lượng kinh tế liên tục tăng trưởng trong mười năm qua, GDP bình quân đầu người của 6 triệu dân đã tăng gấp đôi trong mười năm, vượt ngưỡng 100.000 tệ. Cũng chính năm nay, thành phố chính thức bước vào hàng ngũ các thành phố phát triển loại hai. Dữ liệu kinh tế kiêu hãnh như vậy không khỏi khiến người ta kinh ngạc; trong bối cảnh các ông chủ tư nhân phổ biến gặp tình trạng ít đơn hàng, thua lỗ nhiều mà vẫn có thể lội ngược dòng, điều đó đã được thực hiện như thế nào? Tôi quyết định đến thành phố Huệ Châu xem sao, tâm lý

---

[17] Thời tiên Tần (先秦): chỉ thời kỳ lịch sử Trung Quốc trước khi nhà Tần thống nhất đất nước năm 221 trước Công nguyên, tức là trước thời nhà Tần — bao gồm các thời đại nhà Hạ, Thương, Chu và thời Xuân Thu - Chiến Quốc.

thực sự có chút tò mò, muốn thông qua một "cửa sổ" để thấy điều gì đó khác biệt, chứ không chỉ toàn là cảnh tượng kinh tế tồi tệ và những luận điệu tiêu cực trên mạng xã hội hay ngoài phố. Mặt khác, Tô Thức trong thời gian bị đày đến thành phố Huệ Châu hơn 900 năm trước, tâm cảnh đã chuyển từ "Nào hay phiêu dạt lại tương phùng, Gió nam mưa chướng sầu hoàng hôn" sang "Mỗi ngày ăn vải ba trăm quả, Chẳng ngại làm người đất Lĩnh Nam". Tôi là một "fan" hiện đại của vị đại học sĩ Bắc Tống này, hễ có cơ hội là tôi lại đến bái yết những nơi ở cũ của ông.

Tiếc thay, ngày hôm đó tôi hào hứng đi bao nhiêu thì lại thất vọng rời đi bấy nhiêu, thậm chí hủy luôn cả chỗ ở đã đặt trước. Không phải tôi gặp chuyện gì không may, mà chính là cảnh quan được tạo dựng cùng với sự điêu linh của dân sinh đã khiến lòng tôi nặng trĩu, quyết định thay đổi hành trình.

Đầu tiên là loanh quanh trong phạm vi khoảng 2 km quanh Đông Pha Từ gần 1 tiếng đồng hồ mới tìm được chỗ đậu xe ở một con phố khá xa. Phóng tầm mắt nhìn qua, quả thực có khung cảnh giống như bức tranh "Thanh minh thượng hà đồ" thời nhà Tống. Không phải vì kiến trúc hay di phong còn sót lại, mà là sự tương đồng về hình ảnh của phố xá và những người bán hàng rong, phu phen đi lại. Sau khi xuống xe đi bộ khoảng nửa tiếng đến Đông Pha Từ, hai bên các ngõ nhỏ gần như toàn là tiểu thương hoặc nông dân bày hàng quán vỉa hè; những thúng, mủng đựng nông sản, những chiếc đòn gánh đặt dưới đất, thể hiện đầy đủ đặc trưng của những người sản xuất tiểu nông. Ngoại trừ một con phố hẹp chuyên bán đồ thời thượng là đông đúc, còn lại phần lớn các con phố thì người bày hàng còn nhiều hơn người đi bộ. Tôi trò chuyện với vài người bán hàng rong trẻ tuổi và trung niên, đại khái biết được rằng vài năm gần đây nhiều nhà máy địa phương đóng cửa, sa thải nhân viên, rất khó tìm việc, trong khi gia đình trên có già dưới có trẻ, nên đành phải trồng trọt hoặc bày hàng quán vỉa hè, bận rộn từ sáng sớm đến tối mịt cũng chỉ kiếm được vài chục tệ. Dùng phương thức sinh kế nguyên thủy và đơn giản nhất để duy trì mức sống cơ bản nhất, đó chính là hiện trạng của đại bộ phận người dân địa phương nơi đây.

Đông Pha Từ tọa lạc trên một sườn núi bên bờ sông Đông Giang, tên là đỉnh Bạch Hạc, nhưng dân gian vẫn luôn tranh cãi liệu nơi đó có thực sự là di chỉ nơi ở cũ của Tô Đông Pha hay không. Chỉ với vài chục bậc thang, sao có thể gọi là "đỉnh" được? Tất cả cảnh quan bày ra trước mắt du khách thực chất đều được xây mới từ sáu năm trước, không có lấy một nhành cây ngọn cỏ nào là di tích lịch sử để lại. Ngôi Đông Pha Từ cổ từng tồn tại hơn tám trăm năm, nay chỉ có thể tìm thấy vài dòng giới thiệu ngắn ngủi: "Bị hủy hoại trong chiến tranh những năm 1940". Hủy năm nào, hủy ra sao, chuyện từ hơn nửa thế kỷ trước mà không cách nào khảo chứng thêm được. Những địa danh ghi trong thơ văn cổ như Đức Hữu Lân Đường, Tư Vô Tà Trai, quán rượu bà Lâm, cũng chẳng qua là do những người thiết kế và xây dựng hiện đại dùng trí tưởng tượng mà dựng lên, bày biện văn phòng tứ bảo, chế tác bàn ghế giường phản, tạc tượng nhân vật, treo các bài thơ phú. So với hiện trạng di tích tôi từng thấy ở Tam Tô Từ tại Mi Sơn, Tứ Xuyên, sự khác biệt thực sự là quá lớn. Đúng dịp nghỉ lễ, du khách nườm nượp kéo đến chụp ảnh check-in.

Tôi ngồi nghỉ một lát trên một phiến đá xanh, rồi bắt chuyện với một người đàn ông trạc bốn mươi tuổi bên cạnh. Phần lớn thời gian là anh ta nói, có lẽ anh ta coi tôi như một người lạ có thể trút bầu tâm sự. Anh ta bảo mình 39 tuổi, là một tài xế xe công nghệ đang "bị mắc kẹt". Gần đây anh ta mới gặp tai nạn giao thông, xe vẫn chưa sửa xong nên một mình đi loanh quanh cho khuây khỏa. Thật khéo làm sao, tôi cũng từng là một tài xế xe công nghệ, điểm khác biệt là tôi ở Mỹ, còn anh ta ở Trung Quốc. Điều này khơi dậy hứng thú trong tôi, khiến tôi sẵn lòng trở thành một thính giả trung thành của anh ta. Về sự "mắc kẹt" và u uất, những gì anh ta kể chủ yếu là:

Anh ta chạy xe Didi toàn thời gian. Thật lòng mà nói, so với làm ruộng, giao hàng hay làm công nhân đứng máy gò bó trong nhà máy, việc lái xe đưa đón khách bình thường không tính là mệt. Anh ta mở ứng dụng Didi dành cho tài xế cho tôi xem, tổng cộng đã chạy được 22.000 đơn trong khoảng 5 năm. Anh ta đặc biệt nhấn mạnh rằng việc này không quá mệt, mặc dù mỗi ngày thời gian làm việc cần tới hơn 15 tiếng, và thời gian thực tế lái xe đưa đón khách cũng ít nhất là 12 tiếng. Thế nhưng, anh ta đang nghi ngờ liệu mình có mắc bệnh trầm cảm hay không. Bởi vì gần như mỗi ngày, anh ta đều không tự chủ được mà suy nghĩ: "Ý nghĩa của việc sống, việc tiếp tục sống là gì? Bao giờ mới là hồi kết?"

Anh ta kể, mỗi đêm anh ta về nhà ăn cơm rồi đi ngủ lúc khoảng 23 giờ đêm, và khoảng 5 giờ sáng đã phải dậy xuất xe. Đặt lưng xuống là ngủ được ngay, nhưng cứ đến tầm giờ đó là anh ta sẽ tỉnh giấc, không cần đồng hồ báo thức, vì đồng hồ sinh học đã thành thói quen nhắc nhở bản thân không được làm lỡ việc kiếm tiền. Thời gian nghỉ ngơi còn lại duy nhất là quy định bắt buộc của nền tảng Didi: cứ lái xe đủ 4 tiếng phải nghỉ 20 phút. Anh ta sẽ chợp mắt một lát sau khi ăn trưa. Ngày qua ngày, năm qua năm, mỗi ngày tiêu tốn khoảng 15 tiếng cho Didi, dù trên lý thuyết chỉ có khoảng 12 tiếng là thực sự cầm lái chở khách.

Năm năm trước, anh ta từng là một ông chủ nhỏ, làm túi bao bì nhựa cho ngành bát đĩa; công việc tuy ở phân khúc thấp nhưng chỉ cần đối tác ổn định là anh ta có đơn hàng. Không lâu sau khi đại dịch bắt đầu, hàng hóa của đối tác bị kẹt tại các cảng nước ngoài quá lâu, họ mất trắng dẫn đến phá sản, và anh ta cũng tiêu tùng theo. Lúc đó anh ta mới cầm vô lăng chạy Didi, mỗi ngày thu nhập được bốn năm trăm tệ, cũng đáng để làm.

Nhưng ngày vui ngắn chẳng tày gang, cùng với đà suy thoái kinh tế liên tục, cảm nhận trực quan nhất của anh ta là muốn đạt mức thu nhập 300 tệ mỗi ngày cũng ngày càng khó khăn qua từng tháng. Tàu cao tốc, xe khách liên tỉnh đều rất nhiều và thoải mái, nên những cuốc xe đường dài giá cao gần như không còn. Với kinh nghiệm lão luyện, anh ta phải rất chật vật mới đảm bảo kiếm được 300 tệ một ngày. Đối với hành khách, họ cảm thấy có những lúc chỉ chạy hơn nửa tiếng một cuốc đã kiếm được bốn, năm mươi tệ, theo lý thuyết một ngày phải kiếm được bốn năm trăm hay năm sáu trăm tệ. Nhưng cần phải biết rằng, đó là trên lý thuyết, mà lý thuyết là lý thuyết, còn thực tế nền tảng Didi có dữ liệu lớn (Big Data) cực kỳ mạnh mẽ, nó sẽ không bao giờ liên tục giao cho tài xế những đơn giá cao, hiệu suất tốt; nó thậm chí sẽ khiến mọi tài xế Didi đều có mức thu nhập sàn sàn như nhau.

Có quy định về mức trần chiết khấu của các nền tảng gọi xe, thế nhưng, các đơn hàng mà tài xế nhận được đôi khi là từ nền tảng này chuyển sang nền tảng khác, đến tay tài xế thì đã bị chiết khấu hai lần. Nền tảng không vi phạm quy định, còn tài xế thì chẳng thể làm gì được.

Vào nhà máy làm việc ư? Hiện nay ngay cả một tỉnh mạnh về kinh tế như Quảng Đông, các vị trí mà nhà máy cung cấp cũng ngày càng ít đi. Những người làm trong nhà máy mỗi ngày làm trên 12 tiếng, mỗi tuần làm sáu ngày cũng chỉ kiếm được bốn năm nghìn tệ. Đúng thế, nếu các ông xem dữ liệu tin tức thì có những chỗ tốt, nhưng những chỗ tốt đó, những doanh nghiệp nhà nước hay doanh nghiệp lớn liệu có nhận những người học vấn thấp như anh ta không? Cho dù có nhận thì nhận được bao nhiêu người? Quá hữu hạn.

Lái xe công nghệ, nếu không phải là tay lái sành sỏi thì đó là một cái "hố", vậy mà vẫn có rất nhiều người mới nhảy vào cái hố này. Bởi vì số người mất việc, người kinh doanh thất bại ngày càng nhiều, ai cũng cần phải kiếm tiền mà. Nhiều người vay tiền mua một chiếc xe điện để chạy Didi, sau vài tháng không kiếm được tiền cũng không chịu được khổ, đành bỏ không chạy nữa; lúc đó chiếc xe đã mất giá ít nhất vài vạn tệ, hoàn toàn không đáng. Xe xăng ư? Một chiếc xe xăng chạy cả ngày, tiền đổ xăng đã mất hơn 200 tệ, thu nhập mới được tầm 300 tệ, căn bản không cách nào chống đỡ nổi việc chạy xe công nghệ.

Vì thế cũng dễ hiểu tại sao xe điện ở Trung Quốc lại bán chạy đến vậy. Sạc điện thì rẻ hơn đổ xăng rất nhiều, nhưng tại sao nền tảng gọi xe không dựa trên chi phí vận hành của xe xăng để tính toán thu nhập cho tài xế? Dù sao xe xăng vẫn là loại xe tồn tại phổ biến nhất trong xã hội mà. Sự hao mòn và mất giá của xe điện là rất khủng khiếp, nhìn bề ngoài thì chi phí thấp, nhưng thực tế tính toán tổng thể lại chẳng thấp hơn bao nhiêu. Tệ hơn nữa là khi xe điện sắp hết pin, những đơn hàng đi xa nhiều tiền là không dám nhận, có hành khách nào chịu ngồi chờ sạc điện hàng tiếng đồng hồ cơ chứ?

Ông biết không? Chẳng biết con người bây giờ ở đâu ra mà lắm sự hung bạo thế, chỉ cần một chút không vừa ý là hành khách liền phàn nàn, chỉ trích, khiếu nại ác ý, chẳng thèm cho mình cơ hội nói lời xin lỗi. Có khách khóc lóc trên xe, có khách gọi điện chửi bới om sòm. Còn mấy cái video của mấy "người nổi tiếng" trên Douyin nói tài xế xe công nghệ có tiền tip ấy à, quỷ tha ma bắt đi, trong một trăm đơn may ra mới nhận được cái bao lì xì vài tệ, đó mà gọi là thu nhập tiền tip sao? Hao mòn thời gian, gồng mình thức đêm đã quá mệt mỏi, lại còn thường xuyên phải đối mặt với sự ấm ức và khổ tâm.

Anh ta đã bỏ thuốc lá từ lâu, bỏ cả rượu, bỏ cả mạt chược, quanh năm suốt tháng tất cả những gì anh ta làm chỉ là lái xe, lái xe và lái xe. Những ngày ít đơn không dám nghỉ, những ngày lễ tết đông khách lại càng không muốn bỏ lỡ cơ hội kiếm tiền. Nghĩ lại bản thân mình, một chiếc giường, dăm ba bộ quần áo, bữa sáng và bữa trưa mang theo xe khi nào đói thì lùa vài miếng, thế là tất cả, chẳng còn chi tiêu nào khác. Thế nhưng, cứ như vậy mà tháng nào cũng không đủ chi dùng, tiền mẫu giáo cho con một tháng đã khởi điểm từ 1.600 tệ, vợ vì lo cho con học hành nên cơ bản không thể đi làm kiếm tiền, tiền mắm muối củi gạo và đủ loại phí quản lý mỗi tháng mất hơn 2.000 tệ, lại còn phải tiếp tục trả nợ mua nhà trong mười, hai mươi năm nữa; mọi gánh nặng đều ép buộc bản thân không được ngơi nghỉ, không được nới lỏng dù chỉ một hơi thở.

Anh ta bảo mình mới 39 tuổi, bao giờ mới là hồi kết? Đúng thế, anh ta cũng từng nghĩ đến việc quay về huyện, về nông thôn. Nhưng cái nhà này không phải mình anh ta quyết định là xong, huống hồ vợ anh ta hy vọng con cái có thể học hành ở thành phố để có một tương lai tốt đẹp hơn, điều đó cũng chẳng có gì sai.

Anh ta cũng từng nghĩ đến việc ra nước ngoài làm thuê, nhưng đối với một trụ cột gia đình, không phải nói đi là đi được, không có con đường tốt thì ra nước ngoài cũng phải tốn tiền trước, có kiếm được tiền hay không vẫn là một ẩn số, không dám mạo hiểm. Điều anh ta không thông suốt được là: Didi cũng là một công ty lớn có tiền, Trung Quốc cũng là một cường quốc kinh tế, vậy khi nào mới có thể cho những người như họ một mức thu nhập cơ bản và bảo đảm xã hội.

"Tôi có nên tiếp tục sống không? Tôi sống vì cái gì? Vì con cái, vì gia đình ư? Bản thân tôi đã sống ra nông nỗi này, liệu sau này gia đình có thể sống tốt hơn không?" Cuối cùng anh ta hỏi tôi như vậy.

"Rất nhiều người đều đang gặp khó khăn, là trụ cột lớn nhất và duy nhất của gia đình, người anh em phải sống tiếp thì mới có hy vọng. Môi trường xã hội tổng thể rồi sẽ tốt lên thôi, nhìn lại ba mươi năm trước, người Trung Quốc chịu khổ chịu nạn suốt hàng nghìn năm chẳng phải cũng đã đón được thời cơ vàng của Cải cách mở cửa đó sao. Cậu nhất định phải giữ lấy bát cơm tài xế Didi này, rồi từ từ tìm cơ hội khác. Theo thống kê của Hiệp hội ngành gọi xe toàn quốc, trong số các tài xế đăng ký mới năm nay, khoảng 40% là những người trẻ dưới 35 tuổi. Cậu thấy không dễ dàng, nhưng vẫn còn nhiều người hơn nữa đang vắt óc tìm cách chen chân vào đây đấy."

Tỉnh Quảng Đông có rất nhiều làng cổ, những gia tộc, nhà ở, từ đường và hương hỏa truyền đời qua bao thế hệ chính là biểu tượng văn hóa của mỗi ngôi làng. Nếu nơi nào từng sinh ra quan lớn, thương gia giàu có hay đại địa chủ, ngôi làng đó sẽ có giá trị văn hóa cao hơn và nhận được sự bảo vệ tốt hơn về mặt địa vị pháp lý. Mặc dù một số ngôi nhà trong những ngôi làng đó vẫn có thể tu bổ để tiếp tục sinh sống, nhưng trong tiến trình đô thị hóa, chúng lại bị chủ nhân bỏ hoang, hoặc trở thành phế tích, hoặc chỉ có vài cửa hàng dùng để kinh doanh. Về điểm này, sự tình khác hẳn với những gì tôi từng thấy ở Anh hay châu Âu — nơi người dân kiên trì gìn giữ và trang hoàng tổ ấm qua hàng trăm, hàng ngàn năm, biến mỗi ngôi làng cổ thành một bức tranh sơn dầu phong cảnh, hay đúng hơn là một nơi thế ngoại đào nguyên.

Ngôi làng cổ tôi đến được khởi kiến từ thời nhà Tống, tính đến nay đã có hơn tám trăm năm lịch sử, gọi là Tiền Cương, họ Lục là danh gia vọng tộc trong làng. Trong vòng vây thành quách rõ rệt ấy, đa số tường xiêu vách đổ, một vài cây si thông minh đã tận dụng cơ hội, dùng bộ rễ phụ dày đặc và chắc khỏe bao bọc lấy những bức tường vỡ và nhà nát để củng cố nền tảng của chính mình, vươn mình mạnh mẽ thành những tán che chọc trời. Những ngõ nhỏ hẹp lát đá cuội và đá xanh đã được vô số đôi đế giày khâu bằng chỉ gai vải thô giẫm lên cho đến khi đạt tới chất ngọc. Nếu không phải vì có những tốp năm tốp ba du khách chỉ xuất hiện vào kỳ nghỉ, người dân địa phương chắc hẳn sẽ coi thường cái vẻ lụi bại gần như không còn giá trị này. Dưới bóng râm như một chiếc ô lớn của cây đa đầu làng, khoảng hơn hai mươi thanh niên nam nữ vây quanh một phiến đá xanh lớn, người đứng kẻ ngồi. Mỗi người cầm trên tay một xấp tiền mặt mệnh giá một trăm tệ màu đỏ, tranh nhau đặt cược trên phiến đá, dùng bộ bài Tây với cách chơi "tráp kim hoa" (giật mồng) để phân định thắng thua dựa trên số điểm, ai nấy đều phấn khích, cao hứng.

Điều vinh quang nhất của người họ Lục là một vị gia chủ với câu chuyện bi tráng — Lục Tú Phu. Năm 1279, ông đã cõng tiểu hoàng đế nhà Nam Tống nhảy xuống biển[18] tuẫn tiết, tuyên cáo sự kết thúc cho 319 năm thoi thóp của vương triều họ Triệu nhà Nam Tống và Bắc Tống. Vị cao chức trọng ắt phải nghĩ đến chuyện hưng vong, nhưng tiếc thay lại lầm tưởng yêu nước là trung quân. Có lẽ chẳng thể trách sự vô tri của Lục Tú Phu, cũng chẳng thể trách hậu thế họ Lục đã lễ bái tôn thờ. Suy cho cùng, Trung Quốc qua các triều đại dưới sự trị vì của vương hầu

---

[18] Lục Tú Phu (陆秀夫, 1236–1279): một trung thần cuối triều Nam Tống. Năm 1279, khi quân Nguyên (Mông Cổ) tiêu diệt Nam Tống, ông cõng vị hoàng đế nh ỏ tuổi nhảy xuống biển tự vẫn, đánh dấu sự diệt vong của triều Tống.

tướng tướng luôn tế lễ những kẻ trung quân đến chết như những anh hùng.

Suốt cả tháng Năm và tháng Sáu, tôi ăn ở tại Chi nhánh 3, dự án hợp tác R&D vẫn không thể thúc đẩy việc lập hồ sơ. Nếu nhất định phải nói là có tiến triển, thì đó là báo cáo lập dự án và phương án xây dựng phòng thí nghiệm đã sửa đi sửa lại không biết bao nhiêu lần. Từ chỗ cân nhắc toàn bộ quy trình và chu kỳ R&D đổi mới, đã điều chỉnh xuống thành chỉ nghiên cứu phát triển sản phẩm mới và đơn giản hóa phòng thí nghiệm, rồi lại cắt giảm xuống mức không làm phòng thí nghiệm, không xây dựng đội ngũ nhân tài, việc R&D sản phẩm mới hoàn toàn phụ thuộc vào thuê ngoài dịch vụ (outsourcing). Nói trắng ra là: liệu có thể dùng ít tiền nhất để mua được công nghệ mới, sản phẩm mới tốt nhất và toàn bộ quyền sở hữu trí tuệ hay không. Điều quan trọng hơn cả là các cấp lãnh đạo vẫn cứ lặp đi lặp lại việc cân nhắc một chuyện mà trong lòng và trên đầu họ được coi là lớn nhất thiên hạ: làm sao để thật hoàn hảo mà tránh được trách nhiệm.

Chủ tịch Nam tuyệt đối không thể vượt qua quy trình phê duyệt để ký quyết định vượt cấp; vị Phó tổng giám đốc phụ trách của tập đoàn thì hoàn toàn không hiểu công nghệ mới sản phẩm mới phải làm thế nào, làm ra hình thù gì, có tác dụng gì, nên cứ thế "đá bóng" lên xuống; Ngụy Tín thì đứng giữa đôi dòng nước: một bên là Bí thư chi bộ, Bí thư kỷ luật, các lãnh đạo cấp cao liệu có phải gánh trách nhiệm hay không, liệu có chịu áp lực chất vấn về rủi ro hay không. Ông ta dẫn đội ngũ sang tỉnh khác khảo sát một nhà máy đang bắt chước sản phẩm phiên bản 1.0 của tôi, kết quả lập luận là yêu cầu tôi viết lại báo cáo lập dự án, rồi lại báo cáo Chủ tịch Nam, lại tranh thủ văn bản phê duyệt đích thân của Chủ tịch Nam.

Thấm thoắt hai tháng đã trôi qua. Trong thời gian này, chiều hướng chính sách chính trị liên quan đến thể chế và doanh nghiệp tư nhân đã có ba sự thay đổi lớn. Một là trong cuộc đấu tranh chống tham nhũng, những trường hợp doanh nghiệp tư nhân hối lộ sẽ bị khép tội, không còn yêu cầu như trước đây là đối với các vấn đề kinh tế của doanh nghiệp tư nhân thì cố gắng không bắt người. Hai là Tòa án Nhân dân Tối cao cùng Viện Kiểm sát Nhân dân Tối cao và Bộ Công an liên danh ban hành văn bản, thực thi phối hợp phá án và cưỡng chế thi hành đối với những "kẻ bội tín" (lão lài) nằm trong diện hạn chế tiêu dùng và mất tín nhiệm. Ba là Trung ương ban hành văn bản kỷ luật công chức mà xã hội rộng rãi gọi là "Lệnh cấm rượu nghiêm ngặt nhất" — cấm uống rượu hoàn toàn trong giờ làm việc, cấm uống rượu trong suốt quá trình hoạt động công vụ, cấm uống rượu với đối tượng quản lý dịch vụ, cấm say rượu và các hành vi vi phạm quy định sau khi uống rượu, đồng thời chi tiết hóa các yêu cầu ăn uống trong những bối cảnh đặc thù. Lệnh cấm vừa ban ra, cả nước xôn xao, nhân viên trong biên chế không dám ra vào các tụ điểm ăn uống, các doanh nghiệp ngành ăn uống than trời không ngớt, giá rượu trắng và giá cổ phiếu ngành rượu lập tức giảm mạnh.

Theo nhận thức của mình, lúc đó tôi đã đăng hai bài viết để đưa ra cảnh báo cho các doanh nhân tư nhân: một bài nhắc nhở rằng một bộ phận các ông chủ tư nhân đang bước trên con đường tuyệt lộ; bài kia đưa ra nhận định rằng doanh nghiệp tư nhân đang đi trên con đường "Vạn lý trường chinh" dài 25.000 dặm, ở giai đoạn "Trận chiến sông Tương năm 1934". Thực tế diễn ra ngay sau đó là: nhiều doanh nghiệp nổi tiếng bị tạm giữ, bắt giữ vì vấn đề kinh tế, và liên tiếp có những vụ nhảy lầu, tự sát.

Trong thời gian đăng hai bài báo đó, tôi cũng nói với Bạc Vọng rằng tôi lo ngại các doanh nhân tư nhân ngày càng không thể gánh vác nổi nữa.

Chị gái và mẹ già vẫn không biết tôi đã trở về trong nước và nán lại tới tận hai tháng. Tôi vẫn luôn dùng những câu "đi đã có nơi chốn" và "quân tử không đứng dưới bức tường sắp đổ" để tự an ủi mình. Điều an ủi nhất là mỗi lần gọi video, tôi đều có thể thấy bệnh tình của mẹ đang chuyển biến tốt hơn, bà có thể xuống giường, đi lại chậm rãi, ăn uống được, chỉ có điều vẫn chưa thể nói chuyện và chưa thể tự vệ sinh cá nhân.

8. TRÊN ĐƯỜNG LÁNH NẠN

Sau khi nộp bản báo cáo lập dự án R&D mà tôi cho là cuối cùng và đầy đủ nhất cho Ngụy Tín và Chủ tịch Nam, tôi chỉ còn biết chờ đợi ý kiến từ các cấp lãnh đạo và một cuộc họp thẩm định của các chuyên gia có thể diễn ra. Viết lách và sáng tạo video trở thành cách để tôi giết thời gian trong hai tuần cuối cùng tại Chi nhánh 3.

Tôi đã nộp đơn xin visa Canada, trong thâm tâm lờ mờ cảm thấy cần phải chuẩn bị một lối thoát dự phòng.

Chiều ngày 26 tháng 6, gia đình gọi điện báo tin: một nhóm người từ tòa án và công an bất ngờ ập đến nhà, hỏi xem tôi có ở nhà không và bất động sản này có đứng tên tôi hay không.

Rõ ràng, họ không đến để tìm người, mà là đến để bắt người. Thứ nhất, việc tìm người không cần phải phối hợp với công an; thứ hai, việc hỏi về quyền sở hữu nhà đất hoàn toàn là chuyện kiếm cớ, vì tòa án từ lâu đã xác minh tôi không có tài sản và đã phong tỏa mọi tài khoản. Thông thường, đối với những người như tôi — do không có tài sản có thể thi hành án nên chưa bị liệt vào danh sách "thất tín", cũng không vi phạm lệnh hạn chế tiêu dùng cao, thậm chí còn là người bị từ chối đơn xin phá sản — thì mục đích của việc bắt giữ là để tạm giam, mục đích của tạm giam là để kiểm tra sổ sách, và mục đích của kiểm tra sổ sách là để "định tính". Có lẽ có người sẽ không hiểu "định tính" là gì? Xin giải thích thế này: trong quá trình phối hợp phá án giữa Công an, Viện kiểm sát và Tòa án, sẽ có nhiều cuộc họp với sự tham gia của lãnh đạo Đảng và chính quyền, nơi lãnh đạo đưa ra ý kiến hoặc chỉ thị về biện pháp và mục tiêu phá án. Những người phá án dĩ nhiên phải coi ý kiến hoặc chỉ thị của lãnh đạo là nhiệm vụ phải thực hiện. Trong việc điều tra các vụ án doanh nghiệp tư nhân, sẽ xảy ra tình trạng họ tìm mọi cách để bới móc những vấn đề mập mờ trong quá khứ như mục đích sử dụng vốn, phương thức kinh doanh, v.v., để "định tính" xem đó là hợp pháp hay phi pháp. Đây không còn là phá án theo pháp luật nữa, mà là thẩm phán đi theo sự "định tính". Những ông chủ tư nhân bị họ bắt được thường lành ít dữ nhiều.

Tôi quyết định đi.

Lời tôi nhắn lại cho Ngụy Tín là: đã hai tháng rồi, tôi không việc gì phải ở đây tiêu tốn thời gian vô ích, khi nào các anh xác định được thời gian họp thẩm định chuyên gia thì tôi sẽ quay lại. Thực tế, sau này dự án đó cũng bị "đá bóng" và xếp xó lâu dài trong nội bộ tập đoàn.

Cũng không hẳn là nhất thiết phải đi. Giống như hai năm trước, tôi hoàn toàn có thể chọn tiếp tục vật lộn, dằn vặt trong việc duy trì công ty, dù có phải đánh đổi cả tính mạng. Bây giờ tôi cũng có thể tìm một nơi hẻo lánh trong nước để ẩn tính chôn tên, cắt đứt mọi liên lạc giao tế để sống nốt phần đời còn lại. Tôi đã có những người đồng đội, người bạn sau khi kinh doanh thất bại đã bặt vô âm tín, không còn một chút tin tức nào. Nhưng đó là hạ sách.

Liệu có đi được hay không, tôi không nắm chắc mười mươi. Ở trong nước, tôi không có tư cách mua vé máy bay, nên việc nhập cảnh vào Hồng Kông hoặc Ma Cao rồi mới bay đi là lựa chọn duy nhất. Thế nhưng, giấy thông hành đi Hồng Kông - Ma Cao của tôi đã bị thu hồi khi đơn xin thị thực trước đó bị từ chối. Xuất cảnh bằng hộ chiếu phổ thông thì có rất nhiều người bị giữ lại tại cửa khẩu sân bay hoặc biên giới; vốn không có cách nào tốt hơn để kiểm tra xem mình có bị cấm xuất cảnh hay không. May mắn thay, một người bạn làm việc tại hải quan ở tỉnh khác cho tôi biết rằng, các cửa khẩu tại Thâm Quyến tuần này bắt đầu thử nghiệm làn đường tự động (自助通道), cho phép quét hộ chiếu để xuất nhập cảnh mà không cần nhân viên kiểm tra trực tiếp. Chỉ cần không nằm trong danh sách kiểm soát biên giới đã nhập vào hệ thống hải quan, thì xác suất lớn sẽ không bị ảnh hưởng bởi lệnh hạn chế tiêu dùng cao.

Cũng có người bạn thân thiết cho rằng, dựa trên hoàn cảnh và tính cách của tôi, sống ở trong nước là một sự kìm nén lâu dài, nên xuất cảnh một lần nữa. Vạn nhất không thể bay đi từ Hồng Kông, cũng có thể xuất cảnh bất hợp pháp từ biên giới Vân Nam. Người đó nói rằng, hiện tại Trung Quốc có tới hàng chục triệu người được gọi là "lão lài" (kẻ bội tín), có người thất bại trong kinh doanh, có người đứt nợ mua nhà, có người mất việc không trả được nợ; để cầu sinh, họ buộc phải mạo hiểm xuất nhập cảnh bất hợp pháp. Nói là có rủi ro, nhưng thực chất cũng tương đương với không có rủi ro. Không đi được thì cùng lắm bị tạm giam, ra ngoài rồi lại tìm cách khác để đi. Vân Nam có hàng ngàn km đường biên giới, cách tốt nhất là có "người dẫn đường" đưa đi xuyên rừng sâu núi thẳm sang Lào. "Người dẫn đường" sẽ giúp làm thủ tục nhập cảnh hợp pháp vào Lào, thường gọi là "đóng dấu hộ chiếu" [19](刷护照), rồi từ đó bay sang các nước khác. Chi phí khoảng bốn năm mươi ngàn Nhân dân tệ. Đây cũng là hạ sách, không nằm trong tính toán của tôi, coi như biết thêm một phương án.

Đúng 7 giờ sáng ngày 29 tháng 6, chiếc xe đi chung (thuận phong xa) đã hẹn trước đón tôi tại Chi nhánh 3 để đi đến cửa khẩu Vịnh Thâm Quyến. Tôi cố ý mặc một chiếc áo sơ mi trắng, trông như đang đi công tác thực thụ chứ không phải là đang lánh nạn.

Tôi có thói quen ngồi ở ghế phụ lái, đó là thói quen nghề nghiệp sau nhiều năm làm trong ngành kỹ thuật giao thông; ngồi ở đó sẽ có tầm nhìn

---

[19] "Quẹt hộ chiếu" (刷护照): tiếng lóng chỉ thủ đoạn nhập cảnh hợp pháp vào một nước thứ ba (như Lào) thông qua "người dẫn đường", để từ đó hợp th ức hóa hành trình và bay tiếp sang nước khác.

tốt hơn để quan sát môi trường và các chi tiết giao thông. Cậu tài xế vài lần định nói rồi lại thôi, cuối cùng cũng mở lời: "Đại ca, anh nói chuyện với em một chút cho vui được không? Em dậy từ 4 giờ sáng, lái xe hơn hai tiếng rồi, vừa buồn ngủ vừa nản quá."

"Ồ? hèn chi trông cậu có vẻ mệt mỏi, an toàn là trên hết nhé! Có chuyện gì mà nản, kể tôi nghe xem nào." Tôi cố đè nén tâm trạng phức tạp và bất định về tương lai của chính mình.

"Trông đại ca cứ như là cán bộ lãnh đạo ấy, thật ngưỡng mộ anh được làm việc trong đơn vị quốc doanh lớn như vậy."

"Cậu nhìn lầm rồi, tôi chẳng phải cán bộ lãnh đạo, cũng không làm việc trong cái đơn vị quốc doanh ở đại viện đó đâu, tôi chỉ đi công tác thôi."

"Với con mắt nhìn người qua bao nhiêu năm chạy xe đi chung của em, em biết anh đang khiêm tốn thôi. Em không nhìn cách anh mặc đồ, mà nhìn tướng mạo của anh là biết ngay kiểu lãnh đạo có học thức rồi."

"Được rồi, thế sao cậu lại chạy xe đi chung (thuận phong xa) mà không chạy Didi hay xe dịch vụ chuyên nghiệp?" Câu nói của cậu ta khơi dậy sự tò mò trong tôi, đây thực chất là lần đầu tiên tôi sử dụng dịch vụ xe đi chung, nó rẻ hơn nhiều so với các loại xe dịch vụ khác.

"Yêu cầu về độ tuổi, xe cộ và bằng cấp đều khác nhau anh ạ. Em đăng ký chạy xe dịch vụ (khoái xa) mấy lần rồi mà chưa được duyệt, chạy xe đi chung thì ngưỡng cửa thấp hơn. Đại ca có thể bảo cho em biết tại sao cái lũ khốn kiếp đó lại làm cho kinh tế nát bươm ra thế này không? Ép người ta đến mức muốn làm loạn, em nghĩ mãi mà không thông." Nghe cách cậu ta nói "lũ khốn kiếp", tôi hiểu ngay là cậu ta đang ám chỉ tầng lớp quan liêu cấp cao.

"Này người anh em, cậu nói năng phải cẩn thận đấy, đây là xe công nghệ, có giám sát và ghi âm đấy."

"Em sợ cái quái gì! Cho dù lãnh đạo quốc gia có ngồi ngay bên cạnh, em cũng dám chửi. Em chỉ là một kẻ dân đen thấp cổ bé họng, họ còn làm gì được em nữa chứ!"

"Cũng đúng, thế tại sao cậu lại oán thán dữ dội vậy?"

"Đại ca, không giấu gì anh, vài năm trước em là một ông chủ nhỏ nhận thầu công trình ở thành phố Trường Sa, ngày đó cuộc sống không vất vả như bây giờ. Sau đó thì mỗi năm một tệ đi, phía trên không đòi được tiền công trình từ chính phủ và doanh nghiệp nhà nước, nên em cũng chẳng đòi được tiền từ họ. Nợ lương công nhân khiến em bị tạm giam, công ty đành phải đóng cửa. Em đến Quảng Châu làm ăn, vốn định kiếm chút tiền lẻ, ai dè đại dịch ập tới. Em mở tiệm hoa, định bụng Tết nhất sẽ bán được nhiều, ngờ đâu bao nhiêu hoa tươi nhập từ Vân Nam về đều thối rữa hết sạch. Tiệm hoa không trụ nổi, em chuyển sang mở quán ăn nhỏ, nhưng tiền kiếm được không đủ trả tiền thuê mặt bằng. Vật lộn hết cái này đến cái kia, cuối cùng em vay tiền mua chiếc xe cũ này chạy xe đi chung, mỗi ngày làm quần quật mười mấy tiếng đồng hồ, một tháng ròng mới kiếm được ba bốn nghìn tệ. Suốt ngày còn bị vợ cằn nhằn là không bằng chồng người ta. Cái đời này còn gì thú vị nữa đâu!"

"Những gì cậu nói bây giờ là hiện tượng phổ biến rồi. 'Thiết nhân tam hạng' (giao hàng, chuyển phát, tài xế) hay 'Cát tường tam bảo' (bảo vệ, tạp vụ, giúp việc) đều như vậy cả. Những người bán sức lao động, bán mồ hôi nước mắt nhiều vô kể. Nhưng tuyệt đối đừng có làm loạn, với thực lực của cậu cũng chẳng làm loạn nổi đâu."

"Muốn làm loạn cũng chẳng làm nổi anh ạ! Cách đây không lâu, trong nhóm WeChat của cánh tài xế xe đi chung chúng em, hơn hai mươi người lúc đầu chỉ là than vãn, sau đó rủ nhau đi ăn đồ nướng ngoài trời cho khuây khỏa, thế mà xe cảnh sát lái thẳng tới giải tán bọn em luôn. Họ bảo bọn em bị nghi ngờ tụ tập gây rối. Đối phó với hạng người như chúng em, cái 'dữ liệu lớn' của họ lợi hại lắm!"

"Người anh em cố gắng chịu đựng đi, có lẽ là do môi trường chung trong và ngoài nước không tốt, lãnh đạo quốc gia cũng chẳng có cách nào."

"Cái lũ khốn kiếp đó suốt ngày dùng cái bài 'môi trường chung' để lừa phỉnh người dân thôi. Em có hai người họ hàng có máu mặt, một ông là chủ lớn, một ông là quan cấp sảnh, ngày trước chơi với nhau thân lắm, giờ thì cắt đứt rồi. Vì một ông có khu biệt thự ven hồ đang kinh doanh tốt đẹp, chính quyền địa phương đột nhiên bảo không phù hợp quy hoạch, phá hoại môi trường sinh thái, thế là cưỡng chế phá hủy và đóng cửa luôn. Ông ấy tìm ông họ hàng làm quan cấp sảnh nhờ giúp đỡ, ai dè lại thành 'gậy ông đập lưng ông', trong cuộc họp ông quan kia tuyên bố sẽ 'không nể tình thân' để ủng hộ chính sách. Anh bảo xem, cái logic kiểu gì vậy, lúc đầu chiêu thương mời gọi người ta xây biệt thự ven hồ, sau đó lại đóng cửa phá dỡ. Nói cho cùng chẳng phải là không muốn cho dân chúng có quyền sở hữu biệt thự sao? Không cho mở hộp đêm, không cho ăn mừng Giáng sinh, nói cái gì mà tẩy chay xâm lăng văn hóa phương Tây, phát huy văn hóa truyền thống, thế sao mấy ông lãnh đạo đó không cởi quách bộ vest ra luôn đi! Có một lần Tết nhất hai ông họ hàng đó gặp nhau, bàn chuyện chiến tranh Nga-Ukraine, ông chủ thì bảo Nga là xâm lược, ông quan thì bảo Ukraine đáng đời. Cái cuộc chiến xâm lược rành rành ra đó mà những người họ hàng khác vì muốn nịnh bợ ông quan nên cũng hùa theo, làm ông chủ tức đến mức xắn tay áo suýt nữa xông vào đánh nhau luôn."

"Cái này không cho làm, cái kia không cho hoạt động, đó mới là nguyên nhân gốc rễ khiến hạng người như chúng em thất nghiệp, có việc cũng chẳng kiếm ra tiền! Đại ca xem em nói có đúng lý không."

"Người anh em, cậu biết nhiều quá đấy, cảm ơn cậu đã dạy cho tôi một bài học." Sáng cuối tuần đường cao tốc rộng thênh thang, xe thưa thớt, chúng tôi vừa đi vừa chuyện trò chẳng mấy chốc đã tới cửa khẩu Thâm Quyến.

Trong tâm trạng căng thẳng và bất an, đúng như người bạn làm ở hải quan tỉnh khác đã nói, tôi dùng hộ chiếu đi qua máy tự động tại cửa khẩu Thâm Quyến và đã đặt chân đến Hồng Kông một cách thuận lợi.

Đi đâu? Cân nhắc đi cân nhắc lại, lựa chọn ưu tiên của tôi là Singapore, tiếp đến là Canada, sau cùng mới là Mỹ. Singapore miễn thị thực, lại có chính sách cư trú cho nhân tài, có thể sang đó xem sao. Với Canada, nếu được cấp thị thực, sang được đó tôi cũng sẽ có cách để cư trú lâu dài. Theo thông tin trên mạng và lời khẳng định từ các luật sư di trú, chỉ cần tôi nhập cảnh được vào Mỹ, dù là bằng cách "vượt biên" trái phép từ biên giới Mexico hay Canada, tôi vẫn có thể tiếp tục dùng thẻ lao động để làm việc kiếm tiền, và hồ sơ xin tị nạn vẫn có thể duy trì theo trình tự "chạy đồng hồ".

Thực tế là, rủi ro của việc "vượt biên" cực kỳ lớn. Trong hai tháng tôi rời Mỹ, chính phủ Trump đã nhân danh truy quét người nhập cư lậu để tuyển thêm lực lượng hành pháp, huy động cả vũ trang và quân đội để tiến hành "bắt giữ trước, thẩm tra sau" trên quy mô lớn. Nguyên tắc của họ là nhìn vào đặc điểm màu da; những người nhập cư da màu, dù có hay không có giấy tờ, đều trở thành những kẻ đen đủi. Có những nhà máy, kho bãi sử dụng lao động nhập cư bị "hốt trọn ổ", có những khu chợ hay quảng trường lớn nơi những người làm thuê, buôn bán nhỏ bị "vét sạch lưới". California là vùng chịu thiên tai nặng nề nhất, còn Los Angeles là tâm điểm của thảm họa. Các cuộc biểu tình, tuần hành leo thang thành bạo loạn, từ Los Angeles đến California rồi lan ra toàn nước Mỹ. Vào ngày cao điểm nhất, khoảng 1.300 cuộc biểu tình đã diễn ra trên khắp 50 bang của Mỹ, cảnh sát bắt giữ hàng trăm người biểu tình. Chính quyền công khai tuyên bố không một ai có thể ngoại lệ khi vượt biên trái phép; trên mạng có người Mexico công khai thách thức: "Trump bắt tôi nghỉ ngơi, nhưng ông chủ của tôi thì không cho tôi nghỉ lễ đâu." hay "Trump ơi, tuần trước ông trục xuất tôi về Mexico, tuần này tôi đã quay lại Mỹ rồi đây!".

Tại Singapore, tôi tìm hiểu được rằng chính sách nhập cư khá cởi mở, nhưng phí môi giới và hồ sơ mất khoảng 17.000 đô la Singapore (SGD), tiền đóng thuế hàng năm cũng mất hàng vạn SGD, đó là một khoản chi phí cao và liên tục. Trừ khi tìm được công việc ổn định, nếu không chỉ có thể làm kinh doanh; các cơ hội việc làm như lái xe công nghệ, giao hàng đều bị chính phủ Singapore hạn chế để bảo hộ công dân của họ. Chọn Singapore đầu tiên không phải vì tôi đặt kỳ vọng lớn, mà chủ yếu là vì tôi cần một giai đoạn quá độ. Một quốc gia dù ưu việt đến đâu cũng chưa chắc đã phù hợp với tất cả mọi người. Đầu năm 2023, trong một lần quá cảnh và ở lại Singapore ít ngày, tôi có đi sòng bài giải trí và may mắn thắng được gần 20.000 SGD. Khi đổi phỉnh lấy tiền mặt, tôi bị yêu cầu xuất trình hộ chiếu, sau đó được thông báo rằng hệ thống chính thức hiển thị tôi là nhân vật có danh phận chính trị cấp độ nào đó tại Trung Quốc đại lục, việc quy đổi khoản tiền lớn cần phải khai báo. tôi giải thích mình không phải công chức, cũng không phải người làm công ăn lương trong hệ thống biên chế, nhưng đối phương cho biết đó là dữ liệu và quy định chính thức, lời tôi nói không có giá trị.

Tôi đã hy vọng đơn xin thị thực Canada nộp hơn một tháng trước sẽ được phê duyệt, nhưng nhân viên chuyên trách giúp làm hồ sơ nói rằng, thông thường sẽ được duyệt trong vòng một tháng, trường hợp của anh có lẽ đã bị đưa vào quy trình thẩm tra hành chính, không thể xác định cần bao lâu nữa hay liệu cuối cùng có được duyệt hay không. Mỹ, Canada, Anh, Úc và New Zealand thiết lập mối quan hệ “Ngũ Nhãn” (Five Eyes), dữ liệu về chính trị và nhập cư được thông tin cho nhau. Có lẽ vì tôi đang có hồ sơ xin định cư đang xử lý tại Mỹ, hoặc vì những chính sách chính trị khác, tôi không thể biết rõ nguyên nhân cụ thể.

Quyết định cuối cùng của tôi là: lại sang Mỹ, thử “vượt biên” trái phép từ biên giới Mexico. Chỉ cần vào được, tôi có thể lập tức lái Uber để kiếm tiền. Trong vấn đề sinh tồn và kiếm tiền, ai cũng sẽ rất thực tế, dù phải mạo hiểm. Cái “tâm ma” trước đó về việc về nước tiếp tục nghề cũ đã thất bại, tôi bắt đầu hối hận vì hai tháng trước đã không nghe lời can ngăn của nhiều người, đặc biệt là tiếng gọi của người nhập cư gốc Nam Kinh nọ: “Này người anh em, phải nghe lời tôi khuyên nhé, đã ra ngoài được rồi thì vạn lần đừng có quay về cái môi trường nát bét đó, không nghe lời, chắc chắn anh sẽ hối hận đấy!”. Tôi càng khao khát nhanh chóng đến Mỹ, nảy sinh một cái "tâm ma" mới. Mặt khác, sự quở trách của mẹ các con tôi, sự hối thúc phải mau chóng kiếm tiền, giống như con "ác quỷ" vẫn đang quất roi vào mình.

Cũng có những người bạn ở Mỹ sau khi nghe ý tưởng của tôi đã kịch liệt phản đối. Họ cho rằng đó là một cuộc phiêu lưu bất khả thi, cái giá phải trả sẽ rất lớn. Miệng tôi nói với bạn là sẽ không đi nữa, nhưng thực tế tôi vẫn bắt đầu cuộc hành trình đầy may rủi của mình.

Đêm cuối trước khi rời Singapore, cơn đau ở thắt lưng và vai của tôi tái phát, tôi buộc phải đi xoa bóp để giảm đau. Khu vực Geylang có rất nhiều tiệm massage và nhà hàng Trung Hoa do người Trung Quốc mở, đây cũng là "biệt khu đèn đỏ" duy nhất ở Singapore, chính phủ đã cấp hơn 1.000 giấy phép cung cấp dịch vụ tình dục hợp pháp. Những ngành nghề nhạy cảm như cờ bạc, mại dâm, nếu được hợp pháp hóa sẽ hình thành sự tập trung và thúc đẩy nhiều loại hình dịch vụ khởi sắc; nếu bị chính phủ định nghĩa là phi pháp thì sẽ nảy sinh đủ loại lừa đảo. Dù là hợp pháp hay phi pháp, chúng vẫn luôn tồn tại rầm rộ dù công khai hay âm thầm. Đều gọi chung là tiệm massage, nhưng nơi cung cấp dịch vụ tình dục có giấy phép và nơi xoa bóp truyền thống sẽ có sự khác biệt rõ rệt về cách trang trí mặt tiền.

Giá cả được niêm yết công khai, phí xoa bóp một giờ là 60 SGD. Kỹ thuật viên là một phụ nữ trung niên, nói giọng Sơn Đông. Vừa xoa bóp, bà vừa oang oang trò chuyện với tôi.

"Thầy đi công tác hay đi du lịch đấy? Ở Geylang này là được tận hưởng cái thú làm đàn ông nhất đấy." Nghe qua là kiểu nịnh đầm khách quen thuộc.

"Không phải công tác cũng chẳng phải du lịch, tôi chỉ đi ngang qua thôi. Đặt khách sạn giá rẻ trên mạng thì tìm thấy ở đây, đến nơi mới biết là khu đèn đỏ, người Trung Quốc đông quá, cũng tiện. Nghe giọng cô em chắc là người Sơn Đông nhỉ."

"Thầy giỏi thật đấy, em là người Truy Bác."

"Truy Bác, một thành phố rất tuyệt, mười năm trước tôi từng đến đó, các doanh nghiệp sản xuất cơ điện ở chỗ các cô nhiều lắm. Cuối năm kia khi dịch bệnh vừa kết thúc, món thịt nướng ở chỗ các cô hot lắm mà, có cả đoàn tàu chuyên dụng thịt nướng, xe buýt thịt nướng, giờ sao rồi?"

"Thầy đừng nhắc đến nữa, nhà em chính là ngã ngựa vì cái tiệm thịt nướng đó đấy, cuối năm kia không còn đường sống nên mới sang Singapore làm massage."

"Ngã ngựa vì tiệm thịt nướng, chuyện là thế nào?"

"Nhà em trước đây có một xưởng gia công nhỏ, làm gia công linh kiện nhỏ cho các doanh nghiệp cơ điện, chỗ em nhiều xưởng nhỏ kiểu đó lắm. Từ sau năm 2018, chẳng biết tại làm sao, mấy doanh nghiệp cơ điện lớn đưa đơn hàng ngày càng ít đi, từ khi có dịch là chẳng còn đơn hàng nào nữa. Không còn cách nào, chồng em bèn lôi cái nghề sửa xe học từ bao nhiêu năm trước ra mở tiệm sửa xe. Mở ra mới biết cái nghề đó khó thế nào. Xe tai nạn thì bị các xưởng sửa chữa có quan hệ lũng đoạn hết rồi, tai nạn giao thông cứ hễ báo cảnh sát hay báo bảo hiểm là các xưởng đó biết ngay, họ kéo thẳng xe đi sửa luôn. Loại tiệm mới mở như nhà em chỉ nhận được mấy việc vặt vãnh sửa xe nát giá rẻ thôi. Chính sách dịch bệnh thì mỗi ngày một kiểu, lúc khó nhất ba tháng, nửa năm không được mở cửa, đành phải đóng cửa hẳn. Máy móc, phụ tùng tồn kho bán rẻ như cho cũng chẳng ai mua, tiền không kiếm được mà còn nợ tiền thuê nhà với nợ đầm nì. Đời sống khó khăn, hai vợ chồng em đều là con một, trên có bốn cụ già ở dưới quê, dưới có hai đứa con đang đi học, em là đàn bà nên sốt ruột, thế là ba ngày một trận nhẹ năm ngày một trận nặng cãi nhau với chồng.

"Dịch bệnh vừa kết thúc, nghề thịt nướng đột nhiên nổi như cồn, chính phủ rầm rộ tuyên truyền. Chồng em bàn với em mở tiệm thịt nướng, muốn đón đầu xu hướng để kiếm một mẻ. Mở tiệm thịt nướng cần vốn, thế là đem căn nhà vốn đang trả góp ra thế chấp lần hai, vay 30 vạn tệ. Lúc đó mở tiệm thịt nướng, mặt bằng đẹp thì giá thuê cao, sắm một bộ đồ dùng cũ cũng đắt, nguyên liệu vừa đắt vừa khan hiếm, cứ thế vội vã mở hàng. Cả cái phong trào đó như một cơn gió, được ba năm tháng là cùng, tiền chưa kiếm được thì khách đã chẳng còn. Cái thứ đó toàn dựa vào khách du lịch với tiêu dùng ban đêm chống đỡ, mà Truy Bác thì chẳng có cảnh đẹp, khách đến ăn uống thịt nướng chỉ đông vào mấy kỳ nghỉ lễ lớn, người mở tiệm sao mà cầm cự nổi. Gió đến rồi gió đi, tuyệt đại đa số các tiệm thịt nướng lại đóng cửa hết, tiệm nhà em cũng sụp đổ theo."

"Ra là vậy, dạo đó chúng tôi ở tỉnh ngoài, xem tin tức về Truy Bác cứ ngỡ các cô chú kiếm bộn tiền rồi chứ." Tôi tiếp lời, cảm thấy cơn đau đã dịu đi nhiều, bà ấy vừa nói vừa không lơi tay.

"Tiệm thịt nướng đóng cửa, nợ nần càng nhiều hơn, tiền trả góp nhà với khoản vay mới đều không trả nổi, giá nhà thì giảm gần một nửa cũng chẳng bán được, ngân hàng bèn thông qua tòa án liệt vợ chồng em vào danh sách 'lão lài', thẻ ngân hàng bị đóng băng hết, tàu cao tốc máy bay không được đi, kinh doanh không được làm. Thực sự là hết đường sống, cũng may cái nhà đó vẫn còn ở được, bèn bảo bố mẹ chồng đừng làm ruộng nữa, lên thành phố trông nom con cái sinh hoạt và học hành. Chồng em đi theo người ta sang một thành phố nào đó ở Trung Á em không nhớ rõ, đúng rồi, Tashkent, để làm công nhân xây dựng. Em là đàn bà, học massage cũng dễ nên sang đây làm, tháng nào tốt thì dư được một hai vạn nhân dân tệ.

"Thầy bảo đây là cái thế thái nhân tình gì, xã hội cũ hay xã hội mới? Tại sao Trung Quốc lớn thế mà không để cho hạng người như em một con đường sống? Nhà em giờ mỗi người một ngả, hai vợ chồng ở nước ngoài thắt lưng buộc bụng cũng phải mất ít nhất mười năm tám năm mới trả hết nợ. Nhà có còn ra cái nhà nữa không, cứ nghĩ đến là thấy uất ức. Nếu không phải vì thương con, ở nước ngoài còn kiếm được tiền, còn có cái mà trông đợi, thì em đã nhảy lầu chết quách cho xong.

"Cô em đừng nghĩ quẩn, còn sống là còn hy vọng. Huống hồ hai vợ chồng đều đã có tiền kiếm ở nước ngoài rồi. Ở trong nước còn hàng chục triệu, hàng trăm triệu người nợ nợ quá hạn, kinh doanh thất bại, thất nghiệp, không còn đường đi, không có nơi để về. Thế thái không thể cứ mãi thế này được, rồi sẽ có ngày thay đổi. Thế thái thay đổi, để cho những người dân trong cảnh khó khăn có con đường sống, thì mới có ngày tháng để mà sống tiếp. Chúa sẽ phù hộ cho mọi người." Lưng và vai tôi đã nhẹ nhõm hơn, trong lòng dường như cũng theo đó mà nhẹ nhõm đôi chút. Cảnh ngộ của bà ấy cũng tương đồng với tôi, cùng bệnh tương lân, vậy mà lại có tác dụng chữa lành.

Đây có phải là sự sắp đặt của Chúa không? Sao lại khiến tôi đi đâu cũng nghe thấy những lời than vãn khổ cực của những người dưới đáy xã hội. Tôi nghĩ đến cuốn Kinh Thánh mà cô gái Mỹ Isabel tặng, trong thời gian ở Chi nhánh 3 tôi đã đọc từng chữ được một phần ba, phần Cựu Ước còn chưa đọc xong. Cuốn Kinh Thánh dày hàng ngàn trang, mang theo bên người nặng quá, nên tôi đã để lại trong nước cùng với quần áo mùa đông. Nghĩ đến đây, tôi gửi cho Isabel một tin nhắn, kể về hoàn cảnh của mình và ý định sang Mỹ một lần nữa, cô ấy trả lời rất nhanh, hy vọng tôi có thể đến Mỹ thành công một lần nữa, Chúa sẽ sắp đặt và phù hộ.

Trước khi xuất phát, thông qua một đồng nghiệp chạy Uber mà tôi không mấy thân thiết, tôi đã liên lạc được với một "đầu nậu" (xà đầu) ở California, hẹn bọn họ sắp xếp xe đưa đón tại biên giới Mỹ-Mexico. Làm chuyện này, tôi thực sự không đủ mặt mũi và dũng khí để cầu cứu những người bạn thân, vả lại những vụ làm ăn phi pháp này đều rất kín kẽ. Hơn nữa chi phí cũng không quá cao, tôi có thể tự bay đến Mexico bằng visa Mỹ B1/B2 còn hạn, phía bên kia chỉ thu tổng phí 2.400 USD, đặt cọc trước 60%.

Đầu tiên, tôi đặt mua vé máy bay rẻ nhất đi Mexico, vì việc tiết kiệm tiền được tôi ưu tiên hàng đầu. Thế nhưng, cái thói quen cũ là hay mua nhầm vé lúc vội vàng dù trước đây mỗi năm bay hàng trăm lần lại tái diễn: tôi tự tin cho rằng visa Mỹ của mình có thể quá cảnh tại Vancouver. Sáng sớm đến sân bay mới biết là không được. Đành phải hủy vé và mua lại chuyến bay đêm đó, quá cảnh qua Dubai, Barcelona để bay đến Mexico City, toàn bộ hành trình mất hơn 40 tiếng, tương đương hai ngày hai đêm. Hành trình dài và mệt mỏi, nhưng bù lại giá vé rẻ nhất.

Ngày đêm đảo lộn, thần hồn điên đảo, tôi đối phó với chuyến bay đầy trắc trở này bằng sức chịu đựng như một kẻ tu hành. Tôi lấp đầy cái bụng bằng suất ăn trên máy bay và nằm ngủ ở góc sàn sân bay để đợi chuyến kế tiếp. Tấm vé liên chặng của ba hãng hàng không khác nhau khiến mỗi lần làm thủ tục, vì tôi cầm hộ chiếu Trung Quốc nên đều bị kiểm tra thủ công riêng biệt. Nghe nói đây là biện pháp phối hợp giữa Mỹ và Mexico nhằm ngăn chặn nhập cảnh trái phép. Điều khiến tôi khó hiểu là tại cửa khởi hành, chỉ có mình tôi - người Trung Quốc - bị kiểm tra hộ chiếu thủ công thêm lần nữa. Hơn nữa, tôi bị chất vấn tại sao không bay thẳng sang Mỹ mà phải đi vòng vèo qua Mexico mất thời gian như vậy. Tôi giải thích rằng mình có thừa thời gian, muốn tìm hiểu thêm về Mexico để viết lách và giá vé cũng rẻ hơn. Sau khi thẩm vấn kỹ lưỡng, hải quan sân bay Mexico City đóng dấu vào hộ chiếu của tôi, ghi hạn chót được lưu trú là 5 ngày.

Tại Mexico City, vào giờ cao điểm, tàu điện ngầm đông đúc đến mức người ta như "rỉ mỡ" ra, mùi khai, mùi tanh, mùi hôi hám hòa quyện thành một thứ không khí đục ngầu đặc trưng của nhà ga. Tôi dĩ nhiên cũng hòa mình vào thứ không khí hiếm hoi đó bằng giá vé rẻ nhất. Thật may mắn làm sao, trông thì có vẻ có mục đích nhưng thực tế lại là vô định, tôi đã đi dạo một vòng Mexico City. Từ Quảng trường Hiến pháp đến khu phố Tàu (Chinatown), trên con phố đi bộ dài dằng dặc người chen chúc, tôi chỉ gặp duy nhất một gia đình người Hoa đến từ Mỹ. Đừng nói là tôi vểnh tai lên tìm kiếm người Trung Quốc bên cạnh những người da vàng trong đám đông, ngay cả ở khu phố Tàu, vài nhà hàng kiểu Trung cũng do người Mexico hoặc người Nhật kinh doanh, không có người Trung Quốc, không ai biết nói tiếng Trung. Đứng ở Quảng trường Hiến pháp chiêm ngưỡng những tòa nhà kiến trúc Tây Ban Nha từ thời thuộc địa, tôi cố gắng tìm hiểu một chút thông tin. Thu nhập và mức tiêu dùng ở đây đại khái bằng hai lần Trung Quốc, bằng 1/3 hoặc 1/4 Mỹ, điều này có lẽ giải thích tại sao hầu như không có người Trung Quốc ở đây. Bởi vì, chỉ cần không có "bức tường" ngăn cản, người ta nhất định sẽ đi về phía Bắc đến Mỹ. Ngay cả người Mexico, như tôi đã tìm hiểu khi ở Mỹ, không chỉ muốn sang Mỹ kiếm tiền mà còn hận không thể để toàn bộ lãnh thổ bị Mỹ chiếm đóng ngay từ đầu. Cuộc sống luôn thực tế, ai mà chẳng muốn có được cả ba: dân chủ, tự do và tiền bạc cơ chứ.

Tôi nên vào Mỹ bằng cách nào? Tôi lại tìm hiểu qua bạn bè, luật sư di trú và mạng internet: vượt biên trái phép (走线), đường bộ hợp pháp hay đường hàng không đều có khả năng suôn sẻ hoặc không. Điều chắc chắn là theo tiền lệ trước đây, nếu nhập cảnh bằng đường bộ hoặc đường hàng không mà bị từ chối, kết quả xấu nhất cũng chỉ là quay về đường cũ hoặc mua vé máy bay rời đi. Sau khi đã vào danh sách chờ xét duyệt tị nạn mà không có "Giấy phép hồi Mỹ" (Advance Parole), liệu có tiền lệ nào được hải quan cho phép tái nhập cảnh bình thường không? Chắc chắn là có. Mỹ là quốc gia của những người nhập cư, ngoại trừ thổ dân bản địa thì không ai không phải là người nhập cư hoặc hậu duệ của họ. Trong vấn đề nhập cư, không có ranh giới tuyệt đối, chỉ có nhiều phương thức di cư khác nhau mà thôi. Vì vậy có người nói, ở Mỹ chỉ có người nhập cư và người không nhập cư, không ai phân biệt cao thấp sang hèn dựa trên phương thức nhập cư cả.

Đang ở Mexico, việc "vượt biên" trái phép đối với tôi vẫn là một rủi ro và thử thách tột cùng, thậm chí là một hành động nực cười, tôi không phải không cân nhắc đi cân nhắc lại vấn đề này. Tôi đã mua vé bay đi Dallas rồi lại hủy, nhỡ đâu tôi may mắn vượt biên thành công thì sao? Tôi mua lại vé đi Tijuana và giữ liên lạc qua Telegram với tên đầu nậu đã nhận 60% tiền cọc. Theo sự sắp xếp của hắn, dường như việc vào Mỹ chắc chắn như đinh đóng cột. Nhưng lòng càng thấp thỏm thì chuyện phiền phức càng đến. Buổi chiều đến sân bay quốc tế Benito Juárez

(MEX) mới biết chuyến bay đã bị hủy. Muốn bay đi Tijuana trong ngày, tôi phải đến sân bay quốc tế Felipe Ángeles (AIFA) cách đó 45km để đi chuyến đêm, quá cảnh qua La Paz rồi mới đến Tijuana vào lúc nửa đêm.

Tijuana là một thành phố nhỏ khiến người lạ cảm thấy bất an và sợ hãi tột độ, nằm giáp ranh với San Diego - thành phố cực Nam bờ Tây nước Mỹ. Chỉ cần tìm kiếm trên mạng, những từ khóa như vượt biên, bắt cóc, ma túy, súng ống, bạo lực, băng đảng hiện lên khiến người ta rùng mình. Nhưng đối với người dân California, nó lại vô cùng tiện lợi và gần gũi. Lái xe về phía Nam theo đường cao tốc, hoặc đi qua một cây cầu đi bộ từ trung tâm mua sắm Outlets ở San Diego, rất nhiều người có thể dễ dàng sang đây du lịch một ngày vào dịp lễ để "chụp ảnh check-in". Một năm trước, vào lúc giao mùa xuân hạ, tôi từng một mình lái xe dọc theo đường cao tốc bang số 8 từ San Diego về phía Đông đến thành phố nhỏ Yuma thuộc bang Arizona cách đó 250km. Mở cuốn nhật ký lữ hành ngày hôm đó ra, tôi đã viết thế này:

"Đi về phía Đông, tôi muốn tìm kiếm những dãy núi cổ xưa. Đường cao tốc số 8 xuyên suốt Đông Tây ở miền Nam California, cùng với tiền thân của nó là đường 80, uốn lượn, quấn quýt băng qua những ngôi làng của người bản địa Mexico. Nội chiến khiến người Mexico mất đi những dải đất rộng lớn, người Mexico trên dải đất ấy trở thành người Mỹ, lại có biết bao người Mexico mang theo khao khát về một cuộc sống tốt đẹp hơn, từ mảnh đất của họ bước qua biên giới để đến mảnh đất từng thuộc về họ. Ôi thân phận con người, rẻ rúng làm sao, một mặt yêu đất nước mình, mặt khác lại khao khát đến cái quốc gia từng xâm lược và chiếm đóng nước mình. Những nỗ lực thuần hóa nhọc lòng của giới cai trị đều tan thành mây khói, hóa ra ở ngoài biên giới vẫn có thể gửi thân lập nghiệp, chôn xương nơi núi xanh.

Tôi rời đường cao tốc, đi vào ngôi làng của người bản địa Mexico. Một gốc cây mục nát rộng vài mét vuông nằm ngay trước mắt, chứng tích cho hàng ngàn năm cành lá sum suê của nó. Tấm biển gỗ nhỏ ghi 'Private territory' (Lãnh địa riêng) tuyên bố với thế giới rằng: bất khả xâm phạm. Rõ ràng mảnh đất này từng bị xâm lược, sao giờ lại là bất khả xâm phạm? Giá như tất cả những thứ này là của công thì tốt biết mấy, nếu thuộc về của công, chẳng phải ai cũng có thể sở hữu tất cả sao? Trong nhóm WeChat trên điện thoại hiện lên một tin nhắn: ở tận Trung Quốc xa xôi, một doanh nghiệp nhà nước đã ghi nhầm hóa đơn gas của hàng ngàn công dân, số tiền thu nhầm đó được giữ trong tài khoản công, cuối cùng vẫn là 'đúng đắn'. Tôi tiện tay soạn một dòng bình luận: Một xã hội công hữu tốt đẹp làm sao, chuyện này nếu xảy ra ở xã hội tư hữu, chẳng phải sẽ là sự xúc phạm ghê gớm đối với những giới luật thiêng liêng bất khả xâm phạm hay sao?!

Những hòm thư cổ xưa được buộc vào cọc gỗ bên lề đường cách cổng làng vài trăm mét, những cây xăng kiểu cũ loang lổ từ vài thập kỷ trước đang phun thứ nhiên liệu tiếp thêm sức mạnh cho những chiếc xe hơi. Những kẻ xâm lược hóa ra chẳng hề quy hoạch xây dựng những con phố rộng thênh thang, chẳng hề trồng những loài hoa thơm nức mũi. Mỗi gốc cây lớn, mỗi ngọn cỏ nhỏ, mỗi hòn đá tảng, mỗi dòng suối trong dường như vẫn giữ nguyên dáng vẻ nguyên thủy, không tìm thấy một dấu vết bị xâm lược nào, dường như chưa từng có cuộc xâm lược nào xảy ra. Trời vẫn là trời, đất vẫn là đất, thứ không đổi là vạn vật cổ xưa, thứ thay đổi là người phương Bắc không còn đi về phương Nam, còn người phương Nam lại khao khát hướng về phương Bắc."

Đêm đó, tôi sao lại trở thành một kẻ tị nạn, phải chạy trốn sang cái nước Mỹ cách nhau chỉ một bức tường kia. Thật nực cười, tôi không phải tội phạm, giấy chứng nhận không tiền án tiền sự có thể trích xuất trên mạng bất cứ lúc nào. Tôi có visa Mỹ B1/B2, vài ngày trước còn đặc biệt cập nhật hệ thống EVUS cần thiết để nhập cảnh. Thế nhưng, hải quan sân bay Tijuana vẫn coi tôi là hành khách đặc biệt, tiến hành kiểm tra và xác minh thủ công hai lần. Qua khỏi hải quan có một lối đi nhanh có thể đi bộ thẳng tới lối ra phía Mỹ của sân bay, tôi chần chừ một lát rồi đi thẳng về phía lối ra Tijuana. Lúc đó đã gần 0 giờ sáng, bên ngoài sân bay có nhân viên hỗ trợ sắp xếp taxi, ghi lại số hộ chiếu, điểm đến và biển số xe để đảm bảo an toàn cho hành khách. Hơn hai mươi phút sau, qua những con đường vòng vèo xóc nảy, tôi nhận phòng tại một quán trọ tồi tàn giá 12 USD một đêm.

Tên đầu nậu trên Telegram bảo tôi thay sang dùng ba lô, đêm mai lúc 22:30 sẽ có xe đưa đón, liên tục khẳng định sẽ đảm bảo an toàn, sau khi vào San Diego sẽ thanh toán 40% số tiền còn lại. Ban ngày tôi chỉ ra ngoài làm hai việc: một là bắt xe đi mua một chiếc ba lô; hai là đi bộ tìm một quán ăn Trung Quốc gần quán trọ. Trên quãng đường đi bộ ngắn ngủi, đường phố vắng lặng, xe cộ và người thưa thớt, thỉnh thoảng có những chiếc xe quân cảnh trang bị súng ống hạng nặng chạy qua, vài lính vũ trang đứng quanh thùng xe trong tư thế sẵn sàng chiến đấu như thể chiến sự có thể nổ ra bất cứ lúc nào.

Đến chiều, tôi liên tục liên lạc qua Telegram nhưng không còn nhận được phản hồi từ tên đầu nậu nữa. Mãi cho đến khi thời gian hẹn xe đưa đón 22:30 trôi qua một tiếng đồng hồ, tôi vẫn dán mắt vào màn hình điện thoại trong vô vọng, chợt nhận ra mình đã bị lừa. Phải làm sao đây? Chỉ còn nửa tiếng nữa là hết hạn lưu trú tại Mexico ghi trên hộ chiếu, việc ở quá hạn có thể dẫn đến phạt nặng hoặc bị giam giữ.

Tôi lập tức đưa ra quyết định nhanh chóng: đi thẳng đến cửa khẩu đường bộ. Thời gian còn lại gấp gáp đến mức khiến tôi nghẹt thở. Tôi dùng tốc độ nhanh nhất nhét ba lô quần áo vào chiếc vali vẫn chưa kịp vứt đi, trớ trêu thay lúc đó ứng dụng Uber trên điện thoại lại không mở được. Đành phải nhờ lễ tân khách sạn gọi giúp một chiếc taxi, đồng thời giao thẻ phòng cho lễ tân và dặn: nếu đêm nay tôi quay lại thì cứ tiếp tục ở bình thường, nếu không quay lại thì coi như trả phòng. Tương lai đầy rẫy sự bất định, tôi đã tính đến phương án xấu nhất: nếu hải quan Mỹ từ chối cho vào, tôi sẽ quay lại đường cũ. Lên xe taxi mới nhận ra tiền mặt trong người chỉ còn đúng 50 Peso, mà tiền xe hết 250 Peso, không còn phương thức thanh toán nào khác, thời gian chỉ còn chưa đầy 20 phút. Ngôn ngữ hoàn toàn bất đồng, tôi đành dùng điện thoại dịch sang tiếng Tây Ban Nha giải thích tình hình cho tài xế. Ông tài xế gầy gò, già nua lái xe như bay đưa tôi đến ngân hàng rút tiền, rồi lại lao vun vút về phía cửa khẩu San Ysidro. Lúc xuống xe, tôi trả ông 300 Peso để tỏ lòng cảm ơn.

Lối vào hải quan khá hẹp, một gã kiểm soát biên giới Mexico da ngăm đen đứng uể oải dưới ánh đèn lờ mờ, liếc nhìn trang ảnh hộ chiếu và trang visa Mỹ mà tôi chủ động mở sẵn, rồi xua tay cho đi tiếp. Vâng, đó chính là biện pháp quản lý xuất cảnh của quốc gia Mexico, theo cách nguyên thủy nhất. Tôi đẩy vali rảo bước thật nhanh, mặc kệ một gã đàn ông gầy gò lôi thôi đi sát sau lưng không ngừng lăng mạ tôi, chính xác là lăng mạ người Trung Quốc, câu tiếng Anh đó tôi nghe hiểu: "Thằng Trung Quốc khốn khiếp, cút đi". Dĩ nhiên tôi không tâm trí đâu và cũng chẳng cần thiết phải bận tâm đến sự thù hận mù quáng của một vài cá nhân, im lặng có lẽ là lời đáp trả tốt nhất, để mặc đối phương tự làm hại mình bằng sự giận dữ.

23:58, tôi bước vào sân và cổng hải quan đường bộ San Ysidro của Mỹ, phía bên trái song song là làn nhập cảnh đường bộ, những chiếc xe đang xếp hàng chờ cảnh sát vũ trang kiểm tra.

23:59, vừa kịp vào phút cuối cùng của thời hạn lưu trú tại Mexico, tôi trao hộ chiếu vào tay nhân viên kiểm tra hải quan Mỹ.

Đến nước này, mọi chuyện dường như đều đã có thể có những lựa chọn khác tốt hơn, nhưng hết lần này đến lần khác, tôi đã đưa ra những lựa chọn tồi tệ nhất.

9. PHÒNG GIẤY BẠC

Một bước sai, bước bước đều sai, cho đến khi tôi bị tống vào nhà tù di trú.

Vừa quá 0 giờ ngày 7 tháng 7, ngày đầu tiên bị giam giữ.

Sau khi kiểm tra hộ chiếu và thị thực của tôi, nhân viên hải quan tại cửa khẩu San Ysidro cho biết cần thực hiện thẩm tra thêm. Tôi được đưa vào phòng nghiệp vụ phía sau trạm kiểm soát, nơi người Trung Quốc thường gọi là "phòng đen nhỏ" (tiểu hắc ốc). Thực tế, "phòng đen" không hề tối, đó là một căn phòng lớn sáng sủa, nơi nhiều nhân viên làm việc. Biển hiệu trên tường cho biết đây là Cục Hải quan và Biên phòng (CBP) thuộc Bộ An ninh Nội địa Hoa Kỳ.

Nhân viên ra hiệu cho tôi áp hai tay vào bàn làm việc để khám người, tịch thu điện thoại và toàn bộ đồ đạc cá nhân. Tổng cộng có 5 nhân viên chia nhau kiểm tra hành lý, sau đó bắt đầu thẩm vấn. Tôi đề nghị được hỗ trợ tiếng Trung, họ gọi một nhân viên gốc Hoa trẻ tuổi đến làm phiên dịch.

"Dữ liệu hệ thống của chúng tôi cho thấy trước đây ông từng lưu trú quá hạn tại Mỹ với thị thực B1/B2. Ông có biết mình nhập cảnh và xuất cảnh khi nào, và đã lưu trú quá hạn bao nhiêu ngày không?"

"Trước đây tôi nhập cảnh Los Angeles vào ngày 29 tháng 11 năm 2023, rời đi từ Los Angeles bay về Hồng Kông vào ngày 24 tháng 4 năm 2025. Tôi đã ở Mỹ khoảng 17 tháng."

"Trong thời gian lưu trú quá hạn tại Mỹ, ông đã đi những đâu? Có làm công việc gì không? Số An sinh Xã hội (SSN) của ông là bao nhiêu?"

"Tôi từng đi du lịch Boston và Puerto Rico, phần lớn thời gian ở Los Angeles. Tôi có đăng ký công ty, từng lái Uber. Số SSN của tôi là..."

"Ông làm việc lái Uber bao nhiêu tiếng mỗi ngày? Phân bổ thời gian thế nào và thu nhập bao nhiêu?"

"Mỗi ngày khoảng 11-12 tiếng, sáng và chiều mỗi buổi chừng 5-6 tiếng. Thu nhập một ngày khoảng 300 USD."

"Ông có biết nhập cảnh bằng thị thực B1/B2 là không được phép làm việc không? Mục đích xin thị thực ban đầu của ông là gì? Ông đến Mỹ lần đầu khi nào và làm gì? Công việc của ông là bất hợp pháp."

"Tôi biết thị thực B1/B2 không được làm việc tại Mỹ, nhưng tôi chỉ lái Uber kiếm tiền sau khi đã nhận được thẻ lao động (EAD). Tôi không cho rằng mình làm việc bất hợp pháp. Tôi đã có thị thực B1/B2 từ tháng 11 năm 2015, và ngay tháng 12 năm đó tôi đã đến Mỹ du lịch qua 9 thành phố."

"Một người tên Stanly là ai?" Sau này tôi mới nhận ra, lúc đó chắc hẳn họ đã trích xuất dữ liệu điện thoại của mình. Đêm đó tôi đã dùng WeChat nhắn tin và gọi điện khá nhiều để trao đổi về tình cảnh và ý định của mình với người bạn Stanly, và cũng chỉ liên lạc với mỗi cậu ấy.

"Stanly là một người bạn của tôi."

"Hệ thống dữ liệu hiển thị ông bay từ Hồng Kông sang Singapore, từ Singapore bay đi Dubai, Barcelona, Mexico City rồi lại bay đến Tijuana. Tại sao ông phải đi vòng qua Mexico để vào Mỹ? Trong thời gian đó ông còn mua vé máy bay đi Dallas, tại sao lại hủy vé không đi nữa? Lần này nhập cảnh Mỹ ông định đi đâu? Làm gì? Ở lại bao lâu?"

"Tôi là nhà văn. Ở Singapore và Mexico City, tôi đều dừng chân tại những nơi mình muốn đến, đó là nhu cầu cho việc viết lách của tôi. Lộ trình vòng vèo là vì vé máy bay rẻ hơn. Ban đầu tôi định nhập cảnh từ Dallas để thăm một người bạn là giáo sư đại học sống ở đó, nhưng sau đó bạn tôi có việc đột xuất không thể gặp nên tôi buộc phải hủy vé, chọn đi đường bộ từ Tijuana đến Los Angeles cho thuận tiện. Lần trước tôi rời Mỹ khá vội vã vì mẹ tôi lâm bệnh nặng. Tôi vẫn còn công ty đã đăng ký và một số sự vụ tại Mỹ, nên muốn sang một chuyến để xử lý nốt những việc còn tồn đọng. Thời gian ở lại chưa xác định." Tôi đưa ra một lý do nghe có vẻ hợp tình hợp lý.

"Thẻ lao động của ông đâu? Cần xuất trình cho chúng tôi xem."

"Tôi không nhớ thẻ lao động để ở đâu, tôi không mang theo người vì nó không phải thứ dùng thường xuyên. Sau khi nhận được thẻ, tôi không mang nó bên mình."

Toàn bộ quá trình thẩm vấn diễn ra rất chậm, vì sau mỗi câu trả lời, các nhân viên lại nhập dữ liệu vào máy tính để tra cứu và ghi chép, đôi khi họ còn thảo luận với nhau. Đồng hồ trên tường cho thấy đã ba tiếng trôi qua. Tôi xin được gọi một cuộc điện thoại cho gia đình nhưng bị từ chối. Trước khi vào cửa khẩu, tôi đã để lại tin nhắn cho con gái, nói rằng sẽ thử nhập cảnh Mỹ từ San Ysidro và không chắc có suôn sẻ hay không.

Sau đó, nhân viên dẫn tôi vào một căn phòng trống bên cạnh, khám người lần nữa, yêu cầu tháo dây giày và thắt lưng. Trên người chỉ còn lại những trang phục thiết yếu.

Trở lại quầy làm việc, một nhân viên nói: "Vì trước đây ông đã lưu trú quá hạn và làm việc bất hợp pháp, ông không được phép nhập cảnh vào Mỹ nữa. Bây giờ chúng tôi sẽ áp dụng biện pháp tạm giữ, hủy bỏ thị thực B1/B2 của ông và trục xuất ông về Trung Quốc."

"Tôi hiểu rồi. Tôi muốn biết khi nào tôi có thể rời đi?"

"Có thể là hôm nay, có thể là ngày mai."

Các nhân viên bắt đầu soạn thảo giấy tờ, bảo tôi ngồi chờ trên dãy ghế ở đại sảnh. Lúc này tôi mới thấy trên ghế có trang bị còng tay, nhưng họ không còng tôi. Thỉnh thoảng cũng có người được đưa vào sảnh để khám người, thẩm vấn rồi lại được cho đi.

Thời gian chầm chậm trôi, kim đồng hồ trên tường lững thững chỉ 4 giờ sáng. Tôi hỏi còn bao lâu nữa và khi nào có thể gọi điện cho gia đình. Một nữ nhân viên trông có vẻ là lãnh đạo nói rằng khoảng nửa tiếng nữa sẽ xong thủ tục, lúc đó có thể gọi điện.

Một lúc sau, người nhân viên gốc Hoa hỗ trợ phiên dịch rảnh tay, đi lại trong khu vực làm việc phía sau quầy kính. Tôi tiến lại gần, thấy tên trên đồng phục của anh ta là Xiaokang. Anh ta chấp nhận trò chuyện với tôi. Anh ta là người Đức Châu, Sơn Đông, sang Mỹ du học rồi làm việc tại đây và sau đó nhập quốc tịch Mỹ. Tôi nói công việc của anh rất tốt, làm cảnh sát hải quan, anh ta bảo cũng chỉ là một công việc thôi. Tôi nhờ anh ta gọi giúp một cuộc điện thoại cho con gái tôi, chắc hẳn con bé đang rất lo lắng. Sau khi xin ý kiến nữ lãnh đạo, anh ta nói không được. Tôi lại hạ thấp giọng nói với anh ta: "Thực ra tôi không phải lưu trú và làm việc bất hợp pháp, vì trước đây tôi đã nộp hồ sơ xin tị nạn, đã nhận được thẻ lao động thời hạn 5 năm rồi mới lái Uber kiếm tiền." Anh ta liền hỏi tôi: "Ông chắc chắn là đã nộp đơn tị nạn chứ?" Tôi trả lời: "Đúng vậy. Vì mẹ tôi đột ngột bị đột quỵ nặng nên tôi muốn về thăm, tôi biết theo chính sách di trú thì hành động này tương đương với việc tự nguyện từ bỏ hồ sơ tị nạn." Anh ta buột miệng hỏi thêm một câu: "Vậy ông có sợ phải quay về Trung Quốc không?" Tôi nói: "Tất nhiên là sợ, tôi là một nhà văn, những bài báo tôi đăng thường xuyên bị xử lý, xóa bài và bị cấm ngôn."

Trong lúc trò chuyện cùng Xiaokang, tôi tiện thể hỏi anh rằng nếu đối mặt với việc bị trục xuất, liệu tôi có thể tự mua vé để đi Hồng Kông hoặc Singapore không. Anh nói ở cửa khẩu này hiếm khi gặp trường hợp như của tôi, thông thường là có thể, nhưng phải bước vào quy trình tiếp theo đã.

Tôi lại nhờ Xiaokang giúp xin gọi điện về nhà và được nữ cảnh sát chấp thuận. Tôi dùng điện thoại bàn của cô ấy để gọi. Tôi bảo con gái cứ yên tâm, bố sẽ sớm rời khỏi đây thôi, hiện đang làm thủ tục giấy tờ.

Hơn 5 giờ sáng, tôi được một cô gái trẻ không mặc đồng phục, người phụ trách làm hồ sơ biên bản, dẫn sang quy trình kế tiếp tại một đại sảnh khác trong cùng tòa nhà. Cô ấy tiếp tục làm hồ sơ trên máy tính, còn tôi tiếp tục chờ đợi. Hành lý để ngay gần đó nhưng tôi không được phép chạm vào. Đi vệ sinh phải có cảnh sát giám sát toàn bộ quãng đường, tận khu vực thông quan xe cộ bên ngoài đại sảnh. Cứ cách một khoảng thời gian, cô gái lại gọi tôi lên ký tên. Tôi không hiểu nội dung mình ký là gì, chỉ mong sao thủ tục kết thúc thật nhanh để sớm rời đi. Cô ấy nhận ra sự lo âu và mệt mỏi của tôi khi tôi không thể ngồi yên vì cơn đau thắt lưng hành hạ. Đôi khi lúc tôi ký tên, cô ấy mỉm cười ra hiệu bảo tôi đừng vội, rồi chỉ tay vào căn phòng đóng kín bên cạnh, nói rằng sau khi xong bước này sẽ chuyển sang quy trình tiếp theo. Tôi chỉ biết phối hợp ký tên và chờ đợi. Tổng cộng có bốn hay năm lần ký? Tôi không nhớ rõ nữa.

Đến khoảng 8 giờ sáng, thủ tục ký kết cuối cùng cũng xong. Nhân viên trong đại sảnh bắt đầu đi làm đông đủ, không khí trở nên nhộn nhịp. Cô gái bảo tôi mang theo vali, đi theo cô ấy qua một cánh cửa sắt để bàn giao cho bộ phận tiếp theo.

Phía sau cánh cửa sắt là phòng tạm giam của cảnh sát. Dọc tường có vài dãy ghế băng bằng inox, có người đang nằm ngủ trên ghế, chân tay đều bị cùm và xiềng, trên người đắp một thứ vật liệu mỏng dính lấp lánh ánh kim loại. Sau này tôi mới biết đó gọi là "chăn giấy bạc", được chế tạo bằng cách phủ một lớp thiếc lên hai mặt của màng nhựa, có tác dụng giữ nhiệt nhất định. Tôi cũng nhanh chóng bị khóa tay và cùm chân, một sợi xích sắt nối cùm chân với chiếc ghế inox; tôi có thể ngồi hoặc nằm trên đó. Tình cảnh ấy là điều tôi chưa từng trải qua trong đời, cực kỳ khó hiểu và bất an, nhưng cũng đành mặc cho họ sắp đặt. Tôi hỏi cảnh sát việc này sẽ kéo dài bao lâu, khi nào tôi được đi, anh ta nói có thể là hôm nay, có thể là ngày mai, anh ta không thể trả lời chính xác. Anh ta đưa cho tôi một chiếc bánh sandwich lạnh ngắt, tôi bảo mình không nuốt nổi, vẻ mặt và giọng điệu không còn chút thân thiện nào, tràn đầy cảm xúc tiêu cực. Anh ta lại dùng nước nóng pha một hộp mì, đặt lên ghế băng của tôi rồi chẳng buồn quan tâm tôi có ăn được hay không.

Khoảng một tiếng sau, trong tình trạng tay chân vẫn bị xiềng xích, tôi được các cảnh sát khác dẫn đi. Băng qua hết cánh cửa sắt này đến cánh cửa sắt khác, hết cầu thang này đến cầu thang khác dẫn xuống hầm, tôi hoàn toàn mất phương hướng, rồi vào một đại sảnh có khu văn phòng ngăn cách, chẳng biết là ở tầng hầm thứ mấy.

Một nam nhân viên gương mặt Á Đông, không mặc đồng phục, tôi không xác định được thân phận thực sự của anh ta. Anh ta dùng phần mềm dịch thuật trên điện thoại để đối thoại với tôi:

"Thưa ông, trước đó ông có bày tỏ sự sợ hãi khi phải quay về Trung Quốc. Theo luật pháp Mỹ, chúng tôi cần tạm giam ông, thời gian từ 10 ngày trở lên."

Tôi rùng mình mấy cái: "Sao lại như vậy? Đó chỉ là lời trò chuyện phiếm với anh cảnh sát gốc Hoa thôi mà, đâu phải khẩu cung chính thức. Chẳng phải họ nói hôm nay hoặc ngày mai là có thể cho tôi đi sao?"

"Tôi đã xem biên bản và chữ ký của ông. Ông từng nộp đơn xin tị nạn, bây giờ cho phép ông quyết định lại một lần nữa. Ông có sợ quay về Trung Quốc không? Nếu sợ, chúng tôi sẽ kích hoạt lại hồ sơ tị nạn của ông; nếu ông có thể quay về Trung Quốc, ông sẽ được rời đi sớm hơn."

"Ông phải nghĩ cho kỹ, nói lại một lần nữa: Ông có sợ về nước không?"

Tôi hoàn toàn sững sờ, mọi chuyện vượt xa kỳ vọng tâm lý của mình. Tôi muốn rời đi sớm, nhưng cũng thực sự lo sợ nếu buộc phải quay về Trung Quốc. Vì thế tôi nói: "Tôi không sợ quay về Trung Quốc, nhưng tôi phải đi Hồng Kông." Lúc đó tôi nghĩ, Hồng Kông cũng thuộc Trung Quốc, có lẽ nói vậy thì có thể rời đi để sang Hồng Kông.

Nhân viên người Á nói: "Ông không cần giải thích thêm nữa. Chúng tôi buộc phải tạm giam ông trên 10 ngày. Đây là văn bản tạm giam, ông phải ký vào."

Vừa ký tên, tôi vừa không cầm lòng được, không thể chấp nhận được hiện trạng này nên đã bật khóc nức nở. Dù tôi vốn là người đàn ông cực kỳ hiếm khi rơi lệ.

Đợi tôi bình tĩnh lại đôi chút, người nhân viên Á Đông nói: "Chúng tôi sẽ sớm kích hoạt quy trình tị nạn của ông, ngay hôm nay sẽ sắp xếp cho ông gặp nhân viên di trú để phỏng vấn. Điều đó sẽ rất quan trọng đối với ông." Vài phút sau, trong lúc tôi ký một văn bản khác, tôi thấy trên bàn có một tệp hồ sơ ghi tên mình với dòng chữ Especially important (Đặc biệt quan trọng), có lẽ đó chính là hồ sơ để tôi được phỏng vấn sớm.

Đối với mỗi người xin tị nạn, sau khi hồ sơ được tiếp nhận là quãng thời gian chờ đợi được phỏng vấn. Có thể phải đợi vài tháng, cũng có thể là vài năm. Chỉ sau khi vượt qua vòng phỏng vấn mới có thể bước vào quy trình tại tòa án di trú và bổ sung hồ sơ. Nếu phỏng vấn thất bại, đương sự vẫn có thể kháng cáo để vào quy trình tòa án. Trước đó, tôi chưa hiểu hết chi tiết của toàn bộ quy trình, thậm chí còn ngây thơ nghĩ rằng phỏng vấn đỗ là có thể xin thẻ xanh ngay.

Biết rằng có thể được phỏng vấn ngay trong ngày, tâm trạng tôi xoay chuyển hẳn sang hướng tích cực. Đó là quy trình then chốt mà tôi đã đợi hơn một năm qua vẫn không thấy tới. Mỗi lần hỏi luật sư di trú, họ đều bảo cứ thong thả đợi đi, có khi ba năm, năm năm, chẳng ai biết chắc được vì có quá nhiều hồ sơ tồn đọng tại bộ phận di trú Mỹ.

Những lần ký tên trong ngày hôm đó, dù không hiểu nội dung, tôi luôn tích cực phối hợp. Điều đó dựa trên sự tin tưởng và kỳ vọng của tôi vào chính phủ Mỹ; quy trình đi càng nhanh thì kết quả càng sớm có. Tôi hoàn toàn không nhận ra rằng mình đang từng bước bị trói chặt vào chính sách và quy trình nhập cư mới nhất của chính quyền Trump, đang từng bước tiến vào nhà tù di trú.

Sau khi bình tĩnh lại, tôi xin gọi điện về nhà nhưng không kết nối được, vô vọng, lúc đó ở trong nước đã là nửa đêm.

Một nữ bác sĩ lớn tuổi đo nhịp tim và huyết áp cho tôi, hỏi han bệnh sử cực kỳ chi tiết. Tôi đành phải kể ra việc từng phẫu thuật cắt bỏ vú trái và vài chỗ phẫu thuật nội soi khác, tình trạng xơ cứng động mạch và bệnh mạch vành phải uống hai loại thuốc quanh năm, rồi cả triệu chứng đau do thoát vị và phình đĩa đệm thắt lưng... Thật bất ngờ, vị bác sĩ đó khẳng định với tôi một điều: sau này tôi nên tránh bị tiêu chảy, vì tình trạng đại tiện không tự chủ đi kèm chính là do vấn đề đĩa đệm thắt lưng gây ra. Bà nói, bất kỳ loại thuốc nào tôi mang theo đều không được uống nữa, họ sẽ cung cấp các loại thuốc tương đương của Mỹ.

Sau đó tôi được tháo còng tay xích chân, cảnh sát dẫn tôi đi qua một hành lang dài để vào nhà ăn. Những chiếc bàn ăn và ghế băng bằng inox lạnh lẽo, những chiếc burger hoặc sandwich lạnh lẽo, nước trái cây lạnh lẽo; đồ nóng duy nhất là nước sôi để pha mì tôm. Vừa đói vừa mệt, tôi gắng gượng nuốt vài miếng.

Tiếp đó, tôi bị nhốt vào một trong số vài căn buồng giam nằm kế bên nhà ăn. Buồng giam rộng khoảng 10 mét vuông, có hai chiếc ghế băng inox, một tấm đệm da gấp làm ba chưa dài bằng thân người, một chiếc "chăn giấy bạc", một tấm vách ngăn inox cao nửa thân người che chiếc bồn cầu inox, một bồn rửa tay inox. Trên trần nhà có bốn chiếc đèn tuýp lớn sáng choang rực mắt luôn bật 24/24, ở góc tường sát trần còn có một camera hồng ngoại giám sát toàn bộ căn phòng. Tại nhà tù của Cơ quan Thực thi Di trú và Hải quan Hoa Kỳ (ICE) sau này, tôi mới biết loại buồng giam này được gọi là "Phòng Giấy Bạc".

Kể từ lúc bước vào "Phòng Giấy Bạc", tôi không còn khái niệm về thời gian, chỉ khi ở nhà ăn nhỏ mới có thể xác nhận được giờ giấc. Thật bất ngờ, khoảng một tiếng sau, một nữ cảnh sát gương mặt Á Đông biết nói tiếng Trung đến đón tôi. Cô ấy nói sẽ đưa tôi đi phỏng vấn tị nạn với nhân viên di trú. Tâm trạng tôi tốt lên hẳn, tôi còn hỏi đùa cô ấy rằng tôi nên đối diện với việc này thế nào và có phải phỏng vấn đỗ là sẽ được rời khỏi đây không. Cô ấy mỉm cười thân thiện bảo tôi: "Đây là vận may của ông đấy, cứ thành thật nói ra lý do xin tị nạn, nếu phỏng vấn đỗ, ông sẽ có tư cách tị nạn hợp pháp." Trên đường đi qua hành lang hẹp, cô ấy còn bảo đã xem hồ sơ biên bản thấy tôi là nhà văn, tin rằng buổi phỏng vấn này nhất định sẽ thành công.

Cuộc phỏng vấn diễn ra trong một căn phòng nhỏ hẹp, chỉ có một chiếc ghế, một cái bàn và một chiếc điện thoại; viên chức di trú trò chuyện với tôi qua điện thoại. Ở đầu dây bên kia, một nữ viên chức di trú nói tiếng Anh và một phụ nữ khác thông dịch sang tiếng Trung cho tôi. Viên chức di trú nói rằng cuộc phỏng vấn này tuân thủ quy trình bảo mật, cả điện thoại và căn phòng đều không bị nghe lén, bảo tôi hãy yên tâm.

"Chào ông, trước hết xin chúc mừng ông, ông đã được CBP (Cục Hải quan và Biên phòng) xếp vào diện ưu tiên cao nhất. Tôi vừa nhận được thông báo đột xuất để trích xuất hồ sơ xin tị nạn và phỏng vấn ông. Ông cần biết rằng, dưới thời chính quyền Tổng thống Trump hiện nay, hàng triệu hồ sơ xin tị nạn các loại đã bị đóng băng và tạm dừng. Về nguyên tắc, chính sách không còn chấp nhận tị nạn theo dạng tị nạn chính trị thông thường, mà là 'chống sợ hãi, chống tra tấn'. Sau đây, tôi sẽ đưa ra câu hỏi, ông hãy trả lời đúng trọng tâm, ông hiểu chứ?"

"Tôi hiểu, cảm ơn bà, thưa bà viên chức kính mến."

Ngoại trừ một số thông tin cần thiết về nhân thân, lý do, thời gian, địa điểm, v.v., các câu hỏi của đối phương tập trung chủ yếu vào nội dung viết lách, tình trạng bị cấm ngôn và lý do tại sao rời khỏi Mỹ rồi quay lại.

"Mời ông trình bày về nội dung viết lách của mình, trọng tâm là những phần bị xử lý, xóa bỏ và cấm ngôn, tại sao quyền tự do ngôn luận của ông lại bị hạn chế?"

"Tại Trung Quốc, tôi có thân phận kép là doanh nhân và nhà văn. Chính vì vậy, trong bối cảnh kinh tế suy thoái nghiêm trọng và doanh nghiệp tư nhân gặp nhiều khó khăn những năm gần đây, tôi đã đưa ra những thảo luận và phê phán sắc bén về các vấn đề mâu thuẫn trong chính sách chính trị, thể chế kinh tế, việc làm của người dân và dân sinh xã hội.

Tôi nghi ngờ và phản đối việc tư bản lũng đoạn nhà nước phá hoại nền kinh tế thị trường. Những bài viết tương tự đã được đăng trên các nền tảng truyền thông cá nhân hơn 5 lần, và tất cả đều bị xóa với lý do không phù hợp với luật pháp và quy định; đồng thời tài khoản của tôi cũng bị đóng khóa cưỡng chế, có khi một tuần, có khi một tháng hoặc ba tháng. Sau năm 2019, các doanh nghiệp công hữu trong mọi ngành nghề đều được sáp nhập dưới danh nghĩa Ủy ban Giám sát và Quản lý Tài sản Nhà nước (SASAC), được cấp tiền, cấp vật lực, cấp thị trường, cấp tài nguyên để thúc đẩy các loại hình doanh nghiệp nhà nước mở rộng và lớn mạnh. Chỉ trong vài năm ngắn ngủi, thay vì bị ảnh hưởng bởi đại dịch COVID-19, tỷ trọng và quy mô của các doanh nghiệp nhà nước trong nhiều ngành từ tài nguyên khoáng sản đến nhu yếu phẩm sinh hoạt lại ngày càng lớn. Họ đẩy mạnh lũng đoạn hành chính, lũng đoạn tài nguyên, lũng đoạn thị trường, chèn ép không gian sinh tồn của doanh nghiệp tư nhân. Ví dụ, tỷ trọng doanh nghiệp nhà nước trong ngành bất động sản đã tăng từ 20% lên hơn 75%, ngành rượu thuốc gần như hoàn toàn là doanh nghiệp nhà nước. Họ kiểm soát thị trường đến mức nào? Nợ đọng khoản thanh toán của doanh nghiệp tư nhân, chèn ép lợi nhuận của họ, thậm chí ngay cả việc phát phúc lợi nhu yếu phẩm hay đồ uống cho nhân viên quốc doanh cũng bị cưỡng chế phải mua sản phẩm của doanh nghiệp nhà nước.

Tôi đã đăng video truyền bá rằng: 'Doanh nghiệp tư nhân Trung Quốc từ lâu không chỉ giải quyết hơn 70% tỷ lệ việc làm, mà còn giải quyết 100% việc làm cho các nhóm tầng lớp dưới. Những nhóm người này vốn không có điều kiện gia đình tốt, không có học vấn cao hay quan hệ xã hội, họ chỉ có thể dựa vào doanh nghiệp tư nhân để có việc làm. Nếu doanh nghiệp tư nhân sụp đổ hoàn toàn, xã hội sẽ tan tành'. Do lượng lan tỏa quá lớn, tôi đã bị quan chức chính quyền địa phương triệu tập, khiển trách, cáo buộc tôi kích động tâm lý xã hội, phá hoại trật tự xã hội. Thực tế thì sao? Một lượng lớn sinh viên tốt nghiệp, thanh niên và lao động không thể tìm được việc làm, vấn đề việc làm đã trở thành một ngọn núi đè nặng lên vai 1.4 tỷ dân. Chính vì vậy, các kênh video của tôi thường xuyên bị phong tỏa và hạn chế lưu lượng.

Tôi cũng viết bài vạch trần việc chính quyền địa phương dùng mọi thủ đoạn bất chính để làm giả dữ liệu nhằm hoàn thành nhiệm vụ chính trị về tăng trưởng kinh tế. Ví dụ, Tổ chức Y tế Thế giới từ lâu đã công bố số người chết vì tai nạn giao thông đường bộ ở Trung Quốc là hơn 200.000 người mỗi năm, nhưng chính quyền các cấp lại che giấu sự thật, báo cáo sai lệch xuống còn khoảng 50.000 - 60.000 người. Hay như việc bơm thổi dữ liệu dân số, địa phương báo cáo khống để đạt quy mô dân số của một cấp đô thị nhất định. Lại ví dụ như một số thành phố tranh giành danh hiệu Thành phố Top 100, Thành phố phát triển hay Thành phố văn minh, cùng các chỉ tiêu kinh tế tương ứng phải tăng trưởng liên tục theo nhiệm vụ GDP; điều này ép buộc các doanh nghiệp trong môi trường đơn hàng giảm, lợi nhuận hạ phải xuất hóa đơn khống, thổi phồng lợi nhuận bán hàng; nếu không phối hợp sẽ bị cắt điện nước, kiểm tra sổ sách xử phạt và đủ mọi thủ đoạn biến tướng để ép doanh nghiệp phải khuất phục. Những loại bài viết này nhẹ thì bị xử lý hoặc xóa bài, nặng thì bị cơ quan công an khiển trách hoặc bắt giam."

"Thưa ông, tôi cảm thấy vô cùng bất an về môi trường cấm đoán ngôn luận và những gì ông đã trải qua, tôi hoàn toàn thấu hiểu những gì ông trình bày. Vậy tại sao ông lại rời Mỹ trong khi đang xin tị nạn, rồi sau đó lại quay lại? Ông hẳn phải biết rằng theo chính sách di trú Mỹ, hành động đó được coi như ông chủ động từ bỏ quyền tị nạn của mình."

"Một mặt, mẹ già của tôi đột ngột lâm bệnh nặng vào cuối năm ngoái, tôi lo sợ những biến cố có thể xảy ra bất cứ lúc nào; mặt khác, chính sách nhập cư của Mỹ thay đổi quá nhanh, thời gian để thực sự có được danh phận di trú trở nên vô tận. Thực tế, do yếu tố cộng dồn giữa ngôn luận và việc kinh doanh thất bại, tôi đã bị hạn chế không được đi máy bay tại Trung Quốc, nếu vi phạm sẽ bị khép vào tội hình sự. Vì vậy, lần trước tôi bay từ Mỹ về Hồng Kông là để tương đối an toàn, tránh bị định tội vô căn cứ. Tuy nhiên, trong thời gian tôi ở trong nước, tôi lại gặp phải việc các bộ phận hành pháp phối hợp liên ngành đến tận nhà bắt giữ tôi, may mắn là tôi không có nhà. Đó cũng là lý do hôm nay tôi nói với cảnh sát CBP rằng tôi sợ về nước nhưng có thể đến Hồng Kông. Tôi cố gắng nhập cảnh vào Mỹ một lần nữa là vì khi đến được Mỹ, tôi có thể lập tức kiếm tiền để sống tiếp."

"Thưa ông, ông còn điều gì khác muốn bày tỏ không? Vui lòng trình bày ngắn gọn."

"Thứ nhất, cảm ơn vì đã cho tôi cơ hội phỏng vấn nhanh chóng như vậy. Thứ hai, cơ thể tôi có một số bệnh nền, đối với một nhà văn thì sự tự do là khao khát tột cùng, tôi không biết việc giam giữ này sẽ kéo dài bao lâu; nếu thời gian vượt quá hai tuần hoặc lâu hơn, xin các vị hãy sớm phê duyệt tị nạn để tôi vào Mỹ, hoặc chấm dứt ngay việc tị nạn để tôi rời đi. Thứ ba, tôi tôn trọng pháp luật và quy trình của Mỹ, nhưng tình cảnh của tôi về mọi mặt đều quá tồi tệ, toàn bộ chi phí cho chuyến đi này đều dựa vào việc thấu chi thẻ tín dụng của ngân hàng Mỹ, tôi không thể chịu đựng nổi việc bị giam giữ dài ngày."

"Được rồi, thưa ông, cảm ơn ông đã chia sẻ câu chuyện và hoàn cảnh của mình. Tôi xin chúc mừng, buổi phỏng vấn của ông đã thông qua, hy vọng ông sớm hoàn thành các quy trình tiếp theo."

Khoảnh khắc quay lại "Phòng Giấy Bạc" sau khi kết thúc buổi phỏng vấn, tôi hỏi nữ cảnh sát vừa dẫn đường vừa canh giữ mình rằng tôi còn phải ở đây bao lâu? Cô ấy nói sau này sẽ được chuyển đến một cơ sở khác của ICE (Cơ quan Thực thi Di trú và Hải quan) để làm thủ tục, tình hình cụ thể cô ấy cũng không rõ, nhưng việc tôi vượt qua buổi phỏng vấn đã là rất may mắn rồi. Cô ấy an ủi bảo tôi hãy kiên nhẫn chờ đợi.

Thời gian lại trôi qua hơn một tiếng đồng hồ, lại có cảnh sát đến đưa tôi ra ngoài để ký một văn bản. Tôi được thông báo nội dung văn bản là xác nhận sắp xếp phiên tòa di trú vào 14 ngày sau, tức ngày 21 tháng 7 — đây là quy trình kế tiếp sau khi vượt qua vòng phỏng vấn tị nạn. Nếu tôi chấp nhận ra tòa và chấp nhận thời gian mở tòa, tôi cần phải ký tên. Trong tập tài liệu vài trang giấy có một trang ký tên bằng tiếng Trung, trên đó ghi: "Việc sắp xếp mở tòa sau hơn 10 ngày là để dành thời gian cho tôi thuê luật sư, nhưng tôi có thể từ bỏ quyền thuê luật sư và yêu cầu mở tòa sớm hơn, cần phải ký vào một mẫu đơn khác." Nhưng tôi đã không thể tìm thấy mẫu đơn đó ở đâu, dưới sự thúc giục của cảnh sát tôi cũng không kịp suy nghĩ nhiều, mãi nhiều ngày sau mới biết đó là tờ nào (một dòng chữ tiếng Anh khá mờ, rất khó đọc và phân biệt). Tôi hỏi về việc mở tòa là để làm gì, đối phương nói cần để thẩm phán quyết định việc trục xuất hay cho phép tị nạn. 14 ngày, lúc đó tôi nghĩ thôi thì ráng gồng mình, cắn răng chịu đựng, thâm tâm kỳ vọng rằng tại phiên tòa đó mình sẽ nhận được quyền tị nạn và được tự do.

Sau khi ký tên, tôi lại xin được gọi điện về cho gia đình, cảnh sát đã kết nối thuận lợi. Trong cuộc gọi với con gái, tôi thông báo ngắn gọn tình hình. Người nhà cũng cho rằng việc vượt qua buổi phỏng vấn là một tín hiệu tốt, hồ sơ xin tị nạn trước đây có thể tiếp tục tiến triển; nếu phiên tòa 14 ngày sau có thể giúp tôi nhận được quyền tị nạn, được trả tự do để vào Mỹ thì dĩ nhiên là một chuyện đại hỷ. Cảnh sát thúc giục vì cuộc gọi có hạn định thời gian, con gái tôi dùng tiếng Anh hỏi đối phương sau này lúc nào có thể gọi lại. Câu trả lời nhận được là đây là cuộc gọi cuối cùng trong thời gian bị giam giữ tại trung tâm này, chuyển sang trung tâm giam giữ khác mới có thể gọi điện. Ngay sau đó, viên cảnh sát thô bạo ngắt quãng cuộc gọi.

Khoảng thời gian sau đó, tuy không phải là bóng tối mịt mù — vì trong buồng giam luôn có ánh đèn sợi đốt sáng choang không bao giờ tắt — nhưng lại là một sự giày vò đằng đẵng. Khi lạnh, tôi chống đẩy vài cái hoặc cuộn tròn cơ thể bao bọc trong lớp giấy bạc mỏng dính. Khi mệt mà không ngủ được, tôi xé giấy vệ sinh thành từng mảnh vụn để đếm số, hoặc hồi tưởng lại từng mảnh ký ức từ thuở nhỏ. Điều hiện lên nhiều nhất trong tâm trí tôi là ba mươi năm trước khi còn ở trong quân ngũ, hình ảnh người lính gác canh giữ những quân nhân bị nhốt biệt giam, khuôn mặt của người bị giam khát khao được tận dụng chút thời gian ăn cơm để nhìn thấy ánh sáng và nói vài câu. Ngọn gió khô khốc của vùng Gobi từ lâu đã đâm rách rồi lại đâm rách khuôn mặt của mỗi người lính, những mạch máu dưới da gồng lên căng thẳng, lớp da bong tróc rồi lại tái sinh, cuối cùng tạo nên những khuôn mặt tồn tại song hành cả những tia máu đỏ và màu đồng cổ. Có những tính cách chưa bị giáo hóa, chưa bị đánh chửi hay mài mòn, chỉ cần một chút ngang tàng không khuất phục hay vung nắm đấm kháng nghị bất công, liền bị coi là vi phạm điều lệnh điều lệ, sau khi bị đem ra phê phán công khai ở các cuộc họp lớn nhỏ sẽ bị nhốt vào phòng biệt giam. Đó là những buồng giam tối tăm nửa nổi nửa chìm dưới mặt đất, trong không gian chật hẹp chỉ ba năm mét vuông và hoàn toàn bóng tối, ngoài nền đất Gobi thì cũng chỉ có tường đất Gobi, không còn gì khác. Một cánh cửa sắt dày sụp xuống sẽ mở ra khi đến giờ ăn, một cánh cửa sắt có rào chắn có thể giúp nhìn thấy ánh sáng khi ăn cơm hoặc lúc được ra ngoài hít thở, cũng có thể nói vài câu với lính gác.

Lão Dương ở buồng giam kế bên thỉnh thoảng lại phát ra những tiếng gào thét thê lương đượm vẻ khóc lóc, gào gọi tên vợ mình. Không phải vì tường buồng giam cách âm không tốt, cũng không phải tai tôi quá thính, mà là tiếng gào của lão Dương có sức đâm xuyên, thấu tận và lan tỏa mạnh mẽ. Tôi gặp lão Dương lúc ăn cơm, chỉ biết lão là người Phúc Kiến, hai vợ chồng vượt biên trái phép theo sự sắp xếp của "xà đầu", bị CBP khám xét và bắt giữ khi đang trốn trong cốp xe ô tô. Cả hai đều bị giam ở cơ sở này, nhưng lão Dương không thể biết vợ mình bị nhốt ở phòng nào, lúc ăn cơm cũng không được gặp.

Sáng ngày thứ tư, sau 8 lần đến nhà ăn, tính ra thời gian ở "Phòng Giấy Bạc" đã trôi qua tròn 83 tiếng đồng hồ, tôi lại một lần nữa bị khóa tay cùm chân, bị những người mặc sắc phục ICE áp giải lên lồng sắt phía sau chiếc xe bán tải thùng kín. Vợ chồng lão Dương và một người phụ nữ trẻ khác cũng là người Trung Quốc — chúng tôi có thể trò chuyện với nhau trong chiếc lồng sắt suốt hành trình áp giải.

10. NHÀ TÙ DI TRÚ

Ngày 10 tháng 7, ngày thứ 4 bị giam giữ.

Chiếc lồng sắt trên thùng xe được ngăn cách bằng các rào chắn, nam nữ riêng biệt, không có giám sát nên có thể thoải mái trò chuyện. Vợ của lão Dương ngoài năm mươi tuổi, không những không tiều tụy mà gương mặt tươi cười còn giữ được vài phần nhan sắc sạch sẽ, mái tóc ngắn hơi xoăn càng làm tăng vẻ tháo vát. Không giống như lão Dương, người lớn hơn vợ vài tuổi, trên cái đầu hói một nửa là những sợi tóc bạc thưa thớt, đôi mắt sưng húp cùng những vệt nước mắt càng làm tăng thêm vẻ phong trần và già nua. Hai người hoàn toàn không có tướng phu thê. Cuộc đối thoại giữa bốn người chúng tôi chủ yếu do tôi khơi mào, còn họ kể chuyện.

Vợ chồng lão Dương kể vắn tắt rằng họ bị bọn xà đầu hại thê thảm. Ở trong nước, họ đã đưa cho xà đầu 750.000 Nhân dân tệ, mất gần hai tháng để "tẩu tuyến" (vượt biên), nhưng đến Tijuana lại bị xà đầu bàn giao cho người Mexico, rồi bị nhét vào thùng xe bán tải cải tạo, kết quả là "vượt quan" thất bại. Sau khi bị bắt, các nhân viên CBP có thái độ rất nghiêm khắc và hung dữ, yêu cầu họ phải ký tên và điểm chỉ vào lệnh trục xuất cưỡng chế. Họ không biết hậu quả sẽ là gì, đành đi bước nào tính bước nấy. Lão Dương nói, nếu bị áp giải về nước thì thực sự mọi thứ đều kết thúc.

Người phụ nữ trẻ còn lại tự giới thiệu là người Vân Nam, ngoài ba mươi tuổi, gương mặt trắng trẻo thanh tú, cách ăn mặc toát lên khí chất của một nhân viên văn phòng chuyên nghiệp. Cô bảo mọi người đừng quá lo lắng, nơi sắp tới là nhà tù di trú của ICE, điều kiện ở đó tốt hơn nhiều so với "phòng giấy bạc", nhiều người ở cùng nhau, có thể trò chuyện, gọi điện và tham gia các hoạt động khác nhau. Cô nói mình đã chuẩn bị sẵn tâm lý, có mấy người chị em đang ở trong nhà tù di trú đã gọi điện kể tình hình cho cô. Cô cũng biết là không thể "vượt quan" thành công, nên giữa thanh thiên bạch nhật đã trèo qua bức tường biên giới rồi tự nộp mình cho cảnh sát Mỹ đang chờ sẵn, coi như tự chui đầu vào lưới. Thời chính quyền Biden, những người vượt biên trái phép bằng cách trèo tường sẽ bị giam giữ hai ba ngày, được đăng ký thân phận tị nạn rồi thả vào nước Mỹ, thế nên ai nấy đều tự nộp mình. Số lượng người tị nạn tăng vọt, dưới áp lực xã hội, năm cuối cùng cầm quyền của Biden đã bắt đầu siết chặt chính sách, sau khi bắt giữ sẽ trục xuất cưỡng chế hoặc giam giữ dài hạn trong nhà tù di trú, nhưng vẫn có cơ hội tránh được sự truy quét để trực tiếp nhập cảnh. Sau khi Trump lên nắm quyền, cảnh sát biên giới và các biện pháp giám sát công nghệ được tăng cường, gần như không ai có thể tránh khỏi việc bị bắt. Người phụ nữ trẻ nói cô không thể sống nổi ở trong nước, nhưng nguyên nhân cụ thể thì không nói. Cô không có tiền tìm xà đầu, một mình đi rất vất vả nhưng mục tiêu rất kiên định. Cô nhắm thẳng đến nước Mỹ mà đi, còn sống thì nhất định phải vào được Mỹ. Nếu không sống nổi, chết cũng phải chết ở Mỹ.

Vợ lão Dương chắc hẳn đã trò chuyện nhiều với người phụ nữ trẻ kia, cũng hùa theo cổ vũ lão Dương, bảo sau này liên lạc được với người thân ở California rồi tính tiếp, sống phải ở Mỹ, chết cũng phải chết ở Mỹ.

Trong hành trình ngắn ngủi chưa đầy nửa tiếng ấy, tôi cảm thấy như mình đang được giáo dục, so với hai người phụ nữ đó, trực giác mách bảo rằng tôi quá yếu đuối.

Nhà tù di trú Otay Mesa nằm ở phía Đông San Diego, chính phủ Mỹ gọi đó là trung tâm giam giữ, bản đồ định vị hiển thị là cơ sở thương mại di trú, nhưng thực chất đó là một nhà tù cố định dài hạn.

Chiếc xe lái qua cánh cổng sắt lớn có lính gác vũ trang, dừng lại trong sân của một tòa nhà cao lớn dạng nhà kho. Trước khi xuống xe, nhân viên mặc sắc phục ICE hỏi xem có ai tự nguyện rời đi không, sẽ được thưởng 1.000 USD. Ba người bọn họ dĩ nhiên không đồng ý, tôi cũng nói theo là không đồng ý. Lúc đó tôi không hề biết rằng mình thực sự không có lựa chọn, ba người họ có thể chọn tự nguyện rời đi, còn tôi thì không.

Tháo còng tay và xiềng chân, bước vào một cánh cổng sắt lớn, mười mấy nhân viên tại các bàn làm việc đang bận rộn, rõ ràng là đang làm thủ tục đăng ký. Chúng tôi bị nhốt vào căn phòng lồng sắt ngay lối vào, nam nữ tách riêng, mỗi phòng đều lắp ghế băng inox và bồn cầu.

Lần lượt có mười mấy người từ các quốc gia khác nhau bị đưa vào, luân phiên ra đại sảnh làm thủ tục đăng ký. Một lúc sau, trong phòng lồng sắt có thêm một thanh niên Trung Quốc tên Tiểu La, sinh năm 1988, người Phúc Kiến. Cậu ta liên tục than thở quá thê thảm, đã chạy vầy khắp nơi vay mượn đủ 400.000 Nhân dân tệ giao cho xà đầu sắp xếp "vượt biên", vậy mà đến phút cuối cùng bị nhét vào cốp xe ô tô để qua hải quan thì bị bắt.

Quy trình rất dài và chậm, cần đến 4 nhân viên ở các vị trí khác nhau để thẩm định và đăng ký. Trên tường phòng lồng sắt có treo điện thoại, dán các phương thức liên lạc và cầu cứu bên ngoài, nhưng không có tín hiệu quay số, chỉ để làm cảnh. Tôi nhiều lần đề nghị nhân viên cho gọi điện cho gia đình nhưng bị từ chối và được thông báo rằng phải làm xong thủ tục mới được vào trong nhà tù gọi điện. Trong quá trình làm thủ tục, toàn bộ hành lý lại bị kiểm tra lần nữa, họ phân loại và thu giữ điện thoại, máy tính, tiền mặt, thẻ ngân hàng... Từ lúc đến nơi trước 12 giờ trưa, mãi đến hơn 9 giờ tối mới nhận được ID định danh tạm thời và một túi quần áo tù bằng vải thô có in chữ Detainee (Người bị giam giữ). Sau khi tắm rửa tại một phòng tắm trong đại sảnh và thay quần áo tù, tôi đi qua vài cánh cổng sắt để lên tầng hai.

Trực giác về thời gian đi bộ mách bảo tôi rằng toàn bộ nhà tù này rất lớn. Sau khi mở một cánh cổng sắt có treo chữ P lớn, không gian dạng nhà kho rộng thênh thang ngay lập tức bùng nổ tiếng vỗ tay, tiếng huýt sáo kéo dài không dứt và những tiếng reo hò "Chinese! Welcome!". Mấy người Trung Quốc đang bị giam bên trong nhanh chóng tiến về phía chúng tôi, dưới sự ra hiệu của nhân viên mặc sắc phục, họ dẫn chúng tôi vào một buồng ngủ mở.

Khu giam giữ này rộng khoảng 800 mét vuông (20m * 40m), trần cao ít nhất 10m, có 36 bóng đèn chiếu sáng và 24 cửa sổ trời đảm bảo đầy đủ ánh sáng. Một bên là hai tầng gồm tổng cộng 12 phòng, trong đó 2 phòng dùng làm văn phòng, 10 phòng dùng làm nơi ngủ cho phạm nhân. Mỗi phòng có 4 giường tầng, có thể ngủ được 8 người. Khi đông người, họ còn dùng những chiếc "thuyền nhựa" lật ngược để tăng thêm 2 chỗ ngủ, đủ cho 10 người. Tuần đầu tiên bị giam, tôi phải ngủ trên tấm đáy của chiếc thuyền nhựa đó, khu giam giữ luôn duy trì trạng thái đủ quân số 160 người. Theo lời các tình nguyện viên Cơ đốc giáo từ bên ngoài vào, số lượng người di cư trái phép bị giam giữ tại nhà tù Otay Mesa hiện đang đạt mức kỷ lục trong lịch sử là khoảng 1.800 người. Người Trung Quốc chiếm khoảng 10%, phụ nữ chiếm khoảng 15%, tuyệt đại đa số là người da màu đến từ châu Á, Trung Đông, Nam Mỹ, người da trắng Nga cũng khá thường gặp. Những người bị giam giữ hầu hết là lao động trong độ tuổi từ 20 đến 60, đôi khi cũng có người già và người khuyết tật ngồi xe lăn hoặc chống gậy.

Đối diện với các phòng ngủ, tức là phía bên kia, là 10 bồn rửa tay, 6 bồn tiểu nam, 6 bồn cầu có vách ngăn và 10 phòng tắm vòi sen. Có trang bị 12 máy điện thoại, 2 lò vi sóng, 20 ghế nằm mềm, 20 máy tính bảng Pad kết nối mạng, 4 chiếc bàn tròn liền ghế. Mọi cơ sở vật chất hoặc là bằng chất liệu inox, hoặc là bằng cao su, nhựa. Đầu kia của khu giam giữ là khu vực lộng gió ngoài trời rộng hơn 100 mét vuông, trên bức tường cao 5m là hàng rào dây thép gai có gai nhọn, có một cột ném bóng rổ. Những người bị giam giữ, trừ thời gian tắt đèn ngủ sau 10 giờ đêm, thì buổi sáng và buổi chiều mỗi buổi có 1,5 tiếng bắt buộc phải ở trong phòng ngủ để điểm danh và dọn dẹp, thời gian còn lại có thể trò chuyện, đánh bài, đánh cờ, chơi game, gọi điện thoại. Thời gian ra ngoài hít thở không khí là khoảng 1,5 tiếng sau mỗi bữa ăn. Ăn uống cực kỳ tệ, chủ yếu là bánh mì, khoai tây nghiền, đậu nành luộc, rau luộc, thỉnh thoảng bữa sáng có một ly sữa nhỏ, cơm là loại gạo cũ thô ráp khó nuốt, trong thức ăn không thấy một chút dầu mỡ nào. Mỗi Chủ nhật có thể đặt mua thêm thực phẩm trên máy tính bảng Pad, sau đó thực phẩm sẽ được giao tập trung vào một thời điểm nào đó sau ba ngày.

Nội dung trong cuốn "Sổ tay Trung tâm Giam giữ Quốc gia" bản tiếng Trung mà mỗi người đều có một cuốn cho thấy nhà tù di trú Otay Mesa do một công ty tư nhân thầu lại, là một cơ sở kinh doanh vì lợi nhuận.

Từ lúc lên xe chuyển trại lúc 11 giờ sáng đến khi nhận phòng nhập kho lúc 21 giờ 30 phút, ngoại trừ khoảng nửa giờ đi xe, có tới 10 tiếng đồng hồ bị tiêu tốn cho việc làm thủ tục đăng ký, đủ thấy hiệu suất thấp đến mức nào. Lúc đó đã gần giờ đi ngủ, đáng tiếc là điện thoại không gọi được, mất liên lạc với gia đình suốt 4 ngày khiến tôi mệt mỏi, nóng lòng và lo âu.

Có giờ ngủ quy định nhưng quản lý không quá khắt khe, nhiều người vẫn tán gẫu trong phòng ngủ, ồn ào đến tận 2 giờ sáng mới thực sự coi là đi ngủ.

Chiếc giường nhựa nhỏ của tôi kẹp giữa đuôi của hai chiếc giường tầng phía dưới, tạo thành hình chữ L. Lão Diệp, một người Liêu Ninh, ngồi ở cuối giường của ông ấy và nói với tôi rất nhiều điều, giống như một cựu binh đang chỉ dẫn cho tân binh.

"Sao ông lại vào đây?" Lão Diệp hỏi tôi.

"Tôi vào đây một cách lơ mơ. Tôi cứ nghĩ visa B1/B2 còn hạn và đã cập nhật EVUS, thì cùng lắm nếu bị từ chối nhập cảnh thì quay về đường cũ hoặc mua vé máy bay đi chỗ khác. Kết quả là trong lúc đối thoại với cảnh sát CBP, tôi lỡ nói sợ về nước nhưng có thể đi Hồng Kông, thế là họ bảo theo luật Mỹ phải kích hoạt quy trình tị nạn, giam giữ và ra tòa. Cứ thế bị trói chặt vào quy trình, thực ra tôi không chấp nhận nổi việc bị giam, tôi muốn rời khỏi đây sớm. Hy vọng 14 ngày nữa ra tòa là tôi có thể ra ngoài." Tôi kể lại đại khái sự tình.

"Ông thì biết cái quái gì, mơ mộng hão huyền, lại còn đòi 14 ngày ra ngoài! Đã vào đến đây, bước vào quy trình của người Mỹ rồi thì ít cũng một hai tháng, nhiều thì ba năm tháng. Ông thấy bộ dạng mọi người ở đây chưa, tại sao lúc các ông mới vào họ lại hò hét ầm ĩ thế? Ông tưởng họ chào đón ông thật à? Đó là xả stress đấy, bị nhốt đến phát điên rồi! Có người bị nhốt gần 1 năm, có người bảy tám tháng. Tôi cũng bị nhốt hơn tám tháng rồi, vẫn chẳng biết phải đợi đến bao giờ mới có kết quả."

"Vậy tôi không xin tị nạn nữa được không? Chẳng lẽ chính mình muốn đi mà cũng không đi được sao?"

"Ông thực sự muốn đi thì cũng phải xem người của ICE có thả ông đi không đã. Trường hợp của ông thuộc diện 'quay lại lần hai', người ta còn cho ông tị nạn, cho phỏng vấn ngay trong ngày là may mắn lắm rồi, lo mà thắp hương cảm tạ đi! Trước có cậu thanh niên Trùng Khánh, cũng 'quay lại lần hai' giống ông, bị hạ lệnh trục xuất cưỡng chế ngay lập tức, bị giam đi giam lại hơn hai tháng mới được thả ra đấy."

"Ông nói vậy làm tôi lạnh hết cả người. Thế có cách nào để biết liệu có được đi sớm không? Tôi thực sự không chịu nổi cảnh bị giam cầm."

"Nếu thực sự muốn đi, ngày mai ông dùng cái máy tính bảng PAD ở đây, thử gửi một yêu cầu cho người của ICE xem sao. Hoặc đợi lúc quản trị viên đeo thẻ ICE đến thì hỏi trực tiếp. Chẳng biết lúc nào họ mới đi tuần đâu. Hỏi mấy tay bảo vệ ở đây chẳng giải quyết được gì, họ là nhân viên của công ty tư nhân thầu nhà tù này, họ chỉ chịu trách nhiệm trông coi thôi."

"Phức tạp vậy sao? Mai tôi phải thử ngay mới được. Thế tại sao ông lại vào đây và bị giam lâu thế?"

"Ai bảo ông không biết trân trọng cơ hội mà người Mỹ đã cho trước đó, đã ra ngoài rồi mà còn đầu óc lú lẫn quay về nước, cái đất nước mà kinh tế nát bươm như thế thì có gì đáng để ông nhung nhớ chứ?! Tôi tại sao lại đến đây ư? Chẳng qua cũng vì tìm một con đường sống, muốn đến xứ cờ hoa tìm sự tự do, bỏ sức lao động ra cũng kiếm được tiền. Hồi chiến tranh Nga-Ukraine mới bắt đầu, tôi và mấy anh em thấy Putin làm thế là quá ức hiếp người, phải giúp Ukraine một tay. Những tội ác tày trời mà người Nga gây ra trong vụ thảm sát Giang Đông lục thập tứ đồn, thảm sát Hải Lan Phao[20] chính là mối thâm thù huyết hải của cha ông vùng Đông Bắc chúng tôi. Mấy anh em chúng tôi tổ chức mười mấy người, mua flycam, trạm sạc dự phòng, gửi hàng miễn phí cho Ukraine. Bên đó chúng tôi có người quen, nhờ họ quyên góp cho quân đội Ukraine. Mấy chuyến đầu khá thuận lợi, trộn hàng vào xe tải chở rau sang Mông Cổ rồi chuyển tiếp đi Ukraine. Sau có một chuyến bị cảnh sát biên giới phát hiện, họ cho rằng chúng tôi phạm tội có tổ chức, rồi lần ra bắt mấy anh em phụ trách thu mua và gửi hàng. Tôi nghe ngóng được tin, trốn chui trốn lủi hơn một năm, bạn gái thì chia tay, ông già thì đổ bệnh không dậy nổi. Sau đó phải gom tiền nhờ vả quan hệ để lo liệu bên công an cho êm chuyện, để mấy anh em bị bắt nhận làm chủ mưu và bị kết án hai năm. Tôi cũng chẳng còn nơi nào để đi, ông già thì vừa giận vừa ghét mắng tôi không yêu nước, làm loạn mới ra nông nỗi này. Cái kiểu nông dân già như ông ấy là bảo thủ lắm, bán mạng cả đời cống hiến cho nhà nước cuối cùng chẳng có tiền dưỡng già, vậy mà vẫn thấy cống hiến không công là vinh quang. Một người anh em cho tôi mượn 20.000 tệ, visa Mỹ thì không đủ điều kiện xin, tôi bèn làm visa Nhật, bay sang Mexico rồi trèo tường biên giới Mỹ và bị bắt vào đây."

"Lão Diệp, chuyện của ông đúng là anh hùng ca đấy! Thế sao lại bị nhốt tới hơn tám tháng?"

"Lúc tôi bị bắt, Tổng thống Trump còn chưa lên đài, nhưng quy trình đã siết chặt rồi. Ngoài cái hộ chiếu ra tôi chẳng có bằng chứng gì cả, ra tòa hết lần này đến lần khác đều bị kết luận thiếu bằng chứng. Tôi biết đào đâu ra bằng chứng bây giờ, chỉ còn cách viết thêm nhiều hồ sơ, kiên

---

[20] Thảm sát Hải Lan Phao và Giang Đông lục thập tứ đồn (海兰泡惨案、江东六十四屯惨案): hai vụ thảm sát do quân Nga gây ra với cư dân người Hoa ở vùng biên giới Hắc Long Giang năm 1900, khiến hàng nghìn người thiệt mạng; thường được người vùng Đông Bắc Trung Quốc nhắc đến như mối hận lịch s ử với nước Nga.

trì thuyết phục thẩm phán, cứ thế tiêu tốn hơn tám tháng rồi, không cam tâm, phải tiếp tục cầm cự thôi." Lão Diệp cho tôi xem một xấp dày hồ sơ viết tay, những dòng chữ nghệch ngoạc bằng ruột bút bi vỏ nhựa mềm.

"Ở đây có cần chú ý điều gì không?"

"Chẳng có gì phải chú ý cả, ông cứ tuân thủ giờ giấc và phạm vi hoạt động quy định là được. Ở đây hạng người nào cũng có, vài ngày lại thay một đợt, người vào người ra. Nam Mỹ, Ấn Độ, Trung Đông và Trung Quốc, mỗi người nói một thứ tiếng. Ông đừng nhìn đám người đó hò hét thế thôi chứ chẳng ai dám động chân động tay đâu, một tay bảo vệ có thể quản cả một nhà kho người như con cháu vậy, ai nấy đều nghe lời tăm tắp. Ở trong này ai mà dám làm loạn gây sự sẽ bị nhốt riêng vào ngục tối biệt giam với điều kiện tồi tệ hơn, lại còn ảnh hưởng đến việc xin tị nạn nữa."

"Tại sao vậy?"

"Còn tại sao nữa! Những người đến đây ai chẳng muốn cái thẻ xanh của Mỹ. Bảo là bị giam cầm chứ môi trường và điều kiện ở đây tốt hơn gấp bao nhiêu lần so với các trại tạm giam và nhà tù ở những nước nghèo. Tôi từng bị giam ở quê nhà Đông Bắc vì phạm lỗi, chỗ nào mà chẳng bị quản giáo và đại ca phòng giam đánh đập chửi mắng? Có chết rét chết bệnh cũng là đáng đời. Ông nhìn nhà tù của người Mỹ xem, tuy cơm nước hơi chán nhưng có thể mua thêm đồ ăn và mì tôm bên ngoài, không đánh người không mắng người. Cái thẻ xanh của Mỹ ấy, người nghèo ai mà chẳng thèm? Người giàu còn phải bỏ ra hàng chục vạn, hàng triệu tệ mới có được đấy! Ông nghĩ xem, nếu tôi kiên trì đến lúc có được thẻ xanh, thì mỗi phút ngồi trong cái tù này đều tương đương với việc đang kiếm tiền! Tại sao bao nhiêu người ở Trung Quốc lại vắt óc thi đại học, thi công chức? Chẳng phải để thoát khỏi cái kiếp nông dân giống ông già tôi, vừa phải nộp lương thực vừa nghèo lại chẳng có bảo đảm gì sao! Chẳng phải để được làm kẻ bề trên đi hà hiếp dân lành sao! Ông nhìn những người bị nhốt trong tù này xem, đều là sinh ra dưới sự thống trị của vương quyền, một khi đã đến được Mỹ thì coi như tổ tiên bao đời được đổi đời! Theo tôi thấy, ông là nhà văn lớn, tổ tiên chắc phải có phúc lắm, hưởng thái bình nhiều quá nên không biết trân trọng! Đang yên đang lành, vào được Mỹ rồi lại còn quay về nước, hết đường đi rồi lại quay lại đường cũ. Cái đầu óc ông dùng để viết bài mà sao chẳng dùng để cân nhắc lợi hại của chuyện này? Người ta lại cho ông cơ hội tị nạn rồi, ông còn muốn đi đâu, theo tôi thì cứ ở lại đi, điều kiện của ông tốt hơn tất cả mọi người ở đây, chắc chắn sẽ lấy được thẻ xanh. Đừng có ngốc nghếch nữa!"

Lượng thông tin quá lớn, lời lẽ tuy thô nhưng thật, đêm đó tôi đã có một giấc ngủ trọn vẹn. Trong cơn mơ, dường như tôi lại nghe thấy tiếng gọi của người nhập cư gốc Nam Kinh nọ: "Người anh em, phải nghe lời tôi khuyên nhé, đã ra ngoài được rồi thì vạn lần đừng có quay về cái môi trường nát bét đó, không nghe lời, chắc chắn anh sẽ hối hận đấy!"

Từ ngày thứ 5 đến ngày thứ 10 bị giam giữ

Theo hướng dẫn trong "Sổ tay Trung tâm Giam giữ Quốc gia", ban đầu sẽ có vài phút gọi điện miễn phí ra bên ngoài, sau khi người bên ngoài nạp tiền thì mới có thể tiếp tục sử dụng. Điện thoại của tôi vừa cầm lên đã hiển thị số dư 50 USD.

Con gái tôi nói, trong 4 ngày bố mất liên lạc, cả nhà đều sống trong lo âu và sợ hãi. Theo sự hướng dẫn của luật sư di trú tại Los Angeles, gia đình đã tìm thấy bố ở nhà tù nào và nạp tiền điện thoại. Nếu vẫn không liên lạc được, gia đình định sẽ chi tiền thuê luật sư can thiệp, nhưng luật sư nói hiện tại số người bị giam quá đông, không có cách nào hay cả.

Tôi kể đại khái tình hình cho con gái, bảo con đừng tốn tiền thuê luật sư làm gì, còn 10 ngày nữa là ra tòa rồi. Do số lượng hồ sơ di dân bị bắt quá lớn, giá luật sư đồng loạt tăng vọt, mức 20.000 hay 30.000 USD là rất phổ biến. Những người trong tù nói rằng bọn luật sư đó đang tranh thủ ăn "bánh bao tẩm máu người"[21], vì bình thường phí luật sư cho loại án này chỉ khoảng sáu bảy nghìn USD.

Con gái bảo: "Bố biết không, luật sư di trú nói phiên tòa sắp tới chỉ là 'tiểu đình' (Master Calendar Hearing) trong quy trình tị nạn, tức là thủ tục sơ bộ để thẩm phán thông báo về quyền lợi, nghĩa vụ và chứng cứ. Sau đó thường cần thêm 2 lần hoặc nhiều hơn các buổi 'tiểu đình' nữa mới có thể được xếp lịch 'đại đình' (Individual Hearing) – lúc đó mới quyết định có được cấp quyền tị nạn hay không. Có thể mất 4 tháng, nửa năm, thậm chí 1 năm hoặc lâu hơn. Bố cũng chẳng phạm pháp, bị nhốt trong tù làm gì, mau rời khỏi đó đi." Tôi nói với con rằng tôi cũng mới biết những quy trình này vài ngày nay, mọi chuyện quá tồi tệ và đã muộn rồi. Dù thế nào tôi cũng không ngờ rằng chỉ vì một câu nói buột miệng "sợ về nước nhưng có thể đi Hồng Kông" mà lại bị giam trong tù ở Mỹ, thật là nực cười.

Tôi và con gái thống nhất ý kiến là: từ bỏ tị nạn, thử nộp đơn lên ICE xin phép cho tôi tự mua vé máy bay đi Hồng Kông hoặc quốc gia khác.

"Chỉ vì một người sợ về nước và có thể đi đến một thành phố có quyền quản lý đặc biệt của nước mình, mà phải dùng cách tống vào tù để làm thủ tục tị nạn sao?" Đây là vấn đề tôi bắt đầu trăn trở, thật phi logic.

Vào lúc 10 giờ 22 phút sáng ngày thứ 5 bị giam, tôi sử dụng máy tính bảng Pad trong tù để gửi đơn xin lần đầu tiên tới viên chức ICE phụ trách khu vực. Chủ đề là: Voluntary Departure (Tự nguyện rời đi), nội dung là: I would like to voluntarily return to China (Tôi muốn tự nguyện quay về Trung Quốc). Có lẽ vì sau đó là cuối tuần, nên mãi đến 09 giờ 20 phút của 5 ngày sau tôi mới nhận được phản hồi từ viên chức ICE: "Our records indicate that you have a hearing scheduled for July 21, 2025. Please make your request for voluntary departure with the Immigration Judge, at that time." (Dữ liệu của chúng tôi cho thấy ông đã có một buổi

[21] "Bánh bao tẩm máu người" (人血馒头, "bánh bao chấm máu người"): điển cố từ truyện của văn hào Lỗ Tấn, chỉ việc trục lợi một cách lạnh lùng trên nỗi đau khổ hoặc tai họa của người khác.

điều trần được sắp xếp vào ngày 21 tháng 7 năm 2025. Vui lòng đưa ra yêu cầu tự nguyện rời đi của ông với Thẩm phán Di trú vào thời điểm đó.)

Trong thời gian chờ phản hồi đơn thứ nhất, vào lúc 11 giờ 01 phút ngày thứ 8 bị giam, tôi lại dùng máy tính bảng Pad gửi đơn thứ hai cho viên chức ICE. Chủ đề là: Self ticket buying (Tự mua vé), nội dung là: I want to voluntary go back to my country and I am willing to buy my own ticket there anyway I can buy a ticket that fly to Hong Kong or Singapore because my family is there (Tôi muốn tự nguyện quay về nước mình và sẵn sàng tự mua vé máy bay. Bằng bất cứ cách nào tôi cũng có thể mua vé bay đi Hồng Kông hoặc Singapore vì gia đình tôi ở đó). Vào lúc 09 giờ 50 phút cùng ngày nhận được phản hồi của đơn thứ nhất, tôi cũng nhận được phản hồi cho đơn này với nội dung y hệt: yêu cầu tôi trình bày với Thẩm phán tại phiên tòa ngày 21 tháng 7.

Khoảng 15 giờ chiều ngày thứ 8 bị giam, bảo vệ nhà tù thông báo tôi có ba bức thư, đều do CBP gửi đến. Tất cả đều bằng tiếng Anh, tôi phải rất vất vả để đọc và với sự giúp đỡ của một người Indonesia, tôi hiểu được đại khái nội dung: một thư là thông báo mở phiên tòa điều trần bảo lãnh (Bond Hearing); hai thư còn lại là bản gốc và bản sao của xấp tài liệu dài hơn mười trang về việc bắt giữ, giam giữ và điều trần. Đây hoàn toàn là một bất ngờ, trước đó tôi không hề biết mình còn có cơ hội được bảo lãnh, và bản thân tôi cũng chưa từng nộp đơn xin điều trần bảo lãnh. Hơn nữa, thời gian mở tòa bảo lãnh là vào 8 giờ 30 phút sáng ngày hôm sau khi nhận thư.

Vì không có thời gian thuê luật sư dự phiên tòa bảo lãnh, các bạn tù nói rằng kể từ khi Trump cầm quyền, chưa từng có tiền lệ ai bị bắt mà được bảo lãnh. Mang theo kỳ vọng, tôi gọi điện bảo con gái hỏi luật sư, câu trả lời là việc CBP tự sắp xếp phiên tòa bảo lãnh như vậy là nằm ngoài quy trình thông thường, không thể giải thích được. Quy trình thông thường là: bản thân phải nộp đơn, tìm được công dân Mỹ làm người bảo lãnh, và có đủ thời gian thuê luật sư trước khi mở tòa.

Da đầu lão Dương bị rách, vết thương rớm máu đã đóng vảy mới, trông cực kỳ nổi bật trên đỉnh đầu hói nhẵn nhụi. Lão thỉnh thoảng lại tìm tôi trò chuyện, coi tôi là người có hiểu biết, muốn biết phải làm sao. Trong cơn ác mộng, lão thấy mình bị mấy tên cảnh sát Mỹ to béo đè xuống đất để cưỡng chế trục xuất về nước, trong lúc ôm đầu vùng vẫy thì giật mình tỉnh giấc, da đầu đã có một vết thương. Có lẽ là do móng tay cào phải, hoặc va chạm vào cạnh giường.

"Lão Dương, ông nên xốc lại tinh thần đi, nhìn vợ ông lúc trên đường chuyển trại mà xem, vẻ mặt bà ấy chẳng hề hấn gì, hai vợ chồng ông cứ như ở hai thế giới khác nhau vậy?" Chúng tôi bắt đầu trò chuyện, tôi muốn biết thêm về hoàn cảnh của lão.

"Chính là vì bà ấy kinh doanh tài chính ở trong nước, gặp vận đen đối mặt với nguy cơ bị bắt ngồi tù, tôi không nỡ để bà ấy đi lánh nạn một mình nên mới đi cùng." Lão Dương bắt đầu trút bầu tâm sự và nỗi khổ tâm.

"Tôi và vợ vốn dĩ việc ai nấy làm. Tôi quanh năm làm các công trình bảo trì, sửa chữa cơ sở hạ tầng doanh trại cho mấy đơn vị quân đội, vợ tôi những năm trước có một xưởng may. Sau này ngành may mặc ngày càng khó làm, xã hội rộ lên các nền tảng cho vay trực tuyến P2P[22], gọi là tài chính internet. Chính phủ cấp giấy phép kinh doanh tài chính, tiền đẻ ra tiền rất nhanh. Vợ tôi bèn đóng cửa bán xưởng may, chuyển sang làm nghề cho vay qua mạng. Bà ấy không tự có giấy phép mà làm dưới danh nghĩa đại lý cho một nền tảng công ty lớn có giấy phép hợp pháp. Bà ấy phụ trách lôi kéo nhà đầu tư, tức là làm quảng cáo ngoài xã hội, tìm đủ hạng người để họ cho công ty cấp trên vay tiền nhằm hưởng lãi suất và lợi nhuận đầu tư cao, những người cho vay đó có thể nhận lãi 10%, 20%

---

[22] P2P (cho vay ngang hàng): mô hình tài chính trực tuyến kết nối trực tiếp người cho vay và người vay qua nền tảng mạng, không thông qua ngân hàng. Tại Trung Quốc, mô hình này bùng nổ trong thập niên 2010 rồi sụp đổ hàng loạt; phần lớn các nền tảng bị quy là huy động vốn bất hợp pháp, khiến vô số nhà đầu tư mất trắng.

mỗi tháng. Bà ấy tận dụng uy tín nhiều năm làm xưởng và vòng bạn bè quen biết để huy động vốn, người kiếm được tiền cứ thế truyền tai nhau, lúc cao điểm nhất, qua tay bà ấy (mở tài khoản trên nền tảng và nộp tiền thay nhà đầu tư) có hơn trăm người nộp cho nền tảng hơn 40 triệu Nhân dân tệ. Tiền riêng của bà ấy, cả vốn lẫn lãi cũng đều lần lượt đổ vào nền tảng, mơ ước sớm trở thành nữ tỷ phú.

Trời sập xuống là vào hai năm trước, chính phủ thắt chặt nghề cho vay qua mạng, đầu tiên là ngừng cấp phép, sau đó là thu hồi các giấy phép đang kinh doanh, ngành đó gần như tất cả các công ty đều trở thành kinh doanh phi pháp. Cứ lên mạng tra là biết, trừ một số rất ít doanh nghiệp hàng đầu núp bóng công nghệ tài chính còn làm, thì 99.99% các công ty cho vay trực tuyến đều thuộc diện phạm tội phi pháp. Ông chủ và nhân viên, kẻ bị kết án, người đi tù, kẻ thì bỏ trốn.

Nền tảng cấp trên của vợ tôi biến mất chỉ sau một đêm, bà ấy cũng chẳng đặng đừng mới cho tôi biết đống chuyện bê bối nát bét đã gây ra. Những người cho vay tìm đến bà ấy đòi nợ, đa số là tiểu thương và tầng lớp làm công ăn lương, đó là tiền dưỡng già và mồ hôi nước mắt của họ. Tôi dĩ nhiên phải cứu bà ấy, bán sạch gia sản, gom góp tiền từ kinh doanh, góp được gần 10 triệu tệ để phân chia hoàn trả cho các nhà đầu tư. Nhưng vẫn còn nợ hơn 30 triệu tệ nữa, thực sự không thể đào đâu ra được. Trong lúc dây dưa, những nhà đầu tư đó kẻ thì kiện, người thì quấy rối, nhà tôi từ trong ra ngoài bị xịt sơn chữ đòi nợ lớn, bôi cả phân lên. Chính quyền định tính là sự kiện tập trung đông người, công an định tính là huy động vốn phi pháp. Để dập tắt sự phẫn nộ của dân chúng, trước kỳ nghỉ lễ '1/5' khi có lệnh bắt chính thức vợ tôi, một người bạn trong chính quyền đã mật báo cho tôi. Lợi dụng kỳ nghỉ '1/5', chúng tôi đã trốn ra từ biên giới Vân Nam. Rồi qua xà đầu mua vé máy bay, mua đường thông quan, bay sang Thổ Nhĩ Kỳ trước, sau đó bay đến Ecuador, rồi từ đường bộ đi về phía Bắc hướng tới Mexico. Tiêu tốn hàng triệu bạc, trải qua muôn vàn cay đắng, vào sinh ra tử, cuối cùng lại rơi vào kết cục thế này."

Lão Dương nhiều lần rơi nước mắt, lão hỏi tôi, không biết kiếp trước đã tạo nghiệt gì mà giờ bị báo ứng, để lão ở cái tuổi 60 này phải chịu cái khổ nhục và uất ức này. Cho dù Mỹ có tốt đến đâu, lão cũng chỉ muốn ở quê nhà hưởng phúc, an hưởng tuổi già. Vợ lão dĩ nhiên có lỗi vì muốn phát tài nên mới nhảy xuống hố, nhưng nếu bà ấy sớm biết đó là cái hố thì đã chẳng đi con đường đó. Tại sao bao nhiêu chuyên gia, tiến sĩ tài chính của chính phủ lúc đầu thì ủng hộ cấp phép, sau đó lại hốt trọn ổ coi là tội phạm để trấn áp. Lúc đó, tôi không đưa ra lời giải đáp nào cho lão Dương, vì những lời tâm sự và câu hỏi của lão vốn dĩ đã là câu trả lời. Tôi bảo lão kể tiếp về những gian khổ vào sinh ra tử trên đường đi.

"750.000 tệ cho hai người đưa cho xà đầu, cộng thêm hai tháng ăn ở và các thứ khác, tốn kém lắm rồi. Tiền là vay của gia đình người em gái của vợ đã định cư bên Mỹ từ lâu, họ cũng mong chúng tôi sớm đến được Mỹ kiếm tiền trả nợ. Những khoản nợ ở trong nước, kiếm được tiền là phải trả, trả sạch rồi mới về quê dưỡng già, con người sống ở đời là vì hơi thở, vì cái mặt. Giờ bị giam cầm thế này, không biết bao giờ mới ra được đã đành, nếu bị trục xuất về nước, vợ tôi chắc chắn sẽ ngồi tù đến rục xương, lúc đó cái thân già này sống cũng chẳng nghĩa lý gì, sống chỉ tổ thêm tội.

Có một lần vượt trạm ở Guatemala, xe của băng đảng chở chúng tôi xông thẳng qua trạm kiểm soát của biên phòng hải quan. Xe cảnh sát ở phía sau hú còi truy đuổi gắt gao, gã tài xế băng đảng đạp lính ga kịch sàn, lạng lách, cua gấp, tránh né, vượt xe thần tốc, cái cảnh đó xem trên phim ảnh thôi đã thấy tim bắn ra ngoài rồi, thân mình ở trong đó càng thấy mạch máu như muốn nổ tung. Kỹ thuật lái xe của gã băng đảng đó đúng là cừ khôi, quen tay quen đường, mấy lần tưởng chừng như sắp bị đâm lật, bị nghiền nát, xe nảy lên thật cao, vậy mà vẫn thoát được hiểm cảnh. Sau bận đó tôi bảo với xà đầu, đừng tiết kiệm tiền nữa, dù tôi có đưa thêm cũng phải mua chuộc hải quan, bảo toàn tính mạng là trên hết. Xà đầu bảo giờ Mỹ đang phối hợp phòng thủ từ xa, quản lý nhập cảnh trái phép rất chặt, có những cửa hải quan bỏ tiền ra cũng khó mà mua chuộc được.

Ở Tijuana chúng tôi ở hơn mười ngày để đợi xà đầu sắp xếp cách nhập cảnh phù hợp. Trong thời gian đó có một lần chúng tôi đổi sang một khách sạn khác không xa, đi bộ kéo theo hành lý. Đột nhiên một chiếc xe cảnh sát dừng trước mặt, họ lăm lăm súng ống đẩy mình ép chúng tôi lên xe. Chẳng giấu gì ông, tôi và vợ đều sợ đến mức đái ra quần. Bị đưa đến một vùng Gobi hoang vu, họ lục soát sạch người và hành lý, tiền mặt, trang sức, đồ giá trị đều bị tịch thu hết. Tôi quỳ xuống đất cầu xin, họ mới để lại cho tôi cái điện thoại để còn dùng định vị đi bộ về lại thành phố. Căn bản không phân biệt được đâu là 'cảnh sát đen' và đâu là cảnh sát thật, chúng tôi may mắn không bị bắt cóc tống tiền. Trải qua rồi mới biết, những tờ thông báo tìm người trên phố Tijuana, những tin đồn trên mạng về việc cắt tai tống tiền, không đòi được tiền là giết con tin, đều có thể xảy ra bất cứ lúc nào.

Xà đầu giao chúng tôi cho người Mexico, lúc đầu nói là trèo tường hoặc leo núi, sau lại bảo Mỹ có flycam giám sát biên giới 24/24, chắc chắn sẽ bị bắt. Tôi không muốn mạo hiểm vượt quan cũng không được, người Mexico nhận tiền của xà đầu rồi là phải làm việc. Chiếc xe bán tải lớn được cải tạo hàn một không gian rất kín đáo, hai vợ chồng tôi co rúm người chui vào. Chẳng có tác dụng gì, chó nghiệp vụ của hải quan vừa đánh hơi quanh xe là sủa ầm lên, thế là CBP bắt chúng tôi. Hộ chiếu để lại bên phía Mexico, nếu không có khi lúc đó đã bị cưỡng chế trục xuất ngay rồi."

Lão Dương nói lão ở trong tù này cũng chẳng ngủ yên, cứ sợ có người đến cưỡng chế trục xuất. Sau này các bạn tù bảo lão, người không có hộ chiếu thì không bị trục xuất ngay được, người của ICE cần phải xin giấy thông hành từ đại sứ quán, thường mất từ hai tháng trở lên. Và trong thời gian đó, vẫn còn cơ hội để có một buổi phỏng vấn 'chống sợ hãi, chống tra tấn', dù tỉ lệ thông qua cực thấp nhưng không phải là hoàn toàn không có.

Trong khu giam giữ P mà tôi ở, lúc đông nhất có 16 người Trung Quốc, không phải ai cũng là người vượt biên "tẩu tuyến" hay trèo tường nhập cảnh. Bị nhốt lâu rồi, ai nấy đều có thể nói ra vài câu về việc sẽ gặp vấn đề gì, phải làm sao. Tổng kết kinh nghiệm chung là: so với số lượng đông đảo người Nam Mỹ, người Trung Quốc bị giam giữ khó nhận được quyền tị nạn hơn, đa số cầm cự được vài tháng vẫn bị trục xuất về nước. Viên chức ICE từng quát mắng ngay trước mặt người Trung Quốc: "Hồ sơ tị nạn của người Trung Quốc các anh toàn là giả mạo, nội dung ai cũng giống hệt nhau!". Những bạn tù Trung Quốc cũng tự thừa nhận riêng với nhau rằng viên chức ICE không hề trách oan họ, bởi vì đều không có khả năng viết hồ sơ, cũng chẳng đưa ra được bằng chứng gì, chủ yếu là dựa theo "Hướng dẫn xin tị nạn tôn giáo" lan truyền rộng rãi để chép lại và học thuộc lòng. Nhưng điểm chung lớn nhất là: ai nấy trên thực tế đều gặp phải cảnh đời hay kinh doanh khốn khó, thậm chí tuyệt lộ ở trong nước, nên muốn lợi dụng chính sách nhập cư cởi mở, thân thiện của Mỹ và môi trường xã hội chỉ cần bỏ sức lao động là kiếm được tiền để tìm một con đường sống tốt hơn.

Chỉ là, thời đại đã thay đổi rồi.

11. THẨM TRA

Ngày 15 tháng 7, ngày thứ 9 bị giam giữ.

Đêm trước khi phiên tòa bảo lãnh diễn ra, Tiểu Tào đã dội cho tôi một gáo nước lạnh: "Muốn bảo lãnh à? Không có cửa đâu."

Tiểu Tào 35 tuổi, người Hà Bắc, là một nạn nhân không may trong chiến dịch truy quét người nhập cư lậu tại kho hàng Los Angeles của ICE hồi tháng 5 — sự kiện từng được truyền thông toàn cầu đưa tin rầm rộ. Trong lòng Tiểu Tào đầy rẫy oan ức và bất lực, cậu thường tìm tôi để trút bầu tâm sự. Vốn dĩ ở trong nước cậu lái xe tải, gặp đúng đợt đại dịch kéo dài không có đơn hàng, không kiếm được tiền, nợ mua nhà và nợ mua xe liên tiếp bị đứt quãng khiến cậu lâm vào cảnh khốn cùng. Trong cơn bĩ cực, cậu bán xe, vay mượn tiền để "tẩu tuyến" sang Mỹ hai năm trước. Hồi đó trèo tường còn dễ, nhập cảnh là được cấp thân phận tị nạn. Khi cậu bước chân vào khu nhà trọ tập thể giá 10 USD một đêm ở quảng trường Đinh Bàn Tử (Ding Pang Zi), trong người chỉ còn chưa đầy 30 USD. Có sức khỏe, có thể làm việc, ngay ngày thứ hai cậu đã tìm được việc đóng gói ở kho hàng, mỗi ngày kiếm được khoảng 100 USD. Đóng gói, thi bằng lái, giao bưu kiện, sau khi có thẻ lao động thì lái Uber, thi bằng lái xe tải, tiền bạc cứ thế tích góp, cuộc sống dần đi vào quỹ đạo. Không lâu sau, cậu đưa vợ "tẩu tuyến" sang Mỹ theo cách tương tự, để con cái ở quê cho bố mẹ trông nom ăn học. Hai vợ chồng tiêu tốn tổng cộng 600.000 Nhân dân tệ để sang đây, đến năm thứ hai lái xe tải là đã bắt đầu gỡ được vốn.

Cứ ngỡ cuộc sống ngày càng có triển vọng, hai vợ chồng bàn nhau tự mua một chiếc xe tải lớn để cùng chạy vận tải kiếm được nhiều tiền hơn. Ngờ đâu lại gặp đúng đợt truy quét hồi tháng 5, rơi vào tuyệt vọng của cảnh tù đày. Đêm đó mấy người đồng hương tụ tập uống chút rượu, có người rủ đi hát KTV tại một kho hàng cải tạo của người Hoa. Hát chưa được bao lâu, vợ chồng Tiểu Tào vì ngày mai phải làm việc nên xin về trước. Xe vừa khởi động, kho hàng lập tức bị quân đội và cảnh sát bao vây, đèn nháy, còi hú, súng ống lăm lăm, hơn một trăm người không ngoại lệ đều bị áp giải đi. Vợ cậu bị giam tại một nhà tù ở bang Arizona, còn cậu bị nhốt ở nhà tù Otay Mesa này. Hai vợ chồng nhờ người bên ngoài trả phòng thuê, chi hơn 50.000 USD thuê luật sư. Tiểu Tào hiểu rằng dù họ nhập cảnh trái phép nhưng đã có thân phận tị nạn, đã nộp đơn xin tị nạn và có thẻ lao động, nên không thể coi là người nhập cư lậu. Cậu tốn thêm vài nghìn USD tìm người bảo lãnh, thuê luật sư xin điều trần bảo lãnh, nhưng tiền mất tật mang, họ vẫn không cho bảo lãnh.

Một người Trung Quốc khác bị bắt cùng đợt với Tiểu Tào, nhập cảnh Mỹ bằng visa B1/B2 rồi xin tị nạn, làm việc hợp pháp hơn hai năm, không có bất kỳ tiền án tiền sự nào. Theo lý thuyết là có thể bảo lãnh, và tại tòa thẩm phán cũng đã đồng ý cho bảo lãnh. Nhưng điều kỳ quái là bộ phận ICE từ chối nhận tiền bảo lãnh, tiếp tục giam giữ và bắt ra tòa.

Tiểu Tào nói, luật sư bên ngoài bảo cậu rằng Trump đã đặt ra mục tiêu vĩ đại cho ICE là mỗi năm trục xuất 1 triệu người nhập cư lậu. Để hoàn thành chỉ tiêu và tranh thủ thêm kinh phí, ICE bắt bớ người nhập cư bất chấp đúng sai. Ranh giới giữa thân phận hợp pháp và phi pháp rất mập mờ, nhưng cứ trục xuất thêm được một người là hoàn thành thêm một nhiệm vụ. Luật sư còn nói các thẩm phán tòa án di trú cũng lo mất bát cơm, một số thẩm phán vì phán quyết cho vài người tị nạn thắng kiện mà bị chính quyền Trump sa thải.

6 giờ 30 sáng, tôi bị bảo vệ gọi dậy và đưa lên tầng hai của nhà tù, nhốt vào một căn phòng lồng sắt cùng với những người cũng đang đợi ra tòa, chờ đến 8 giờ 30 để thẩm lý.

Tại hiện trường, nhiều phạm nhân cùng ở trong một phòng xét xử, xếp hàng lần lượt đến phiên mình. Trong tòa chỉ có bảo vệ và nhân viên ghi chép, còn thẩm phán, luật sư chính phủ và thông dịch viên đều kết nối qua video và điện thoại. Chỉ có mình tôi là người Trung Quốc, các phiên tòa khác dùng tiếng Anh và tiếng Tây Ban Nha nên tôi không rõ nội dung. Đến lượt tôi đã là khoảng 11 giờ 30 trưa.

Thẩm phán Grande trông có vẻ là người gốc Nhật, tuyên bố rằng phiên tòa hôm nay sẽ quyết định xem tôi có đủ tư cách được bảo lãnh trong thời gian chờ quy trình xét xử tị nạn hay không, nhưng ông cần xác nhận với luật sư chính phủ Mỹ xem ông có thẩm quyền quản lý hay không.

Luật sư chính phủ Mỹ là một phụ nữ, thẳng thừng nói thẩm phán không có thẩm quyền, vì lý do CBP bắt giữ tôi là "một người nước ngoài đang đến" (an arriving alien). Hơn nữa, người này (tôi) bị giam vì nói rằng sợ về Trung Quốc nhưng có thể đi Hồng Kông, nên không thuộc diện bắt buộc phải cấp quyền tị nạn.

Tôi hỏi thẩm phán liệu tôi có thể trình bày một chút sự thật không? Được sự đồng ý, tôi nói rằng mình rời Mỹ đi Hồng Kông trong thời gian xin tị nạn vì mẹ lâm bệnh nặng, hai tháng sau tôi quay lại hải quan Mỹ với visa còn hiệu lực và đã cập nhật EVUS để nhập cảnh, vậy mà nhân viên CBP lại bảo theo luật Mỹ buộc phải tạm giữ tôi, đưa tôi vào quy trình tị nạn. Tôi là nhà văn, tôi cần tự do hơn bất cứ ai, tôi hy vọng được bảo lãnh.

Thẩm phán nói, phiên tòa hôm nay không liên quan đến vụ án tị nạn, chỉ đơn thuần quyết định ông có được bảo lãnh ra tù hay không. Vì luật sư chính phủ Mỹ nói tôi không có thẩm quyền, nên tôi chỉ có thể phán quyết rằng ông không được bảo lãnh. Tất nhiên ông có thể kháng cáo, ông có thời hạn 30 ngày để kháng cáo.

Luật sư chính phủ Mỹ bồi thêm một câu: "Đúng vậy, thưa thẩm phán, ông không có thẩm quyền quản lý."

Thẩm phán hỏi tôi: "Ông có kháng cáo không?"

Tôi trả lời: "Không kháng cáo." Vì trong lòng tôi nghĩ, nếu kháng cáo, tôi sẽ tiếp tục bị giam giữ không thời hạn.

Tôi xin được nói thêm vài lời nhưng bị thẩm phán từ chối, ông nói đã đến 12 giờ trưa rồi, không cần thiết phải nói gì thêm nữa.

Sau khi kết thúc phiên tòa, vào lúc 16 giờ 54, tôi dùng máy tính bảng Pad gửi đơn thứ ba cho ICE. Chủ đề là: Give Up (Từ bỏ), nội dung là: I give up my chances for courts and I want to go back my country as soon as possible because my mother is sick and I am willing to buy my own ticket. Thank you. (Tôi từ bỏ cơ hội giải quyết qua tòa án và hy vọng được quay về nước sớm nhất có thể vì mẹ tôi đang bệnh. Tôi sẵn sàng tự mua vé máy bay. Cảm ơn.)

Thông tin này nhận được phản hồi của viên chức ICE vào 14 giờ 38 ngày hôm sau: "Our records indicate that you were offered the voluntary departure with the Immigration Judge at your hearing on July 21, 2025." (Dữ liệu của chúng tôi cho thấy ông đã được Thẩm phán Di trú đưa ra lựa chọn tự nguyện rời đi tại phiên tòa ngày 21 tháng 7 năm 2025.)

Cùng buổi chiều hôm đó, một nữ viên chức ICE phụ trách khu vực đến tuần tra nhà tù, tôi đã gặp được bà và được thông báo rõ ràng rằng tôi không phù hợp với chính sách tự nguyện rời đi, không được phép từ bỏ phiên điều trần, mà bắt buộc phải ra tòa để thẩm phán quyết định. Đến lúc này tôi đã hiểu ra, ICE không có quyền cho tôi từ bỏ ra tòa hay rời đi, tất cả đều do CBP đã sắp xếp từ trước. ICE chỉ chịu trách nhiệm giam giữ tôi. Đã như vậy, tôi bắt đầu suy nghĩ cách để tự biện hộ cho mình tại phiên tòa sắp tới, để sớm ngày rời khỏi nơi này.

Khoang P lại có thêm một người Trung Quốc tự cho là mình bị oan ức, một người đàn ông 37 tuổi đến từ Đại Liên luôn đeo kính cận, các bạn tù gọi anh ta là "Anh Đeo Kính". Anh ta bị giam ở đây một tháng trước, không hiểu vì sao lại bị cưỡng chế chuyển sang một nhà tù ở bang Arizona, một tuần sau lại bị chuyển ngược trở lại. Anh ta nói so với hai nhà tù thì Otay Mesa là thiên đường, còn bên Arizona là địa ngục, vì bên đó không phải nhà kho cải tạo mà là những buồng giam tối tăm nhỏ hẹp nhốt vài người một phòng, xung quanh toàn là sa mạc lớn, mọi thứ đều bẩn thỉu và tồi tệ.

Câu chuyện của Anh Đeo Kính là một phiên bản khác, và vì không may bị bắt mà anh ta đang phải đối mặt với cảnh gia đình tan vỡ đau đớn hơn. Mười năm trước, anh ta cùng vợ dùng visa B1/B2 sang Mỹ sinh con trai, đến khi đứa trẻ đến tuổi vào tiểu học, cả nhà ba người tiếp tục dùng visa B1/B2 để đến sống ở Los Angeles. Thông qua môi giới di trú, họ nộp bộ hồ sơ xin tị nạn tôn giáo theo kiểu "ngàn bài như một", nhận được thẻ lao động và lái Uber kiếm tiền. Anh ta nói lái Uber hơn ba năm thực sự quá vất vả, mỗi ngày làm việc mười mấy tiếng để kiếm thêm chút tiền. Trước đây ở trong nước, anh ta từng tham gia đấu thầu các dự án chính phủ để làm công trình, sau này toàn phải trúng thầu giá thấp, không có lợi nhuận mà còn bị nợ đọng tiền công trình, thực sự chịu không nổi. Sau đó, anh ta mở một cửa hàng nhu yếu phẩm Nhật Bản trên phố phong cách Nhật, nhưng tiền trang trí và hàng tồn kho gần như mất trắng. Tại sao? Đầu tiên là đại dịch làm mất hết khách, sau đó chính quyền vì ngại tâm lý bài Nhật trong xã hội nên đã ra lệnh đóng cửa cưỡng chế. Vợ anh ta lại kiên quyết muốn đưa con sang Mỹ học tiểu học, vừa để con có quốc tịch Mỹ, vừa tuyệt đối không để con trở thành một "cỗ máy giải đề theo đáp án chuẩn" trong môi trường giáo dục Trung Quốc. Nghĩ đi nghĩ lại thấy cũng có lý, vì sự sinh tồn tốt hơn và tương lai tốt đẹp hơn, anh ta đành bấm bụng bán lỗ nhà cửa trong lúc giá nhà đang sụt giảm, định bụng từ nay về sau sẽ lấy Mỹ làm nhà.

Một buổi chiều nọ, Anh Đeo Kính chở khách đến San Diego, đi theo định vị của Uber nhưng do sơ suất lơ là, cũng tại tiếng Anh không tốt nên thường xuyên không đọc hiểu biển báo đường bộ, anh ta lái thẳng vào trạm kiểm soát biên giới xuất cảnh. Muốn quay đầu lại thì đã không kịp nữa, cảnh sát CBP lập tức bắt giữ anh ta. Sau khi bị giam, anh ta được cho một cơ hội phỏng vấn tị nạn, nhưng do trí nhớ kém, những gì anh ta nói lại "râu ông nọ chắp cằm bà kia" so với hồ sơ xin tị nạn đã nộp, phỏng vấn thất bại và ngay lập tức nhận được lệnh trục xuất cưỡng chế. Người vợ ở bên ngoài lo lắng tìm đủ mọi mối quan hệ, thay luật sư hết lần này đến lần khác để chọn người có danh tiếng, tìm cách lấy lại chiếc xe bị tạm giữ; các loại chi phí tiêu tốn hơn 50.000 USD mà hiện tại chẳng thấy hy vọng gì có thể nhận được quyền tị nạn. Ý kiến thống nhất của hai vợ chồng là: chỉ cần không bị cưỡng chế tống lên máy bay (chính phủ Mỹ cũng sẽ không làm thế), thì một năm, hai năm hay lâu hơn nữa cũng phải bám trụ trong tù, tranh thủ cơ hội cuối cùng để được ở lại Mỹ. Thế nhưng nói cứng là vậy, Anh Đeo Kính bảo nếu thời gian quá dài, ý chí căn bản không thể chống đỡ nổi, cuối cùng vẫn phải chấp nhận thực tế bị trục xuất về nước. Điều đó đồng nghĩa với việc, hoặc là cả nhà về nước và mọi nỗ lực trước đó đổ sông đổ biển, hoặc là gia đình ly tán mỗi người một nơi.

Ngày 18 tháng 7, ngày thứ 12 bị giam giữ.

Khoảng gần 9 giờ sáng, bảo vệ nhà tù thông báo có luật sư đến gặp. Dù tôi chưa từng thuê luật sư, nhưng thầm nghĩ có lẽ là hỗ trợ pháp lý công ích, đúng lúc tôi đang có nhiều thắc mắc cần tư vấn. Tôi mang theo toàn bộ hồ sơ và thư từ mà CBP đã đưa, cùng hơn nửa trang giấy ghi lại những nghi vấn và suy nghĩ mà tôi đã cẩn thận nhưng chật vật viết bằng ruột bút bi nhựa mềm. Tôi được dẫn lên một căn phòng nhỏ ở tầng hai và gặp bốn người: một phụ nữ da trắng, một nam giới và một cô gái gốc Á, người còn lại là một phụ nữ phiên dịch tiếng Trung gốc Đài Loan. Tôi hỏi họ có phải luật sư công ích không, họ trả lời không phải, họ là nhân viên chính phủ Hoa Kỳ đến để tìm hiểu tình hình và có thể cung cấp sự giúp đỡ cần thiết cho tôi.

Tôi nói: "Các vị đến thật đúng lúc, tôi thực sự có nhiều vấn đề và nghi ngại cần sự giúp đỡ." Người đàn ông gốc Á tra cứu trên thiết bị cầm tay rồi nói viên chức ICE phụ trách quản lý tôi là bà Vilson, anh ta sẽ phản hồi các yêu cầu của tôi cho Vilson để cố gắng giúp đỡ.

Họ bảo tôi hãy nói trước về những vấn đề của mình.

"Thứ nhất, tôi thực sự không thể hiểu nổi tại sao lại giam giữ tôi? Chỉ vì tôi nói mình sợ về Trung Quốc nhưng có thể đi Hồng Kông — vốn cũng là một thành phố thuộc quyền quản lý của Trung Quốc — mà phải bị giam giữ sao? Việc này chẳng khác nào tôi đến cửa nhà anh, tôi nói mình sợ về nhà bị người thân chỉ trích hay đánh mắng, liệu đó có phải là lý do để anh khống chế tôi trong nhà anh và không cho tôi rời đi không? Nếu chính phủ Mỹ cho rằng tôi nên được tị nạn, thì cũng nên cho tôi tự do, chứ không phải để tôi mất đi tự do. Là một nhà văn, không phạm tội, không làm điều gì nguy hại cho xã hội mà bị giam giữ thế này, thực sự quá đau đớn. Một người theo đuổi dân chủ và tự do lại mất đi tự do ngay trên đất Mỹ.

Thứ hai, tôi xin tự nguyện rời đi, nhưng viên chức ICE bảo tôi bắt buộc phải đợi thẩm phán phán quyết tại tòa. Tôi nói mẹ tôi đang bệnh nặng, tôi muốn bỏ quyền ra tòa, không cần tị nạn nữa, nhưng viên chức ICE nói không được. Ra tòa hay kháng cáo đều đồng nghĩa với việc tôi bị giam giữ lâu hơn, mà bị giam bao lâu thì tôi hoàn toàn không biết. Thật nực cười là chính phủ Mỹ giam giữ người mà lại không đưa ra được thời hạn cụ thể. Tôi nhập cảnh vào hải quan Mỹ với visa hợp lệ, tôi không cho rằng mình phạm tội, cùng lắm chỉ là có sai sót, tại sao không thể để tôi rời đi sớm. Nếu thực sự phạm tội thì đã có quy trình pháp luật khác; giám sát tị nạn cũng có nhiều phương tiện công nghệ khác, việc chính phủ Mỹ dùng các quy trình chính sách để giam giữ người như hiện nay là vi phạm tinh thần nhân đạo và ý nguyện của Chúa.

Thêm nữa, phiên tòa bảo lãnh của tôi đã thất bại vì luật sư chính phủ nói thẩm phán không có thẩm quyền, chẳng lẽ khi CBP sắp xếp phiên tòa bảo lãnh cho tôi, họ lại không biết thẩm phán có thẩm quyền hay không? Bây giờ, tôi muốn sớm được thăm mẹ già đang bệnh nặng, muốn được phép tự mua vé bay đến Hồng Kông thuộc về Trung Quốc, vốn dĩ tôi cũng từ Hồng Kông bay sang đây mà."

Người đàn ông gốc Á nói: "Chúng tôi hiểu những nghi ngại và vấn đề của ông, sẽ phản hồi lại cho Vilson để tranh thủ sự giúp đỡ từ bà ấy. Nhưng cụ thể vẫn phải đợi phiên tòa ngày 21 để thẩm phán phán quyết.

Việc giam giữ ông chỉ là tạm thời vì ông phù hợp với điều kiện tị nạn, đây là việc thực thi quy trình của chính phủ Mỹ."

Vừa đối thoại tôi vừa mở đống tài liệu và thư từ CBP đưa cho. Vì là tiếng Anh nên phần lớn nội dung tôi không hiểu. Người phụ nữ da trắng chỉ vào mấy trang giấy và hỏi: "Tại sao ông lại có những tài liệu này?"

"Có vài tờ là nhân viên CBP đưa cho tôi trong lúc bị tạm giữ, vài tờ là thông báo và hồ sơ phiên tòa bảo lãnh mà CBP gửi cho tôi." Tôi trả lời.

"Trong này có một số nội dung tài liệu ông không được phép sở hữu, càng không được mang đi, vì nó liên quan đến bí mật vụ án của chính phủ Mỹ." Người phụ nữ da trắng không cho phép những tài liệu đó quay lại tay tôi nữa.

Tiếp theo, họ yêu cầu tôi kể về kinh nghiệm cuộc đời, lý do và nội dung đơn xin tị nạn. Chúng tôi bắt đầu theo hình thức trò chuyện thân mật, họ sẽ xen vào hỏi những điều họ quan tâm khi cần thiết.

Trong khoảng ba tiếng đồng hồ sau đó, tôi bị dẫn dắt để giới thiệu về quá trình và lý lịch của mình. Từ việc tốt nghiệp cấp hai rồi tự học để trở thành giáo sư, từ đi làm thuê đến khởi nghiệp, từ sở thích viết lách đến khi trở thành nhà văn chuyên mục và xuất bản sách, từ nội dung công việc đến các phát minh kỹ thuật, từ việc phát biểu quan điểm đến việc bị hạn chế tự do ngôn luận. Họ còn hỏi sâu hơn về nội dung các bài viết của tôi liên quan đến chính trị, kinh tế, việc làm, giáo dục... cũng như quan điểm về chiến tranh Nga-Ukraine, xung đột Palestine-Israel và vấn đề Đài Loan. Khi hỏi đến lĩnh vực quân sự, tôi nói mình không hứng thú với quân sự, không viết bài hay nêu quan điểm về mảng đó. Một số đối thoại mấu chốt tôi buộc phải thực hiện như sau:

"Tôi là một người bước ra từ môi trường nông thôn, nông dân, xã hội nông nghiệp. Tôi hiểu sâu sắc rằng xã hội Trung Quốc có được mọi thứ như ngày hôm nay là điều không hề dễ dàng. Trong đó có mồ hôi nước mắt của vô số người Trung Quốc từ nông dân trở thành công nhân, có sự hỗ trợ hợp tác của Mỹ từ việc cung cấp dây chuyền sản xuất phân bón đến giáo dục, công nghệ và thương mại. Thế nhưng, Đảng cầm quyền và chính phủ Trung Quốc luôn muốn vơ hết công trạng về cho công cuộc Cải cách Mở cửa, lấy việc bế quan tỏa cảng vốn không nên có làm cái cớ, lấy việc trả lại tự do cho nhân dân và thị trường vốn là lẽ đương nhiên thành công lao. Trong lúc tự ca tụng công trạng, hát vang bài ca tập thể, thì vị tổng thiết kế vĩ đại của Cải cách Mở cửa là Đặng Tiểu Bình lại luôn kiên trì rằng Trung Quốc phải đi theo con đường kinh tế công hữu làm chủ đạo, phản đối tự do hóa giai cấp tư sản. Kết quả là gì? Nó để lại mầm mống, gieo xuống tai họa, cho đến khi dẫn đến việc nhà lãnh đạo ngày nay đi ngược lại dòng chảy lịch sử, cải cách quay về mô hình kinh tế công hữu làm chủ đạo như trước kia. Con đường kinh tế tư nhân rõ ràng đã được chứng minh qua thực tiễn là đúng đắn, là tốt đẹp, người dân đã giàu lên, cả thế giới được hưởng lợi, vậy tại sao lại phải quay ngược trở lại? Cho dù kinh tế tư nhân hay doanh nghiệp dân doanh có những lỗi lầm hay khiếm khuyết này nọ, thì đó cũng là vấn đề do hệ thống pháp luật chưa hoàn thiện, cơ chế thị trường chưa đầy đủ trong giai đoạn phát triển nóng gây ra. Đáng lẽ phải dành không gian cho việc sửa sai, hoàn thiện chủ thể pháp lý và quy phạm cơ chế thị trường, chứ không phải là đi ngược lại lịch sử. Những kẻ lái con tàu lịch sử đi lùi đang bắt tất cả mọi người ngồi lên con tàu đó để quay về giai đoạn lịch sử đau khổ do sai lầm về phương hướng và đường lối tạo ra.

Nông dân Trung Quốc quá khổ, cực khổ vô cùng. Là một người từng là nông dân, gia đình tôi từng bị cán bộ thôn đến tận nhà vét sạch lương thực, đuổi lợn đi, dắt dê đi; trong nhà không có hạt gạo để ăn, không có tiền mua dầu, không có tiền mua vải may áo, nhưng vẫn phải ưu tiên nộp đủ tô thuế tiền nong theo quy định của chính phủ. Lúc đó cán bộ nông thôn tuyên truyền với những lão nông rằng: bao đời nay đều phải nộp lương hoàng thuế quốc, đó là lẽ trời. Tôi còn tận mắt chứng kiến người phụ nữ mang thai nhà hàng xóm bị cưỡng chế phá thai khi đứa trẻ đã 7 tháng tuổi, nếu không tuân lệnh, một nhóm cán bộ đứng trước cửa nhà hàng xóm sẽ lệnh cho máy ủi san phẳng nhà cửa và toàn bộ gia sản. Tất cả những điều đó, khi công nghiệp phát triển, thành phố phát triển, công nghệ và kinh tế phát triển, không những không báo đáp hay hỗ trợ lại cho nông dân, mà trái lại tiếp tục bắt nông dân phải gánh chịu và cống hiến. Họ không được giáo dục tốt, không được y tế tốt, không có tiền dưỡng già, hạn chế đất thổ cư nông thôn không được định giá lưu thông. Mỗi năm đều coi nông dân, nông thôn, nông nghiệp là vấn đề 'Tam nông', nhưng thực chất theo tôi thấy, đó là sự cố ý cố hóa 'Tam nông', không để 'Tam nông' ngóc đầu lên để đạt được sự thay đổi thực sự.

Trung Quốc còn rất nhiều vấn đề và hiểm họa ẩn tàng. Thế hệ trẻ gồm 'Millennials', 'Gen Z' và cả những 'đứa trẻ bị bỏ lại' (留守儿童), có lẽ là vài chục triệu, thậm chí hơn 100 triệu người, đang và sẽ bước vào một xã hội tiêu tốn và thua lỗ. Ở tầng lớp dưới của xã hội, việc làm khó tìm, kinh doanh khó làm, chỉ cần một chút không may là phải đối mặt với sự vô vọng của cả đời người. Mặc dù thể chế xã hội Trung Quốc cũng có những người thành công đi lên từ đáy tầng, ví dụ như những hào quang về chính trị, học thuật, phát minh và doanh nghiệp mà tôi sở hữu, nhưng con đường đó chỉ mình tôi biết xác suất thành công cực thấp đến mức nào, một phần mười vạn, một phần triệu cũng không quá lời. Điều thực sự có thể khiến đời sống người dân tốt đẹp hơn là tư tưởng khai phóng, là nghề nghiệp đa dạng, là môi trường thị trường tự do mở cửa. Không phải vì chính quyền mà đi làm lập trường, làm đấu tranh, đi đối lập với bất kỳ ai.

Là một công dân Trung Quốc, trong các sáng tác bài viết và video, tôi đưa ra những phê phán sắc bén về các vấn đề chính trị và xã hội của Trung Quốc dựa trên thực tế, chân tướng và logic. Điều đó không đại diện cho việc tôi phản bội hay phản động, mà đại diện cho mong muốn của tôi là Đảng và chính phủ phải thay đổi, để đất nước và xã hội tốt đẹp lên, để người dân được hưởng lợi. Người Mỹ các vị là ông Russell từ 100 năm trước đã viết cuốn 'Vấn đề Trung Quốc'[23], rất khách quan và chân

---

[23] Russell: tức Bertrand Russell (1872–1970), triết gia người Anh. Cuốn "Vấn đ ề Trung Quốc" (The Problem of China) do ông viết năm 1922, dựa trên thời

thực. Tại sao vài năm gần đây đặc biệt nhiều người Trung Quốc tìm mọi cách di cư sang Mỹ, còn năm năm mười năm trước thì ít hơn? Đó là vì đường lối chính trị và các phong trào đấu tranh ở Trung Quốc đã tạo ra khủng hoảng và tai họa cho quá nhiều người, mà xã hội Mỹ từ lâu đã được nhiều người Trung Quốc lấy làm chuẩn đối chiếu. Chính sách nhập cư cởi mở và môi trường xã hội tự do của Mỹ có thể giúp những người Trung Quốc trong cảnh khủng hoảng và tai họa đó có được cuộc đời mới. Các vị có lẽ rất khó hiểu về sự đàn áp của chính trị Trung Quốc đối với một số người dân; có lẽ không có quá nhiều bằng chứng về tra tấn thể xác, nhưng đàn áp chính trị không chỉ thể hiện qua tra tấn. Những tổn thương phi tra tấn, phi trực tiếp, mang tính gián tiếp và ẩn khuất thường cũng khiến con người ta rơi vào tuyệt lộ.

Nhiều quan chức chính phủ Mỹ bao gồm cả Thống đốc bang California Gavin Newsom hay những người Mỹ khác đến Trung Quốc du lịch, hoặc được sắp xếp trước, hoặc tự họ sắp xếp, thường sẽ tán dương những thành tựu về đô thị và kiến trúc của Trung Quốc. Tuy nhiên, điều người Mỹ các vị không nhìn thấy chính là những kiến trúc có vẻ hùng vĩ, những thành tựu to lớn đó đã vắt kiệt mồ hôi nước mắt của 900 triệu lao động, khiến hơn 80% người dân ngoài hệ thống biên chế trở thành những người cống hiến một cách vô tri và tự nguyện. Mỹ thực hiện chiến tranh thương mại, chiến tranh công nghệ và chiến tranh tài chính với Trung Quốc, khiến sự giao lưu chính trị và học thuật giữa hai nước giảm sút thậm chí gián đoạn. Nhiều quan chức và học giả Mỹ lệ thuộc vào việc xem dữ liệu công khai, dùng dữ liệu công khai để đánh giá xã hội và kinh tế Trung Quốc. Thực tế thì sao? Trong một hệ thống quan liêu, một xã hội phân tầng, làm gì có mục tiêu nào cấp trên giao cho cấp dưới mà lại không thể hoàn thành? Ở Trung Quốc đó gọi là nhiệm vụ chính trị. Để hoàn thành nhiệm vụ chính trị, chính quyền các cấp địa phương, các doanh nghiệp nhà nước đã bơm thổi, làm giả, báo cáo khống, che giấu

---

gian ông giảng dạy tại Trung Quốc.

hoặc dùng đủ mọi thủ đoạn biến tướng để dụ dỗ, ép buộc doanh nghiệp khai báo, cốt sao để thực hiện hoặc vượt mức mục tiêu dữ liệu. Hoàn thành càng tốt thì thành tích chính trị càng rõ rệt, càng dễ được đề bạt trọng dụng, càng có thể tham nhũng vơ vét nhiều hơn. Trong các bài viết của mình, lúc thì tôi nói trực tiếp, lúc thì nói mỉa mai. Ở đây, tôi cũng hy vọng chính phủ Mỹ các vị có thể khảo sát thực tế nhiều hơn, tìm hiểu sự thật nhiều hơn. Dân chủ và tự do kiểu Mỹ nên được thiết lập trên nền tảng và sự thật, chứ không phải tin vào những dữ liệu chính trị.

Tôi là một người trung lập về chính trị, nhưng điều đó không ngăn cản việc tôi từng ủng hộ mạnh mẽ ông Trump, vì cương lĩnh thi hành chính sách của ông ấy xoay quanh dân sinh xã hội, đặc biệt là sinh kế của người dân lớp dưới. Nhưng bây giờ, tôi thấy trong đại sảnh làm việc của CBP treo những bức ảnh khổng lồ của Trump và Vance, có nhân viên mặc trang phục ghi tên Trump, làm rầm rộ việc sùng bái cá nhân, ủng hộ sự thống trị tập quyền và cực quyền. Ở nhiều bang của Mỹ, tôi thấy quá nhiều khó khăn về dân sinh và vấn đề xã hội; đó là hệ quả của tập quyền trung ương, của những cuộc bầu cử tưởng chừng theo đa số nhưng thực chất chỉ ít người tham gia, của hệ thống quan liêu... Trump đơn giản hóa mọi vấn đề xã hội trong nước thành lỗi tại người nhập cư, quy mọi sự cạnh tranh quốc tế vào thuế quan. Chỉ riêng về chính sách nhập cư mới, đối tượng bị bắt giữ, đối tượng bị tổn thương toàn bộ là người dân lớp dưới của xã hội. Điều này hoàn toàn không phù hợp với dân chủ và tự do mà Mỹ quảng bá toàn cầu, cũng không phù hợp với giáo nghĩa của Cơ đốc giáo về yêu người như thể yêu mình, hiền lành, trung thực, công chính và thánh khiết.

Dựa trên trải nghiệm thực tế và tìm hiểu của tôi, dù chính phủ Mỹ định nghĩa đây là trung tâm tạm giữ, in chữ 'Detainee' lên lưng áo chúng tôi, nhưng thực chất đây chính là một nhà tù. Là một quốc gia nhập cư, ngoài một số ít thổ dân bản địa châu Mỹ, tuyệt đại đa số người Mỹ đều là người nhập cư và hậu duệ của họ. Vậy mà bây giờ, trong lúc thẩm tra, lại coi hàng loạt người nhập cư mới hoặc người tị nạn tuân theo chính sách di trú của Mỹ là người nhập cư lậu bất chấp thực tế khách quan.

Chiến tranh Nga-Ukraine là cuộc xâm lược trắng trợn của Nga đối với Ukraine, căn bản không cần bàn cãi. Chiến tranh giữa các quốc gia chỉ nên xảy ra để đòi lại công lý và ngăn chặn tội ác, chính phủ Ukraine có bất kỳ hành vi tội ác nội bộ hay quốc tế thực chất nào không? Rõ ràng là không. Putin dùng những lý do tưởng tượng (kẻ thù giả định) để phát động chiến tranh, không phải xâm lược thì là gì? Chiến tranh Israel-Hamas, các tay súng Hamas trước tiên đã thực hiện những tội ác tập thể tàn bạo không còn tính người đối với thường dân Israel, nếu không ngăn chặn thì để mặc cho họ làm ác sao? Tất nhiên, chiến tranh chính nghĩa cũng phải cân nhắc đối tượng và phạm vi tấn công, cố gắng giảm thiểu thương vong cho người vô tội. Vấn đề Đài Loan tôi cho rằng là vấn đề do lịch sử để lại, người dân Đài Loan đã bước đi trên con đường dân chủ và tự do từ lâu, vậy nên hãy để cho hơn 20 triệu người dân Đài Loan tự đưa ra lựa chọn của chính mình."

Tất cả chúng tôi đều ra hiệu không cần ăn trưa, có thể tiếp tục nói chuyện. Sau đó tôi được đưa vào căn phòng nhỏ bên cạnh để lánh mặt, ngồi tĩnh lặng chưa đầy 10 phút, đối phương họp bàn xong lại đưa tôi quay trở lại.

Lần này, đối phương trực tiếp yêu cầu: Những câu hỏi sau đây tôi phải trả lời trung thực. Nếu câu trả lời hoặc lời kể của tôi không chân thực, tôi sẽ phải chịu trách nhiệm pháp lý. Tôi lập tức nhận ra cuộc trò chuyện này là một cuộc "thẩm tra" (với mục đích an ninh/tình báo) chứ không phải là "hỗ trợ". Tôi cũng yêu cầu đối phương cho biết danh phận và mục đích thật sự, đối phương xuất trình thẻ công tác, giải thích họ là nhân viên chính phủ Mỹ. Tôi hỏi liệu đây có trở thành bằng chứng tại tòa sau này không, họ trả lời là không liên quan đến tòa án. Dĩ nhiên, tôi có hỏi hay nói thêm gì cũng không còn ý nghĩa, suy cho cùng tôi là một tù nhân đang bị giam giữ, bất kể tôi có tội hay không.

"Hãy giải thích bức ảnh mặc quân phục này, ông là quân nhân tại ngũ phải không?" Cô gái gốc Á rút ra một bức ảnh bán thân tôi mặc quân phục từ trong bìa hồ sơ, đưa cho người đàn ông gốc Á để anh ta hỏi.

"Bức ảnh này tôi nhớ, đại khái là tôi đã chia sẻ trong một bài viết trên blog Sina hơn mười năm trước. Tôi không phải quân nhân tại ngũ, nhưng tôi từng đi lính."

"Đi lính thời gian nào, ở đâu? Thuộc binh chủng gì?"

"Từ năm 1994 đến 1996 ở cao nguyên Thanh Tạng, chính là nơi mà thời Thế chiến II có lính Mỹ từng hạ cánh khẩn cấp ở đó, nơi được gọi là vùng cấm của sự sống. Tôi chỉ đi lính ba năm, là một binh nhì bình thường, ngoài học tập và huấn luyện thì là gác đêm và tuần tra, đại loại vậy."

"Nhưng trong bức ảnh này ông mặc quân phục sĩ quan, bảng tên trên ngực rất mờ không nhìn rõ chữ, trông giống như hai chữ là tên của ông."

"Đó là quân phục sĩ quan dự bị. Ở Trung Quốc, tất cả quân nhân xuất ngũ đều được biên chế vào quân dự bị, những cán bộ chính quyền có chức vụ sẽ được cấp một loại quân phục sĩ quan may đo riêng. Đó là vào một dịp Tết Quân đội 1/8, tôi mượn bộ quân phục dự bị của người khác mặc vào để chụp ảnh, người từng đi lính thường có cái tâm niệm đó. Nếu thực sự là sĩ quan phục vụ tại ngũ trong quân đội, cũng không thể chụp ảnh đăng lên mạng được." Lời giải thích này của tôi dường như không làm họ hài lòng, họ liên tục cố gắng nhận diện bảng tên trên ảnh, nhưng nó thực sự quá mờ.

"Vậy tại sao lúc giới thiệu lý lịch trước đó ông lại che giấu việc từng đi lính?"

"Lúc đầu các vị cho tôi cảm giác như chỉ trò chuyện phiếm, dù những câu hỏi của các vị cũng khiến tôi phải kể ra rất nhiều trải nghiệm cuộc đời, nhưng đoạn lịch sử đi lính đó không quan trọng, tôi thường cũng không muốn kể với người lạ. Nó làm tâm trạng tôi tồi tệ, khiến tôi mất kiểm soát cảm xúc."

"Ông bắt buộc phải nói ra, và không được nói dối." Đối phương đưa ra yêu cầu dứt khoát, đồng thời cầm thiết bị điện tử trên bàn lên kiểm tra, tôi nhận ra đó là loại máy ghi âm giám sát.

Tôi lập tức rơi nước mắt, nghẹn ngào khoảng hai ba phút. Cô gái gốc Á đưa khăn giấy cho tôi, ra hiệu tôi bình tĩnh lại rồi hãy nói tiếp.

"Đó là một ký ức khắc cốt ghi tâm và cũng rất u ám. Khi tôi còn trẻ, thi đại học và đi lính là cơ hội để những đứa trẻ nông thôn thoát khỏi lũy tre làng. Chỉ tiêu đi lính luôn có hạn, thanh niên muốn đi lính thì luôn đông, nhà ai có quyền, có tiền hoặc có quan hệ thì sẽ được ưu tiên, cạnh tranh vô cùng khốc liệt. Để thỏa mãn nguyện vọng đi lính của tôi, cha mẹ đã bán sạch lương thực và gia súc trong nhà, cộng thêm vay nợ để gom góp hơn hai nghìn tệ đi quà cáp, tìm quan hệ; số tiền đó tương đương với hai ba năm tiền lương của một công nhân thành thị thời bấy giờ. Lúc tôi nhập ngũ, gia đình rơi vào cảnh nghèo rớt mùng tơi, không có hạt gạo thổi cơm. Tôi đã quỳ trước mặt cha mẹ, thề rằng phải làm nên trò trống trong quân đội. Thực tế thì sao? Khả năng phối hợp cơ thể của tôi cực kém, đến tận bây giờ những môn thể thao cơ bản như chạy bộ, nhảy dây, bóng bàn tôi đều không làm được. Trong quân đội cứ hễ huấn luyện cường độ cao là tôi hoặc bị thương, hoặc là người về bét, tệ nhất. Thể chất không đạt, nhưng cán bộ đại đội không hề thấu hiểu hay cảm thông; trung đội trưởng, tiểu đội trưởng thay phiên nhau đánh chửi, lính cũ thì cười nhạo mỉa mai. Họ phạt tôi đứng gác, giữa cái nóng hầm hập của vùng Gobi hay lúc trời đông tuyết phủ, thường xuyên phải đứng thẳng tắp suốt cả ngày trời. Thể chất không tốt nhưng tôi lại yêu thích và có sở trường viết lách, nên muốn tìm quan hệ trong quân đội để xin một công việc văn phòng. Lại xin tiền nhà, cha mẹ lại bán đồ, vay nợ gom được vài trăm tệ gửi cho tôi. Tiền đã đưa cho đại đội trưởng nhưng việc thì không thành. Mãi đến sau khi xuất ngũ trò chuyện với một người bạn cùng quê nhập ngũ cùng đợt mới biết, tôi đưa ít quá, cậu ta đưa nhiều hơn tôi nên lúc đó một vị trí văn phòng đã được giao cho cậu ta và cậu ta được phong quân hàm sĩ quan. Trong quân đội hoàn toàn tuyệt vọng, tôi buộc phải xuất ngũ sau ba năm để quay về nông thôn, hai bàn tay trắng không thu hoạch được gì." Thấy họ sẵn lòng nghe, tôi thuận theo cảm xúc mà hồi tưởng.

"Đó là một quá khứ cực kỳ tồi tệ, xấu hổ, nếu không phải vì cuộc thẩm tra như thế này, tôi đã không muốn nhắc tới. Hơn nữa, người mẹ già đang bệnh nặng không thể tự chăm sóc, tuổi già như đèn trước gió, những hy sinh bà từng dành cho tương lai của tôi luôn khiến tôi thấy day dứt và bất an vì chưa báo đáp đủ ân tình."

"Ông từng đi lính, ông có biết về kỹ thuật quân sự và chiến lược của Trung Quốc không?"

"Tôi không phải là người yêu thích quân sự, hầu như chẳng bao giờ quan tâm đến những thứ đó."

"Chúng tôi tin và thấu hiểu trải nghiệm đi lính mà ông kể, nhưng điều đó không đồng nghĩa với việc chúng tôi tin vào lời giải thích của ông về việc mặc quân phục sĩ quan chụp ảnh." Người đàn ông gốc Á ra hiệu cho cô gái bên cạnh rút thêm một bức ảnh nữa đặt trước mặt tôi.

"Mời ông giải thích về bức ảnh mặc trang phục màu đỏ chụp cùng đảng kỳ này, ông hiện tại hay trước đây có phải là đảng viên Đảng Cộng sản Trung Quốc không? Có chức vụ gì trong Đảng không?"

"Bức ảnh này tôi nhớ rất rõ, đó là dịp kỷ niệm 100 năm thành lập Đảng Cộng sản Trung Quốc, tôi chụp khi dẫn dắt đội ngũ đảng viên của công ty làm hoạt động theo chủ đề liên quan, và bức ảnh đã được công ty đăng lên mạng để quảng bá. Có phải đảng viên hay không, tôi từ chối trả lời câu hỏi này, nó không có ý nghĩa thực chất. Người Mỹ các vị cũng là dựa trên lá phiếu bầu cho đảng nào thì thuộc về đảng viên đảng đó, thường xuyên thay đổi xoành xoạch. Nhưng có thể khẳng định rõ ràng là tôi không phải cán bộ Đảng cũng không phải công chức, chỉ là một chủ doanh nghiệp tư nhân và một nhà văn bình thường."

"Vậy tại sao ông lại chụp ảnh như vậy, tổ chức hoạt động xây dựng Đảng như vậy?"

"Ở Trung Quốc, gần như tất cả các doanh nghiệp tư nhân nếu có từ 3 nhân viên trở lên là đảng viên thì theo nguyên tắc phải thành lập chi bộ Đảng. Nhiều doanh nghiệp vốn nước ngoài cũng tham chiếu theo đó. Có chi bộ Đảng thì người đứng đầu doanh nghiệp cần chi ngân sách hoạt động, cung cấp địa điểm sinh hoạt, hỗ trợ và tham gia các loại hoạt động của tổ chức Đảng. Bức ảnh đó chính là vào dịp 100 năm thành lập Đảng, cả doanh nghiệp và chi bộ đều có nhiệm vụ, tôi dẫn các đảng viên của công ty ra ngoài đến một nhà lưu niệm lịch sử của Đảng để tham quan học tập."

"Ông nói vậy cũng có lý nhất định, nhưng nhìn vào bức ảnh quân phục, ảnh đảng kỳ của ông, so với phong cách viết lách đầy bất mãn và phê phán của ông, sự tương phản thực sự quá lớn. Hy vọng ông có thể giải thích tại sao lại như vậy?"

"Ở bất kỳ quốc gia nào trên thế giới do một đảng cầm quyền, hoặc quốc gia do một đảng phái nào đó lãnh đạo trong một giai đoạn, doanh nghiệp đều là thuận thì sống, nghịch thì chết cả thôi. Ở Trung Quốc, doanh nghiệp tư nhân muốn được bình chọn tiên tiến, gương mẫu, nhận trợ cấp hay nhận các loại khẳng định hỗ trợ từ chính phủ, thì công tác xây dựng Đảng của doanh nghiệp đều là một trong những chỉ tiêu đánh giá và ưu tiên. Thế nhưng, tất cả những thứ đó đều là những thứ mang tính hình thức, mà chủ nghĩa hình thức thường là thứ các quan chức yêu thích nhất, cũng là thứ gây hại nhất cho chính họ và xã hội. Tôi là doanh nhân, tại thương ngôn thương, tôi cần phải nhiệt tình, nịnh bợ về mặt hình thức để doanh nghiệp sinh tồn tốt hơn, vì phúc lợi nhiều hơn cho nhân viên. Tôi lại là nhà văn, nỗ lực tìm kiếm sự thật xã hội và giá trị truyền bá; tôi thấy vấn đề và nguy hại, nói ra được, viết ra được mới có thể ảnh hưởng đến nhận thức của nhiều người hơn, thúc đẩy Đảng cầm quyền và xã hội biến chuyển hết mức có thể. Tôi là người Trung Quốc, tôi dĩ nhiên hy vọng Trung Quốc ngày càng tốt đẹp hơn, quan trọng hơn là hy vọng người dân Trung Quốc cùng với sự tăng trưởng liên tục của kinh tế Trung Quốc mà có cuộc sống ngày càng tốt hơn."

Tiếp đó, đối phương lại đưa ra cho tôi xem lịch trình di chuyển tại Mỹ trong ba năm gần đây, sao kê ngân hàng, bao gồm cả những lần đi du lịch và học tập tại Mỹ trước đó, yêu cầu tôi giải thích. Những thứ đó không phức tạp, tôi lần lượt phục dựng lại các hạng mục hành trình, nguồn gốc và mục đích của các dòng tiền qua lại.

Khoảng thời gian thẩm vấn cuối cùng do người phụ nữ da trắng đưa ra, qua biểu hiện của họ, bà ta là người lãnh đạo nhóm. Bà yêu cầu câu trả lời của tôi phải ngắn gọn, trực tiếp.

"Trong thời gian cư trú tại Mỹ, ông có bao giờ kết nối công tác chính trị hay cung cấp sự hỗ trợ chính trị cho chính phủ Trung Quốc hay quốc gia nào khác không?"

"Hoàn toàn không."

"Có bao giờ nhận nguồn vốn từ chính phủ ngoài nước Mỹ không?"

"Không."

"Ông phát minh ra công nghệ giao thông thông minh, mục đích và công dụng là gì? Có liên quan đến lĩnh vực quân sự không?"

"Những phát minh kỹ thuật đó là các công nghệ ứng dụng dựa trên việc giải quyết các bài toán khó về tai nạn giao thông đường bộ, ùn tắc và ô nhiễm, có giá trị thị trường, thương mại và xã hội. Không liên quan đến lĩnh vực quân sự."

"Tại sao ông lại muốn từ bỏ tị nạn? Và tại sao lại muốn đi Hồng Kông hoặc Singapore, ông có thể để lại phương thức liên lạc cho chúng tôi không?"

"Việc có lấy được thẻ xanh của Mỹ hay không đối với tôi không phải là lựa chọn bắt buộc. Tôi chỉ cần một không gian có thể sinh tồn bình thường để tôi tận hưởng dân chủ và tự do. Vậy mà bây giờ, chỉ vì tôi nói mình sợ về Trung Quốc nhưng có thể đi Hồng Kông vốn thuộc cùng một Trung Quốc, các vị lại dùng cách giam giữ tôi để cho tôi tị nạn. Bảo là tạm giữ mà lại không đưa ra thời hạn rõ ràng. Đến Mỹ là để theo đuổi dân chủ và tự do, giờ lại mất đi tự do, điều này khiến tôi căn bản không thể chấp nhận được. Tôi muốn mỗi ngày đều có thể viết bài và lên tiếng cho tầng lớp đáy của xã hội Trung Quốc và những người trong cảnh khốn cùng, cũng cần tìm cách kiếm tiền để sống, hơn nữa cần có thể lập tức có mặt bên cạnh mẹ già lúc bà cần. Vì vậy tôi từ bỏ tị nạn, cũng xin các vị hãy cố gắng hỗ trợ điều phối để tôi được rời đi sớm.

Tôi dự định đi Hồng Kông vì nơi đó nên thỏa mãn điều kiện được trục xuất về nước, Hồng Kông thuộc về Trung Quốc, và đối với tôi không cần phải gánh chịu rủi ro bị hạn chế tự do thân thể và tự do ngôn luận như ở Trung Quốc đại lục. Có thể đi Singapore vì đó là nơi tôi từng dừng chân và tìm hiểu thấy mình phù hợp với chính sách nhập cư ở đó. Tôi là một nhà văn, sẵn lòng chia sẻ và trao đổi, dĩ nhiên có thể để lại phương thức liên lạc." Thực tế, mọi thứ về tôi đối phương đã điều tra rõ như lòng bàn tay.

Cuối cùng, người phụ nữ da trắng rút đi phần lớn các văn bản CBP đưa cho tôi, bao gồm cả tờ có in chân dung màu của tôi. Mặc cho tôi nhiều lần khẳng định đó là tài liệu CBP đưa cho tôi và tôi có quyền giữ, bà ta vẫn kiên quyết tịch thu những tài liệu đó. Tôi rất bất lực, đành phải thôi.

Hoàn toàn không có chuẩn bị, cuộc thẩm tra đối thoại cường độ cao kéo dài 7 tiếng đồng hồ khiến cơ thể tôi lúc quay lại khu giam giữ như muốn rã rời, phải nằm nghỉ trên giường.

Cơn ho và sốt nhẹ tăng nặng và kéo dài, bác sĩ luôn kê cho Ibuprofen, tăng liều lượng uống cũng chẳng có tác dụng. Trên mông xuất hiện mảng sừng thô ráp kèm theo cảm giác ngứa đau, đó là do nhiễm nấm. Đồ lót và áo khoác ngoài đều là đồ người khác từng mặc, quần áo của tất cả phạm nhân được giặt chung rồi mặc lại, mặc rồi lại giặt. Những tấm đệm và chăn bằng lông nhân tạo kém chất lượng, sợi lông dài như rơm rạ đâm vào da thịt, đó chính là loại vật liệu đóng gói vận chuyển hàng rời mà tôi từng rất quen thuộc.

Tôi sẽ cố tình nuốt thêm một ít thức ăn khó nuốt lúc ăn cơm, để dành một mẩu bánh không men nhét vào ống tay áo mang về để bổ sung khi đói. Không biết chắc khi nào mới được rời đi, việc nhờ người nhà nạp tiền và mua được thực phẩm đều cần ít nhất một tuần lễ, nên đành nghĩ bụng thôi thì cắn răng chịu đựng vậy. Việc mang thức ăn từ nhà ăn về sẽ bị kiểm tra đột xuất trên hành lang, tôi rất may mắn chưa từng bị kiểm tra lần nào.

Tôi lặp đi lặp lại câu hỏi tự vấn mình: Tôi là người nhập cư lậu sao? Nếu đúng, tại sao không lập tức trục xuất tôi; nếu không đúng, tại sao lại bắt giữ và giam cầm tôi. Không có câu trả lời, thân này chẳng tự chủ được nữa rồi.

12. TÒA ÁN DI TRÚ

Các tù nhân trong trại ai nấy đều tò mò không hiểu vì sao tôi lại bị thẩm tra, vì đó là một trường hợp ngoại lệ hiếm hoi trong số họ.

Sau cuộc thẩm tra là hai ngày nghỉ cuối tuần, và đến thứ Hai kế tiếp, tôi có thể chính thức đưa ra yêu cầu từ bỏ quyền tị nạn trước tòa. Tuy nhiên, điều đó không có nghĩa là sẽ được trả tự do ngay tại tòa. Phán quyết của thẩm phán chỉ là một thủ tục. Bất kỳ ai một khi đã bước vào quy trình của chính sách di trú mới thời chính quyền Trump, con đường duy nhất có thể chấp nhận là tuân theo quy trình đó. Thân phận hợp pháp hay phi pháp không còn quan trọng đối với quy trình này nữa; điều quan trọng là dùng biện pháp giam giữ để khiến đương sự tự nhận mình xui xẻo, trở thành người tự nguyện rời đi hoặc bị trục xuất cưỡng chế, góp phần giúp ICE hoàn thành mục tiêu vĩ đại là trục xuất một triệu người nhập cư lậu trong năm đó.

Khi làn sóng kháng nghị xã hội lên đến đỉnh điểm, những người biểu tình đã bao vây nhà tù Otay Mesa, nhưng việc đó không mang lại ý nghĩa thực chất nào. Những người ở ngay sát vách tường bên ngoài căn bản không thể thấy được tình hình bên trong.

Nghe nói, chính phủ Mỹ trả chi phí cho nhà thầu nhà tù dựa trên số đầu người và số ngày giam giữ. Càng nhiều người, số ngày càng dài thì việc kinh doanh của nhà thầu càng lớn, lợi nhuận càng hậu hĩnh. Logic này tôi vốn chẳng lạ gì. Trong thời gian Thượng Hải bị phong tỏa vì đại dịch, tôi có người bạn làm ở đơn vị đảm bảo cung ứng rau củ thực phẩm, giá cả tăng gấp bội, vận chuyển lại thuận tiện. Bạn tôi nói, hậu quả của tai họa được truyền bá càng đáng sợ thì tâm lý hoảng loạn càng cao, và cường độ của những quyết định "đảm bảo trật tự, đảm bảo an toàn" mà không quan chức nào dám chịu trách nhiệm sẽ càng lớn. Những người bên trong mỗi người một ý, nhưng quan chức và thương nhân bên ngoài lại có ý kiến thống nhất cao độ. Quá nhiều người không thể sống bình thường không có nghĩa là không có kẻ kiếm bộn tiền mỗi ngày.

Cùng một sự việc, chỉ cần có lợi ích thúc đẩy, thường sẽ nảy sinh những lập trường phân cực rõ rệt. Công nghệ chưa bao giờ là vấn đề, phương pháp cũng chưa bao giờ là vấn đề, vấn đề nằm ở chỗ ai quyết định và ai hưởng lợi. Ví dụ, nếu ngày mai ai đó làm Tổng thống và yêu cầu phát triển loại xe ngựa sạch, thì chỉ cần không tiếc giá trả, cũng có thể xuất hiện rất nhiều loại xe ngựa tốt chạy ngàn dặm một ngày.

Tiểu La, người tôi quen trong phòng lồng sắt lúc chờ đăng ký ngày chuyển đến Otay Mesa, nói rằng rất ngưỡng mộ tôi vì sự khác biệt khi dám từ bỏ tị nạn, chẳng bao lâu nữa có thể thoát khỏi lồng giam, nên nhờ tôi hiến kế xem cậu ta phải làm sao. Cậu ta muốn rời đi sớm, nhưng vợ không cho, bảo cứ tìm xà đầu nghĩ cách tiếp, dù sao cũng đã nộp 400.000 tệ phí xà đầu rồi.

Tôi bảo: "Tiểu La, cậu mới 37 tuổi, đang tuổi sức dài vai rộng lại có nghề đầu bếp, ở đâu mà chẳng sống được bằng tay nghề, việc gì phải hành xác thế này." Cậu ta thở dài nói, nếu có cách nào hay thì đã chẳng phải chạy sang Mỹ. Tám năm trước, lúc 30 tuổi, cậu ta quen và cưới vợ, vừa vay vừa góp được 1 triệu tệ để trả trước tiền nhà, trang trí và lo đám cưới là sạch túi, mỗi tháng còn phải trả nợ ngân hàng mấy nghìn tệ. Con vừa chào đời không lâu thì gặp đại dịch, nhà hàng lớn nhỏ cứ mở rồi đóng, đóng rồi mở, nhân viên ngành ăn uống cứ làm ba ngày nghỉ hai ngày, căn bản không kiếm đủ tiền trả nợ nhà. Sau đại dịch, kiếm được chút lương thì phải ưu tiên trả nợ cho người thân đã cho mượn lúc cưới xin, ai nấy đều gặp khó khăn kinh tế. Không những không thể trả nợ nhà hàng tháng mà giá nhà còn sụt giảm thê thảm, bán nhà đi cũng không đủ trả nợ ngân hàng. Tiền làm thuê kiếm được ngày càng ít, mà mức độ vất vả lại ngày càng cao. Sư phụ dạy nấu ăn của cậu ta đã "tẩu tuyến" sang Los Angeles hai năm trước, mở quán ăn kiếm được tiền, nên đầu năm đã bảo Tiểu La sang làm cùng. Vợ và mẹ vợ nghe xong đều xiêu lòng. Ở quê nhà Phúc Kiến, ai nói đi Mỹ làm thuê thì rất dễ mượn tiền, vì xuất ngoại làm thuê đồng nghĩa với việc vài năm sau sẽ đổi đời. Mẹ vợ giúp mượn tiền, liên hệ với xà đầu, đưa thêm tiền để bớt khổ, làm visa Nhật rồi bay sang Mexico. Cảnh ngộ cũng gần giống lão Dương, ở trong một khu nhà do xà đầu sắp xếp hơn nửa tháng, cuối cùng chui vào giữa đống hàng hóa trên xe tải lớn của Mexico và bị chó nghiệp vụ hải quan đánh hơi thấy.

Lời của xà đầu là: cứ ở trong tù đợi cơ hội, không phải là tuyệt đối không có hy vọng. Nếu từ bỏ về nước, chỉ được trả lại một nửa tiền, coi như mất trắng 200.000 tệ. Hôm qua Tiểu La tham gia phỏng vấn chống sợ hãi và chống tra tấn, nhưng cậu ta chẳng nhớ nổi nội dung trong mấy chục trang giấy "Hướng dẫn xin tị nạn tôn giáo" truyền tay nhau trong tù. Viên chức phỏng vấn hỏi cậu ta tiếp nhận lễ rửa tội nhập giáo thế nào, cậu ta bảo tắm rửa sạch sẽ rồi cầu nguyện. Viên chức phỏng vấn nói thẳng luôn: "Đừng có thêu dệt lời nói dối nữa." Các bạn tù thì bàn ra tán vào, khuyên rằng đằng nào Tiểu La cũng không mang theo hộ chiếu, có trục xuất cũng phải hai ba tháng sau. Cứ cầm cự trong tù, có ăn có uống, biết đâu ngày nào đó chính sách nhập cư lại tốt lên.

Mong chờ chính sách di trú của chính quyền Trump tốt lên, cũng giống như lúc nó chuyển xấu — đều đến bất thình lình — đó là kỳ vọng của hầu hết mọi người trong tù. Đủ loại tin tức truyền vào qua tivi và điện thoại: có người nói ở nhà tù nào đó có kẻ tự sát rồi, có người bảo người biểu tình vẫn đang tuần hành, có người lại nói tòa án liên bang sắp mở tòa xét xử tính hợp pháp của việc bắt giữ người nhập cư lậu. Tuyệt đại đa số đều cho rằng cứ giam giữ quy mô lớn trên khắp nước Mỹ thế này thì chắc chắn không thể lâu dài, biết đâu ngày nào đó chính quyền Trump chịu áp lực quá lớn sẽ phải thay đổi. Nhưng thực tế thì sao? Tin tức và áp lực là có thật, nhưng việc chính quyền Trump mở rộng lực lượng hành pháp ICE, tăng cường triển khai quân đội, phân bổ thêm ngân sách, đẩy mạnh chiến dịch bắt giữ, hủy bỏ thẻ lao động trong thời gian chờ tị nạn và tăng độ khó cho các loại hình nhập cư... cũng đều là sự thật.

Những người trong tù không muốn thời gian và tiền bạc mình bỏ ra bị lãng phí vô ích, còn những kẻ phát động cuộc chiến nhập cư lại càng không muốn các chính sách và nhân lực, tài lực, vật lực đã bỏ ra bị đổ sông đổ biển. Toàn bộ xã hội Mỹ cũng đang giằng co trong cùng một nhịp điệu đó, giữa những làn sóng kháng nghị hết đợt này đến đợt khác, những chiến dịch bắt giữ và áp lực chính sách dần trở thành trạng thái bình thường mới.

Khó khăn hơn cả Tiểu La còn có hai thanh niên người Trung Quốc chưa vợ, bị giam giữ đã hơn nửa năm, cứ hết lần này đến lần khác chờ đợi ra tòa. Trông thì có vẻ phiên tòa cuối cùng sắp có hy vọng, nhưng thực tế lại là thế lưỡng nan. Bởi theo chính sách di trú mới, kết quả phán quyết tốt nhất mà những người độc thân đó thường nhận được là "tạm hoãn trục xuất" (Withholding of Removal), không thể xin thẻ xanh, cũng không trực tiếp có được thân phận hợp pháp. Tiếp tục bị giam giữ, họ có khả năng bị gửi sang nước thứ ba, hoặc có khả năng được cấp thẻ lao động tạm thời để nhập cảnh vào Mỹ.

Ngày 21 tháng 7, ngày thứ 15 bị giam giữ.

Giống như phiên tòa bảo lãnh lần trước, tôi bị đưa lên tầng hai của nhà tù từ lúc 6:30 sáng, đầu tiên là nhốt trong căn phòng lồng sắt, sau đó cùng những người khác bước vào phòng xét xử.

Thẩm phán là ông Robinxon. Theo thông tin mà bạn bè luật sư bên ngoài tra cứu, tỷ lệ chấp thuận án tị nạn của vị thẩm phán này trong năm qua gần 60%. Điều đó thực chất chẳng liên quan gì đến tôi, tôi chỉ cầu mong được rời khỏi đây sớm một phút nào hay phút nấy.

Đến 9 giờ thì tới phiên tôi mở tòa.

Thẩm phán có mặt tại hiện trường, giới thiệu một người đàn ông da trắng qua kết nối video là quan chức của Bộ An ninh Nội địa Hoa Kỳ. Điều này khiến tôi bất ngờ, vì thông thường các buổi "tiểu đình" tị nạn thế này đều là luật sư chính phủ Mỹ dự tòa. Tôi không thuê luật sư, và chính phủ Mỹ cũng không sắp xếp luật sư. Thông dịch viên dành cho tôi cũng là qua kết nối video.

Thẩm phán nói: "Phiên tòa hôm nay là về việc trục xuất và tị nạn. Vì ông đã vượt qua buổi phỏng vấn chống sợ hãi và chống tra tấn, hiện tại ông đủ điều kiện và thủ tục để nộp đơn xin tị nạn, nhưng điều đó đồng nghĩa với việc ông sẽ tiếp tục bị giam giữ thêm vài tháng hoặc lâu hơn. Ông có quyền thuê luật sư, hoặc dĩ nhiên ông có thể tự mình thực hiện quy trình tị nạn."

Tôi ngắt lời: "Thưa thẩm phán, tôi từ bỏ việc thuê luật sư, và tôi cũng từ bỏ quyền tị nạn."

Thẩm phán bảo tôi phải đợi ông tuyên đọc hết mọi quy trình, quyền lợi và nghĩa vụ thì mới đến lượt tôi nói.

Khi được phép phát biểu, tôi vẫn rất thẳng thắn: "Thưa Ngài thẩm phán, tôi yêu cầu từ bỏ tị nạn, nhưng xin hãy cho phép tôi tự mua vé máy bay để đi Hồng Kông."

Thẩm phán Robinxon: "Nếu ông từ bỏ tị nạn, ông là một người nước ngoài đến nơi này bất hợp pháp, không đủ điều kiện để tự nguyện rời đi (voluntary departure) mà sẽ bị trục xuất cưỡng chế. Hồng Kông thuộc về Trung Quốc, ông có quyền đến đó, nhưng ông cần thương lượng với viên chức phụ trách lộ trình trục xuất để sắp xếp."

"Tôi không cho rằng mình đến đây bất hợp pháp, tôi sở hữu visa Mỹ còn hiệu lực và đã cập nhật EVUS trên trang web chính thức. Mặc dù trước đó tôi đã rời Mỹ đi Hồng Kông trong thời gian chờ xét duyệt tị nạn và bị coi là tự động từ bỏ tị nạn, nhưng tôi vẫn cho rằng visa B1/B2 của mình là hợp lệ. Thực tế, chính vì sở hữu visa còn hạn nên tôi mới có đủ tư cách bay đến Mexico, rồi từ đó thử nhập cảnh vào Mỹ qua cửa khẩu đường bộ."

Thẩm phán hỏi quan chức Bộ An ninh Nội địa: "Giải thích thế nào về visa còn hạn và cập nhật EVUS của ông ấy?"

Quan chức Bộ An ninh Nội địa nói: "Visa của ông ta vô hiệu, dù thế nào đi nữa, chúng tôi xác định visa của ông ta là vô hiệu."

Thẩm phán nói: "Vì quan chức Bộ An ninh Nội địa nói visa của ông vô hiệu, nên tôi chỉ có thể xem như ông không có visa và nhập cảnh trái phép. Ông vẫn có thể xin tị nạn, nhưng nếu ông từ bỏ tị nạn, tôi sẽ phán quyết trục xuất cưỡng chế ông. Ông sẽ nhận lệnh trục xuất (递解令), trong vòng 10 năm tới không được nhập cảnh vào Mỹ. Nếu ông tái nhập cảnh Mỹ trái phép trong vòng 10 năm đó, ông sẽ phạm trọng tội, đối mặt với án tù từ 2 đến 20 năm hoặc mức phạt tối đa 250.000 USD."

"Thưa Ngài thẩm phán, ngay cả khi visa của tôi bị chính phủ Mỹ xác định là vô hiệu, nhưng chẳng có ai thông báo trước cho tôi điều đó, tôi hoàn toàn không hay biết và vẫn sử dụng nó bình thường trên phạm vi toàn cầu. Tôi có thể có sai sót, nhưng tôi không cho rằng đó là phi pháp." Thẩm phán không có ý định giải thích, vị quan chức trên màn hình truyền đến cho tôi một biểu cảm mà tôi không thể hiểu nổi. Tôi không còn muốn thực hiện thêm những cuộc tranh luận vô nghĩa nữa, chỉ cầu mong được thả đi.

"Nếu đã vậy, tôi vẫn từ bỏ tị nạn. Dĩ nhiên, lý do chủ yếu là vì tôi không thể chấp nhận phương thức bị giam giữ để làm tị nạn. Tôi đã nhấn mạnh nhiều lần với các viên chức khác: tôi là nhà văn, tôi cần tự do hơn bất cứ điều gì."

"Nếu ông kiên quyết từ bỏ tị nạn, tôi sẽ chính thức ban hành lệnh trục xuất. Tất nhiên, ông vẫn có quyền kháng cáo trong vòng 30 ngày. Ông có muốn kháng cáo không?"

"Thưa Ngài thẩm phán, tôi từ bỏ kháng cáo. Nếu kháng cáo, điều đó sẽ dẫn đến việc tôi tiếp tục bị giam giữ mà không có thời hạn chính xác."

Thẩm phán hỏi quan chức chính phủ có kháng cáo không, câu trả lời là không.

Thẩm phán Robinxon: "Vậy bây giờ tôi đưa ra phán quyết chính thức: trục xuất cưỡng chế và cấm nhập cảnh trong 10 năm, trừ khi trong vòng 10 năm tới ông có được giấy phép tái nhập cảnh từ Bộ An ninh Nội địa Hoa Kỳ. Nếu không, nhập cảnh trái phép sẽ là trọng tội, có thể đối mặt với án tù từ 2 đến 20 năm hoặc mức phạt tối đa 250.000 USD. Lệnh trục xuất của ông sẽ được cấp ngay cho ông và đồng thời gửi cho ICE."

"Tôi có thể để gia đình mua vé máy bay cho tôi bay đi Hồng Kông không?"

"Hồng Kông là của Trung Quốc, đó là quyền của ông, nhưng ông cần thương lượng với viên chức phụ trách lộ trình của ICE." Thẩm phán Robinxon: "Thưa ông, phiên tòa kết thúc, chúc ông may mắn."

Kết thúc phiên tòa trở về khu giam giữ, lúc 9:59, tôi dùng máy tính bảng Pad gửi đơn xin lần thứ tư cho viên chức ICE. Chủ đề: Self ticket (Tự mua vé). Nội dung: Court granted me to go back to China, my family can buy ticket for me to Hong Kong? (Tòa án đã đồng ý cho tôi quay về Trung Quốc, gia đình tôi có thể mua vé cho tôi đi Hồng Kông không?)

Chỉ vài phút sau, tôi nhận được phản hồi: Your case will be forwarded to our travel department to process your removal. Please do not make any travel arrangements unless instructed to do so. (Hồ sơ của ông sẽ được chuyển đến bộ phận lữ hành để xử lý việc trục xuất. Vui lòng không tự thực hiện bất kỳ sắp xếp đi lại nào trừ khi có hướng dẫn.)

Lúc 21:36 cùng ngày, tôi gửi đơn thứ năm. Chủ đề: To Vilson (Gửi Vilson). Nội dung: Please help me, I need to return Hong Kong China because my mother sick. I applied to court that the Judge said Okay but it need ICE decides, my family can buy flight ticket for me. (Xin hãy giúp tôi, tôi cần sớm quay lại Hồng Kông, Trung Quốc vì mẹ tôi đang bệnh. Tôi đã thưa với tòa và Thẩm phán nói đồng ý, nhưng cần ICE quyết định, gia đình tôi có thể tự mua vé máy bay.)

Đến 10:47 sáng hôm sau, viên chức ICE trả lời: Thank you for your message, your officer will coordinate with the travel team to arrange your departure. Please be patient. (Cảm ơn tin nhắn của ông, người phụ trách của ông sẽ phối hợp với đội lữ hành để sắp xếp việc rời đi. Vui lòng kiên nhẫn.)

Từ ngày thứ 16 đến ngày thứ 23 bị giam giữ

Suốt bốn ngày sau phán quyết của thẩm phán mà không nhận được thời gian và phương thức trục xuất rõ ràng, sự đè nén trong lòng cùng bệnh tật hành hạ khiến tôi gần như sụp đổ. Lúc 05:18 sáng ngày thứ 18, tôi gửi đơn thứ sáu. Chủ đề: SOS! SOS! SOS!. Nội dung: My mother heavy sick (ill), I need return early as soon as Hong Kong China, please help me, please you tell me that return real time. (Mẹ tôi bệnh rất nặng, tôi cần đi Hồng Kông sớm nhất có thể, xin hãy giúp tôi và cho tôi biết thời gian khởi hành cụ thể.)

Tiếng Anh của tôi khá tệ, trong các đơn từ chỉ có thể viết tạm bợ, cố gắng diễn đạt rõ ý nhất có thể.

Trưa hôm đó, hai nhân viên ICE tìm gặp tôi tại nhà ăn sau khi nhận được yêu cầu khẩn cấp. Họ đưa ra hai lựa chọn: Nếu tôi kiên quyết đi Hồng Kông, tuần sau cũng chưa thể đi, thời gian cụ thể không xác định; còn nếu tôi đi Bắc Kinh rồi mới đi Hồng Kông, tuần sau có thể đi ngay.

Tôi hỏi: "Vậy tôi có thể bảo gia đình mua vé, quá cảnh ở Bắc Kinh rồi bay đi Hồng Kông không?"

Họ trả lời không được tự mua vé, muốn đi sớm thì phải chấp nhận bị trục xuất về Bắc Kinh, vé máy bay do ICE lo.

Tôi quyết định ngay: Chấp nhận bị trục xuất về Bắc Kinh, miễn là cho tôi rời đi sớm.

Cơn sốt nhẹ liên tục tái phát khiến tôi nhận ra mình cần bổ sung dinh dưỡng. Tôi mượn bạn tù bánh quy, mì tôm và xúc châm, đồng thời bảo người nhà nạp tiền vào tài khoản của người đó. Hiệu quả thật bất ngờ, sau khi ăn no và uống thêm Ibuprofen, cơn sốt biến mất hẳn, chứng ho kéo dài hơn một tuần cũng thuyên giảm.

Sau một kỳ nghỉ cuối tuần nữa, vào lúc 12:12 ngày thứ 21, tôi nhận được phản hồi từ ICE: Our records indicate you are tentatively scheduled for removal this week. (Dữ liệu của chúng tôi cho thấy ông đã được lên lịch tạm thời để trục xuất trong tuần này.)

Tối ngày thứ 22, tôi vừa mới nằm xuống chiếc giường tầng trên mới đổi thì bảo vệ đến gọi dậy thu dọn đồ đạc.

Khi rời khỏi khoang P, khoảng 180 tù nhân đồng loạt thức dậy đứng trước cửa phòng tiễn biệt tôi. Những tiếng hò hét, huýt sáo và reo hò vang dội, nồng nhiệt hơn bất kỳ lần đón tiếp hay tiễn biệt nào khác.

Những người Trung Quốc bị giam giữ lại càng lưu luyến, tôi chạy đến cửa phòng họ và ôm từng người một. Những ngày qua, tôi đã chia sẻ cho họ rất nhiều kiến thức và câu chuyện xã hội. Thường xuyên có mười mấy người vây quanh nghe tôi truyền thụ kiến thức và chân tướng; trong mắt họ, tôi là một người có văn hóa.

Trước khi bước ra khỏi cánh cửa sắt lớn của khoang P, tôi dốc sức vẫy tay chào mọi người, giữa tiếng ồn ào họ có lẽ không nghe thấy tiếng hét của tôi: "Bảo trọng nhé, các anh em! Tôi sẽ viết lại tất cả những gì ở đây cho cả thế giới biết! Chúc tất cả các bạn may mắn bước vào được nước Mỹ!"

Một vài hình ảnh tôi muốn ghi lại tại đây.

Lão Liêu, người nhập cư gốc Đài Loan, tình nguyện viên Cơ đốc giáo. Mỗi lần ông đến nhà tù, với lý do truyền giáo, ông có thể tập hợp hàng trăm người Trung Quốc bị giam giữ lại trong hai ba tiếng đồng hồ. Đó là khoảng thời gian được mong đợi và vui vẻ nhất của những người anh em nói tiếng Trung. Lão Liêu bảo: "Đây là lần đầu tiên trong năm nay tôi vào thăm các bạn, cũng không biết lần sau khi nào mới lại được vào. Từ khi Trump lên nắm quyền, chính sách nhà tù thay đổi rất lớn, họ thu hồi toàn bộ thẻ của tình nguyện viên để thẩm tra lại, tôi cũng vừa mới nhận lại được. Không còn được xếp lịch vào định kỳ như trước, từ giờ mỗi lần tôi đều phải xin phép trước và đợi phê duyệt. Do thiếu hụt hỗ trợ tâm lý, các vụ tự sát và tự sát không thành trong các nhà tù trên khắp nước Mỹ liên tục xảy ra. Mọi nhà tù đều chật kín người nhập cư, đây là thời điểm giam giữ người nhập cư cao nhất trong lịch sử Mỹ. Chính quyền Trump đang nhân danh bắt giữ người nhập cư lậu để trục xuất những người ở tầng lớp đáy xã hội." Lão Liêu nhắm mắt cầu nguyện: "Lạy Chúa, xin hãy phù hộ cho mỗi người Trung Quốc lương thiện, cần cù ở nơi này, để họ có được cuộc sống bình thường và tự do."

Ông cụ người Nga ngủ ở giường dưới của tôi, phải phụ thuộc vào xe lăn trong thời gian dài, được một thanh niên người Nga khác chăm sóc việc ngủ nghỉ và ăn uống. Do rào cản ngôn ngữ, tôi không biết vì lý do gì mà một người ở tuổi sáu bảy mươi, cơ thể tàn tật lại bị giam giữ. Trước khi tôi đi, ông ấy cuối cùng đã may mắn nhận được quyền tị nạn để vào Mỹ.

Chàng trai "Phú nhị đại" (thế hệ giàu thứ hai) gốc Quý Châu dùng bóng rổ và nắm đấm để lấy lại tôn nghiêm. Cuối dãy khoang giam giữ là một cái sân rộng hơn 100 mét vuông có một cột bóng rổ. Vốn dĩ là sân bóng, nhưng vì tù nhân chỉ có mảnh đất nhỏ đó để hít thở không khí mỗi ngày hai lần, đi dạo và tắm nắng. Cậu chàng ngoài ba mươi, thích bóng rổ, nên hay chơi bóng với mấy người da đen lúc mọi người đang ra ngoài hít thở không khí. Những người Nam Mỹ đã giật lấy bóng cất đi không cho chơi, cậu chàng giật lại rồi dùng bóng đập thẳng vào người kia. Mấy người Nam Mỹ hò hét đòi vào phòng "solo" bằng nắm đấm. Những người Trung Quốc có mặt đều khuyên cậu chàng bớt giận đừng gây sự, một là vì phe nói tiếng Tây Ban Nha đông người, hai là đánh nhau có thể bị khép vào tội phạm nguy hiểm, ảnh hưởng đến đơn xin tị nạn. Cậu chàng này từ nhỏ có cha mẹ sinh nhưng không có cha dạy bảo, là một gã "nghé con không sợ cọp", vung nắm đấm đòi so tài ngay. Chưa kịp đánh nhau thật thì bảo vệ đã đến rất nhanh để ngăn chặn và điều tra. Kết quả cuối cùng là: trịnh trọng tuyên bố trước toàn thể tù nhân rằng khu vực đó là sân bóng rổ, việc chơi bóng là chính, "hít thở không khí" là phụ.

Mẹ của cậu chàng đã bỏ cha cậu để theo một người đàn ông sang New York làm thuê từ khi cậu còn rất nhỏ. Cha cậu đi làm thuê khắp các công trình xây dựng để nuôi cậu, cậu theo ông bà nội ở nông thôn chẳng học hành được mấy chữ. Khi lớn lên, mẹ cậu kiếm được tiền ở New York muốn đưa cậu sang, nhưng cha cậu nhất quyết không đồng ý. Cứ dây dưa mãi đến ngoài ba mươi tuổi, cậu vẫn chưa lấy được vợ cũng chẳng có việc làm ổn định. Những năm nay cha cậu kiếm tiền ngày càng ít, lại gặp cảnh chủ thầu công trình vỡ nợ hoặc bỏ trốn không trả lương, lại phải chăm sóc người già ở quê, nên cuối cùng lại khuyên con trai sang Mỹ. Cậu làm visa du lịch bay sang Mỹ, tại sân bay bị xác định có ý định định cư nên bị nhốt vào "phòng đen nhỏ" để trục xuất. Mẹ cậu bèn thuê luật sư, tìm mọi cách xin tị nạn, thế là bị kẹt trong tù hơn bốn tháng. Cậu bị mọi người gọi là "Phú nhị đại" cũng bởi vì mẹ cậu rất chịu chi tiền cho cậu, ngày nào cậu cũng không ăn cơm nhà ăn mà mua cả đống thực phẩm và đồ uống bên ngoài.

Một buổi chiều, hơn mười người bạn tù vây quanh tôi, họ hỏi: "Nếu bị trục xuất về nước rồi, rốt cuộc phải kiếm tiền thế nào thì đời mới xuôi chèo mát mái?" Họ liên tục tự trách mình rằng do bản thân chưa đủ nỗ lực, chưa đủ cần cù, chưa đủ liều mạng, coi đó là lẽ đương nhiên của số phận. Tôi kể cho họ nghe một câu chuyện để họ dễ hiểu, chuyện về "Tiền và Cừu":

Những năm trước, có một quốc gia để giúp đỡ nước láng giềng đã tặng 3 vạn con cừu. Mọi người hãy nghĩ xem, nếu không có tiền làm công cụ giao dịch và ghi sổ, có lẽ quan phủ phải thực sự đến từng hộ trong số 3 vạn gia đình để dắt đi mỗi nhà một con cừu. Lúc đó người dân sẽ thấy rất đau lòng vì mất một con cừu, họ sẽ ghi sổ, thậm chí là ghi hận.

Nhưng hãy đổi cách khác, quan phủ ngoài việc thu thuế còn lũng đoạn kinh doanh bất động sản. Không cho phép người dân tự xây nhà, bắt buộc phải mua từ công ty bất động sản. Trông thì có vẻ có nhiều công ty, nhưng thực chất chỉ có một "Tổng công ty quan phủ". Người dân muốn mua một căn nhà phải trả cái giá định sẵn là 1 triệu tệ, lý do chính sách là để ổn định trật tự thị trường, đảm bảo các công ty có lợi nhuận để kinh doanh. Người dân ai chẳng phải ở nhà, mua nhà thì cần tiền. Tiền ở đâu ra? Người dân có thể bán cừu đi để đổi lấy tiền. Quan phủ lại quy định, để ổn định thị trường và bảo vệ quyền lợi người dân, tất cả cừu phải bán cho các "Công ty Cừu Trắng" địa phương có chứng nhận lưu thông và kiểm dịch của chính quyền; thực tế thì cấp cao nhất vẫn là "Tổng công ty quan phủ". Người dân có thể phải bán 1.000 con cừu để đổi lấy 1 triệu tệ, cũng có thể phải bán 1.200 con hay thậm chí 1.500 con cừu mới đổi được 1 triệu tệ. Tại sao? Vì giá cả do "Tổng công ty quan phủ" quyết định.

Khi quan phủ cần thêm tiền để làm việc, hoặc muốn quan phủ ngày càng giàu có, họ có ba cách: Một là giá nhà tăng, giá cừu không tăng hoặc giảm; hai là giá nhà đứng yên, giá cừu giảm; ba là giá nhà giảm ít, giá cừu giảm nhiều. Như vậy, người dân dù có bao nhiêu cừu đi nữa, chẳng cần ai đến dắt đi công khai, tất cả cũng đều chảy về túi quan phủ. Người dân luôn mong giá cừu lên cao, giá nhà xuống thấp. Khi mong muốn không được thỏa mãn, họ cũng đành chấp nhận cái "lý" đó, vì các nhà kinh tế hay chuyên gia được chính quyền cấp bằng sẽ lên tiếng rằng: tình hình thị trường nó thế, không phải cái khó của riêng ai. Ngay cả khi quan phủ tiêu tiền vô tội vạ, xây những công trình lãng phí, hay đem tiền đi tặng nước khác một cách phi lý để lấy lòng, người dân cũng chẳng có cảm giác gì, vì dù sao cũng đâu có ai đến tận nhà dắt đi một con cừu nào của họ.

Nửa đêm hôm đó, tôi có mặt tại căn phòng lồng sắt ở đại sảnh tầng một nơi tôi từng đến ngày đầu. Thay quần áo, thu dọn hành lý, rồi chầm chậm chờ đợi, ký tên và điểm chỉ vào hết văn bản xuất tù này đến văn bản khác. Cùng đợi trục xuất với tôi còn có một người phụ nữ gốc Nam Thông và một thanh niên gốc Nam Dương, đến từ các khoang giam giữ khác nhau trong cùng nhà tù. Cả hai ngắn gọn chia sẻ về những bất hạnh của mình trong lúc chờ đợi.

Người phụ nữ Nam Thông đã ở Mỹ gần 10 năm, vẫn chưa nhận được quyền tị nạn, nên bà cứ vừa cầm thẻ lao động vừa liên tục kháng cáo để kéo dài thời gian. Cách đây không lâu, khi đi đổi thẻ lao động, bà đã bị ICE bắt ngay trước cửa văn phòng chính phủ. Bà từ chối tự nguyện rời đi, nên các nhân viên ICE đã khóa tay cùm chân bà, áp giải bằng máy bay từ bang North Carolina đến tận nhà tù này, nhốt vào buồng biệt giam kiểu "phòng giấy bạc". Bà thực sự không chịu nổi sự giày vò nên đã đầu hàng ICE, ký tên chấp nhận số phận bị trục xuất cưỡng chế. Bà nói ở Mỹ còn nhiều việc tồn đọng, chỉ đành về Trung Quốc rồi nhờ bạn bè xử lý giúp.

Thanh niên Nam Dương thì khoe với tôi về quá khứ huy hoàng, nhưng cũng nói ra nỗi khổ tâm khó lòng giãi bày. Hồi còn học đại học, trong nước rộ lên phong trào chơi vòng tay văn vật, hạt Kim Cang Bồ Đề (Rudraksha) rất đắt khách, khan hàng, giá tăng vọt. Cậu ta thuyết phục cha gom được 5 vạn tệ, bỏ học, một mình bay sang Nepal. Lùng sục, hỏi thăm, tìm đến tận vùng trồng Kim Cang Bồ Đề, thu mua trực tiếp từ nhà dân, vác một bao lớn về nước. Vừa về đến thị trường văn vật ở Vũ Hán, các thương lái đã định giá mua sạch từng hạt, lợi nhuận gấp ba bốn lần. Để vận chuyển và xoay vòng vốn nhanh, cậu ta hết chuyến này đến chuyến khác dẫn cả cha và chú cùng đi máy bay khứ hồi để đánh hàng, hơn nửa năm kiếm được hơn 4 triệu tệ. Nhưng ngày vui chẳng tày gang, không lâu sau hàng cạnh tranh tràn ngập, giá rớt thê thảm. Kinh doanh không được nữa nhưng trong người vẫn còn bộn tiền. Xe sang, gái đẹp, ăn chơi hưởng lạc thỏa thích, cậu ta còn trả trước 2 triệu tệ để mua một căn nhà ở Trịnh Châu. Tiền đến nhanh đi cũng nhanh, ba năm đại dịch, cả nhà không kiếm được bao nhiêu tiền, cha cậu lại mắc bệnh urê huyết (suy thận) tốn thêm mấy chục vạn. Có người nhà lâm trọng bệnh mới biết đi khám chữa bệnh ở những thành phố lớn như Nam Kinh, Thượng Hải khó khăn đến nhường nào, toàn phải tốn tiền nhờ vả người tìm chuyên gia, sắp xếp giường bệnh, mua thuốc nhập khẩu. Sau khi tiêu sạch tiền, bản thân cậu ta bỗng chốc trở thành kẻ "trắng tay", không bằng cấp, không việc làm. Muốn bán căn nhà đi, treo biển giảm giá 40% so với giá gốc mà cũng không ai mua, đành để nợ ngân hàng đứt quãng và bị tòa án liệt vào danh sách "Lão lại" (người mất uy tín). Nghe theo cách "tẩu tuyến" sang Mỹ trên mạng, cậu ta một mình lặn lội hơn ba tháng trời mới đến được Mexico. Cậu ta bảo ai không có sức, không có vận thì đừng "tẩu tuyến" nữa, trên mấy trăm dặm đường rừng rậm Amazon, xác chết trắng xương hay kẻ thoi thóp tựa gốc cây cậu ta thấy không ít. Lúc đến biên giới là mùa đông, trời mưa, người ướt sũng vừa lạnh vừa đói, cậu ta chẳng kịp suy nghĩ gì mà trèo tường vào Mỹ. Người đang trèo tường, đang đi bộ, thì flycam của ICE đã giám sát trên trời, chẳng khác nào tự nộp mình cho ICE bắt. Cầm cự trong tù vài tháng, cuối cùng cái nhận được là lệnh trục xuất từ tòa án.

Hơn bốn giờ sáng, chúng tôi lại bị nhân viên ICE khóa tay cùm chân, đưa đến sân bay quốc tế Tijuana. Mãi đến khi được tháo xiềng xích, bước vào sân bay dưới sự dẫn dắt của cảnh sát mặc thường phục, tôi mới thực sự thở phào nhẹ nhõm một hơi dài.

Trớ trêu thay, hải quan sân bay Tijuana lật xem hộ chiếu của tôi, vì tôi sở hữu visa B1/B2 còn hiệu lực nên họ đã đóng dấu xuất cảnh. Hộ chiếu được giao cho tổ bay của chuyến hàng không quản lý.

Trên máy bay, tôi mở chiếc điện thoại đã tắt ròng rã 23 ngày qua, báo bình an cho gia đình và trả lời tin nhắn của những người bạn quan trọng.

Không phạm tội, chưa từng nghĩ mình sẽ ngồi tù, vậy mà tôi đã thực sự trở thành tù nhân, đã trải qua nhà tù và tòa án, và lại là ở một quốc gia di dân được ca tụng là hình mẫu của dân chủ và tự do cho nhân loại — Hoa Kỳ.

13. BỨC TƯỜNG NGUY HIỂM

Máy bay hạ cánh xuống sân bay Thủ đô (Bắc Kinh), chúng tôi được yêu cầu rời khỏi khoang máy bay sau cùng. Tổ bay cần bàn giao hộ chiếu và người cho nhân viên cảnh sát của đồn công an cửa khẩu.

Trong điện thoại, tôi nhận được tin nhắn từ người nhà nói rằng: qua tìm hiểu, con đại khái sẽ gặp phải hai loại khó khăn: Một là dữ liệu của hệ thống hải quan sẽ hiển thị việc con đi máy bay là vi phạm lệnh hạn chế tiêu dùng cao, cảnh sát sẽ thực hiện kiểm soát biên giới đồng thời tạm giữ; hai là nếu hệ thống hải quan không có dữ liệu liên quan, cảnh sát cũng sẽ giám sát và xử phạt đối với những người bị trục xuất cưỡng chế, đồng thời thông báo cho công an nơi đăng ký hộ khẩu. Những thông tin như vậy chỉ làm tăng thêm gánh nặng tâm lý cho tôi. Đây cũng là hệ quả của việc luật pháp, chính sách và thông tin xã hội thiếu minh bạch; câu chuyện của nhiều người sau khi gặp phải đủ loại bất ngờ và bất hạnh được lan truyền, phát tán trên mạng, dẫn đến những dự đoán bất định và nỗi lo âu do thiếu hiểu biết.

Hai người cùng đi trên chuyến bay cũng biểu lộ sự lo lắng bồn chồn tột độ. Không ai biết những người bị Mỹ trục xuất cưỡng chế về nước sẽ phải đối mặt với điều gì, và hoàn cảnh của mỗi người cũng mỗi khác. Người phụ nữ Nam Thông đã lưu lạc ở Mỹ gần 10 năm không về nước, còn thanh niên Nam Dương thuộc diện rõ ràng là vượt biên trái phép qua bức tường biên giới Mỹ.

Chúng tôi bị cảnh sát đồn công an cửa khẩu tách ra để thẩm tra riêng. Một sĩ quan cảnh sát trẻ gọi tôi sang một bên, nói rằng đã kiểm tra hộ chiếu của tôi, thấy sở hữu visa B1/B2 của Mỹ còn hiệu lực, hải quan Mexico có đóng dấu xuất cảnh, vậy tại sao lại bị trục xuất? Tôi đã giải thích ngắn gọn về sự thật việc bị từ chối nhập cảnh, bị giam giữ và thẩm tra. Ý kiến của viên sĩ quan đưa ra là: tình trạng tương tự những năm gần đây xảy ra rất nhiều, chính phủ Mỹ quá căng thẳng về cục diện chính trị của Trung Quốc, dẫn đến việc một số người Trung Quốc sang Mỹ bị định tính là nhân vật nhạy cảm và bị thẩm tra, điều này có thể thấu hiểu và cho phép nhập cảnh bình thường.

Vì hai người kia vẫn đang bị thẩm tra riêng nên không thể chào tạm biệt, tôi đi theo viên cảnh sát thẳng tiến về phía cửa hải quan, đóng dấu nhập cảnh Bắc Kinh.

Tôi liên lạc với Nguyệt Tình, một cô gái thuộc thế hệ đầu Gen Z. Chúng tôi quen nhau trong một hoạt động từ sáu năm trước, hầu như không có bạn chung. Tháng trước khi tôi ở thành phố Quảng Châu, cô ấy có một dự án nghiên cứu mới liên quan đến chuyên môn của tôi và đã xin tôi một số tài liệu, hẹn khi nào có dịp sẽ gặp mặt thảo luận trực tiếp. Còn tôi lúc này, đang cần tìm một người thích hợp để trút bầu tâm sự về trải nghiệm không mấy vẻ vang này, cố gắng để càng ít người biết càng tốt, và quan trọng hơn là cần gột rửa sạch mọi bụi bẩn, hôi hám trên người. Khi liên lạc với Nguyệt Tình, tôi chỉ nói đột nhiên có việc đến Bắc Kinh, nếu có thời gian sẽ kể cho cô ấy nghe một trải nghiệm ly kỳ và thú vị. Nguyệt Tình bảo tối nay cô ấy vừa hay có thời gian ăn tối, tài xế và xe cũng đang rảnh, có thể đến đón tôi ngay. Nhìn vào gương nhà vệ sinh, tôi thấy mái đầu bù xù như úp vung, đó là tác phẩm của một tù nhân da đen làm tình nguyện viên trong tù, sau khi khoa tay múa chân hồi lâu đã dùng dao cạo đẩy ra một kiểu tóc nham nhở. Bước ra khỏi sân bay, cái nắng gắt của Bắc Kinh sưởi ấm tâm hồn tôi sau bao ngày xa cách. Theo ý tôi, tài xế lái xe thẳng tiến đến một tiệm tắm hơi giữa cái nóng thiêu đốt của cuối tháng Bảy.

Nguyệt Tình nghe xong câu chuyện của tôi thì trợn tròn mắt, cô ấy cho rằng điều này quá huyền thoại và kịch tính. Cô ấy đâu biết rằng, vùng da bị nhiễm nấm của tôi vừa mới được bôi thuốc mỡ, mùi chua nồng của đậu nành luộc vẫn còn vương vấn cùng chứng đầy hơi, và gã đàn ông lực lưỡng ở tiệm tắm hơi đã kỳ ra từ người tôi cả một vốc lớn ghét bẩn. Điều khiến Nguyệt Tình ghi dấu ấn sâu đậm trong tôi chính là vì tôi vừa bước ra khỏi dãy xà phòng dài dặc, xa xăm, thì ngay lập tức được nhìn thấy đôi mắt trong trẻo lấp lánh, nụ cười thiên thần, trong bữa cơm tại một sân vườn bao quanh bởi lũy tre xanh dưới ánh đèn lung linh. Nguyệt Tình lớn lên trong một đại gia tộc ở Bắc Kinh, ra vào những nơi quyền quý thư hương.

"Anh nhìn em hằng ngày vô tư lự, cười cười nói nói, tưởng như chuyện thiên hạ chẳng liên quan gì đến mình. Thực ra, cái khó của anh, cái khó của bao người trong xã hội, gia đình kiểu như tụi em cũng cảm nhận được sự ấm lạnh thất thường từng ngày. Thân phận và chức vụ của ba em hoàn toàn không thuộc về chính ông ấy, gặp được ông một lần cứ như chờ hoa quỳnh nở, mà có gặp được cũng chỉ là cái nhìn vội vã. Mẹ em thì hết lần này đến lần khác đưa ra những yêu cầu ngày càng khắt khe, bắt em phải cố tránh những ánh mắt soi mói và đủ loại hào quang ngoài xã hội. Ngay cả đăng một bài lên vòng bạn bè (WeChat Moments) cũng bị kiểm tra ngay lập tức và yêu cầu xóa bỏ. Em thường hỏi mẹ tại sao mình phải sống cứ như đi ăn trộm vậy? Mẹ không cho em câu trả lời rõ ràng, bà chỉ kể về những phạm nhân trong nhà tù Tần Thành mà bà từng biết.[24]" Tôi biết đây là giới hạn trong cuộc trò chuyện của Nguyệt Tình rồi, tôi không thể hỏi thêm, cô ấy nói được bao nhiêu hay bấy nhiêu.

"Nguyệt Tình, em nên hiểu cho mẹ em. Xã hội hiện tại nhìn thì sóng yên biển lặng, nhưng bên dưới là những luồng sóng ngầm cuồn cuộn, bất cứ sinh vật nào cũng có nguy cơ bị cuốn vào vòng xoáy. Trong cuốn hồi ký của một vị cựu lãnh đạo, tôi từng đọc được một chuyện thú vị: ông ấy gọi điện tán gẫu với một người bạn cũ đang làm việc tại đơn vị cấp bộ trực thuộc tỉnh, người bạn cũ than vãn về cái khó khi điều phối việc công

---

[24] Nhà tù Tần Thành (秦城监狱): nhà tù nổi tiếng ở ngoại ô Bắc Kinh, chủ yếu giam giữ các quan chức cấp cao và tù nhân chính trị quan trọng.

với các quan chức địa phương, ông ấy đã đáp lại bằng một tràng cười lớn: lãnh đạo cũng là người, nhưng địa đầu xà thì đúng là rắn độc." Nguyệt Tình dĩ nhiên hiểu tôi đang nói về vị lãnh đạo nào.

"Người thân của vị cựu lãnh đạo đó là một quan chức kỹ trị tại một thành phố lớn ven biển. Tôi từng có cơ hội trực tiếp trình bày các tài liệu kỹ thuật và nhận được sự công nhận, giúp đỡ. Vị quan chức kỹ trị đó mỗi lần gặp đều bảo tôi hãy thông cảm cho ông, chỉ có thể để trợ lý liên lạc với tôi qua thư từ. Ở địa phương, đôi khi ông ấy nhìn chằm chằm vào một dự án có sai lệch lớn về lộ trình kỹ thuật và thành quả, nhưng cũng phải cắn răng nén lại ý kiến trái chiều để ủng hộ quyết định của người đứng đầu địa phương. Cách để ông ấy điều tiết cảm xúc là đập bàn cho cấp dưới xem." Nguyệt Tình chớp chớp mắt, tỏ vẻ những câu chuyện này rất có ích cho cô, người cũng đang trên con đường trở thành một quan chức kỹ trị.

"Một quốc gia tập quyền cao độ, cấu trúc tổ chức sẽ rõ ràng từng tầng một, lý ra người ra quyết định cao nhất dễ dàng điều động và chỉ huy thống nhất. Nhưng trong thực tiễn chính trị và quản trị xã hội cụ thể, thường xuyên xảy ra tranh giành và mâu thuẫn không ngừng. Còn ở những quốc gia dân chủ và tự do, người ta không vẽ ra được một sơ đồ tổ chức, thực tế là cộng đồng không thuộc quyền quản lý của thị trưởng, thị trưởng không thuộc quyền huyện trưởng, huyện trưởng không thuộc quyền bang trưởng, bang trưởng không thuộc quyền tổng thống. Vậy có loạn không? Ngược lại là không, lý do là họ dùng pháp luật để phân định rõ ranh giới quyền lợi. Xã hội được cấu thành từ mỗi cá nhân, mỗi người có tư tưởng và ý thức riêng, thực sự chịu trách nhiệm về mọi mặt sinh tử của chính mình, không phải là động vật có thể thuần hóa, càng không phải là máy móc được lập trình sẵn. Vì vậy, sơ đồ cấu trúc chỉ là lý tưởng, còn lợi ích hóa mới thực sự là bản đồ."

"Haha, trước mặt một cô gái như em mà anh lại bàn chuyện quốc gia đại sự rồi! Thôi chuyển chủ đề ngay." Tôi nhận ra mình đã quá cao đàm khoát luận.

"Hahahaha, từ nhỏ ba em đã nhồi nhét mấy thứ này cho em rồi, quen rồi ạ! La la la!" Nguyệt Tình hối thúc tôi mau tiêu diệt miếng bít tết lớn để bồi bổ thể lực đã tiêu hao trong nhà tù Mỹ.

"Một hai năm nay, em cũng suy nghĩ nhiều hơn về việc xã hội này rốt cuộc bị làm sao. Từ tận lòng mình, gia đình kiểu như tụi em, ba đời trung dũng với quốc gia xã hội, vậy mà phải cố tình trốn vào những góc khuất không thấy ánh sáng. Thậm chí còn có cảm giác khủng hoảng." Nguyệt Tình nói lấp lửng, tôi hiểu lời cô ấy phải giữ lại đôi phần.

"Đơn vị của em cũng không yên ổn, chỉ đang đợi thông báo chính thức thôi. Vị lãnh đạo thứ ba phụ trách thường vụ, bốn mươi mấy tuổi đang ở đỉnh cao sự nghiệp, một tháng trước bị Ủy ban Kiểm tra Kỷ luật giữ lại để điều tra (lưu trị), khai hết chuyện tham nhũng rồi. Chuyện này quá lớn, đây là lần đầu tiên trong lịch sử đơn vị cấp phó bộ của tụi em xảy ra chuyện như vậy! Chuyện này vừa ra, ai nấy đều tự lo thân, không khí tồi tệ lắm. Định bụng mời anh đến đại bản doanh của đơn vị xem thử, nhưng việc đó phải xin phép trước vài ngày mà chưa chắc đã được duyệt, xe của em còn chẳng được lái vào cổng viện." Nhân lúc tôi đang ăn uống ngon lành miếng bít tết, Nguyệt Tình không ngần ngại cho tôi biết một chuyện động trời.

"Nguyệt Tình, đây là em mới gặp cảnh 'đả hổ' lần đầu, còn anh thì quen rồi. Mười năm nay, số quan chức trong vòng bạn bè trên điện thoại của anh bị ngồi tù lên đến con số ba chữ số. Năm nay còn cường điệu hơn, tháng nào cũng có vài ba người. Nếu cách một thời gian tôi đến thành phố nào đó muốn liên lạc với ai, đều phải tìm kiếm trước xem người đó có xảy ra chuyện gì không."

"Anh giao thiệp với nhiều quan chức chính phủ trong làm ăn như vậy, có bao giờ bị liên lụy vào các vụ án không?"

"Về phương diện đó tôi coi như rất thận trọng, nhưng cũng khó tránh khỏi việc phải phối hợp với nhu cầu của quan chức trong làm ăn. Có những quan chức khi ký hợp đồng sẽ đặt vấn đề phải lo lót cho các cấp lãnh đạo để dự án được thực thi suôn sẻ, phải nộp tiền vào 'quỹ đen' của đơn vị; có người thì biến tướng vòi vĩnh hối lộ cá nhân, có nơi thì tập thể chặn lại tham ô. Những trường hợp này đều dùng cách nâng giá đơn vị hợp đồng hoặc khai khống số lượng hợp đồng. Nói trắng ra tiền đó vốn là tiền của đối phương, chỉ mượn tài khoản của tôi để đi qua một lượt. Vậy thì tôi chắc chắn phải phối hợp. Đầu năm kia, chỉ vì vụ án của một quan chức mà Ủy ban Kiểm tra Kỷ luật đã mời tôi đi."

"Ủy ban Kiểm tra Kỷ luật mời anh? Tại sao? Không phải họ chỉ tra xét quan chức thôi sao?" Nguyệt Tình có lẽ nghĩ điều này vượt ngoài kiến thức thông thường.

"Đúng vậy, danh nghĩa là họ gọi điện mời tôi đến phối hợp điều tra, thực chất là thông báo tôi bắt buộc phải có mặt. Họ cũng nói thẳng, tôi có thể không phối hợp, nhưng kết quả sẽ là để công an cùng tham gia phá án, lúc đó phát sinh ảnh hưởng xấu gì thì tôi tự mà cân nhắc."

"Mau kể em nghe, anh gặp phải vụ án gì, họ đã 'xử' anh thế nào." Nguyệt Tình lộ vẻ tinh nghịch và tò mò.

"Đó là một vị trưởng phòng đã nghỉ hưu được 6 năm, vì mâu thuẫn gia đình trong việc phụng dưỡng người già mà bị chính anh em ruột tố cáo nghi ngờ có tài sản khổng lồ không rõ nguồn gốc. Ủy ban Kiểm tra Kỷ luật tra đâu trúng đó, bên trong ông ta đã khai ra nhiều vụ tham ô hối lộ, trong đó có một vụ là cách đây hơn mười năm lúc còn tại chức đã vòi vĩnh hối lộ tôi. Thú thực, quan hệ giữa người đó với tôi cũng chỉ qua một lần làm ăn, mờ mờ ảo ảo có chuyện đó, nhưng chi tiết cụ thể thì tôi thực sự quên sạch rồi. Tôi cứ mang tâm lý chẳng có gì phải sợ nên để tài xế lái xe đưa tôi đến chỗ Ủy ban, vừa vào cửa đã bị khám người, tháo thắt lưng, thu giữ điện thoại, sau khi kiểm tra sức khỏe đơn giản thì đưa đi thẩm vấn. Nhân viên nói là hỏi chuyện, nhưng tôi bảo họ rõ ràng là thẩm vấn. Tại sao ư? Căn phòng đó rất nhỏ, không có cửa sổ, bất kỳ bức tường hay đồ vật nào tôi có thể chạm vào đều mềm mại. Hai người hỏi chuyện ngồi chễm chệ trên bàn ghế cao hơn đối diện tôi, tôi ngồi trên một chiếc ghế có rào chắn và chiếc bàn nhỏ thấp hơn, còn một người khác đứng bên cạnh nhìn chằm chằm. Phòng có camera giám sát không góc chết, việc đi vệ sinh cũng cần có người canh giữ. Em nói xem, đó là hỏi chuyện hay thẩm vấn?"

"Haha, kinh khủng vậy sao! Rồi sao nữa, anh có khai không?"

"Tôi khai thế nào được? Không phải tôi không khai, mà là tôi có vắt óc cũng không nhớ ra nổi. Nhân viên không ngừng dẫn dắt, gợi ý cũng vô dụng, thậm chí còn cho rằng tôi cố ý che giấu, chống đối. Họ đe dọa tôi, nếu chưa khai rõ ràng thì ngày mai, ngày kia... sẽ bị lưu giữ cho đến khi khai rõ thì thôi. Tôi giải thích với họ, những năm đó, đừng nói tối nào tôi cũng đi tiếp khách uống rượu, thì một tuần cũng phải có ít nhất bốn năm buổi tối, có khi một tối uống hai ba tăng, có khi say đến mức lái xe về đến khu nhà mà sáng hôm sau không nhớ đỗ xe ở đâu, làm sao tôi nhớ nổi một chuyện từ mười mấy năm trước. Một phụ nữ bên Ủy ban bèn nói: Tôi tin anh uống rượu, nhưng tôi không tin anh có thể uống đến mức quên cả việc đưa tiền cho quan chức! Tôi bảo trước khi đến đây tôi còn đặc biệt bảo kế toán xem lại sổ sách cũ, cũng bảo với tôi là không có chuyện gì. Cô ấy bảo: Mấy ông chủ các anh không bao giờ ghi những chuyện đó vào sổ sách đâu. Hai bên cứ thế giằng co, tiêu tốn thời gian. Bữa trưa họ đưa cho một suất cơm hộp một mặn hai chay chẳng có vị gì, chiếc thìa nhựa mềm rất khó để múc thức ăn, tôi không ăn một miếng nào, cũng chẳng tâm trí đâu mà ăn. Tôi bảo với họ là tôi cảm thấy bị nhục mạ, sao có thể hành hạ người ta khi chưa xác định phạm tội như vậy, họ bảo biết tôi có chức vụ và thân phận quan trọng ngoài xã hội, nhưng đã đến đây thì phải giữ quy tắc.

Hôm đó giằng co đến hơn bốn giờ chiều, đột nhiên máy tính của họ có giọng nói phát ra, có người bảo họ đợi một chút sẽ có người mang tài liệu qua. Lúc đó tôi hỏi mới biết, toàn bộ quá trình thẩm vấn trong phòng đó được camera kết nối với một văn phòng khác để giám sát, đồng thời cũng kết nối với nền tảng trực tuyến của Ủy ban Kiểm tra Kỷ luật cấp cao hơn. Một lát sau, một người có vẻ là lãnh đạo mang một xấp tài liệu đặt trước mặt tôi: hợp đồng, lệnh chuyển tiền, lời khai của vị trưởng phòng. Đúng là linh nghiệm thật, bộ nhớ trong não tôi lập tức được truy xuất. Đó là hợp đồng và sổ sách qua lại của 3 công ty nhỏ tôi đã giải thể gần mười năm trước, những công ty đó chỉ mở một hai năm là giải thể, cũng không dùng tên tôi làm pháp nhân, nên vừa không có sổ sách kế toán mà tôi cũng không nhớ ra được. Nhớ ra rồi thì dễ thôi, vị trưởng phòng đó lúc đó bảo là 'quỹ đen' của đơn vị cuối năm cần tiền, nên đã lập khống, khai tăng số lượng và số tiền, sau khi trừ thuế thì trả lại tiền mặt. Tôi lần lượt khai nhận hết, cũng biết được khoản tiền đó không phải 'quỹ đen' đơn vị gì cả mà là ông ta chiếm đoạt tham ô cá nhân."

"Vậy sau đó họ có xử lý anh không?"

"Không, trước khi ký vào biên bản lời khai, người của Ủy ban Kiểm tra Kỷ luật tỏ ra rất nhiệt tình và thân thiện với tôi, chúng tôi còn trò chuyện với nhau nữa. Họ bảo chính sách lúc đó yêu cầu là, đối với những nhà kinh doanh dân doanh trong các vụ án loại này, về nguyên tắc sẽ không định tội. Còn bảo làm án cũng rất vất vả, hôm nay thế này là đạt hiệu suất cao rồi. Hiện tượng quan chức tham ô tham nhũng cực kỳ phổ biến, giống như trong một vườn bách thú có hổ sư tử, gấu trúc sơn dương, ruồi muỗi sâu bọ, lớn nhỏ đều là thú dữ sâu hại, nếu muốn bắt thì ai cũng đáng bắt. Vì vậy nguyên tắc làm án của Ủy ban Kiểm tra Kỷ luật là, án lớn hay nhỏ đều do lãnh đạo quyết định mục tiêu, nhiệm vụ và ranh giới trong cuộc họp án. Đến ranh giới rồi thì không truy cứu thêm nữa. Thế nên họ cũng không hỏi thêm tôi về cái hợp đồng lớn bao trùm cái hợp đồng nhỏ đó, cũng không truy vấn về việc qua lại với vị lãnh đạo quan chức cấp cao hơn phụ trách hợp đồng lớn. Nói thật, nếu họ thực sự đào sâu truy đuổi, cái hợp đồng lớn của vụ đó trị giá hàng chục triệu tệ, chắc chắn sẽ có thêm nhiều manh mối và sự thật về tham ô tham nhũng của các quan chức cấp cao hơn." Nguyệt Tình bảo: "Mấy ông chủ các anh cũng ác thật đấy", tôi bảo: "Nếu em ở trong môi trường đó, em cũng phải làm thế mới lấy được dự án và được nghiệm thu suôn sẻ để lấy được tiền."

"Trải nghiệm lần đó ở Ủy ban Kiểm tra Kỷ luật của tôi còn nhỏ lắm. Tôi quen một vị phó thị trưởng kiêm cục trưởng ở một thành phố, một tháng trước khi ông ấy tự sát vì sợ tội, ông ấy đã ký tên đóng dấu toàn bộ thủ tục nợ tiền công trình của đơn vị ông ấy đối với công ty tôi, giúp tôi sau này thắng kiện trọng tài và lấy được tiền. Tôi còn quen một vị ủy viên thường vụ kiêm cục trưởng ở một thành phố nọ, buổi tối tiếp tôi uống rượu xong đã nửa đêm rồi, ông ấy gọi điện cho từng thuộc cấp, bảo vợ của bốn vị trưởng phòng qua tiếp tụi tôi hát hò nhảy múa. Trưởng phòng và vợ đều cùng một cục, đều dưới quyền quản lý của ông ấy, sau này trong bản án của vị ủy viên thường vụ có ghi công khai rằng mấy nữ thuộc cấp đó thực chất đều là tình nhân. Theo tiếp xúc và quan sát của tôi, chồng của những nữ thuộc cấp đó, cũng đều là thuộc cấp của vị ủy viên thường vụ, trong lòng đều hiểu rõ chuyện gì đang xảy ra, chẳng qua là bịt tai trộm chuông mà thôi." Tôi kể một cách hào hứng như đang kể văn học ký sự, Nguyệt Tình nghe mà mắt chữ O mồm chữ A, bộ dạng kỳ quặc nhưng nét mặt trông rất đáng yêu.

"Vụ án duy nhất ở Ủy ban Kiểm tra Kỷ luật đó, sau khi công ty tôi phá sản và tôi đi Mỹ, cái cậu thanh niên bên Ủy ban trò chuyện rôm rả với tôi hôm đó vẫn còn gọi điện cho tôi. Bảo tôi cứ yên tâm, vị trưởng phòng đó bị phạt 8 năm tù, xác định là vòi vĩnh hối lộ tôi, nên tôi không bị liên lụy gì. Nhưng cái môi trường như ở Ủy ban Kiểm tra Kỷ luật ấy, tốt nhất là đừng bao giờ bước chân vào. Hôm đó kết thúc thì trời cũng đã gần tối, bắt buộc phải có người nhà hoặc người của đơn vị đương sự ký tên đón về, may mà tôi có tài xế luôn đợi ở ven đường không xa."

"Sắp tới anh định đi đâu, làm thế nào? Các mối quan hệ của em có lẽ giúp được anh đấy, cần gì cứ nói." Nguyệt Tình nói câu này với sức nặng rất lớn, tôi biết cô ấy nói được là làm được.

"Nguyệt Tình, em nói vậy làm anh cảm động quá. Anh muốn tìm một nơi an thân trong nước thì phải đi cho thông con đường phá sản kia, tức là để thẩm phán thụ lý đơn. Nếu thực sự muốn làm, việc này em chắc chắn giúp được. Nhưng cho dù em tìm người nói chuyện với thẩm phán để thụ lý án phá sản của anh, thì đó vẫn là một quy trình pháp lý dài dặc. Quan trọng hơn là cần một khoản chi phí phá sản không nhỏ bao gồm cả phí luật sư, tạm thời anh chắc chắn không gom đủ, thôi thì cứ tính kế lâu dài vậy. Chừng nào anh chưa phá sản theo pháp luật, thì ở trong nước lúc nào cũng có nguy cơ bị lưu giữ, bị tạm giữ, bị định tội. Như anh đã nói lúc trước, trong một xã hội mà ranh giới giữa pháp luật và quyền lợi mờ mịt, thiếu sót, mỗi người đều sẽ bị đẩy đến lằn ranh đỏ hoặc bên lề của những rủi ro mang tính hệ thống. Còn anh, lại càng giống như đang đứng dưới bức tường nguy hiểm. Vì vậy, nếu không phải bị Mỹ cưỡng chế trục xuất về nước, anh sẽ không quay về trong thời gian ngắn, cũng sẽ không có cuộc gặp gỡ hôm nay của hai chúng ta, coi như là ý Chúa sắp đặt vậy! Việc đàm phán hợp tác với tập đoàn nhà nước lớn ở thành phố Quảng Châu lúc trước cũng không phải là hoàn toàn hết hy vọng hợp tác lại, anh đột nhiên mất liên lạc bao nhiêu ngày nay, hai ngày tới thử liên lạc lại với họ xem sao. Anh chắc chắn không thích hợp quay về quê quán, tuy anh nói với người của ICE Mỹ là gấp rút về nước thăm mẹ già lâm bệnh nặng là sự thật, nhưng việc anh nói muốn đi Hồng Kông hay quốc gia khác có lẽ là lựa chọn tốt nhất."

"Haha, Chúa ơi, thực sự có Chúa sao? Nghe anh nói vậy thì chắc em phải tin là có Chúa thật!" Nguyệt Tình, chúng ta, tuyệt đại đa số mọi người từ khi sinh ra đều tiếp nhận nền giáo dục duy vật và vô thần. Không tin có Chúa, nhưng mệnh, vận, những quy luật và sự biến đổi thất thường do môi trường mang lại, lại tồn tại một cách chân xác 100%.

Mất liên lạc suốt 23 ngày, đối với những đầu mối liên hệ cần thiết mà tôi không thể hồi âm kịp thời, tôi thống nhất bịa ra một câu chuyện rằng: căn bệnh ù tai kinh niên nhiều năm bỗng dưng tái phát cấp tính, và theo yêu cầu của bác sĩ, tôi phải cách ly hoàn toàn với điện thoại trong thời gian điều trị.

Về việc hợp tác nghiên cứu phát triển với tập đoàn Nam Cơ, tôi đã rời đi ngay sau khi nộp báo cáo lập dự án cuối cùng vào một tháng trước, dĩ nhiên là phải liên lạc lại. Chủ tịch Nam nói qua điện thoại rằng, nửa tháng trước ông ấy đã muốn hẹn gặp tôi để trao đổi thêm một lần nữa nhưng không liên lạc được. Ông ấy cho rằng việc tôi ở lại chi nhánh số 3 suốt hai tháng mà không làm nên trò trống gì là do Ngụy Tín không hiểu về đổi mới, sợ rủi ro, sợ trách nhiệm; những hạng mục nằm trong phạm vi có thể quyết định nhưng ông ta không chịu quyết định, vốn là căn bệnh chung của các doanh nghiệp nhà nước lớn trong môi trường nhiều thủ tục, tình trạng cao áp phản hủ (chống tham nhũng) và môi trường rủi ro cao của thời kỳ cải cách. Dự án nghiên cứu đó vẫn có thể thúc đẩy được, liệu có thể cắt giảm chi phí ban đầu xuống còn vài trăm nghìn tệ để bắt tay vào làm trước hay không. Tôi nói mình vẫn chủ động từ bỏ, mặc dù dự án này từ mức ngân sách gần mười triệu tệ ban đầu tôi đưa ra, giảm xuống còn vài trăm nghìn tệ cũng có thể khởi động làm trước, và tôi cũng không nghi ngờ thực lực hậu thuẫn của tập đoàn Nam Cơ, nhưng sau đó vẫn phải đối mặt với vô vàn bài toán khó về nhân lực, tài lực, vật lực và thủ tục trong một chu kỳ thời gian rất dài. Sau đó, Ngụy Tín đã nhận được cuộc điện thoại của tôi thông báo về việc chủ động từ bỏ hợp tác dự án nghiên cứu này.

Bạc Vọng đưa ra lời khuyên cho tôi rằng: tuyệt đối đừng mạo hiểm quay về nguyên quán, nên nhanh chóng xuất ngoại. Lý do của anh ấy rất đầy đủ, đúng như nỗi lo lắng của tôi một tháng trước về việc các nhà kinh doanh dân doanh ngày càng không trụ vững nổi, những chuyện xấu và tin dữ của các ông chủ dân doanh cứ liên tiếp đột ngột ập đến. Trên mạng lan truyền chóng mặt tin tức về việc vài ông chủ doanh nghiệp nổi tiếng ở độ tuổi bốn mươi, năm mươi đã chọn cách nhảy lầu để kết thúc cuộc đời. Tuyệt lộ của họ đều đến từ một tình cảnh giống nhau — bị lưu giữ điều tra (lưu trị) trong nhiều ngày. Theo "Luật Giám sát Cộng hòa Nhân dân Trung Hoa" bản mới nhất, thời gian lưu giữ điều tra đối với nghi phạm hình sự có thể từ 3 tháng đến 6 tháng tùy trường hợp, tình huống đặc biệt có thể gia hạn lưu giữ tối đa lên tới 14 tháng. Sau khi các ông chủ bị lưu giữ, gia đình sẽ tìm mọi cách nộp tiền để bảo lãnh người ra, thông thường là phải nộp ra một khoản tiền sơ bộ liên quan đến vụ án cực kỳ lớn mới được tạm thời trả tự do. Trong thời gian tạm thời được thả, hành tung và hoạt động cũng phải chịu sự hạn chế và giám sát, sẵn sàng tiếp nhận việc bị lưu giữ lại hoặc bị tạm giam bất cứ lúc nào, hầu hết đều khó tránh khỏi kiếp nạn tù đày. Đối mặt với việc chuỗi vốn, chuỗi cung ứng, chuỗi tài nguyên của doanh nghiệp và cá nhân sụp đổ liên hoàn như quân bài domino, kết thúc sinh mạng có lẽ là sự giải đáp tốt nhất của các ông chủ đối với bản thân, gia đình và xã hội.

Các cơ quan kiểm tra kỷ luật và giám sát trên toàn quốc mỗi năm lập án tới hàng trăm nghìn vụ tham ô tham nhũng, số quan chức bị phạt tù hoặc xử lý hành chính lên tới hàng triệu người. Gần như mỗi vụ án đều chắc chắn kéo theo các vấn đề kinh tế của doanh nghiệp dân doanh. Trong thời kỳ chính sách nới lỏng, về nguyên tắc sẽ không định tội cho các doanh nghiệp dân doanh có hành vi đưa hối lộ. Nhưng sau khi chính sách siết chặt, các ông chủ dân doanh định sẵn sẽ bị "hạ búa" định tội đưa hối lộ. Dưới cơ chế truy quét ngược về trước mười năm, hai mươi năm, các ông chủ và doanh nghiệp dân doanh ai nấy đều nguy khốn như trứng để đầu đẳng.

Ở Trung Quốc, các tội danh như: tội thông đồng đấu thầu, tội khống hóa đơn, tội lừa đảo chiếm đoạt tài sản qua khoản vay, tội nhận hối lộ của người không phải nhân viên nhà nước, tội lừa đảo hợp đồng, tội sản xuất và tiêu thụ hàng giả hàng kém chất lượng, tội kinh doanh phi pháp được gọi chung là tội phạm phá hoại trật tự kinh tế thị trường xã hội chủ nghĩa; loại án này vào năm 2025 lần đầu tiên cho thấy sự tăng trưởng đáng kể từ 10% đến 50%.

Lướt xem nhóm WeChat gồm vài người cùng lớp trong khóa học tại trường kinh doanh, có tin nói rằng Lớp trưởng Đổng, người đã bị bắt và lưu giữ tới ba năm, đang đối mặt với việc tuyên án tù. Lớp trưởng Đổng từng tiếp quản một nhà máy rượu trắng của thị trấn vào cuối thập niên 90, dẫn dắt đội ngũ nòng cốt và toàn thể công nhân viên vượt qua muôn vàn khó khăn khi doanh nghiệp cực kỳ khốn đốn và sự cạnh tranh trong ngành khốc liệt để đưa thương hiệu bứt phá đi lên. Trong hai lần cải tổ cổ phần sau đó, lần thứ nhất ông đã dùng tiền thưởng của chính phủ cấp để mua cổ phần, lần thứ hai mua cổ phần theo mức định giá thị trường của huy động vốn bên ngoài. Doanh nghiệp đã niêm yết từ mười sáu năm trước, kinh doanh ổn định trong khoảng mười năm, sau khi đạt tuổi nghỉ hưu ông đã từ chức. Nguyên nhân bị liên lụy vào vụ án chỉ vì một nhóm công nhân cũ bất mãn, đã khiếu nại tố cáo Lớp trưởng Đổng và đội ngũ quản lý cao cấp mua cổ phần không đúng quy định trong hai lần đó. Loại tình tiết vụ án này, nếu nhìn sang trái có thể định tính là thao túng chính trị, định giá thấp và làm thất thoát tài sản nhà nước; nhìn sang phải thì lại là có pháp luật để tuân theo trong thị trường vốn chứng khoán. Sau khi bị lưu giữ, đầu tiên là tán gia bại sản nộp ra hàng trăm triệu tiền mặt, sau đó là toàn bộ cổ phần và tài sản kinh doanh bị đóng băng. Hậu quả có thể đoán trước được, chính phủ làm sao có thể trả lại số tiền đã thu vào? Cách duy nhất để không trả lại chính là định tính định tội dưới danh nghĩa làm thất thoát tài sản nhà nước.

Tài xế thuận phong xa (xe đi ghép) gọi điện xác nhận đi xác nhận lại với tôi: Có thật là muốn lái xe từ Bắc Kinh đến tận cửa khẩu Thâm Quyến không? Tôi khẳng định là đúng. Anh ta nói vậy thì phải cộng thêm một khoản phí ngoài giá trên nền tảng, tổng cộng là 6.500 Nhân dân tệ. Tôi hỏi bao lâu thì anh có thể đến đón? Anh ta đáp: Rất nhanh.

"Anh bạn nhỏ, anh có cần về nhà lấy quần áo hay đồ dùng vệ sinh cá nhân không? Nếu cần cứ đi đường vòng một chút, em không gấp thời gian đâu." Tài xế là một thanh niên khỏe mạnh và lanh lợi.

"Đại ca, không cần đâu. Ở Bắc Kinh tôi không có nhà, toàn bộ gia sản đều nằm trong cốp xe rồi! Tôi là người Hàm Đan, Hà Bắc, anh cứ gọi tôi là Tiểu Đinh là được!"

Chà, xem ra cũng giống như một số tài xế Uber người Hoa ở Mỹ, coi xe là nhà, lái xe kiếm tiền, dừng xe đi ngủ.

Thông tin từ nền tảng đặt xe cho biết hành trình dài khoảng 2.200 km, có thể đến nơi vào khoảng trưa ngày hôm sau. Tôi bảo Tiểu Đinh cứ bật định vị, không cần vội, trên đường có thể thay phiên nhau lái, đêm mệt thì tìm khách sạn gần đó nghỉ ngơi, an toàn là trên hết.

"Đại ca, em hỏi thật nhé, sao anh không đi máy bay hay tàu cao tốc? Đi đường bộ thế này vất vả lắm!" Xuất phát rồi, Tiểu Đinh vẫn thấy việc thuê xe đường dài thế này là không bình thường.

"Đi được máy bay hay tàu cao tốc thì đã chẳng cần gọi xe của chú rồi!"

"Đại ca đừng giận, anh bị tòa án 'hạn chế tiêu dùng cao' phải không? Em thường xuyên gặp những vị khách không thể đi máy bay hay tàu cao tốc, đều là những người bị liệt vào danh sách 'Lão lại' (nợ xấu) cả."

"Đúng rồi, chú đoán trúng rồi đấy."

"Đại ca có muốn đi máy bay không? Nếu muốn, em tìm người mua vé cho anh, có người chuyên làm dịch vụ này đấy. Như vậy anh đỡ phải vất vả đi đường dài." Tôi nghe là hiểu ngay, Tiểu Đinh đang muốn kiếm tiền môi giới mua vé hộ tôi.

"Tiểu Đinh, chú đừng bày mưu tính kế linh tinh nữa. Tôi hỏi rồi, những người đó dù có mua được vé giá cao thì cũng không đảm bảo hãng hàng không không từ chối vận chuyển. Cái thời đại mà dữ liệu lớn (Big Data) hiện diện khắp nơi, ai nấy đều bị giám sát này, đi xe của chú là đáng tin nhất, đảm bảo không bị sân bay hay nhà ga chặn lại thẩm tra."

"Anh nói đúng ạ! Được rồi, vậy chúng ta thẳng tiến Thâm Quyến! Nhưng đại ca cho em thương lượng chút, anh ứng trước cho em một ít tiền để đổ xăng và trả phí đường bộ. Chẳng giấu gì anh, em mở số dư WeChat và thẻ ngân hàng cho anh xem, thực sự không có tiền đổ xăng."

"Tiểu Đinh, chú thế này là ép tôi chứ thương lượng gì. Thôi được rồi, tôi thanh toán trước 2.000 tệ."

Trên đường đi, Tiểu Đinh kể cho tôi nghe toàn bộ câu chuyện của cậu ta, phơi bày trọn vẹn một góc thực tại của thế giới này mà tôi chưa từng nghe thấy.

Dưới đây là lời tự thuật của Tiểu Đinh:

"Em sinh năm 1996, tuổi mụ là 30 rồi mà vẫn tay trắng. Chiếc xe điện này là xe cũ em mua sau Tết, không đủ tiêu chuẩn của Didi về tình trạng xe và giấy phép kinh doanh nên chỉ có thể chạy xe ghép. Ngay cả chiếc xe này cũng là do bố em bán hai con bò ở nhà, rồi vay mượn thêm trên các nền tảng mạng mới gom đủ 70.000 tệ để mua. Lúc mới định lên Bắc Kinh chạy xe em cũng không hiểu biết, nếu không thì đã trả góp mua xe mới để đăng ký chạy Didi. Chạy xe ghép cũng có cái hay, mỗi ngày có thể chạy lâu hơn, khoảng 15-16 tiếng, mỗi tháng doanh thu cũng được gần 10.000 tệ. Trừ tiền điện, ăn uống, bảo hiểm, sửa xe và tiêu vặt, còn lại 4.000-5.000 tệ đều phải đem đi trả nợ. Tiền vay trên mạng hay vay người thân đều chẳng khác gì tín dụng đen, tháng nào cũng phải trả đúng hạn. Nghĩ mà thấy có lỗi với bố, bản thân em vì nợ xấu nên toàn phải dựa vào danh nghĩa của bố để vay tiền. Cứ chạy thế này, chiếc xe điện cũ này cùng lắm ba năm là nát, tính ra mỗi tháng chi phí khấu hao cũng mất 2.000 tệ, thực tế mỗi tháng chỉ thực thu được hai ba nghìn tệ thôi.

Hồi tiểu học, mẹ em bị ung thư không chữa khỏi nên qua đời. Những năm trước ở quê em có rất nhiều xưởng gia công sắt thép vụn nhỏ, không khí và môi trường bị ô nhiễm khủng khiếp, người bị ung thư nhiều vô kể. Nếu anh từng xem bộ phim tài liệu về ô nhiễm môi trường của Sài Tĩnh[25] thì cảnh tượng đúng như vậy đấy. Bố em làm việc trong xưởng gia công thép, làm việc bẩn thỉu và mệt nhọc suốt ngày đêm, căn bản không có thời gian chăm sóc em. Ngày thường có ông bà nội chăm nom, đi học cũng chẳng ai quản thành tích tốt hay xấu, suốt ngày chỉ biết chơi. Ở chỗ em, hầu hết bố mẹ đám trẻ đều đi làm thuê ở nơi khác, đều là 'đứa trẻ bị bỏ lại'. Thực ra em cũng chẳng khác gì chúng, điều hạnh phúc nhất là muốn hoang dã thế nào thì hoang dã thế ấy. Học hết cấp hai là em nghĩ,

---

[25] Sài Tĩnh (柴静): nhà báo Trung Quốc, năm 2015 từng công bố một phim tài li ệu tự thực hiện về ô nhiễm không khí ở Trung Quốc, gây tiếng vang lớn.

mới 16 tuổi đầu, chưa biết đồng tiền quý giá là gì, cứ chìa tay xin tiền bố để chơi game, hút thuốc uống rượu, cũng chẳng thiếu đám bạn bè xấu.

Một lần vào mùa thu, 5 thanh niên bọn em sang vùng núi Thái Hành ở tỉnh Sơn Tây chơi, vào một thị trấn nhỏ ăn đồ nướng uống rượu. Món cá có mùi lạ, khi thanh toán bọn em không chịu trả tiền, chủ quán cậy là người địa phương không chịu nhường nhịn, mồm mép còn lăng mạ. Ba câu không xong là bọn em ra tay đánh lão chủ quán nằm gục dưới đất. Bị cảnh sát bắt, đến ngày hôm sau mới biết người đó bị dập lá lách, gãy xương sườn, may mà cấp cứu kịp thời mới giữ được mạng. Cả 5 người đều tham gia đánh, không biết ai ra tay nặng ai ra tay nhẹ. Trong 5 người chúng em, đứa lớn nhất 18, đứa nhỏ nhất 15 tuổi. Chuyện xảy ra trên đất Sơn Tây của người ta, định tội nặng nhẹ đều dựa vào việc vung tiền tìm quan hệ. Đứa 18 tuổi bị phạt nặng nhất là 3 năm, em và một đứa nữa bị phạt một năm, hai đứa còn lại gia đình tìm được quan hệ lớn nên được hưởng án treo, bảo lãnh ra ngoài. Chỉ để em được giảm án nhẹ nhất có thể, bố em cũng nhờ người tìm quan hệ, tiêu sạch tiền trong nhà.

Để em kể anh nghe về nỗi khổ khi ở trong tù, đó là những ngày sống không bằng heo chó. Khi bị tuyên án đưa vào tù đúng vào giữa mùa đông, cái vùng bên cạnh núi Thái Hành đó lạnh lẽo và âm u vô cùng. Hôm đó, chưa kịp bước qua cửa buồng giam đã bị đám phạm nhân dội cho một xô nước lên đầu. Ngay lập tức cả người ướt sũng như rơi vào hầm băng, em khóc thét lên. Cai ngục chẳng những không quản mà còn ném em ở đó rồi quay lưng đi thẳng. Thế vẫn chưa xong, mấy tên phạm nhân xông lên thay phiên nhau tát vào mặt, dùng đế giày mà quất. Đám đó đánh người rất nghề, không đánh gãy xương, không đánh nội thương, cứ phải mũi xanh mặt sưng, da thịt be bét mới thôi. Đó gọi là 'Lao đầu ngục bá' (đại ca phòng giam), sau này em cũng theo đám phạm nhân đó đánh những đứa mới vào, không đánh không được, bắt buộc phải đánh, đó là luật bất thành văn. Mỗi ngày cơm nước chỉ có chút cháo loãng, dưa muối, bánh màn thầu cứng ngắc, vốn dĩ đã ăn không đủ no, lại còn bị đám phạm nhân khác cố tình hất đổ, dùng chân giẫm nát không cho ăn. Con người ta có thể đói đến mức nào? Chỉ hận không thể tìm được một con sâu trên mặt đất mà nuốt chửng. Càng là lúc đói đến mức sống không nổi chết không xong, đám phạm nhân càng lấy những mẩu bánh màn thầu bẩn thỉu ra trêu chọc. Muốn ăn thì phải học tiếng chó sủa, học đủ loại động vật bò nhảy, rồi chúng nhổ vài bãi đờm vào đó bắt ăn. Muốn ăn thì phải ăn, không ăn cũng bị ép phải ăn. Đó chưa phải là điều khó chịu và buồn nôn nhất. Giữa phạm nhân với phạm nhân, giữa phạm nhân cũ và phạm nhân mới, luôn có kẻ bạo lực và kẻ yếu đuối, kẻ yếu phải nghe lời kẻ bạo lực. Những đứa nhà có tiền có quan hệ, dưới sự quan tâm của cai ngục, cũng sẽ trở thành kẻ bạo lực. Cưỡng hiếp, kê gian ở đó là chuyện công khai. Cứ tụt quần ra là bắt kẻ yếu dùng miệng giải quyết nhu cầu tình dục, hoặc dùng hậu môn. Những phạm nhân mới nếu không phải hạng cực kỳ hung dữ, hoặc nhà có tiền có quan hệ được cai ngục che chở, thì làm sao chịu nổi sự hành hạ đó, nhưng không chịu nổi cũng phải chịu. Có phạm nhân buồn nôn đến mức nuốt vào rồi lại nôn ra, nôn ra rồi lại nuốt vào; có phạm nhân bị giày vò đến mức kêu khóc thảm thiết, bên cạnh đám phạm nhân khác vẫn vỗ tay vui sướng như đang xem kịch, xem biểu diễn.

Mô tả thế nào nhỉ? Biến thái, lũ biến thái không bằng cầm thú. Trong môi trường đó, muốn chết cũng khó, chỉ có thể tìm cách thích nghi. Em ở đó được hơn ba tháng thì được một phạm nhân từng là lãnh đạo cấp sở để mắt tới, cai ngục sắp xếp cho em chăm sóc vị lãnh đạo đó, lúc đó đời em mới dễ thở hơn một chút. Dù vậy, nếu lãnh đạo đi vệ sinh mà không muốn tự chùi đít, em cũng phải ra tay. Vị lãnh đạo đó nghe nói bị xử 5 năm, nhưng ở được nửa năm là được bảo lãnh ra ngoài chữa bệnh. Khi đi ông ta dặn cai ngục đối xử tốt với em, về sau mấy tháng cuối em cũng đi bắt nạt những đứa mới đến hoặc những đứa yếu thế. Em ra tù năm 2013, giờ ở đó thế nào thì không rõ, chắc là có khá hơn đôi chút.

Ra tù rồi, em trở thành đối tượng giám sát trọng điểm của chính quyền các cấp. Ngoài bố ra thì chẳng ai nói được với em câu nào tử tế, họ hàng bạn bè gặp mặt đều dùng giọng giáo huấn để nói chuyện với em. Cúi đầu, gật đầu, giả vờ ngoan ngoãn mới là dáng vẻ em nên có. Muốn tìm một công việc còn khó hơn lên trời, ngoài chút sức lực ra, em chẳng thể xin được 'Giấy xác nhận không tiền án tiền sự'. Bố em phải nói khó mãi với một xưởng gia công của người họ hàng xa, bắt em viết bản cam đoan không gây chuyện nữa, họ mới sắp xếp cho làm thợ học việc hàn điện. Em làm ở đó hơn bốn năm, hai cha con cùng làm lụng trả hết nợ nần và còn dư ra được chút tiền. Em có quen một cô bạn gái, nhưng bố mẹ cô ấy biết em từng ngồi tù nên kiên quyết không cho qua lại. Đến cuối năm 2018, công việc ở xưởng đó bỗng chốc mất sạch, rất nhiều nhà máy đóng cửa phá sản, nghe nói là do kinh tế đi xuống. Có người bảo ngành thép đừng hy vọng gì nữa, ngay cả tập đoàn thép Hâm Hải Sơn Tây của đại gia từng cưới minh tinh Xa Hiểu còn ngã ngựa không gượng dậy nổi.

Nhân lúc mất việc, có nhiều thời gian, em đi thi lấy bằng lái xe. Bố em bảo giá nhà mỗi ngày một tăng, mau mua một căn ở huyện, có nhà mới mong lấy được vợ. Hồi đó vay tiền qua mạng dễ lắm, gom đủ tiền trả trước rồi, nợ vay 30 năm mỗi tháng phải trả hơn ba nghìn tệ. Sau đó em mở một tiệm gia công hàn điện, ăn ngủ luôn tại tiệm, nhưng cũng không kiếm đủ tiền trả nợ mạng cộng nợ nhà. Vừa mới nghĩ làm càng lâu thì buôn bán càng khá hơn chút, thì cái dịch bệnh chết tiệt ập đến, thường xuyên không cho mở cửa làm việc, cũng chẳng có khách nào đến giao việc, cầm cự hơn nửa năm đành phải đóng cửa. Con người ta hễ rảnh rỗi là dễ sinh chuyện, em theo người ta dính vào cờ bạc. Ở quê và trên thị trấn người rảnh nhiều lắm, trong đợt dịch có kẻ đứng ra tổ chức, mỗi ngày thay đổi một địa điểm, trên sườn núi, trong rừng cây, bãi tha ma, chỗ nào cũng thành sòng bạc tạm thời. Chơi kim hoa, đổ xúc xắc, đánh đến đỏ cả mắt, coi tờ tiền 100 tệ như giấy lộn, chẳng thèm đếm mà cứ thế đặt cược. Thua hết thì có người tại chỗ cung cấp dịch vụ vay tiền qua mạng, trên điện thoại có hàng hà sa số các app tải không xuể, cứ đưa mặt ra chụp cái ảnh là được giải ngân. Cho đến khi đồn công an triệt phá liên tiếp nhiều sòng bạc tạm thời, mọi người không dám đánh nữa, thì em cũng thua đến mức nợ mấy trăm nghìn tệ, chẳng thể vay thêm ở đâu được nữa. Những kẻ đòi nợ cờ bạc dùng đủ mọi thủ đoạn, náo loạn đến mức gà chó không yên. Trong lúc giá nhà sụt giảm, em đành bán lỗ căn nhà đó để trả một phần nợ, ít nhất là không phải trả nợ ngân hàng hàng tháng nữa."

Suốt dọc đường, Tiểu Đinh liên tục tự trách mình, thấy có lỗi với bố. Vì sự nghiệp "tạo nghiệp" của mình mà người bố ngoài năm mươi tuổi bị giày vò trông như một ông già chỉ cần gió thổi mạnh là ngã, phải kéo theo thân hình bệnh tật đi kiếm tiền trả nợ. Có tiền án, có lịch sử nợ quá hạn, đủ mọi phương tiện dữ liệu lớn khóa chặt mình lại như thể vẫn còn trong tù, không thấy lối thoát. Nếu không phải vì thấy có lỗi và thương bố, chắc cậu ta đã đâm đầu chết quách cho xong.

Trong suốt hành trình hơn ba mươi tiếng đồng hồ đó, trừ lúc ngủ qua đêm, Tiểu Đinh đều kể cho tôi nghe về những con người và sự việc ở tầng lớp đáy xã hội mà cậu ta đang sống. Tôi không khỏi cảm thán cho số phận của mình, vào cái thời Tiểu Đinh sinh ra, tôi còn có thể đạp xích lô ở Thượng Hải, kiếm được tiền, lấy được vợ, rồi tìm được việc làm, rồi khởi nghiệp.

Trước khi xuống xe, tôi trả thêm 200 tệ tiền boa. Tiểu Đinh gần như nghẹn ngào nói: "Anh cũng đang khó khăn thế này, sao em có thể nhận số tiền này." Tôi bảo: "Cứ coi như để chú nhớ đến tôi rõ hơn, nhớ lấy một niềm tin rằng vận may rồi sẽ đến với chú vào một ngày nào đó, một lần nào đó, giống như chuyến xe này chú kiếm được món hời, đối với vô số tài xế chạy xe công nghệ thì đây là một đơn hàng lớn, một vận may lớn. Nhưng chú phải sống, chú phải tiếp tục làm việc, có như vậy mới không để bản thân bỏ lỡ vận may chắc chắn sẽ đến vào một ngày không xa."

Cửa khẩu Vịnh Thâm Quyến, chỉ trong vòng ngắn ngủi năm tuần, tôi hai lần trở thành vị khách không mời của Hồng Kông trong tâm trạng thắc thỏm, để rời xa "bức tường nguy hiểm". Nhưng, rốt cuộc đó có phải là "bức tường nguy hiểm" không? Tôi thường xuyên tự hỏi mình như vậy.

14. TÂN MÃ THÁI (SINGAPORE – MALAYSIA – THÁI LAN)

Nam Kinh là thành phố tôi đã sinh sống nhiều năm, ở đó cũng có một "Tân Mã Thái". Đó là lộ trình đi từ Tân Nhai Khẩu đến phố Mã Đài, rồi băng qua cầu Trường Giang đến thôn mới Thái Sơn làm một vòng, người dân địa phương ví von hình tượng như vừa đi Singapore, Malaysia và Thái Lan về. Suốt nhiều năm qua, ba quốc gia này gần như là lựa chọn hàng đầu cho chuyến xuất ngoại của người Trung Quốc: chặng bay ngắn, ẩm thực gần gũi, và quan trọng hơn là giá của các đoàn khách du lịch — không có rẻ nhất, chỉ có rẻ hơn. Nói cách khác, đi du lịch nước ngoài mà chẳng khác gì du lịch trong nước, vẫn là người Trung Quốc sắp xếp, người Trung Quốc phục vụ.

Marine vội vã chạy đến cửa khẩu gặp tôi một lát, cô ấy khuyên tôi nên đến thành phố Johor Bahru của Malaysia ở một thời gian để thanh lọc hoàn toàn trạng thái của bản thân. Thực ra tôi cũng chẳng có nơi nào tốt hơn để đi, vừa không có tiền, vừa không có visa, tốt nhất là tìm một thành phố có chi phí sinh hoạt thấp trong số các quốc gia miễn thị thực ở Đông Nam Á. Marine nói cô ấy từng ở Johor Bahru một thời gian ngắn, chỉ cách Singapore một cây cầu, rất thuận tiện. Thế là tôi quyết định tạm thời giao phó thời gian cho những chuyến đi, quanh quẩn giữa ba nước Tân, Mã, Thái.

Các ngày lễ và kỳ nghỉ lớn của Trung Quốc từ lâu đã là "phong vũ biểu" cho ngành du lịch Đông Nam Á. Đúng vào kỳ nghỉ hè, so với một tháng trước, giá các loại khách sạn ở Singapore đã tăng gấp năm lần. Một căn phòng nhỏ khoảng 10 mét vuông có giá hơn 80 USD mỗi đêm. Tôi ở lại 3 đêm, rồi bắt xe buýt từ đường đắp cao Johor–Singapore băng qua eo biển Johor để đến Johor Bahru. Chỉ với khoảng cách địa lý chừng 1 km, tôi có thể dùng cùng số tiền 80 USD đó để thuê một căn hộ rộng hơn 30 mét vuông trong một tuần. Sống ở Johor Bahru, sang Singapore làm việc kiếm tiền, ở đây có rất nhiều người trở thành loài "lưỡng cư" sáng đi tối về giữa hai vùng đất.

Trong nửa tháng ở Johor Bahru, tâm trí tôi chủ yếu dành cho việc đối phó với căn bệnh ngoài da. Hai bên mông bị nhiễm nấm từ trong tù di trú đã trở nên đen sạm như than và nứt nẻ lớp sừng. Đương nhiên tôi phải dùng cách rẻ tiền nhất để chữa trị, nền tảng AI đã đem lại khả năng đó: từ chẩn đoán, thuốc mỡ, liệu trình đến các lưu ý đều được giới thiệu rõ ràng minh bạch. Nhưng điều cần chữa lành nhất vẫn là vết thương lòng. Những chiếc còng tay còng chân lạnh lẽo nặng nề, bộ quần áo tù nhân đánh dấu "Detainee", những gã đàn ông thi thoảng hưng phấn tập thể nhưng thực chất mỗi cá nhân đều đang chịu đựng sự giày vò với gương mặt đờ đẫn... tất cả tạo thành những ảo ảnh thường xuyên hiện về khi tôi phóng tầm mắt ra xa từ ban công.

Con gái hỏi tôi, tại sao, tại sao cuộc sống lại trở nên khốn quẫn thế này, tương lai phải làm sao. Trong suốt hai năm kể từ khi du học về nước, lý tưởng về cuộc sống và sự nghiệp của con bé đang trở nên khó khăn hơn từng ngày. Có phải do môi trường chung không tốt? Vậy tại sao cha mẹ của hầu hết bạn học đều có quyền có tiền? Tôi bảo con hãy nhìn vào đại bộ phận người trong xã hội, con bé nói đó là "xã hội", còn thứ nó cần giao thoa là "vòng tròn người quen". Tôi bảo vậy thì hãy đổ lỗi cho cha mẹ đi, vào cái thời mà lẽ ra cha mẹ phải học hành tử tế thì bản thân lại bẩm sinh thiếu gen học tập, lại không chịu dùi mài kinh sử nên không thể thoát ly khỏi cảnh bần nông. Ngay cả sau này khi đã sống ở thành phố, thì vẫn chỉ là loài bèo dạt không rễ, là kiếp kiến thợ (nghị tộc).

Mà vào thời đó, tỷ lệ từ tiểu học lên trung học cơ sở chỉ vài chục phần trăm, từ trung học cơ sở lên trung học phổ thông hoặc trung cấp chỉ mười mấy phần trăm, từ trung học phổ thông lên đại học chỉ vài phần trăm.

Những người ít ỏi leo lên được từng tầng đó đều là những bậc tinh anh "nhân trung long phụng" trong tháp ngà. Toàn bộ công cuộc xây dựng xã hội và kinh tế của đất nước đều do những sinh viên ưu tú đó định ra chế độ, định ra quy tắc và thực hành. Nếu họ không có quyền không có tiền, thì mới là chuyện phi lý.

Còn con, con của ta, ta muốn dành cho con tất cả những gì ta không có, những gì ta đã bỏ lỡ, nên đã đưa con vào trường quốc tế, gửi con sang Mỹ du học để con được ở cùng một tầng lớp với con cái của những bậc quyền quý. Ta hiểu câu hỏi và sự uất ức của con: Tại sao, tại sao con không có cha mẹ để mà đem ra so bì. Những người bạn cùng trang lứa của con có cha mẹ để tự hào đó, họ không có lỗi gì cả, đó thực sự là đẳng cấp và tài sản thuộc về họ. Dù cũng có những bậc cha mẹ phải vào tù vì tham ô hối lộ, nhưng vốn dĩ họ đã là số ít quyền quý tinh anh có tư cách và cơ hội để tham nhũng trong xã hội, và lại là số ít bị chiến dịch chống tham nhũng bắn trúng trong cả cộng đồng tinh anh đó. Thậm chí, có những người quyền quý dù đã ngồi tù nhưng nhờ tầng lớp và thông gia mà họ đã dệt nên mạng lưới quan hệ và tài sản từ lâu, cá nhân thân bại danh liệt nhưng gia đình vẫn hưởng vinh hoa phú quý. Vì vậy, ta vốn dĩ không có tầng lớp, hệ thống rễ lỏng lẻo của ta yếu ớt trước gió, khắp nơi đều là cảnh hoang tàn. Còn vòng tròn bạn học của con, rễ của cha mẹ họ đâm sâu và phát triển mạnh mẽ. Ta đem con, một mầm non yếu ớt, đặt vào giữa khu rừng rễ sâu lá tốt đó, rồi lại không thể tiếp tục cung cấp cho con đầy đủ ánh nắng, sương mai và dưỡng chất, đó là trách nhiệm không thể thoái thác của ta.

Còn con nói tương lai phải làm sao? Ta chỉ có thể nói rằng, nếu muốn sống tốt hơn, hãy cho ta thời gian. Nếu chỉ là sống qua ngày, no ấm là toàn bộ ý nghĩa cuộc sống, thì không cần phải hốt hoảng. Ở trong tù di trú, con đã khóc nấc lên trong điện thoại, nói rằng không muốn và không thể chấp nhận việc có một người cha ngồi tù. Nhưng có ai muốn thế đâu? Ngồi tù chẳng phải là số phận mà một số người buộc phải đối mặt hay sao? Có xã hội là có quyền quý; có quyền quý là có quy tắc và luật pháp;

có luật pháp là sẽ có tội phạm. Có những tội là gây hại cho xã hội; có những tội là vi phạm quy tắc. Con cứ suy luận ngược lên trên sẽ thấy, giữa tội và không tội, nhiều khi rất mập mờ. Lịch sử nhân loại đã đi qua như thế, khi những người không có tội nhưng bị định tội giam giữ trở nên đông đảo, họ sẽ thức tỉnh, lật đổ quy tắc và định ra luật pháp mới.

Làm cha mẹ, ngay từ đầu đã có tội. Thế nên con từng hỏi ta sau này có nên sinh con không, có nên làm cha mẹ không, ta sẽ giảng đạo lý cho con, còn quyết định là ở chính con. Ở đây, ta muốn kể cho con nghe câu chuyện về Chúa. Đó là những gì ta hiểu được sau khi đọc một phần ba cuốn Kinh Thánh và đối chiếu với trải nghiệm cuộc đời mình. Ban đầu Chúa tạo ra con người, Adam và Eva, để trông coi vườn địa đàng. Trông coi vườn là phải ngăn chặn và đẩy lùi những thứ xấu xa quái vật. Vậy thì chắc chắn phải ban cho linh tính, mà linh tính đó tất nhiên có cả thiện và ác. Thiện, đương nhiên là vì tốt cho vườn cây; ác, đương nhiên là không cho ăn. Không cho ăn, tại sao lại là ác? Vì ăn là bản năng sinh tồn của muôn loài, đó cũng là do Chúa ban cho, sao có thể không cho ăn? Chúa biết rất rõ, Người đã trồng cây biết điều thiện điều ác, lại tạo ra Adam và Eva, chỉ cần Adam và Eva ăn trái cấm của cây đó, họ sẽ sinh sôi nảy nở, và hậu thế sẽ có cả nhân thiện lẫn nhân ác. Chúa đương nhiên cũng biết, ngộ nhỡ Adam và Eva làm cha mẹ, họ sẽ phải gánh vác trách nhiệm nuôi dưỡng hậu thế, hành thiện mà không hành ác. Không gánh vác được trách nhiệm, cha mẹ có tội. Trên đời này, có bậc cha mẹ nào gánh vác trọn vẹn được trách nhiệm đâu? Chúa định tội cho Adam và Eva, khiến Adam phải lao khổ canh tác suốt đời, khiến Eva phải trải qua nỗi đau sinh nở và đối mặt với thực tế của cái chết. Sau này Chúa cũng nói với thế gian rằng, ai nấy đều có tội.

Theo cách hiểu của ta, sinh ra làm người, muốn không có tội, một là bản thân phải hành thiện, hai là đừng làm cha mẹ. Nếu lỡ thuận theo quy luật tự nhiên mà làm cha mẹ, thì hãy gánh vác lấy tội lỗi và trách nhiệm, bản thân hành thiện để con cái hành thiện. Nếu con đồng tình với cách hiểu của ta, con sẽ thấy rằng, thiện không còn liên quan đến giàu sang, và bản thân nó cũng chẳng liên quan gì đến tiền bạc. Câu hỏi con dành cho ta chắc hẳn đã có lời giải. Đương nhiên, ta đã làm cha mẹ, ta sẽ gánh vác và đối diện với tội lỗi trách nhiệm của mình, không né tránh. Nhưng nếu con không hướng thiện, điều đó sẽ làm trầm trọng thêm tội lỗi của ta.

Con gái nói đã hiểu, vậy thì làm người có hai cảnh giới: Một là chỉ giúp Chúa trông coi vườn cây, không dục không cầu. Hai là giữa chốn hồng trần với bảy tình sáu dục, không oán không hối.

Vòng bạn bè trên WeChat đủ lớn thì thế giới sẽ trở nên nhỏ bé. Kim Cương, đúng như cái tên của mình, qua những phát ngôn công khai trên kênh video có thể thấy ngay đây là một bậc hảo hán cứng cỏi. Tôi quen anh ấy mười năm trước, khi đó anh ấy là một nhà đầu tư trong giới tài chính, sinh hoạt trong vòng tròn của Tiết Man Tử (tên thật là Tiết Tất Quần) – người được mệnh danh là "Nhà đầu tư thiên thần số một Trung Quốc"[26]. Trong một đại hội ngành toàn quốc do tôi tổ chức, anh ấy đã ngưỡng mộ danh tiếng mà đến dự buổi diễn thuyết của tôi, coi như một sự tiếp xúc sơ bộ cho các cơ hội đầu tư. Sau này anh ấy sang Campuchia, chúng tôi thỉnh thoảng hỏi thăm nhau qua WeChat. Một buổi tối nọ, thấy anh ấy chia sẻ trạng thái đang ở Johor Bahru, tôi lập tức hẹn gặp vào ngày hôm sau.

Tại một quán trà sáng do người Quảng Đông mở, Kim Cương đã gọi sẵn các món điểm tâm chuẩn vị cùng trà Phổ Nhĩ. Như "trúc ống đổ đậu", tôi kể vắn tắt về việc mình đã chật vật thế nào để đến được Johor Bahru, anh ấy nghe xong liền cười rạng rỡ.

"Hãy lôi cái cá tính diễn thuyết hào hùng của ông tại đại hội ngàn người năm xưa ra đây! Thời buổi này ai ở Trung Quốc mà chẳng gặp chút chuyện, nếu không gặp chuyện thì không thể coi là người làm việc

---

[26] Tiết Man Tử (薛蛮子, tên thật Tiết Tất Quần / Xue Biqun): nhà đầu tư mạo hi ểm nổi tiếng của Trung Quốc, được mệnh danh là "nhà đầu tư thiên thần số một Trung Quốc", đồng thời là một người có ảnh hưởng lớn trên mạng xã h ội.

được! Chưa bị giáo huấn thì chưa thể coi là người làm giáo dục! Chưa bị 'mời uống trà' (thuật ngữ chỉ việc bị cơ quan kiểm tra kỷ luật triệu tập thẩm vấn) thì chưa thể coi là chủ quán trà được!" Nói rồi anh ấy rút tấm hộ chiếu Campuchia ra, ra hiệu bằng ngón tay rằng đã hơn bảy năm rồi chưa về nước. Tiếp theo là câu chuyện về lai lịch của Kim Cương.

"Cũng may là tôi chạy nhanh, nếu không giờ này vẫn đang ngồi bóc lịch trong tù. Hai năm 2018, 2019 đó, các nền tảng cho vay ngang hàng P2P nổ tung, hàng nghìn công ty trên toàn quốc bị quét sạch theo chính sách, tất cả đình trệ. Không ngoa khi nói rằng 99,99% ông chủ và quản lý cấp cao, hàng vạn người đã bị kết án. Hồi nửa cuối năm 2018, tôi đi Bắc Kinh giảng dạy về tài chính Internet cho các tổ chức tài chính toàn quốc. Lúc đó bầu không khí ngành tài chính đã căng thẳng, tôi giảng trên đài, ở dưới các cán bộ ngân hàng lớn cứ đem đủ loại rủi ro ra nói, rõ ràng là nó ảnh hưởng nghiêm trọng đến sự sinh tử của ngành ngân hàng. Trong bữa tiệc sau giờ học, tôi mới biết hội nghị đó, ngoài việc mời chuyên gia như tôi đến giảng, nội dung cốt lõi là Chính phủ vừa chỉnh đốn ngành P2P, vừa triển khai cách thức để ngành ngân hàng tiếp quản, chấn chỉnh đội ngũ. Trên bàn tiệc, có vị lãnh đạo lớn đã cho tôi xem chỉ thị từ cấp trên, chỉnh đốn chỉ là cái danh, định tính là 'huy động vốn phi pháp' và 'cho vay phi pháp' mới là thực.

Về đến Quảng Châu không được mấy ngày, công ty P2P của tôi đã bị triệu tập làm việc, từ Chính phủ, Công an đến Quản lý thị trường và Thuế vụ đồng loạt ập tới, yêu cầu nộp sổ sách. Cái thế trận đó không phải là nộp sổ sách, rõ ràng là làm án. Cảm thấy tình hình không ổn, ngay đêm đó tôi sang Hồng Kông. Gió đổi chiều, lòng người hoang mang, những ông chủ muốn phát triển chiến lược lâu dài hay kẻ muốn kiếm chác vài vố đều mất hết tâm trí, chuyện tốt biến thành chuyện xấu. Có ba loại người: kẻ tinh khôn thì cuộn tiền chạy trốn; kẻ đứng xem thì bị hốt trọn vào tù 'đạp máy khâu'; kẻ chơi theo thì tán gia bại sản.

Tình hình đã nát bét như thế rồi mà Mã Vân (Jack Ma) còn muốn đẩy Ant Group lên sàn. Đó đâu chỉ là thách thức giới hạn của người ta, đó là muốn cướp bát cơm của toàn thể giới ngân hàng! Sống nửa đời người rồi mà còn không nhìn thấu bản chất nhất quán của các phong trào chính trị thì coi như sống hoài. Cái thứ Internet hay đổi mới công nghệ gì đó đều là hão huyền, cấp giấy phép tài chính hợp quy cho ông là một cơn gió, mà định tội ông kinh doanh phi pháp cũng là một cơn gió. Những thứ mới mẻ như P2P có kẻ lừa đảo không? Chắc chắn có. Lãi mẹ đẻ lãi con, tiền sinh ra tiền, người dân ham lợi nhuận, bán nhà bán đất vay mượn xếp hàng nộp tiền vào tài khoản nền tảng; người vay tiền tiêu xài xả láng; nền tảng thì cắt phế, dùng đòn bẩy, phát triển cấp dưới, vốn một lời mười hay không vốn mà lời mười thì chẳng vui sao. Có những người có lương tâm, có lý trí, có tầm nhìn chiến lược muốn thực sự hỗ trợ thực thể kinh tế dân doanh không? Chắc chắn cũng có. Vấn đề lớn nhất là: nếu các nền tảng P2P của các ông chủ dân doanh đều quy phạm, hợp pháp và sống khỏe, thì để đám người ngân hàng kia húp cháo loãng à? Mơ đi! Khi có loạn, chỉnh đốn quy phạm là một cách, mà định tính phi pháp để trấn áp cũng là một cách.

Cũng giống như cái đổi mới công nghệ biển báo và giao thông thông minh của ông, tôi nghe qua là hiểu ngay đó là thứ tốt, có ích. Giờ ông ngã ngựa, tôi nhắm mắt cũng nghĩ ra là chuyện gì. Thứ mới mẻ đó ông làm ra rồi, nếu ai cũng dùng của ông thì sẽ chặn đường tài lộc của kẻ khác. Rốt cuộc dùng của ai, thì phải xem đùi ai to hơn, cánh tay ai khỏe hơn.

Sư huynh, ông là người có văn hóa, có tài khí, không phải tôi tâng bốc ông đâu, nếu ở trong môi trường thị trường tự do, ông chắc chắn đã làm lớn làm mạnh rồi. Tôi cho ông một lời khuyên: hãy buông bỏ đi, đừng chấp niệm nữa!" Khi Kim Cương đánh giá tôi như vậy, tâm trạng tôi thấy rất nhẹ nhõm, trực giác cũng mách bảo tôi rằng: lẽ ra tôi nên buông bỏ cái tâm ma đó từ lâu.

Kim Cương lại thao thao bất tuyệt về kinh tế châu Á. Anh ấy nói ở Campuchia lâu ngày, hạng người nào cũng gặp qua, từ "long phụng" đến "quy bế", đem những gì nghe được nhào nặn lại cũng có thể phân biệt được thật giả. "Chỉ những người thực sự thoát ra khỏi xã hội Trung Quốc mới nhận thức sâu sắc được tầm quan trọng vô bờ bến của tự do hóa kinh tế thị trường. Dùng cái mác 'kinh tế đi xuống' để an ủi cái lạnh lẽo của vô số cá nhân, đó không phải là kinh tế học, đó là lừa đảo. Đánh đổ nước Nga có lẽ không thực tế, nhưng nếu Putin cứ tiếp tục làm như vậy, việc tan rã như Liên Xô là khả năng rất lớn. Chế độ độc tài sụp đổ, thủ đoạn của KGB kết thúc, có lẽ mới phá vỡ được lời nguyền 'làm ăn không quá Sơn Hải Quan' của vùng Đông Bắc Á[27]. Nhiều người không biết ở Trung Á có một thành phố nhỏ 3 triệu dân tên là Tashkent, hai năm nay mỗi tháng có hàng nghìn, hàng vạn người Trung Quốc đổ xô đến kiếm sống; ngay cả Bangladesh – một trong những nước nghèo nhất thế giới – cũng được một số người Trung Quốc đang trong khốn khó chọn ở lại. Có phải để kiếm được nhiều tiền hơn không? Là vì không đi được các nước phát triển, nên lùi một bước để cầu sinh, đồng thời tìm kiếm thêm một chút tự do! Ngành du lịch Đông Nam Á vốn dĩ có quốc gia 1,4 tỷ dân chống lưng, năm sau rầm rộ hơn năm trước, nhưng đại dịch, việc thu giữ hộ chiếu quan chức và những trò lừa đảo du lịch không thể duy trì đã khiến 5 năm gần đây năm sau tệ hơn năm trước. Du lịch Bangkok tiếp tục mạnh mẽ là vì họ thoát ly được sự phụ thuộc vào du khách Trung Quốc. Việt Nam lại càng là nơi du khách Âu, Mỹ, Nhật, Hàn tụ họp, không lo kinh tế không đi lên được. Gần đây chính trị gia Thái Lan và Campuchia mâu thuẫn gây chia rẽ, nổ súng biên giới, ai cũng thấy cả, cái bộ dạng của gia tộc độc tài chơi đùa sớm muộn cũng bị thanh toán. Ông tưởng cuốn hộ chiếu Campuchia mà ai cũng có thể bỏ ra vài vạn đô để mua này có tác dụng gì sao? Hoàn toàn vô dụng, tôi cầm nó về nước vẫn bị bắt như thường! Nó chỉ dùng để mua đất, làm ăn ở cái vùng đất nhỏ bé Campuchia này cho thuận tiện thôi."

---

[27] Sơn Hải Quan (山海关): cửa ải lịch sử ngăn giữa vùng Đông Bắc và phần còn lại của Trung Quốc. Câu "làm ăn không quá Sơn Hải Quan" là cách nói ph ổ biến gần đây, ám chỉ môi trường kinh doanh kém ở vùng Đông Bắc khiến gi ới đầu tư ngần ngại.

Kim Cương nói anh ấy lăn lộn trong giới đầu tư hơn hai mươi năm, mười năm nay các ông chủ tư nhân không dám đầu tư, không muốn đầu tư, không phải thị trường hết tiền, mà cốt lõi là Chính phủ gặp vấn đề lớn trong cơ chế đổi mới. Cổ xúy đổi mới công nghệ là chuyện tốt, nhưng đợi đến khi mọi người làm cho đổi mới có sức nóng thị trường rồi, một nhóm nhỏ người vừa không muốn lợi ích hiện hữu bị gián đoạn, vừa lo sợ quyền lực bị đào mồ, bèn dùng chiêu bài trấn áp phi pháp để thu về làm của riêng. Người dân cũng chẳng hiểu gì, nhìn bề ngoài thì đổi mới công nghệ đi lên, thực chất là độc quyền tư bản nhà nước càng thêm vững chắc.

Lúc chia tay, anh ấy khuyên tôi nên đi Thái Lan, Việt Nam xem thử, rồi nếu tôi sang Campuchia thì lại hội ngộ.

Về việc mấy ngày gần đây Bạc Vọng khuyên tôi xin visa Kinh doanh quản lý của Nhật Bản, Kim Cương cũng rất ủng hộ, ít nhất Nhật Bản gần như là một xã hội văn minh bậc cao có thể khiến mọi loại người trên thế giới đều thích nghi được với cuộc sống.

Với tâm thế thử vận may, tôi đã nộp hồ sơ xin visa Kinh doanh Quản lý thông qua một văn phòng trung gian tại Nhật Bản. Những ngày đó, trên mạng tràn ngập tin tức về việc Nhật Bản nâng cao rào cản chính sách cho loại visa này: vốn điều lệ thành lập công ty tăng gấp sáu lần từ 250.000 Yên lên 1,5 triệu Yên, bắt buộc phải thuê ít nhất một người bản xứ, kiểm tra nghiêm ngặt việc kinh doanh thực tế... Chẳng còn cách nào khác, muốn sống tiếp thì phải tìm đường. Không có tiền thì sao? Mượn. Một người đồng hương kiêm đồng đội cũ – người tôi từng giúp đỡ và sau này quay lại giúp tôi, người cũng từng nếm mùi biệt giam rồi sau đó làm quan – khi nghe tin về cảnh ngộ của tôi, đã chủ động cho tôi mượn thêm 30.000 Nhân dân tệ. Đầu năm nay, tôi cũng vừa mới trả xong khoản 30.000 tệ mượn từ năm ngoái.

Ngoại trừ những năm giao thời thế kỷ, khi còn đạp xích lô và làm nhân viên tiếp thị có số dư tài khoản tăng dần mỗi tháng, thì từ nhỏ tôi đã thấy cha mẹ đi mượn tiền người khác, và toàn bộ những ngày khởi nghiệp sau này cũng đều là đi mượn tiền. Việc mượn tiền lẽ ra phải là điều tôi đã quen thuộc, ấy vậy mà mỗi lần trước khi mở miệng mượn ai đó, tim tôi vẫn đập nhanh, người nóng bừng, đắn đo, do dự và chần chừ rất lâu mới thực sự thốt ra lời. Về vấn đề này, có lẽ thực sự phải cảm ơn những nền tảng P2P đã dùng công nghệ dữ liệu lớn để tạo điều kiện thuận lợi, không gây mất mặt cho người mượn tiền. Nhưng tôi lại nhớ đến lời của Tiểu Đinh lái xe thuận phong: "Có tiền án, có lịch sử nợ quá hạn, đủ mọi phương tiện dữ liệu lớn khóa chặt mình lại như thể vẫn còn trong tù, không thấy lối thoát."

Mượn tiền người khác, bị người ta đòi nợ; cho người khác mượn tiền, hy vọng người ta trả. Những chuyện này, cái gì trải qua được, tôi nghĩ mình đều đã trải qua hết rồi. Nhưng đó thực sự không phải là chuyện gì đáng để khoe khoang, vì trong đời rất nhiều người Trung Quốc đều có ít nhiều trải nghiệm tương tự. Nếu chỉ viết về một chuyện "cơm bữa" như thế này thôi, chắc cũng tiêu tốn không ít mực và giấy.

Tất nhiên, về vấn đề này, mẹ của bọn trẻ hoàn toàn phản đối và không thể chấp nhận được. Cô ấy sẽ vặc lại tôi một câu: "Đó là do cha mẹ anh không có bản lĩnh, và do chính anh không biết cách kiếm tiền mà ra." Tôi không có cách nào phản bác, vì khi còn ở nhà ngoại, cha cô ấy là học sinh trung học, lại thuộc dòng họ lớn, làm kế toán thôn hơn hai mươi năm, gia đình chưa bao giờ phải lo cái ăn cái mặc. Chỉ điểm này thôi đủ chứng minh cha mẹ cô ấy có năng lực hơn hẳn cha mẹ tôi. Sau khi kết hôn với tôi, ngoại trừ lần đầu giúp tôi mượn tạm từ cha cô ấy một khoản "tiền lớn" (50.000 tệ của hơn hai mươi năm trước), thì bao năm làm nội trợ, cô ấy luôn được đảm bảo ăn ngon mặc đẹp. Sau mười năm khởi nghiệp, theo làn sóng đổi mới để nghiên cứu sản phẩm mới, cần vay vốn ngân hàng thì bắt buộc vợ chồng phải cùng ký tên chịu trách nhiệm bảo lãnh liên đới, mỗi lần vay vốn là một lần bùng nổ cãi vã và mâu thuẫn, cuối cùng phải bằng sự cầu xin, cam kết của tôi mới đổi lấy được chữ ký. Kết quả cuối cùng là gì? Lại là việc tôi không thực hiện được cam kết trả nợ và không mượn thêm tiền, thậm chí còn chai mặt đòi tăng thêm khoản vay, khiến cô ấy hết lần này đến lần khác mất lòng tin và cảm giác an toàn vào tôi. Cho đến khi việc kinh doanh của tôi hoàn toàn sụp đổ, nó đã xác thực cho câu nói: "Do chính anh không biết cách kiếm tiền mà ra." Cô ấy có gì sai không? Tôi không nghĩ cô ấy sai, đó là nhận thức được quyết định bởi cảm nhận trong môi trường của cô ấy. Những người trong cùng một gia đình mà môi trường và cảm nhận lại khác nhau sao? Đúng vậy.

Có lẽ sẽ có người hỏi, tại sao vợ của các ông chủ đa số đều được đảm bảo ăn ngon mặc đẹp? Tôi muốn dùng một lý do gần như nực cười để trả lời: Có những ông chủ làm vậy là để còn có thể vay mượn được tiền từ ngân hàng nhằm tiếp tục duy trì công ty, "ăn ngon mặc đẹp" chẳng qua là một cách để tạo ra niềm tin và cảm giác an toàn.

Cách biệt 21 tháng, tôi lại đặt chân đến Bangkok. Lần trước là nỗ lực cuối cùng trước khi công ty phá sản, đem công nghệ và sản phẩm mới đi triển lãm tại hội chợ ngành lớn nhất Thái Lan. Còn bây giờ, tôi là một kẻ lang thang không nhà cửa. Chỉ còn lại một chiếc vali xách tay chứa đầy quần áo và một trái tim tan vỡ. Những nỗ lực cuối cùng đó cũng không hẳn là vô dụng, chuyến đi này tôi sẽ đi thăm những khách hàng Thái Lan đã quen biết tại hội chợ, cố gắng giành lấy một đơn hàng nhỏ.

Bangkok liên tục trong 3 năm trở thành thành phố du lịch đón nhiều khách quốc tế nhất, danh hiệu đó tuyệt đối không phải là hư danh. Nó có thể là thiên đường của người giàu, là vườn địa đàng của người bình thường, và là bức tranh "Thanh Minh Thượng Hà Đồ" của người nghèo. Ở mỗi ngõ ngách của Bangkok, gần như đều có thể thấy cảnh tượng phân hóa giàu nghèo, nhưng mọi người vẫn có thể chung sống hòa quyện. Ví dụ như tôi có thể đặt được một căn hộ homestay ở tầng 4 tại khu Phaya Thai ở trung tâm Bangkok, tổng chi phí cho 7 đêm chỉ mất 81,72 USD. Mặc dù không có nước nóng cũng không có điều hòa, nhưng tắm nước lạnh vào mùa hè là sở thích từ thuở nhỏ của tôi, còn quạt điện lại giúp tránh được bệnh điều hòa và cảm lạnh. Có hàng vạn lý do để mình cảm thấy vui vẻ, miễn là nó đủ rẻ. Căn phòng rộng rãi, chỉ mất 10 phút đi bộ là đến ga tàu điện Phaya Thai, khắp nơi đều có thể mua được đồ uống lạnh, trái cây cắt sẵn và đồ ăn vặt thơm ngon từ các xe đẩy lề đường.

Rầm rầm, rầm rầm rầm! Kông, kông kông, kông kông kông! Tiếng "nẹt pô" của những chiếc xe phân khối lớn vang vọng khắp các đường phố Bangkok bất kể ngày đêm, đến từ đủ loại màu sắc và thương hiệu ô tô, xe máy chạy nhanh hết mức có thể. Nhảy lên một chiếc xe ôm (moto-taxi), vừa tiết kiệm tiền, vừa được hóng gió, vừa ngắm nhìn cỏ cây hoa lá rực rỡ và những tủ kính trưng bày lộng lẫy của thành phố. Ngay cả giữa đêm khuya, đèn hoa vẫn rực rỡ và tiếng ồn ào vẫn náo nhiệt, dường như không có bất kỳ lý do gì để cần phải yên tĩnh lại, đối với mỗi du khách và người lao động.

"Chi phí đi tàu điện ngầm khá cao, không chịu thấu, nên chúng tôi cố gắng sử dụng xe máy để đi làm. Lương của nhân viên bình thường khoảng 20.000 - 30.000 Baht mỗi tháng, mà vé tàu điện cho vài trạm thường tương đương với giá một lít xăng (30-40 Baht)," người địa phương cho biết. So sánh ra, chi phí đi lại giảm một nửa trong khi thời gian và hiệu quả tăng gấp đôi, xe máy đương nhiên là lựa chọn ưu tiên của người dân.

"Mấy năm trước giá nhà giảm hơn 40%, nhà riêng ở khu vực giáp ranh thành phố chỉ khoảng hơn 20.000 Baht một mét vuông. Điều này giúp giảm đáng kể gánh nặng nhà ở cho tầng lớp làm công ăn lương địa phương và người nhập cư, Bangkok đang thu hút nhiều người trẻ hơn." Tại văn phòng khách hàng, quản lý Zumo tiếp đón tôi đã gợi ý rằng tôi có thể cân nhắc việc định cư.

"Tất cả những doanh nghiệp mua đất công nghiệp và xây dựng nhà xưởng tại Thái Lan cách đây ba bốn năm đều được hưởng lợi lớn nhờ giá đất liên tục tăng. Một mặt, Chính phủ Trung Quốc duy trì lệnh phong tỏa dịch bệnh lâu nhất thế giới, cùng với môi trường sinh tồn của doanh nghiệp dân doanh xấu đi, các ngành sản xuất hướng về ngoại thương đã đồng loạt chuyển dịch sang Thái Lan đầu tư xây nhà máy. Mặt khác, chính sách thuế quan của chính quyền Trump đã khiến thuế quan của Thái Lan thấp hơn nhiều so với Trung Quốc, và cũng thấp hơn một chút so với Ấn Độ và Việt Nam, các đơn hàng và dây chuyền sản xuất của các thương hiệu quốc tế lớn đã dịch chuyển hàng loạt sang Thái Lan. Lợi nhuận từ việc tăng giá và cho thuê nhà xưởng công nghiệp đa số vượt quá 15% mỗi năm." Zumo thậm chí còn cho rằng, việc chính quyền Trump đề xuất sản xuất quay lại Mỹ, kết hợp với chiến tranh thương mại, chiến tranh công nghệ và chiến tranh tài chính chống lại Trung Quốc, đã thúc đẩy trọng tâm sản xuất quốc tế chuyển dịch sang các nước Đông Nam Á, và theo một nghĩa nào đó, đây cũng là một kiểu quay lại Mỹ. Sau cùng thì mức độ quốc tế hóa, dân chủ và tự do của Thái Lan là điều ai cũng thấy rõ.

Từ vỉa hè cho đến chợ đêm, hầu như ai trên trái đất này cũng thích dạo qua một chút. Chợ đêm vỉa hè càng sôi động thì sự thịnh vượng và sức sống của thành phố càng rõ nét. Bangkok, Chiang Mai, Pattaya, những người quản lý đô thị của Thái Lan dường như hiểu rõ hơn rằng, thành phố là do người dân bình thường xây dựng nên, và càng phải dựa vào người dân bình thường để chống đỡ; rời xa tầng lớp bình dân chiếm đa số dân số, thành phố dù có xa hoa đến đâu cũng sẽ trở nên trống rỗng và tẻ nhạt.

Dạo vỉa hè, đi chợ đêm chắc chắn là điều tuyệt vời nhất trong chuyến du lịch Bangkok. Ngoài chợ đêm Chinatown là nơi nhất định phải đến, các chợ đêm mang tính biểu tượng như Ratchada, Asiatique, Chatuchak, Srinagarindra, Khao San, Huai Khwang hay chợ đêm Máy Bay cũng không thể bỏ qua. Tôi có thừa thời gian, thế nên tôi dùng nó để đi chợ đêm. Điều khiến tôi ngạc nhiên nhất là mỗi khu chợ đêm đều có đặc sắc riêng, mang lại cho tôi những trải nghiệm hoàn toàn khác biệt.

Theo dữ liệu uy tín mà tôi tra cứu được, trong 5 năm gần đây, tỷ lệ tăng trưởng kép của du khách nước ngoài đổ về Bangkok vượt quá 5%, và năm nay chắc chắn sẽ vượt mốc 30 triệu lượt người. Ngay cả trong ba năm dịch bệnh mà nước láng giềng Trung Quốc coi như thú dữ, nơi này cũng không bị ảnh hưởng. Và giống như tôi, hơn 90% du khách không phải là đi ngang qua, mà là ở lại vài ngày. Tại một quán bar ngoài trời ven đường, cô nhân viên phục vụ bảo tôi rằng: đi chợ đêm, đi trung tâm thương mại, xem biểu diễn, đi bar, đã đến Thái Lan thì đại ca nên mở lòng ra, quên đi phiền não.

Tôi đã mất cả ngày trời ngồi tàu hỏa từ sáng đến tối mịt mới tới được Chiang Mai. Con tàu lừ đừ leo dốc trên vùng cao nguyên, tôi cũng kéo dài những dòng suy nghĩ của mình. Nếu tôi cứ ở lại Trung Quốc, bị hạn chế sử dụng các phương tiện giao thông hiệu quả cao, phải đi trên những chuyến tàu xanh kiểu cũ chậm chạp, thì trong lòng sẽ nảy sinh một áp lực vô hình không tên. Là do đã quen với nhịp sống nhanh, hay một khi đã có nhịp sống nhanh thì không còn có thể chấp nhận nhịp sống chậm nữa? Tôi cười khổ, tự hỏi liệu mình có mắc chứng trầm cảm không. Trong những ngày ở Mỹ, tôi còn từng thử tư vấn tâm lý cho người khác. Tôi lướt qua WeChat, những người cầu cứu tuyên bố mình mắc trầm cảm về học tập, công việc, yêu đương, gia đình – hơn hai mươi người đó dường như mỗi người có một câu chuyện riêng, nhưng chẳng qua cũng chỉ xoay quanh vài loại rắc rối đó. Tác nhân thực sự của trầm cảm thường đến từ việc những ham muốn và kỳ vọng của bản thân hoặc của người khác không được thỏa mãn, không đạt được. Thứ có thể chữa lành cho mỗi người, thực ra vẫn là chính bản thân họ.

Khi thân tâm một người ở vào trạng thái yếu đuối và không nơi nương tựa, rất dễ bị lây nhiễm một loại "virus" quốc tế hóa mà người Trung Quốc là chủ thể chính — lừa đảo viễn thông. Trong thời gian ở Mỹ, tôi từng gặp phải một "Sát trư bàn" (bẫy mổ thịt lợn) do bọn lừa đảo giăng ra, nếu không vì tôi thực sự chẳng còn đồng tiền nào để đầu tư thì hậu quả khó lòng tưởng tượng nổi. Kẻ lừa đảo đóng vai một người phụ nữ tri thức, trong suốt hơn hai tháng liên lạc qua mạng hỏi han ân cần, luôn khiến tôi đắm chìm trong sự đồng điệu tâm hồn và hiểu biết của đối phương, đến mức tôi sẵn lòng chia sẻ mọi tình trạng thực tế của cá nhân. Thỉnh thoảng đối phương lại chuyển sang các chủ đề đầu tư tài chính, tận tình hướng dẫn, khoe lợi nhuận. Tôi hết lần này đến lần khác than vãn hiện tại túi rỗng tuếch, cho đến một ngày đối phương mỉa mai tôi: "Không ngờ ở Mỹ lại có hạng người Trung Quốc nghèo đến mức này, chẳng vắt ra được chút dầu nào." Rồi cô ta mất hết kiên nhẫn và xóa kết bạn với tôi.

Một buổi chiều, tôi dạo quanh khuôn viên trường Đại học Chiang Mai xanh mướt, trên đường về homestay, tôi bước vào một tiệm bánh cuốn kiểu Thái có biển hiệu tiếng Trung. Lang thang nơi đất khách, đói thì ghé vào lề đường ăn tạm cho no dạ, chẳng cần giờ giấc cố định. Trong quán chỉ có mình tôi, bà chủ trung niên da ngăm đen là người Thái gốc người Tai (Đại), có thể nói được chút tiếng Trung đơn giản. Bà hỏi tôi từ đâu đến, tôi bảo từ Mỹ đến. Bà nói trông tôi không giống những du khách Trung Quốc khác, chẳng giống đi du lịch chút nào. Tôi bảo tôi đang đi du lịch một mình, Chiang Mai của các bạn rất nổi tiếng ở Trung Quốc nên tôi đến xem thử. Nhưng nói thật, đây là một thành phố rất nhỏ và bình thường.

"Ông đến không đúng lúc rồi, trước đây trên đường đâu đâu cũng thấy người Trung Quốc. Mấy năm nay du khách Trung Quốc các ông ít đến, một số phụ nữ Trung Quốc sống ở đây cũng đang bán nhà rời đi. Nghe những người phụ nữ đó nói, kinh tế nước các ông đang kém đi, không cho quan chức ra nước ngoài, họ ở đây không dễ làm ăn, và cũng không chịu nổi cô đơn. Thưa ông, tôi có thể hỏi ông một câu không?"

"Dĩ nhiên được chứ, nếu tôi biết tình hình."

"Tại sao có nhiều người Trung Quốc làm lừa đảo trên mạng như vậy? Thật đáng ghét quá!"

"Bà hỏi đúng người rồi đấy, tôi ở Mỹ còn gặp phải, may mà lúc đó tôi không có tiền để bọn chúng lừa được."

"Tôi bị lừa thảm hại lắm, ở Thái Lan chúng tôi có rất nhiều người bị lừa sạch sành sanh tiền bạc!" Rồi bà kể cho tôi nghe một cốt truyện đại khái y hệt như thế.

"Chồng tôi mấy năm trước bệnh qua đời, tôi một mình nuôi con. Thỉnh thoảng tôi có đăng ảnh chăm con, ảnh làm bánh cuốn lên Facebook. Tôi cũng biết người trên mạng không đáng tin, nhưng có một người đàn ông Trung Quốc rất khác, nhắn tin cho tôi bảo không lâu nữa anh ta muốn đến Chiang Mai ở vài ngày, thấy bánh cuốn tôi làm tuyệt quá. Thế là chúng tôi trò chuyện, người đàn ông đó bảo tuổi xấp xỉ tôi, ly hôn không có con, là một kỹ sư phần mềm, am hiểu tiền kỹ thuật số, chứng khoán tương lai, kiếm đủ tiền để sống rồi. Anh ta còn cho tôi xem hộ chiếu Trung Quốc, bằng cấp, bày tỏ sự ngưỡng mộ với một thành phố cao nguyên như Chiang Mai, khí hậu môi trường đều dễ chịu, nếu có thể tìm được một người phụ nữ tâm đầu ý hợp để kết hôn thì càng tốt. Ngoại hình và vóc dáng đúng kiểu tôi thích, có tiền lại biết kiếm tiền, chẳng bao lâu nữa sẽ đến Chiang Mai, quan trọng hơn là sáng tối đều hỏi thăm tôi, chia sẻ với tôi mọi trạng thái của anh ta. Đương nhiên anh ta cũng dạy tôi cách đầu tư, kiên nhẫn, tỉ mỉ, hoàn toàn là một chuyên gia lớn khiến tôi không thể nghi ngờ. Dạo đó tôi cảm thấy mình quá may mắn và hạnh phúc, phép màu có lẽ thực sự đã giáng xuống hạng người như tôi. Anh ta thậm chí còn cùng tôi lên kế hoạch làm sao để tiệm bánh cuốn phát triển tốt hơn, lớn mạnh hơn, cho con tôi vào trường tư thục học tập chất lượng cao. Tôi ảo tưởng về tình yêu, hôn nhân, nhưng dù sao cũng là bạn qua mạng, tôi chỉ giữ sự ngọt ngào không giấu giếm với anh ta chứ chưa kể cho bất kỳ ai xung quanh. Tôi định đợi anh ta đến Chiang Mai, sau khi chúng tôi gặp mặt sẽ cho người thân và bạn bè một bất ngờ lớn." Tôi tiếp lời bà, rằng đây chính là gặp phải "Sát trư bàn" của người Trung Quốc rồi.

"Đúng, gọi là Sát trư bàn, coi loại người như tôi là lợn để nuôi, có được lòng tin tức là đã nuôi béo, rồi mới giết. Anh ta dạy tôi cách mở tài khoản tiền kỹ thuật số, ghi nhớ dãy mật mã dài, nạp tiền nhỏ, kiếm tiền và rút tiền, thật quá ma mị cũng thật quá chân thực. Sau đó anh ta khuyến khích tôi cùng anh ta thực hiện một khoản đầu tư lớn để kiếm một mẻ chắc chắn, coi như tiền vốn để sau này anh ta đến Chiang Mai cùng tôi sinh sống làm ăn. Anh ta nạp trước một khoản tiền vào tài khoản của tôi, để anh ta tin vào lòng thành của mình và sớm đến Chiang Mai, tôi đã đem nhà đi thế chấp vay ngân hàng cộng với tiền tiết kiệm nạp hết vào đó. Tôi cũng bắt đầu nói với con rằng sắp tới sẽ có một người chú đến ở cùng. Tất cả đều là ảo ảnh, tôi quá ngây thơ! Ngay hôm đó ảnh đại diện của anh ta biến mất, tôi không thể mở lại tài khoản tiền kỹ thuật số đó được nữa, lúc đó mới nhận ra mình bị lừa." Tôi gọi thêm một ly nước chanh soda có đá, ăn kèm với bánh cuốn chua ngọt cay nồng, thấy sảng khoái hơn hẳn.

"Sau khi trùm chăn khóc lóc đau đớn xé lòng, tôi quyết định báo cảnh sát. Thực tế tôi cũng không thể giấu giếm thêm nữa, mặc dù điều đó khiến tôi vô cùng xấu hổ, trong mắt người thân bạn bè chẳng khác nào một trò cười thiên hạ, mà tôi thì phải đối mặt với thực tế cuộc sống gian nan hơn. Cảnh sát bảo tôi, ở Thái Lan đã có hàng vạn người chịu chung kiểu lừa đảo này, tổng số tiền trình báo lên tới hàng trăm tỷ Baht. Tội phạm chủ yếu là người Trung Quốc, ẩn náu ở Myanmar, Campuchia sử dụng mạng ảo và đầu số viễn thông để lừa đảo, không có cách nào truy hồi tiền bị lừa. Đặc biệt là người Trung Quốc ở Campuchia, lợi dụng biên giới Thái Lan để dụ dỗ, bắt cóc đủ loại người ép họ gia nhập các băng nhóm lừa đảo." Bà chủ tiệm liên tục nói quá thảm, quá thảm, không thể hiểu nổi tại sao có nhiều người Trung Quốc lại làm những việc xấu xa ác độc đến vậy, cảnh sát Thái Lan không tiêu diệt họ thì Phật tổ cũng sẽ trừng phạt họ.

"Sau này tôi mới biết, không phải tôi quá ngốc, mà là kẻ lừa đảo quá tinh ranh, quá hiểm độc! Ở Thái Lan chúng tôi còn có cả giáo sư, tiến sĩ và doanh nghiệp bị lừa, ngay cả cựu biên tập viên tin tức truyền hình Thái Lan mà tôi hâm mộ nhất là Narakorn Tiyayon cũng bị sập bẫy. Những người bị lừa nhiều nhất và đáng thương nhất là người già, nhân viên văn phòng và những người làm kinh doanh nhỏ như tôi." Bà rất muốn biết Trung Quốc rốt cuộc bị làm sao, vì mỗi ngày bà đều gặp những du khách Trung Quốc nhiệt tình thân thiện, bà tin rằng đại đa số người Trung Quốc là người tốt. Tôi không có cách nào giải thích thêm cho bà, nhưng tôi mở điện thoại cho bà xem những bức ảnh tin tức về việc Chính phủ Trung Quốc đang tri nã các băng nhóm lừa đảo viễn thông ở miền Bắc Myanmar.

Chiang Mai có rất nhiều người Trung Quốc, không phải chiếm tỷ lệ lớn trong tổng dân số tỉnh Chiang Mai, mà là người Trung Quốc hầu như đều cư trú ở khu vực trung tâm thành phố. Mua nhà để đầu tư tăng giá hoặc cho thuê, lôi kéo du khách trong nước và đón tiếp, là hai việc mà người Trung Quốc ở nước ngoài giỏi nhất. Thường là, người tuy đã ra nước ngoài, nhưng cuộc sống và giao thiệp vẫn chỉ nằm trong vòng tròn người Trung Quốc. Đây có lẽ chính là hình ảnh phản chiếu của sự quốc tế hóa kiểu Trung Quốc. Nhiều người đang thảo luận xem có nên học tiếng Anh không, có nên ghi tiếng Anh trên biển báo không, chẳng khác nào việc triều đình nhà Thanh không muốn xây đường sắt và cấm vận tải biển năm xưa. Có điều, những người thảo luận đó không biết thế nào là quốc tế hóa thực sự. Một mặt thì dựng lên ngăn cách, một mặt lại hô hào mở cửa.

Kim Cương từng khuyên tôi nên sang Việt Nam xem thử, anh ấy bảo nơi đó là mảnh đất kinh tế nóng bỏng nhất trong tất cả các nước Đông Nam Á. Qua tìm hiểu trên mạng, tôi thấy Việt Nam cũng đang ở trong một giai đoạn cải cách chính trị và tăng trưởng kinh tế nhanh chóng, mạnh mẽ chưa từng có. Nộp đơn xin visa khứ hồi 90 ngày trên mạng, chỉ sau 3 ngày tôi đã nhận được email visa điện tử.

Việt Nam đối với tôi vô cùng xa lạ. Trong nhận thức hạn hẹp, hoặc là cuộc chiến tranh biên giới Việt - Trung bốn mươi năm trước, những câu chuyện về hang "lỗ tai mèo" và chiến công của các anh hùng được truyền đến tai người dân nông thôn chúng tôi qua loa phát thanh; hoặc là ba mươi năm trước đám thanh niên quá lứa lỡ thì ở nông thôn chúng tôi bỏ tiền ra mua phụ nữ Việt Nam về làm vợ. Tôi tin tưởng tuyệt đối vào hai điểm này vì tôi có hai người bạn từng sống sót trở về từ chiến trường biên giới Việt - Trung và những chiếc hang "lỗ tai mèo", họ luôn say sưa kể về những trận đánh đó như những vị anh hùng. Còn ở vùng quê tôi hồi thiếu niên, trong phạm vi mười dặm tám làng có ít nhất vài chục gã đàn ông hoặc quá lứa, hoặc thiểu năng trí tuệ, hoặc khuyết tật đã bỏ tiền ra mua phụ nữ Việt Nam về làm vợ, sinh con đẻ cái, sống cuộc đời của một gia đình bình thường.

Trước khi xuất phát, tôi tra cứu tiểu sử của Hồ Chí Minh, người sáng lập chính của Đảng Cộng sản Việt Nam và là người đặt nền móng cho nước Cộng hòa Dân chủ. Tôi đại khái biết được rằng trước khi trở thành lãnh đạo quốc gia, hầu hết thời gian Hồ Chí Minh đều lưu lạc, trốn chạy, thậm chí từng trải qua 13 tháng trong 18 nhà tù khác nhau ở Quảng Tây, Trung Quốc, viết nên tập thơ "Nhật ký trong tù" với hàng trăm bài thơ, sau khi ra tù mới có thể trở về Việt Nam mở ra một thời đại mới, một chính phủ mới cho quốc gia và dân tộc.

15. VIỆT NAM

Chiếc máy bay ngẩng đầu leo cao, những tầng mây dày đặc đang tạo ra rào cản, buộc nó phải tăng tốc xuyên qua bằng thân mình tự tin và một góc nghiêng kiêu hãnh. Nghiêng trái rồi lại nghiêng phải, trồi lên rồi lại sụt xuống, những người ngồi trong khoang nghe rõ mồn một tiếng kêu răng rắc phát ra từ các khớp nối của từng bộ phận. Đây là lúc tôi đang bay tới một quốc gia hoàn toàn xa lạ, dù Việt Nam nằm ngay sát cạnh Myanmar – nơi tôi xuất ngoại lần đầu mười tám năm trước, và cũng là láng giềng của tỉnh Vân Nam nơi tôi từng đi công tác không biết bao nhiêu lần. Nếu định mệnh không đặt tôi vào cái mốc thời gian 2025 này, có lẽ cả đời tôi cũng chẳng đặt chân đến.

Tôi lại thầm cảm tạ Thượng đế trong lòng, tôi bắt đầu quy kết mọi chuyện đều là sự sắp đặt của Ngài. Tôi cũng biết, như nhiều người vẫn nói, chính sự thiếu hụt trong nhận thức đã quyết định những lựa chọn sai lầm nối tiếp nhau. Nếu tôi không làm đổi mới công nghệ, nếu tôi không vay nợ, nếu tôi chưa từng đắm chìm trong phong hoa tuyết nguyệt, nếu tôi kiên quyết không đồng ý cho con gái từ bỏ công việc và thân phận tại Mỹ để về nước, nếu chuỗi vốn bị đứt gãy mà tôi vẫn không rời bỏ "bàn bài", nếu sau khi phá sản nơi tôi đến không phải là Mỹ mà là một quốc gia khác có quan hệ chính trị hữu hảo, nếu tôi không vì tâm ma thúc giục và ác quỷ quất roi mà quay về nước, nếu ở trong tù di trú tôi cũng sống chết cố thủ như những phạm nhân khác để một lần nữa vào Mỹ... Không quy kết cho Thượng đế thì còn biết làm sao đây? Chẳng lẽ bắt tôi phải thừa nhận tất cả đều là sự vô tri và lỗi lầm của chính mình? Thà cứ cảm ơn sự sắp đặt của Thượng đế, để lòng mình được thanh thản, nhẹ nhõm.

Máy bay đột ngột rung lắc dữ dội liên hồi, người thanh niên ngồi ghế bên cạnh lộ vẻ kinh hãi, tôi cũng không ngừng xoa lòng bàn tay đang đẫm mồ hôi. Máy bay sẽ tan xác sao? Tôi sẽ chết sao? Ý nghĩ đó lướt qua não bộ rồi lập tức biến mất trong sự tự giễu cợt. Đây là lần thứ 800 tôi du lịch bằng máy bay? Lần thứ 1000? Hay nhiều hơn thế? Tuyến thời gian của cái chết luôn là một đường thẳng tắp, bất kể số phận sắp đặt mình ở không gian nào, thì ta vẫn đang di chuyển về phía điểm cuối của đường thẳng ấy.

Nó sớm bình ổn trở lại, vượt qua sự cản trở của tầng mây để lấy lại sự thăng bằng. Chỉ trong khoảnh khắc ấy, dòng tư duy của tôi đã nương theo bầu trời trong xanh thẳm kia mà bay xa vạn dặm, nhanh chóng chạm đến bờ đông Thái Bình Dương. Đó là Hợp chủng quốc Hoa Kỳ, nơi đang phát động và diễn ra một cuộc "chiến tranh nhập cư", đối tượng tấn công là những người nhập cư yếu thế bị coi là "phi pháp". Họ hầu như không có ngoại lệ đều đến từ thế giới thứ ba, "dân chủ và tự do" đối với họ giống như món hàng xa xỉ, đại đa số họ chỉ mong có một nơi mà chỉ cần bỏ sức lao động ra là có thể kiếm được tiền, dựa vào việc giao phó sức lực cho thời gian là có thể giúp gia đình có cuộc sống tốt đẹp hơn. Nhất định phải định nghĩa họ là "phi pháp", ngoại trừ một số cực ít những phần tử tội phạm thực sự gây nguy hiểm cho xã hội, thì đại đa số vẫn chỉ vì nghe nói trên thế giới có một tòa "Hải đăng", nơi luôn tỏa ra một tia sáng dẫn đường cho những kiếp người khổ nạn. Một thế kỷ hoặc hai thế kỷ trước, một nhóm người châu Âu cũng đã bước vào vùng đất đó trong lúc tìm kiếm ánh sáng — nơi sau này được họ gọi là Hợp chủng quốc Hoa Kỳ. Một nhóm người đã chiếm lĩnh một vùng đất trong thời đại không có luật pháp, rồi họ sinh sống và lập ra luật pháp trên vùng đất đó, và sau đó, những người muốn vào vùng đất đó để dựa vào sức lực và thời gian kiếm tiền bị định nghĩa là nhập cư "phi pháp".

Trong số những người nhập cư "phi pháp" đó, có đồng bào của tôi, những người bị cùm tay xích chân tống vào ngục tối. Họ hầu như đều là thanh niên và trung niên từ 20 đến 50 tuổi, một mặt có thể tin tưởng không chút nghi ngờ mà thốt ra đủ mọi phương diện lớn mạnh của tổ quốc mình, mặt khác lại đem toàn bộ gia sản và nợ nần để đánh cược, dùng hành động mòn cả gót chân để đi vạn dặm tìm cách bước chân vào Hợp chủng quốc Hoa Kỳ.

Tôi được bàn giao cho thành phố Hà Nội trong một trận mưa rào xối xả. Trước đó, tôi từng đọc trên các bài đăng du lịch mạng rằng: "Hãy để nước mưa thấm đẫm cơ thể, đi bộ trên những con phố Hà Nội, đó mới là trải nghiệm thực sự nên có tại nơi này."

Tấm thị thực "rời" (visa rời) cần được kiểm tra lại tại hải quan sân bay. Một quý ông đứng trong hàng đợi tỏ ra hối hận vì đã không kẹp sẵn tờ 500.000 đồng vào hộ chiếu làm tiền "típ", lo lắng sẽ phải chờ đợi quá lâu. Lần đầu đến đây, tôi dĩ nhiên không hiểu quy tắc nên chẳng đưa tiền trà nước gì cả, vậy mà chưa đầy 20 phút, tôi đã thông quan xong trước cả vị khách đã đợi từ lâu kia. Bước ra khỏi sân bay, màn đêm đã đen kịt, tiếng mưa rơi ào ào che lấp mọi thứ, xe cộ không nhiều cũng không quá ồn ào. Taxi và xe công nghệ không đủ đáp ứng nhu cầu của hành khách; trên ứng dụng, mười phút, rồi hai mươi phút trôi qua vẫn không có tài xế nào nhận chuyến của tôi. Tôi buộc phải cân nhắc đi xe buýt, dù việc kéo theo hành lý đối với một người lần đầu đặt chân đến một thành phố xa lạ vào ban đêm là cực kỳ bất tiện. Nhưng điều đó có nghĩa là tôi có thể đến nhà nghỉ sớm hơn, có thêm thời gian ngắm nhìn thủ đô Việt Nam trong đêm, và chi phí cũng rẻ hơn nhiều — chỉ 15.000 đồng (khoảng 0.57 USD).

Chuyến xe có thể đưa tôi về phía nhà nghỉ chỉ có thể là xe buýt số 90, đi từ điểm đầu sân bay đến bến cuối, sau đó mới đi tiếp một đoạn ngắn nữa. Trạm xe buýt nằm cách sảnh sân bay khoảng 50m về phía tận cùng bên trái hành lang, nhưng tôi phải băng qua một màn mưa dài tương đương. Một cô gái trẻ với dáng người cao ráo mảnh mai dùng tiếng Việt ra hiệu bảo tôi che chung ô, nhưng tôi chỉ liên tục "Thank you, Thank you" rồi đẩy hành lý chạy nhanh về phía cửa xe. Sau khi trả 15.000 đồng tiền mặt cho cậu phụ xe, tôi cố gắng đứng dậy khỏi ghế để cơ thể có thêm diện tích thoát hơi ẩm. Trớ trêu thay, lòng bàn tay khi bám vào thanh vịn phía trên vòng nắm lại dính đầy bụi đen. Có lẽ tôi đã sai, đáng lẽ tôi chỉ nên bám vào các vòng nắm tay (tay cầm), chúng tuy cứ lắc lư qua lại nhưng ít nhất đã được nhiều người sử dụng nên không đến nỗi đầy bụi bẩn như vậy.

Xe buýt số 90 chạy rất chậm, không ai vội vàng cả, vốn dĩ thời gian của tôi cũng là dành cho lữ hành. Chỉ là tôi không thể nhìn thấy phong cảnh dọc đường bị màn đêm và màn mưa che khuất, phần lớn thời gian là vô số xe máy luồn lách quanh xe buýt, rú ga rầm rầm khi dừng chờ ở các nút giao đèn tín hiệu. Không một chiếc ô tô nào thực sự dừng sau vạch dừng của lối đi bộ, họ phải nhường đủ không gian cho xe máy. Những người lái xe tạo nên những làn sóng nước trên phố, đèn đường và ánh neon phản chiếu lung linh trên mặt nước ấy. Giữa dòng nước ngập quá đầu gối hoặc thấm ướt cả mông, người đi bộ vẫn băng qua như thường lệ chứ không tràn lên làn đường ô tô cao hơn để tranh giành. Hơn hai tiếng sau, cuối cùng tôi cũng xuống ở bến cuối và gọi một chiếc Taxi. Để tránh hiểu lầm và sai sót, tôi phải xác nhận giá tiền với tài xế, quãng đường rất ngắn, khoảng 1km, giá 50.000 đồng. Tôi không mặc cả, và trong hành trình đó, tôi biết được rằng người dân địa phương khi nói về số tiền sẽ dùng chữ "K" thay cho ba chữ số 0, 50.000 chỉ đơn giản là 50K, gọi tắt là 50 đồng (50 nghìn). Tính toán như vậy, 3.7 đồng Việt Nam đổi được 1 đồng Nhân dân tệ, cảm giác tiền Việt còn có giá trị hơn cả Baht Thái nếu ta quên đi ba chữ số 0 hoặc coi chúng là một đơn vị.

Ngay cả những ngày sau đó, thực tế đã dạy cho tôi rằng nếu không mang vác hành lý cồng kềnh, sử dụng xe máy là thuận tiện nhất. Một là vì giữa dòng thác xe máy khổng lồ, taxi hay xe công nghệ di chuyển rất chậm; hai là thời gian chờ xe công nghệ khá lâu; ba là thuê ô tô vừa cần bằng lái địa phương vừa đối mặt với không gian đỗ xe cực kỳ hạn chế; bốn là trên ứng dụng gọi xe có thể gọi xe máy rất nhanh, tiện lợi và rẻ. Cần biết rằng ở Việt Nam, cứ khoảng 1.6 người thì có một chiếc xe máy (tỷ lệ sở hữu khoảng 62.5%), và cứ 17.5 người mới có một chiếc ô tô (tỷ lệ khoảng 5.7%). Trong dòng xe cộ trên đường, xe máy chiếm ưu thế tuyệt đối với hơn 80%. Nếu tính cả xe đạp điện và xe đạp, khoảng 90%

phương tiện giao thông là hai bánh. Khách du lịch cũng không ngoại lệ, ai có bằng lái thì thuê xe máy xăng, không có thì thuê xe máy điện.

Độc tài, nghèo nàn, lạc hậu, xa xôi hẻo lánh... đó là những cảm nhận của tôi về Việt Nam từ các phương tiện truyền thông trong suốt thời gian dài sống ở trong nước (Trung Quốc). Tất nhiên đó đều là những tin đồn phong phanh, không phải tận mắt chứng kiến. Khi thực sự đặt chân đến đây, dữ liệu tôi tra cứu được là: Lực lượng lao động Việt Nam năm 2024 chiếm khoảng 67% tổng dân số, trong đó 74% lao động ở độ tuổi dưới 50, đang trong giai đoạn "cơ cấu dân số vàng". Ngoài ra, trẻ em chiếm 20.6% dân số cả nước, trong đó tỷ lệ trẻ em ở thành thị và nông thôn lần lượt là 35% và 65%. Tốc độ tăng trưởng kinh tế duy trì ở mức trên 7%, khiến cả thế giới phải ngả mũ kinh ngạc.

Một buổi chiều khi tôi đến gần Bảo tàng Lịch sử Quốc gia Việt Nam, hai bên đường Tràng Tiền đám đông bắt đầu tụ tập ngày một đông. Người thì mang ghế ra ngồi, người thì tựa vào lan can đứng, bất chấp cái nắng gắt trên đầu. Cờ đỏ, biểu ngữ đỏ, nón lá đỏ, áo đỏ, khăn choàng đỏ, quạt đỏ, cả con đường dài mấy cây số tràn ngập một màu đỏ cát tường. Tuần tới sẽ là kỷ niệm 80 năm thành lập chính phủ nước Việt Nam Dân chủ Cộng hòa. Có lẽ hôm nay sẽ có hoạt động trọng đại gì đó? Trên đường Tràng Tiền, cảnh sát mặc sắc phục duy trì trật tự, các bạn sinh viên tình nguyện áo xanh giúp đỡ phục vụ, xe cộ vẫn đi lại nườm nượp. Kế hoạch tham quan bảo tàng đành gác lại vì bảo tàng đã đóng cửa. Tôi quyết định nán lại trong đám đông với hy vọng được tận mắt chứng kiến sự thật. Giữa rào cản ngôn ngữ đầy lúng túng, tôi chớp thời cơ hỏi một bạn sinh viên tình nguyện biết chút tiếng Trung, và được biết 9 giờ tối nay sẽ diễn ra buổi tổng duyệt lần thứ ba cho lễ diễu binh quốc khánh 2/9.

Điều này càng khơi dậy sự tò mò và hứng thú trong tôi, bởi trong môi trường xã hội mà tôi từng sống, những sự kiện trọng đại của quốc gia và quân đội như diễu binh, dù là chính thức hay tổng duyệt, đều có sự tuyển chọn người xem, kiểm tra an ninh và kiểm soát vô cùng nghiêm ngặt. Lý do thì rất nhiều và đầy đủ: tất cả vì nhân dân, tất cả vì an toàn. Thế nhưng, tại buổi tổng duyệt diễu binh này của Việt Nam, ngoại trừ nhân viên quản lý trật tự trên đường Tràng Tiền, mọi người từ khắp nơi tự ý tụ tập về, không cần thẻ ngành, không kiểm tra an ninh, càng không nói đến chuyện kiểm soát. Một người nước ngoài như tôi tự do trà trộn trong đám đông. Cho đến khi quân đội và khí tài hành tiến trên đường Tràng Tiền bốn làn xe lúc 9 giờ tối, đám đông hai bên đường đã chen chân không lọt, ít nhất hàng chục vạn người tranh nhau xem. Quân nhân vẫy tay tương tác với đám đông, người dân bùng nổ trong tiếng reo hò và tiếng hát quốc ca.

Trong lúc chờ đợi, cạnh tôi là một cậu bé học sinh trung học, chúng tôi dùng phần mềm dịch để trò chuyện. Cậu bé hỏi tôi nghĩ gì về hiện tại và tương lai của đất nước Việt Nam? Tôi trả lời: "Tôi vừa mới đến đây, chưa hiểu hết mọi mặt, nhưng mọi người đều có thể truy cập Google, Facebook và dùng chúng để làm ăn; đất nước các bạn đã vượt ngưỡng 100 triệu dân với cơ cấu trẻ chiếm ưu thế tuyệt đối; các bạn có thể tự do đến thủ đô xem diễu binh; tôi thấy nụ cười mãn nguyện và rạng rỡ của rất nhiều người trong sự tăng trưởng kinh tế, tôi tin rằng đất nước các bạn đang theo đuổi và vượt qua những mục tiêu mới." Đứa trẻ với khuôn mặt ngây thơ có chút ngơ ngác, cậu không hiểu tại sao việc dùng Google, Facebook lại trở thành cái "có thể" trong lời tôi nói, lẽ nào còn có quốc gia nào là "không thể" sao? Tôi bảo khi nào lớn lên cháu sẽ biết nhiều hơn, hiểu nhiều hơn. Cậu bé giới thiệu và mời tôi về thăm quê hương Nam Định của cậu, cậu bảo nơi đó rất đẹp.

Ngày hôm ấy tôi đã ở đó, tận mắt chứng kiến: chính phủ và nhân dân, quân đội và nhân dân, gần gũi như người thân. Không lo âu về an ninh, cũng không tốn kém cho việc "duy trì ổn định". Diễu binh kết thúc, đám đông trật tự giải tán, tự do tự phát khi đến và tự giác tự chủ khi đi. Đương nhiên, "đội quân xe máy" nhiệt tình cao độ, rầm rầm rầm rầm, chở theo dòng người màu đỏ lao vào màn đêm.

Mưa Hà Nội có lẽ còn kéo dài mươi ngày nữa mới nhường bầu trời xanh biếc cho mùa thu. Sắc đỏ và vàng rực rỡ khắp phố phường như muốn tranh sắc trong mưa, những thiếu nữ mặc áo dài trong màu sắc tươi tắn ấy kiều diễm vô cùng, khiến cơn mưa cũng phải lúc rơi lúc tạnh, dần mất đi thế thượng phong.

Vùng nước xanh lục đậm đặc và đục ngầu của Hồ Hoàn Kiếm thỉnh thoảng có những đàn cá chép đỏ trắng bơi lội. Đủ loại rác rưởi lững lờ trôi trên mặt nước, phân hủy và bốc mùi trong không khí nóng nực. Cỏ lá gừng mọc xanh tốt, trước những tòa nhà kiến trúc Pháp, các cặp đôi mặc sức diễn cảnh lãng mạn. Hương cà phê Việt Nam đậm đà, béo ngậy vị lòng trắng trứng và mằn mặn bay ra từ những khuôn viên nhà cổ theo gió, lan tỏa khắp khu phố cổ chật hẹp.

Tạm biệt cơn mưa Hà Nội, tôi cũng tạm biệt tháng Tám để bước vào cố đô mùa thu — Huế.

Khi chiêm ngưỡng vẻ đẹp của Kinh thành nhà Nguyễn, không thể không cảm thán về thời cơ mà thần định mệnh đã trao cho người Việt Nam mà ai nấy đều gọi là "Bác Hồ" (Hồ Chí Minh), nếu không thì kinh thành ngày nay có lẽ vẫn không thể trở thành di tích. Hãy xem thần định mệnh đã trao cho Hồ Chí Minh những gì: cả đời không kết hôn, nửa đời (35 năm) bôn ba: 20 tuổi (1910) bỏ học làm gia sư, 21 tuổi học làm bếp và lên tàu buôn Pháp làm phụ bếp, 24 tuổi làm nghề quét tuyết và giúp việc bếp ở London, 27-28 tuổi đến Mỹ, Pháp và gia nhập Đảng Xã hội Pháp, 33 tuổi học tập ở Liên Xô, 34 tuổi đến Quảng Châu hợp tác với Tôn Văn, 37-38 tuổi đến Liên Xô và được Quốc tế Cộng sản phái sang Berlin, cùng năm đó lại sang Bangkok, 39 tuổi bị xử tử hình vắng mặt và bị Pháp truy nã, 40 tuổi thành lập Đảng Cộng sản Việt Nam tại Hồng Kông, 41 tuổi vào tù tại Hồng Kông rồi sau khi được thả thì đi Hạ Môn, Thượng Hải, 43 tuổi đến Moscow, 48 tuổi lại sang Trung Quốc và 51 tuổi trở về Việt Nam, 52 tuổi lại sang Quảng Tây (Trung Quốc) bị Quốc dân Đảng bắt giam 13 tháng, trong thời gian đó bị luân chuyển qua 18 nhà tù và viết nên tập thơ "Nhật ký trong tù", 55 tuổi (1945) trở về Hà Nội tuyên ngôn độc lập và đảm nhiệm chức vụ Chủ tịch, Thủ tướng.

Quỹ đạo cuộc đời Hồ Chí Minh mách bảo người ta rằng: Khi Thượng đế sắp đặt một người, không có "nếu như", không có đúng sai, càng không có lựa chọn nào khác, tuyệt vọng và tuyệt lộ cũng là một phần của sinh mệnh. Đúng vậy, tôi quy kết tất cả những gì ông đã trải qua cho sự sắp đặt của Thượng đế. Nếu không phải vậy, nếu để Hồ Chí Minh tự lựa chọn, làm sao ông có thể cam lòng sống những năm tháng bôn ba, trốn chạy và tù đày như vậy.

Vương triều nhà Nguyễn kéo dài 143 năm, giai đoạn cuối có 61 năm cúi đầu trước thực dân Pháp, nhưng vẫn muốn cầu xin giang sơn muôn đời thuộc về tông tộc, ấy vậy mà buộc phải kết thúc vào thời điểm Thượng đế trao cho "Bác Hồ". Thành phố Huế kể từ đó được đưa vào danh sách di tích cố đô, hoàng thành, hoàng gia, lăng tẩm suy tàn đón bước chân du khách khắp thế giới nườm nượp không ngớt. Đi qua những cánh đồng và đồi núi, lăng tẩm của các vua nhà Nguyễn qua các thế hệ nằm uy nghi giữa những vùng sơn thủy khác nhau. Truyền thống "Chính Đại Quang Minh", "Giang Sơn Xã Tắc", "Phi Long Tại Thiên", "Phúc Lộc Song Toàn" của người Hán Trung Quốc được khắc lên đá, thành những cổng chào khổng lồ, thành những tấm bia nghìn năm, thành những di tích vạn thuở. Kể từ khi nhà Nguyễn thành lập năm 1802, sau khi hoàng đế khai quốc xây lăng Gia Long, con trai xây lăng Minh Mạng, cháu nội xây lăng Xương (Thiệu Trị), chắt nội xây lăng Tự Đức vốn được gọi là "Vạn Niên Cơ". Thế nhưng về thực chất, năm 1887 nhà Nguyễn đã rơi vào sự kiểm soát của chính quyền Liên bang Đông Dương thuộc Pháp. Dù danh nghĩa chỉ còn trên giấy tờ, cha của vị hoàng đế cuối cùng, tức hoàng đế thứ 12, vẫn xây cho mình lăng Khải Định. Kết hợp chủ nghĩa tân cổ điển châu Âu với truyền thống Đông Á, chạm rồng khắc chữ, cầu nguyện cho muôn đời nghìn thu giữ vững giang sơn. Tại lăng Khải Định, người ta có thể thấy hình ảnh của hoàng đế được lưu giữ từ thời đại văn minh khoa học kỹ thuật, thấy hoàng đế được giáo hóa và đồng hóa bởi văn minh châu Âu, thấy chữ Hán bị ruồng bỏ dưới ảnh hưởng của tiếng Pháp, đổi mới thành hệ chữ Việt độc đáo theo dạng ký tự Latinh.

Hoàng cung của mười ba đời dòng họ nhà Nguyễn, cùng hệ thống lăng tẩm đồ sộ, cuối cùng đã trở thành một kiểu "ánh trăng sáng và nốt ruồi chu sa" khác của người Việt[28]. Ngày nay, nước sông Hương vẫn bình thản chảy qua thành phố Huế, chảy vào con sông hộ thành bên ngoài hoàng cung lộng lẫy, nhưng trớ trêu thay, bùn đất và cỏ dại đang hoang dại xâm chiếm những kênh rạch lớn nhỏ. Những con thuyền qua lại trên sông Hương, trôi về phía rừng rậm hai bên bờ, lướt qua hết bia mộ này đến bia mộ khác của những người đã khuất, xem con cháu đời sau thi nhau khoe khoang tổ tông như thế nào.

Dưới ánh đèn đêm, tôi ngồi vào một quán ăn rộng rãi trong một ngôi làng ở phía đông kinh thành, mấy chiếc bàn tròn lớn rung lên vì tiếng cười nói ồn ào. Dân thành thị và dân làng đang hào phóng dùng đồng lương ít ỏi để uống rượu thỏa thích, trẻ con nô đùa hết mình trong khoảng thời gian của riêng chúng. Tôi gọi một phần cơm chiên bò, một đĩa rau xào và hai chai bia, hết khoảng hơn hai trăm nghìn đồng Việt Nam. Cậu bé phục vụ bưng món chừng mười mấy tuổi, có lẽ là đi làm thêm trong kỳ nghỉ hè. Ở Việt Nam, ta có thể gặp khá nhiều học sinh tranh thủ kỳ nghỉ hoặc thời gian rảnh đi làm thêm kiếm tiền. Cậu bé bảo tôi tháng này kiếm được 2,5 triệu đồng (chưa đầy 100 USD).

Hoàng thành và lăng tẩm năm xưa đã tạo nên khói hương cho hôm nay và mai sau. Điều không thiếu nhất ở đây chính là các loại gỗ, đất sét và nhành tre đặc sắc của địa phương, trộn thêm hương liệu để chế thành loại nhang (hương) thượng hạng. Bước vào làng hương, khi chưa đốt, hương thơm thanh khiết đã lắng đọng trong không trung, tan vào từng ngõ ngách, bay trong gió. Cà phê trứng, cà phê muối, cà phê cốt dừa, kỹ thuật

---

[28] "Ánh trăng sáng và nốt ruồi chu sa" (明月光与朱砂痣): điển cố từ nhà văn Trương Ái Linh, ví von hai loại tình cảm tiếc nuối — cái không có được và cái đã mất đi.

pha chế cà phê địa phương ở Huế dường như thuần thục hơn, phải chăng những làn hương trầm mặc lâu đời ấy cũng đã hòa quyện vào trong đó?

Ga tàu mang phong cách Pháp đứng hiên ngang, rạng rỡ cách kinh thành nghìn mét suốt gần một trăm năm qua. Không chỉ là màu đỏ, cái mái vòm nhọn hoắt, chiếc đồng hồ nổi bật, những ô cửa sổ caro muốn đón thật nhiều ánh nắng vào phòng, tất cả từ lâu đã tạo nên một sự tương phản rõ rệt với kinh thành. Cùng thời kỳ đó, xe lửa tiến vào châu Á, nhà ga trở thành cơ hội tốt nhất để các kiến trúc sư châu Âu phô diễn kỹ nghệ và tác phẩm. May mắn thay, Việt Nam cũng từng có "Cách mạng văn hóa", nhưng không "cách mạng" đi những kiến trúc đáng xem đáng thưởng ngoạn, cứ để chúng tồn tại và lắng đọng.

Để đến Đà Nẵng, tôi chọn đi chuyến tàu hỏa xình xịch, xuất phát từ niềm hoài cổ với kiến trúc nhà ga kiểu Pháp hơn một thế kỷ. Người ngồi ghế bên cạnh là một chàng trai người Đức da trắng, sống mũi cao tên là Durand K, được công ty Đức phái đến làm việc tại một nhà máy ở thành phố Hải Phòng, vị trí kỹ sư phát triển sản phẩm giai đoạn đầu. Anh ấy khuyên tôi nếu có cơ hội hãy đến Hải Phòng xem thử, nơi đó có rất nhiều doanh nghiệp nước ngoài xuất sắc đang hoạt động hoặc đang xây dựng. Người Việt Nam ngày càng có nhiều cơ hội vào làm việc trong các doanh nghiệp nước ngoài, thu nhập tăng lên đáng kể, nhà máy của người Đức thường trả lương cho công nhân Việt Nam khoảng 350-500 Euro/tháng. Durand K dự định một tháng sau sẽ về Đức để cưới một cô gái Pháp gốc Việt. Anh tin rằng Việt Nam chắc chắn sẽ tăng trưởng kinh tế, hòa quyện nhiều hơn với văn hóa châu Âu, làm việc ở đây anh cảm nhận được rất nhiều sự thoải mái và thân thiện quốc tế.

Đường ray xe lửa từ Huế hướng về phía nam, bên trái là biển xanh thẳm, bên phải là núi non xanh mướt nhấp nhô. Dưới bầu trời trong xanh, con tàu không vội vã băng qua dãy Trường Sơn, hết lần này đến lần khác so tài với Hải Vân Quan. Cần bao nhiêu sự tự tin để Hải Vân Quan dám đề chữ "Thiên Hạ Đệ Nhất Hùng Quan"? Chẳng qua là dãy Trường Sơn mượn thế cắt đứt sự liên lạc giữa đồng bằng và biển cả. Trâu ngựa khó vượt qua, hiểm trở tạo nên cửa ải, rồi trở thành cảm giác kê cao gối ngủ không chút lo âu của hoàng gia. Thế nhưng lại bị những cỗ máy bằng sắt thép nạp nhiên liệu dễ dàng công phá, biến thành một danh thắng cho người ta mặc sức thưởng ngoạn.

Đà Nẵng, cổ tịch gọi là Đà Nẵng (沱灢), Trung văn đều gọi là Hiện Cảng (岘港). Dù thế nào, Đà Nẵng và người Trung Quốc cũng có mối lương duyên không thể cắt rời, đã từng yêu nhau nồng nhiệt và đang yêu nhau tha thiết. Để thế gian chứng kiến tình yêu thiên trường địa cửu, một cây Cầu Rồng đã được bắc qua sông Hàn, kết nối thành phố với bờ biển. Con rồng khổng lồ tượng trưng cho giống rồng tiên ấy đang trong tư thế bay vút lên không trung, đầu hướng về phía biển Nam Trung Hoa đầy uy phong.

Dưới những làn gió mát lành bên lề đường khi màn đêm buông xuống, tôi tình cờ gặp bốn người anh em đồng hương, mặc áo đỏ quốc kỳ, đang vui vẻ uống rượu trước cửa cửa hàng nội thất chung của họ. Đồ nội thất bán trong cửa hàng là loại sản phẩm tre gỗ đơn giản mà tôi từng dùng khi còn làm thuê và sống tạm bợ ở Thượng Hải hơn hai mươi năm trước. Hàng chục chai bia dựng đứng trong thùng nhựa chứa đầy đá và nước; bên cạnh các món ăn Việt Nam luôn bày biện nhiều loại gia vị chua, ngọt, mặn, cay, giúp thực khách dễ dàng và sảng khoái nuốt trôi những bát cơm trắng không vị và những ngụm rượu đắng ngắt. Tôi được mời vào bàn rượu của bốn anh em, tham gia vào cảm giác khoái lạc sau một ngày lao động và gặt hái. Không biết là vợ của anh nào trong số đó đã nhanh chóng đưa bát đũa, bia và thức ăn cho tôi.

Đà Nẵng dường như được số phận sắp đặt để khiến cảng Hội An mất đi chức năng cảng nước sâu, và trong vô thức trở thành sự trỗi dậy thay thế mới. Có người nói do phù sa bồi lắng khiến cảng Hội An bị cạn. Đó chắc chắn chỉ là một cách nói, chẳng lẽ không phải do sự cạnh tranh lợi ích mới và nhu cầu cuộc sống sao? Ngày nay, đứng ở vị trí của Hội An và Đà Nẵng để phóng tầm mắt và liên tưởng, Hội An giống như một phu nhân hiểu biết, phong thái tao nhã; còn Đà Nẵng như một thiếu nữ ca múa giỏi giang,na đa tình. Mỗi nơi một phong tình, mỗi nơi một sở thích và được yêu thích riêng. Đà Nẵng dù sóng vỗ dập dềnh bao nhiêu cũng không thể vỗ ra được vẻ hương sắc của cổ trấn Hội An dưới những đám mây trắng.

Kết nối Đà Nẵng và Hội An là những cuộn sóng biển nối tiếp nhau và những cánh đồng lúa bát ngát, thời tiết sẽ khiến màu sắc của con đường liên tục thay đổi theo thẩm mỹ. Tôi bắt chước người địa phương, cưỡi một chiếc xe máy điện đi lại giữa hai nơi. Tôi đạp xe đạp rất thành thạo, thậm chí có thể nói là kỹ năng cao và bạo dạn, nhưng tốc độ cao của xe máy luôn khiến tôi xa lạ và sợ hãi. Bởi lẽ hơn hai mươi năm trước, chỉ trong một lần duy nhất thử điều khiển nó, tôi đã bị ngã đến mức da thịt rách nát. Nói một cách trung thực và đầy xấu hổ, tôi chưa bao giờ thực sự biết cưỡi xe máy. Chiếc xe máy điện đã dạy cho tôi một bài học hành động đích đáng về sự lỗ mãng của mình. Khi tôi bật chế độ thể thao và tốc độ vọt lên, tại một góc cua không kịp giảm tốc, tôi đã đâm vào bánh xe máy của một người đang dừng chờ ở hướng đối diện. Máu lập tức nhuộm đỏ cả miệng, mảnh vỡ rơi vãi đầy đất. Người đi đường vội vàng đỡ tôi dậy, dựng xe giúp tôi, một thanh niên từ ngôi nhà bên đường lấy bông gòn tẩm i-ốt sát trùng lau cho tôi. Mười phút sau máu ngừng chảy, tôi mới hoàn hồn nhận ra cô gái bị tôi đâm vẫn luôn đợi bên lề đường, hỏi han thương thế của tôi ra sao, có cần đi bệnh viện kiểm tra không. Tôi dùng tiếng Anh nói: “I’m sorry and my fault, if you are no problem that I’m okay too. But could you please give me some water?” (Xin lỗi, là lỗi của tôi. Nếu bạn không sao thì tôi cũng ổn. Nhưng làm ơn cho tôi xin chút nước được không?). Cô ấy hiểu và lập tức chạy nhanh đi mua một chai nước cho tôi. Sau khi xác nhận lại sự an toàn của tôi lần nữa, cô ấy mới cùng người bạn đi cùng rời đi. Rửa sạch mặt mũi, đeo khẩu trang, cảm ơn những người đã giúp đỡ, tôi cẩn trọng tiếp tục lái xe hướng về phố cổ Hội An.

Trong phố cổ Hội An, đâu đâu cũng thấy những căn nhà vườn sâu thẳm, khi thì là thương hội, khi là hội quán, khi là Phật đường, học thục, hoặc nhà dân, mỗi nơi đều mang dấu ấn của hai ba trăm năm lịch sử. Ngoại trừ cây cầu sắt (Chùa Cầu) đặc biệt tinh tế của người Nhật, những tấm hoành phi chữ Hán giữa các công trình điêu khắc rồng phượng luôn nhắc nhở mọi người rằng mỗi mảnh ngói và tất cả mọi thứ ở cổ trấn này từng thuộc về người Trung Quốc. Câu chuyện truy nguyên về những thế kỷ 17, 18 xa xưa hơn, khi dấu chân hàng hải của người châu Âu đã khắp địa cầu, các hoàng đế Minh - Thanh của Trung Quốc lại bế quan tỏa cảng để cầu mong chính quyền vững chắc, khiến đường bờ biển dài 2 vạn cây số hoàn toàn tĩnh lặng và cô độc. Người Phúc Kiến và Quảng Đông dựa vào bản lĩnh thủy thủ, né tránh lệnh cấm của quan phủ, lái thuyền tìm kiếm bãi giao thương hàng hóa tại Đông Nam Á. Một vịnh nước xanh biếc và sâu của Hội An đã khớp với cơ hội thương mại trên biển, quan phủ đương thời cũng vui vẻ vì ngân khố đầy ắp tiền thuế. Lâu dần, thương nhân Trung Quốc chọn an cư lạc nghiệp tại đây, gây dựng gia sản, quan thương thông đồng khiến thị trấn Hội An trở thành một trong những trung tâm thương mại sầm uất nhất thế giới. Ngày nay, vẻ hiển hách vô tiền khoáng hậu đó thu hút hàng triệu du khách hải ngoại dừng chân tại phố cổ Hội An, trong ánh đèn lung linh, chợt quay đầu nhìn lại.

Biển của Đà Nẵng, bãi tắm Mỹ Khê là một đại diện. Nếu một người từ trên trời rơi xuống bãi biển Mỹ Khê, chắc chắn sẽ nhầm tưởng là đã đến bờ biển của các nước Âu Mỹ. Nhìn lên bãi cát trắng mịn, mềm mại và trắng tinh ấy, ngoài những người bán hàng địa phương thỉnh thoảng đi qua, dưới ánh nắng chan hòa là những người da trắng Âu Mỹ tóc vàng mắt xanh. Họ để ngực trần, bơi lội giữa những làn sóng biển gần như trong suốt, nằm tĩnh lặng trên bãi cát mát rượi dễ gây buồn ngủ, gần gũi với nắng mưa, tận hưởng thiên nhiên. Có đầy phố những lá cờ đỏ và sao vàng của chủ nghĩa cộng sản, có những khẩu hiệu và biểu ngữ xã hội chủ nghĩa, nhưng cũng có đầy đường đầy bãi biển những du khách hải ngoại từ thế giới tự do dân chủ phương xa tìm đến.

Thành phố Hồ Chí Minh có cái tên mang phong vị tình ái hơn là Sài Gòn (Sai Gon). Gọi một tiếng Sài Gòn, tuyệt đối không vì cái tên này đã được sử dụng hơn ba trăm năm mà trở nên thương hải tang điền. Ngược lại, Sài Gòn có dư thừa những cô gái đẹp và chàng trai hào hoa, tận dụng tối đa sự phóng khoáng của người phương Tây để cống hiến tình tính cho xã hội. Ai muốn có được tình yêu, kiểu tình yêu đầy bản năng và tình tính, thì có thể không chút do dự mà trao thân cho Sài Gòn.

Phố Bùi Viện và Phạm Ngũ Lão, giữa những khẩu hiệu chính trị, cờ quạt và sự mở cửa, là nơi phóng khoáng nhất và cũng điên rồ nhất. Toàn bộ Sài Gòn chắc chắn không chỉ có một hai con phố đó là đáng giá, nhưng đó là nơi mà bất kỳ ai cũng không nên bỏ lỡ để trực tiếp nhìn thấy cái gọi là "Thực sắc, tính dã" (ăn uống và sắc dục là bản tính).

Ban ngày, bạn có thể ngồi trong những kiến trúc kiểu Pháp hoặc sân vườn nghe nhạc nhẹ, thưởng thức cà phê Việt Nam. Những quán cà phê nhiều đến thế không chỉ vì Việt Nam thịnh sản cà phê hay có cà phê chồn, mà vì giữa người Việt và người Pháp từ lâu đã nảy sinh phản ứng lãng mạn từ trong xương tủy. Chẳng có gì sánh bằng một ly cà phê, với những hương vị lạ kỳ khác nhau, cho những đôi nam nữ trẻ tuổi đủ lý do, đủ thời gian để nếm trải và thích nghi với nhau. Giống như chàng trai Pháp Durand K và vị hôn thê gốc Việt, chẳng phải trong những tháng năm dài tĩnh lặng, người Việt và người Pháp đã tạo ra hiệu ứng nhân thời gian lãng mạn đó sao.

Sự bùng nổ của thanh sắc trên đường phố sau khi màn đêm buông xuống đủ để khiến bất kỳ loại tuyệt vọng nào của bất kỳ người nam hay nữ nào trở nên vô nghĩa. Còn gì đáng để tuyệt vọng nữa? Sống chẳng phải chỉ có bấy nhiêu chuyện sao? Hãy để dục vọng biến thành lửa dục, thiêu rụi đi, giải phóng đi, rồi lại sinh ra cái mới. Đông Quan của Trung

Quốc hai mươi năm trước? Amsterdam của phố đèn đỏ? Hamburg của Đức phố dây thừng? Bangkok của Thái Lan phố Soi Cowboy? Không, không, không, tuyệt đối không thể so sánh được với những con phố này ở Sài Gòn. Tình ở mặt phố, sắc ở quang ảnh, tính ở sự mê ly. Hai bên con phố dài vài trăm mét, các quán bar bày sân khấu ngay trước cửa tiệm, những chàng trai tuấn tú lắc lư cơ bắp tươi non, những cô gái xinh đẹp với làn tóc dài bay bổng, mở miệng để cơ giáp trạng phễu và cơ nhẫn giáp trong thanh quản dùng quán tính va đập đến tốc độ cao nhất, bạo động nhất, truyền toàn bộ vào micro, rồi qua sóng điện từ được khuếch tán ra đám đông xa hơn bởi những dàn âm thanh công nghệ cao công suất lớn. Đầu tiên là tự do, sau đó là cạnh tranh, rồi đến sự phóng khoáng, quán bar này biểu diễn và ca hát nồng nhiệt, bốc lửa hơn quán bar kia. Những chàng trai, cô gái khôi ngô, trắng trẻo phối hợp đứng quanh sân khấu mời chào du khách vào ngồi. Du khách có thể ngồi ở bất kỳ quán bar nào, vài chai bia, vài đĩa mồi, ngắm trọn ngũ quang thập sắc, ảo mộng trọn cảnh sắc dục ngựa xe. Cũng có thể mời chàng trai hay cô gái mà mình thích ngay từ cái nhìn đầu tiên, ngồi đối diện hoặc nương tựa vào nhau, tận hưởng khoảnh khắc hiếm có của nhân gian này. Hoàn toàn không cần sự hàm súc vòng vo của những cái liếc mắt đưa tình, bởi anh ấy hay cô ấy đều đã thân chinh trong môi trường tình dục kích thích phóng túng rồi, chỉ cần có cảm tình, "hai tình nếu đã tương trung, cứ việc tận hưởng đêm xuân sắc nồng".

Thành phố Hồ Chí Minh có rất nhiều con phố cũ, ngõ cũ, tiếp nối hơi thở nhân gian hàng trăm nghìn năm qua, những niềm vui thanh khiết vị đậm đà. Những căn nhà nhỏ chỉ vài mét vuông, cao lên ba bốn tầng, dùng thang đơn giản hoặc lối cầu cầu thang hẹp để đi lên xuống, nhà này sát vách nhà kia, san sát nối đuôi nhau. Mỗi hộ đều ít nhiều có gia đình năm bảy miệng ăn, cứ thế hoặc ngồi trên sàn, hoặc nằm trên sàn, nương tựa, ôm ấp, cười đùa, cãi vã, sinh sôi nảy nở qua bao năm bao đời. Ngõ nhỏ rất hẹp, nhưng những người bán hàng rong tiện lợi phục vụ đời sống thì không thiếu thứ gì. Nhân văn cũng có, ngay sát kiến trúc Pháp cổ kính của thành phố Hồ Chí Minh, cạnh bưu điện rộng lớn, chính là "Đường Sách", dài khoảng ba trăm mét, cái mùi hương sách hòa tan vào hương cà phê là kiểu vị như thế.

Một bà lão gốc Quảng Đông 60 tuổi sinh ra tại Việt Nam, nước da trắng trẻo, dáng vẻ tinh tế, mở một quán chay trong con phố cũ. Tôi vào ăn cơm lúc buổi chiều, lúc quán nửa đóng nửa mở tiếp khách, tiếng nhạc Phật nhẹ nhàng khiến tôi có cơ hội trò chuyện với bà. Bà giới thiệu, căn nhà nhỏ bốn tầng có mặt bằng chưa đầy 20 mét vuông này có giá thuê là 1.000 USD/tháng. Bà tự mình nấu nướng, dùng rau củ chay thượng hạng, chỉ làm hơn mười món ăn đầy đủ sắc hương vị. Hai ngày mùng Một và Rằm, mỗi ngày bà có thể thu về hơn 1.000 USD, ngày thường mỗi ngày khoảng 400 đến 500 USD. Bà thuê thêm 5 người trẻ tuổi, mỗi người trả lương khoảng 300 USD mỗi tháng. Trừ hết chi phí và giá vốn, mỗi tháng bà có thể lãi ròng khoảng 6.000 USD. Bà còn thuê nhà đối diện phố để mở một cửa hàng khác với đặc sắc khác, đảm bảo thu nhập ổn định hàng tháng vượt quá 10.000 USD. Bà nói bà rất mãn nguyện với công việc kinh doanh và cuộc sống hiện tại. Thu nhập của phần lớn cư dân ở đây khá ít ỏi, nhưng mỗi người đều có thể bình thản và biết đủ để tận hưởng mọi thú vui có thể có trong cuộc sống. Bà lão thích dùng USD để bàn về việc kinh doanh, bà nói USD là đồng tiền cứng trên toàn cầu, các tinh anh của Việt Nam hầu hết đều nắm giữ và sử dụng USD để cung cấp giáo dục và lối đi tốt hơn cho con cháu.

Xung quanh quán chay của bà lão, giá nhà rất đắt, dù đều là những căn nhà trong không gian hẹp. Bất động sản bà đang thuê kinh doanh này, một tầng chưa đầy 20 mét vuông, tổng diện tích bốn tầng chưa đầy 80 mét vuông, giá bán phải hơn 3 triệu USD hoặc hơn nữa. Tuy nhiên, có tiền cũng chưa chắc mua được những căn nhà như vậy. Cư dân thành phố địa phương từ lâu đã có thói quen và truyền thống ăn chay, Việt Nam không phải quốc gia tôn giáo và cũng không có chùa chiền khắp nơi như

Myanmar hay Thái Lan, nhưng điều đó không ảnh hưởng đến tín ngưỡng yêu người như yêu mình, ở hiền gặp lành. Nhiều gia đình ít nhất sẽ chỉ ăn chay vào ngày mùng Một và ngày Rằm.

Qua người quen, tôi có dịp được kết giao với một nữ quản lý cao cấp của doanh nghiệp Trung Quốc đã làm việc tại thành phố Hồ Chí Minh 3 năm, cô Leaf gốc Tứ Xuyên. Cô sống tại khu đô thị Landmark, tòa nhà cao nhất Việt Nam 81 tầng. Chúng tôi hẹn nhau tại quán cà phê từ chiều đến tối. Leaf nói, trong tiếp xúc trao đổi với nhiều người trẻ Việt Nam, hầu hết họ đều tích cực lạc quan, hoặc bình hòa, hoặc hướng thượng. Cô nói mỗi lần về nước, đi một chuyến xe công nghệ, gọi một bữa đồ ăn nhanh, tổ chức một buổi tụ tập, mọi người luôn dùng giọng điệu để bày tỏ sự vô vọng, oán thán và thất lạc. Kỳ Quốc khánh này của Việt Nam, tất cả công dân mỗi người được nhận 100.000 đồng tiền mặt. Nhân viên địa phương của các công ty Trung Quốc tại Việt Nam tràn đầy niềm vui, bầu không khí hoạt bát, cởi mở hướng thiện.

Cùng là tổ chức cộng sản và quốc gia xã hội chủ nghĩa, nhưng khác với Trung Quốc là nhân viên Việt Nam có ý thức bảo vệ quyền lợi cực kỳ mạnh mẽ và sẽ thực sự hành động. Nhân viên đôi khi vì một số bất công xã hội, một số xâm phạm đến quyền lợi chính đáng của bản thân mà chủ động tổ chức hoặc tham gia tổ chức xuống đường tuần hành, biểu tình, phản đối. Cũng không phải mọi người cứ tùy tiện vì có quyền này mà đi biểu tình, chắc chắn là gặp phải vấn đề bắt buộc phải dùng cách biểu tình để tìm kiếm phương thức giải quyết thì mới đi. Mỗi người Việt Nam đều có quyền xuống đường biểu tình, là cái quyền có thể tự do sử dụng.

Leaf nói, không bàn đến việc có thể kiếm được bao nhiêu tiền ở Việt Nam, nhưng Việt Nam là một nơi đáng sống, bất kỳ phong cách sống nào mà ai đó muốn và phù hợp với khả năng tiêu dùng của họ đều có. Không nên dùng hệ số Gini để đánh giá khoảng cách giàu nghèo của Việt Nam, điều đó chắc chắn rất tệ, người giàu rất giàu và rất nhiều, người nghèo rất nghèo và rất nhiều, đây là thực tế xã hội không thể thay đổi qua nhiều năm. May mắn là những người có thu nhập thấp ở Việt Nam dám tiêu dùng, vui vẻ tiêu dùng, hỗ trợ tính lưu thông cực lớn cho tiền tệ và thương mại. Ra ngoài xem thử, giá cả tương ứng với thu nhập rõ ràng là khá cao, ngang ngửa với Trung Quốc, một số sản phẩm công nghiệp cơ giới hóa thậm chí cao hơn nhiều so với giá ở Trung Quốc. Nhưng mà, sức tiêu dùng của người Việt có thể duy trì sự vận hành của nền thương mại giá cao. Những năm gần đây quyết tâm cải cách của chính phủ rất lớn, khả năng thực thi mạnh, hiệu suất cao, với tư cách doanh nghiệp nước ngoài sẽ tiếp xúc nhiều với quan chức chính phủ, có thể nhìn thấy và trải nghiệm được điều đó.

Bất ngờ là, chủ căn hộ tôi ở, anh Hùng Mạnh, qua phần mềm trò chuyện muốn hẹn gặp tôi. Hùng Mạnh 45 tuổi là kỹ sư dân dụng, tốt nghiệp trường đại học hàng đầu Việt Nam, sau 20 năm làm việc chuyên môn đã nghỉ việc, hiện là người làm nghề tự do. Anh nắm giữ 4 căn hộ với 30 phòng, cho thuê ngắn hạn hoặc dài hạn, thu nhập rất khá và ổn định vì lượng dân số lưu động, dân số ngoại lai tăng trưởng nhanh chóng liên tục. Anh đang lên kế hoạch đầu tư, hy vọng nắm bắt được xu hướng và tình hình kinh tế Việt Nam vừa mới bắt đầu đi lên, nên hẹn tôi để trò chuyện. Chúng tôi đã triển khai một cuộc đối thoại phạm vi khá rộng, về kinh tế, doanh nghiệp, ngành nghề, dĩ nhiên không thể thiếu chính trị liên quan chặt chẽ hơn. Anh nói, các thành phố trung tâm tài chính Đà Nẵng, trung tâm công nghiệp Hải Phòng, Nam Định theo định vị chính trị quốc gia của Việt Nam đều đang xây dựng và trỗi dậy. Cường độ cải cách của chính phủ cực lớn, đồng thời cũng đến từ nhu cầu cứng của xã hội và dân sinh, các loại cơ sở hạ tầng như đường sá, thủy lợi, du lịch, đô thị, công nghiệp và môi trường đều cần và đang đón nhận đầu tư xây dựng.

Chủ nhà Hùng Mạnh nhắc tôi, trên phố sẽ có những cô gái chủ động chào hỏi, điều đó không có gì lạ. Cần chuẩn bị tâm lý là các cô gái cho rằng du khách nước ngoài hầu hết đều có USD, Euro. Họ bắt chuyện là để có cơ hội cùng du khách đi ăn, uống cà phê, dạo phố, ngắm cảnh để kiếm tiền. Cũng sẽ thông qua việc du khách tiêu xài hào phóng tại cửa hàng mà gián tiếp nhận được hoa hồng hậu hĩnh từ chủ tiệm. Thực tế, đối với du khách Trung Quốc hay các nước phát triển, ngay cả khi gặp phải cám dỗ, đó cũng không phải là mức tiêu dùng không thể chấp nhận được, dù sao Việt Nam vẫn là xã hội thu nhập thấp và là quốc gia vừa bước vào giai đoạn phát triển. Ngoài giá nhà gây kinh ngạc ở một số khu trung tâm thành phố Hồ Chí Minh, thì chi tiêu ăn ở đi lại hàng ngày, dù có cao cấp một chút, cũng rất dễ được du khách quốc tế chấp nhận. Khu vực Landmark ven sông Sài Gòn, giá nhà mới mỗi mét vuông lên tới 15.000 đến 20.000 USD, Hùng Mạnh nói điều đó không liên quan gì đến người dân bình thường, vì người dân có thể mua đất quyền sở hữu vĩnh viễn từ chính phủ với giá thấp, tự xây nhà theo ý thích của mình. Hùng Mạnh nói giá ô tô phổ biến là khá cao, cao hơn giá ở Trung Quốc, nhưng Việt Nam đang không ngừng tăng trưởng doanh số với tỷ lệ sở hữu tăng xấp xỉ 15%.

Quả nhiên, một buổi trưa nọ khi tôi đang ngồi quán lề đường ăn phở chua cay, bỗng có một cô gái Việt Nam đường đột ngồi xuống đối diện tôi, dùng tiếng Trung phát âm không rõ ràng bắt chuyện: "Soái ca, chào anh nhé!"

16. CAMPUCHIA

Phật giáo và Hồi giáo là hai tôn giáo chủ lưu tại các quốc gia Đông Nam Á. Trong cuộc đại phát kiến địa lý của châu Âu, hầu hết các nước Đông Nam Á bị thực dân hóa, Cơ Đốc giáo và Công giáo theo đó mà truyền bá. Khuyên bảo con người có đức tin là đặc điểm chung của các tôn giáo khác nhau. Trong lịch sử, Việt Nam và Campuchia đều là những quốc gia tôn giáo; chùa Bái Đính tượng trưng cho sự hưng thịnh của văn hóa Phật giáo tại Việt Nam, trong khi Angkor Wat tượng trưng cho sự độc tôn của văn hóa Ấn Độ giáo tại Campuchia. Tuy nhiên, sau những luồng tư tưởng văn hóa mới, cả Việt Nam và Campuchia đều trải qua những cuộc cách mạng mang tính lật đổ dưới sự lãnh đạo của một bộ phận người thuộc Quốc tế Cộng sản. Điều trớ trêu là, ba người anh em giai cấp cùng thuộc Quốc tế Cộng sản là Trung Quốc, Việt Nam và Campuchia đã nổ ra những cuộc chiến tranh khốc liệt vào cuối thập niên 70 đến thập niên 80 của thế kỷ 20. Kết quả là, tổ chức Khmer Đỏ – thực chất là Đảng Cộng sản Campuchia (một tổ chức hai tên gọi) – đã bị tiêu diệt hoàn toàn; Campuchia tiến tới thể chế chính trị mang danh Quân chủ lập hiến nhưng thực chất là độc tài gia tộc. Đảng Cộng sản Việt Nam, sau khi trải qua các cuộc chiến tranh dài đằng đẵng với Mỹ và Trung Quốc, đã tiến tới một thể chế chính trị độc tài gia tộc và chằng chịt các phe phái.

Hiện nay, chính trị, xã hội và kinh tế của ba quốc gia Trung Quốc, Việt Nam và Campuchia đang diễn ra những sự phân hóa, biến động và cải cách mới rõ rệt. Mâu thuẫn xung đột giữa Campuchia và Thái Lan gia tăng, Việt Nam đẩy mạnh tư hữu hóa và kinh tế thị trường đổi mới mở cửa, còn chiến lược kinh tế lấy công hữu chế làm chủ đạo của Trung Quốc đã đi qua 6 năm tiến trình cải cách thực chất. Điều gì sẽ xảy ra tiếp theo? Đi sâu vào xã hội và dân gian có lẽ sẽ tìm thấy câu trả lời tốt nhất.

Công ty xe buýt gọi điện cho tôi, Campuchia vừa cập nhật chính sách nhập cảnh, về nguyên tắc hộ chiếu Trung Quốc không được phép nhập cảnh qua đường bộ. Tuy nhiên, phía công ty cũng cho biết, có rất nhiều người Trung Quốc bị từ chối tại chỗ khi nhập cảnh đường bộ từ Việt Nam, nhưng cũng có một số ít người sau khi kiểm tra nghiêm ngặt đã được nhập cảnh bình thường. Nếu tôi vẫn tiếp tục đi xe, thời gian thẩm tra riêng biệt của hải quan Campuchia quá lâu, xe không thể chờ đợi. Khả năng nhỏ có được phép nhập cảnh hoặc khả năng lớn bị từ chối đều chỉ có thể do công ty xe buýt sắp xếp dịch vụ xe dọc đường. Nếu hoàn vé, tôi chỉ được nhận lại 60% số tiền. Tôi chọn hoàn vé và chấp nhận tổn thất, kế hoạch du ngoạn xuyên quốc gia với chi phí thấp nhất đã phá sản.

Quan hệ giữa Trung Quốc và Campuchia vốn hữu nghị lâu đời, tại sao lại áp dụng chính sách cấm nhập cảnh đường bộ riêng biệt với người Trung Quốc? Về việc này, tôi đã tra cứu tài liệu chính thống trên mạng, trao đổi với Hùng Mạnh, và gọi điện cho Kim Cương – người đã sống nhiều năm tại Campuchia. Tổng hợp thông tin có được là: hai năm gần đây, có hai loại người Trung Quốc nhập cảnh vào Campuchia qua đường bộ đang tăng lên: một là những kẻ vượt biên trái phép vào Lào, Việt Nam rồi thông qua đầu nậu để "mua cửa" sang Campuchia; hai là những phần tử liên quan đến tệ nạn "vàng - bạc - thuốc" (mại dâm, bài bạc, ma túy) và lừa đảo. Hơn nữa, các băng nhóm xã hội đen người Trung Quốc ẩn náu tại miền Bắc Myanmar đã dùng phương thức "hại lẫn nhau" để bắt cóc, khống chế và lừa đảo chính người Trung Quốc, gây hại cho lượng lớn đồng bào đồng thời ảnh hưởng đến nhiều quốc gia trên thế giới. Dưới áp lực dư luận, Chính phủ Trung Quốc đã triển khai chiến dịch truy quét quy mô lớn. Và Campuchia trở thành nơi ẩn náu lý tưởng và là nơi tái xuất giang hồ của đám tàn quân xã hội đen này, chúng đồng loạt di chuyển bằng đường bộ.

Điều này làm tôi nhớ đến một người quen cũ tên là A K, người từng điều hành sòng bạc tại các thành phố lớn trong nước vài năm trước, anh ta đã dẫn tôi đi tham quan sòng bạc ngầm phi pháp của mình. Tôi rất ngạc nhiên và khâm phục A K vì có thể duy trì kinh doanh nhiều năm trong một môi trường xã hội nghiêm cấm mở sòng bạc; anh ta đã tiết lộ sự thật cho tôi. A K bề ngoài là người điều hành sòng bạc, nhưng thực chất chỉ là cổ đông nhỏ; các cổ đông lớn thực sự núp bóng đằng sau là những quan chức nắm giữ vị trí then chốt trong chính quyền hoặc cảnh sát. Cứ cách hai ba năm, sòng bạc sẽ bị đơn vị của cổ đông lớn triệt phá một lần, công bố kết quả truy quét ra xã hội để giành được sự vỗ tay của dân chúng và thành tích chính trị. A K nói, thực ra trước mỗi đợt truy quét đều có sự chuẩn bị, hoặc chọn thời điểm thiết bị đã cũ, tiền thuê nhà sắp hết hạn, hoặc cố gắng giảm thiểu tổn thất xuống mức thấp nhất. Việc truy quét, tịch thu và bắt bớ là thật, nhưng việc nhanh chóng mở lại một cái khác cũng là thật. A K nói mình không có học vấn, nhưng anh ta biết rằng việc các tệ nạn như mại dâm, bài bạc, ma túy là hợp pháp hay bị cấm hoàn toàn phụ thuộc vào Chính phủ; ngành nào càng bị Chính phủ cấm, ai làm được kinh doanh trong ngành đó thì càng thu được lợi nhuận kếch xù.

A K không giảng được lý luận, nhưng am hiểu quy tắc và mánh khóe; anh ta sẵn lòng chi tiền cho đàn em bị phạt hoặc "thế thân", đối với cổ đông lớn thì không thu không giấu mà còn cố gắng chia hoa hồng nhiều hơn. Anh ta nói mình chẳng có bản lĩnh gì, tiền đều là người ta làm ra cho. A K thường xuyên đi chùa thắp hương, cũng từng có lúc nửa đêm đặt một túi nilon đen đầy tiền trước cổng chùa, anh ta bảo đó là hành thiện tích đức. Sau chuyến tham quan đó, A K chiêu đãi riêng tôi, anh ta hướng đầu con tôm hùm Úc to béo về phía tôi, nâng ly rượu trắng trị giá 2.000 tệ lên cạn trước để tỏ lòng kính trọng, nói rằng: "Đại ca, anh làm đổi mới công nghệ kiếm đồng tiền đó cực khổ quá, lại còn gánh nợ, nhưng xã hội cần những người như anh."

A K sau đó đã giải nghệ, anh ta âm thầm chi tiền để con trai – người tự cho là rất xuất sắc – "thi đỗ" vào một trường đại học trong hệ thống, nơi bao cấp việc phân công công tác và làm quan; anh ta nói với tôi muốn con trai mình có lý lịch trong sạch để làm rạng danh tổ tông. Sau khi giải nghệ, A K cầm hàng chục triệu tệ tiền mặt đi mua đất xây nhà máy, nói với tôi muốn con trai vừa làm quan vừa có doanh nghiệp thực thể hợp pháp hợp quy, như vậy không cần tham ô hối lộ mà vẫn có thể làm quan thanh liêm. Về sau, trong đại dịch, công ty xây dựng nhà máy cho anh ta bị phá sản, ông chủ mất liên lạc, dẫn đến nhà xưởng bị bỏ dở (lạn vĩ), thủ tục không đầy đủ, không thể nghiệm thu, không thể làm giấy tờ, không thể kinh doanh; đến nay vẫn đang rơi vào cảnh chuỗi vốn đứt gãy đầy bất lực.

Trước khi tôi sáng tác cuốn sách này, Thái Lan đã phát động cuộc tấn công quân sự vào Campuchia, triệt phá điểm danh các khu công nghiệp lừa đảo viễn thông ẩn náu trong lãnh thổ Campuchia, những người Trung Quốc trong chuỗi ngành nghề này lũ lượt tháo chạy và di tản.

Ngày tôi đến là ngày cuối cùng trước khi sân bay Phnôm Pênh đóng cửa, sân bay quốc tế Techo mới toanh sẽ đi vào hoạt động toàn diện vào ngày hôm sau. Vừa ra khỏi sân bay, thứ đầu tiên đập vào mắt tôi là những biển quảng cáo tầm cao giới thiệu về các khu công nghiệp kinh tế bằng cả chữ và hình ảnh tiếng Trung, san sát nhau hai bên đường, một hình ảnh quá đỗi quen thuộc ở trong nước. Tiếp đó là khung cảnh phổ biến của các thành phố Trung Quốc cuối thập niên 90: tiếng động cơ gầm rú của xe xích lô, xe ba gác điện, xe tải mui trần và ô tô đan xen lẫn nhau, cùng các tiệm sửa xe máy, ô tô và những chợ đầu mối bán buôn đủ mọi ngành nghề.

Tại một con phố chợ đầu mối nằm sát vách khuôn viên Phủ Thủ tướng, Luca – một người Pháp gốc Campuchia – đã đón tôi. Homestay của anh không dễ tìm, cổng tòa chung cư bị mấy tiệm sửa xe và sơn xịt lấn ra sát đường đẩy vào một góc khuất, sảnh và lối đi tối tăm lại bị những người già chân tay chậm chạp bày bàn bán đồ ăn vặt chiếm dụng. Mùi chua nồng như tỏa ra từ những bức tường ẩm mốc, bong tróc, lại như rỉ ra từ đống đồ đạc hỗn tạp dưới đất, cực kỳ không tương xứng với căn phòng rộng hơn 100 mét vuông sáng sủa, mang phong cách Pháp và có ban công lớn ở tầng 5 trên cùng. Nếu không có Luca nhiệt tình đón tiếp, dù tôi có chọn trước vị trí đắc địa nhất cạnh Phủ Thủ tướng với giá tốt nhất, dù tôi có tìm được đúng tòa nhà, tôi nghĩ mình chắc chắn sẽ phải đắn đo xem có nên ở lại hay không.

Trong quá trình trao đổi đặt phòng trực tuyến trước đó, tôi và Luca đã giới thiệu sơ qua về nhau. Anh nghỉ hưu từ UNESCO, trong hơn mười năm trước khi nghỉ hưu, anh phụ trách công việc chỉnh lý di vật và dữ liệu tại Bảo tàng Diệt chủng Tuol Sleng (S-21). Trước đó nữa, anh là quan chức của Bộ Văn hóa và Du lịch Pháp. Căn hộ này Luca mua lại với giá rẻ từ một người bạn thân di cư sang nước khác. Trước khi nghỉ hưu, anh và gia đình luôn sống ở đây. Trên tường treo đầy những bức ảnh phóng to như cổ vật, những cuốn sách cũ kỹ ngả vàng xếp chật kín kệ sách cao chạm trần dài hơn bốn mét. Gần ban công, một ngôi chùa vàng rực hiện ra thấp thoáng dưới những rặng thốt nốt cao vút và tiếng chim hót giữa ngàn hoa. Tổng giá thuê 3 đêm là 59,64 USD, bao gồm việc sử dụng đầy đủ nội thất, đồ dùng nhà bếp, điện nước và mạng internet trong phòng. Luca bảo tôi rằng Phủ Thủ tướng gần đó rất xa hoa, không được vào trong nhưng rất đáng để đi dạo xung quanh, đi bộ đến Bảo tàng Tuol Sleng mất khoảng nửa giờ, hoặc có thể vẫy một chiếc xe lôi ba bánh "Tuk-tuk" bên đường, rất rẻ và nhanh chóng. Ở đây dùng đồng Riel nội tệ, nhưng thuận tiện nhất vẫn là đô la Mỹ, hầu như tất cả siêu thị, nhà hàng đều niêm yết giá bằng đô la Mỹ.

Tôi và Luca hẹn nhau, sau khi tôi tự mình đi thăm Bảo tàng Tuol Sleng vào ngày hôm sau, sáng ngày kế tiếp anh sẽ ghé chỗ tôi để trò chuyện. Luca rất gầy, đôi mắt to sáng quắc đằng sau cặp kính trong veo, trông anh như một người đã đào bới quá lâu trong đống cổ vật; những bộ xương khô và các sự kiện lịch sử khiến anh kiệt quệ cả thân lẫn tâm, nhưng nội dung và giá trị của chúng lại khiến anh trân trọng như bảo vật. Từ khi nghỉ hưu đến nay, mỗi ngày anh đều đạp xe từ vài chục đến hàng trăm cây số, toàn bộ làn da để trần đều bị nắng gió nhuộm thành màu đồng hun lấp loáng.

"Luca, tôi đã dành nửa ngày ở Bảo tàng Tuol Sleng. Nơi đó thực chất từ một ngôi trường đã biến thành nhà tù, rồi tàn bạo biến thành mồ chôn những người bị bức hại cho đến chết ngay tại chỗ. Hiện giờ nó vẫn không hề có thêm bất kỳ sự chỉnh sửa hay cải tạo nào. Trong văn hóa Trung Quốc chúng tôi, nơi đó có 'âm khí' rất nặng. Anh làm việc ở một nơi như vậy trong thời gian dài, mà môi trường sống ở Campuchia lại kém xa Pháp, điều gì đã thúc đẩy công việc của anh và khiến anh trở thành một người Campuchia?"

"Bảo tàng luôn được giữ nguyên trạng thái sau khi khai quật và chỉnh lý. Tôi và các đồng nghiệp đã dành hơn mười năm để lập hồ sơ và số hóa tất cả di vật, bao gồm cả những bộ xương cốt đó. Việc này giúp bất kỳ ai cũng có thể tra cứu hồ sơ, để những tội ác tàn bạo không bao giờ bị bóp méo hay xuyên tạc thêm lần nào nữa. Khi lập hồ sơ cho mỗi người quá cố, tôi coi họ như những sinh thể đang cần được xác nhận danh tính. Trong hơn mười năm đó, mỗi ngày đều có những danh tính mới được nhập vào hệ thống, không thể dừng lại được."

"Anh biết không? Có bạn bè khuyên tôi nên đi tham quan vào buổi sáng khi trời có nắng. Người Trung Quốc quan niệm thời điểm đó 'dương khí' dồi dào. Không ít người Trung Quốc dù có đến Phnôm Pênh cũng sẽ cố tình tránh bảo tàng đó vì sợ 'âm khí' quá nặng, sợ linh hồn người chết ám vào mình. Nhà lưu niệm nạn nhân vụ Thảm sát Nam Kinh của quân đội Nhật xâm lược cũng được xây dựng trên di tích gốc, nhưng đã được thêm vào các thiết bị công nghệ hiện đại hùng vĩ và trang trọng, giúp nhiều người Trung Quốc dễ tiếp nhận hơn."

"Đó là vấn đề về niềm tin. Luôn có những người không biết theo đuổi sự thật, những người đó dù có đến tận hiện trường nhìn thấy sự thật, họ cũng sẽ chọn lọc để quên đi và quên đi rất nhanh. Tôi đã đến vài thành phố lớn của Trung Quốc, chúng được xây dựng rất tốt. Nhưng do thói quen nghề nghiệp và sở thích, tôi muốn tìm hiểu sự thật lịch sử của một số giai đoạn nhưng lại không thấy. Những kiến trúc thời Đức chiếm đóng Sơn Đông hay Nhật chiếm đóng vùng Đông Bắc, chiến trường giữa Đảng

Cộng sản và Quốc dân Đảng, sự bức hại trong 'Cách mạng Văn hóa'... có thể tồn tại đứt quãng một chút, nhưng phần lớn đều không thể thấy được, chưa nói đến chuyện tìm hiểu sự thật."

"Đúng vậy Luca, như anh nói, bất kỳ ai từng đến Trung Quốc đều thấy cơ sở hạ tầng được xây dựng rất tốt, quy mô kiến trúc đồ sộ và xa hoa, cảm giác công nghệ của đô thị và giao thông rất mạnh mẽ. Thế nhưng xã hội và kinh tế Trung Quốc đã duy trì sự tồi tệ trong gần mười năm qua, việc kinh doanh và cuộc sống của nhiều người ngày càng trở nên khó khăn. Điều này không thể nói hết trong một vài câu. Sự né tránh sự thật của Đảng và Chính phủ khiến người dân không thể biết được thực tế, họ thêu dệt một sự dối trá mới để khỏa lấp, để bù đắp cho sự dối trá trong quá khứ, khiến mọi người không nhìn rõ được bản chất của sự việc, vấn đề không thể được giải quyết tận gốc. 100 năm trước, triết gia người Anh Bertrand Russell chỉ ở lại Trung Quốc hơn 9 tháng đã viết nên tác phẩm nổi tiếng 'Vấn đề Trung Quốc'. Nếu là hôm nay, có lẽ ông ấy cũng sẽ ca ngợi Trung Quốc, thay vì nhìn thấy những vấn đề ẩn giấu rất sâu. Tuy nhiên, Đảng Cộng sản Trung Quốc đôi khi cũng công khai một chút sự thật vì muốn phô trương chiến công hiển hách của mình. Ví dụ, trên tường của Nhà lưu niệm Chiến dịch vượt sông ở Nam Kinh có ghi lại trận nội chiến kéo dài hai tháng năm 1949 đã tiêu diệt 48 vạn quân của Quốc dân Đảng. Nhưng con số được nhắc đến một cách nhẹ nhàng đó, có ai đi bới tìm xem đằng sau nó là bao nhiêu đồng bào vô tội đã tử thương hay không."

"Sau khi tham quan Bảo tàng Diệt chủng Tuol Sleng, anh có cảm nhận gì không?" Luca hỏi.

"Sự tàn bạo của bức hại chính trị và cách mạng, Trung Quốc so với Campuchia chỉ có hơn chứ không kém. Chỉ riêng số người chết thảm trong thời Cách mạng Văn hóa đã vượt xa con số 1,5 triệu người chết dưới thời Khmer Đỏ. Cảm nhận của tôi là được nhìn trực diện một cách trực quan hơn về những gì đã thực sự xảy ra ở Trung Quốc, Việt Nam và Campuchia thời kỳ đó. Luca anh biết không? Nhiều người Trung Quốc thậm chí không biết Khmer Đỏ chính là Đảng Cộng sản Campuchia, cũng không biết Việt Nam đã phát động chiến tranh để ngăn chặn tội ác và tiêu diệt Đảng Cộng sản Campuchia, càng không biết cuộc chiến mà Trung Quốc tuyên truyền là 'Chiến tranh đánh trả để tự vệ trước Việt Nam' thực chất là Đảng Cộng sản Trung Quốc trừng phạt và cản trở Việt Nam đánh Campuchia. Những liệt sĩ và anh hùng tử trận trên chiến trường đó, họ chết mà không hề biết và không thể tin rằng mình đang giúp sức, ủng hộ cho tội ác. Tội ác và sự dối trá, sự thật bị che giấu lâu dài, kéo dài đến tận hôm nay, và cũng sẽ ảnh hưởng đến những phán đoán và hiểu biết sai lầm của người Trung Quốc về ba quốc gia này trong tương lai."

"Đúng vậy. Tôi đã sống ở Campuchia gần 20 năm, mại dâm, cờ bạc, ma túy, rửa tiền và lừa đảo viễn thông – hơn 60% nguồn thu kinh tế và tài chính của quốc gia này dựa vào những ngành được gọi chung là công nghiệp xám và đen này. Ngoài những sòng bạc thực thể hợp pháp, phần lớn còn lại ở Campuchia đều là phi pháp, nhưng tất cả đều được các quan chức trong các tông tộc chính trị bảo kê hoặc trực tiếp kinh doanh. Những người làm trong ngành công nghiệp xám và đen đa phần là người Trung Quốc. Chính phủ Trung Quốc đã viện trợ không hoàn lại để xây dựng nhiều cơ sở hạ tầng cho Campuchia, chính phủ hai nước duy trì quan hệ đồng minh lâu dài. Những hiện tượng này khi liên kết lại sẽ khiến người ta cảm thấy sợ hãi."

"Cảm ơn anh đã cho tôi biết những điều này. Ở Trung Quốc, từ thời Mao Trạch Đông và Sihanouk, sách giáo khoa và tin tức luôn mang đến cho chúng tôi hình ảnh về những người bạn già thân thiết, chưa bao giờ thay đổi. Luca, anh có nghĩ rằng kiểu tàn bạo và bức hại quy mô lớn dưới danh nghĩa chính trị của Đảng Cộng sản Campuchia sẽ còn xảy ra trong xã hội văn minh hôm nay và tương lai không?"

"Không có cách nào trả lời anh chính xác được. Nhưng chừng nào trên thế giới còn tồn tại sự thống trị độc tài, những kẻ độc tài cần duy trì quyền lực và địa vị tuyệt đối, thì khi đối mặt với những người bất đồng chính kiến hoặc phản đối, không ai có thể đảm bảo họ sẽ không sử dụng các phong trào chính trị hình sự, sát lục để đối phó với phe đối lập. Trong những ngành công nghiệp xám và đen tồn tại lâu đời ở Campuchia, có sự bức hại và sát lục hay không? Câu trả lời thực ra nằm chính trong các vụ án mà chính phủ trấn áp tội phạm."

"Khi tôi ở Mỹ, tôi cũng suýt nữa bị lừa đảo viễn thông. Cách đây không lâu ở Thái Lan, tôi đã gặp một nạn nhân của lừa đảo viễn thông, vô cùng đau khổ. Lừa đảo viễn thông khiến người Mỹ mất hàng chục tỷ USD mỗi năm, người Thái mất hàng trăm tỷ Baht mỗi năm, và con số thiệt hại của người Trung Quốc là một con số khổng lồ hơn nhiều. Điều này sẽ kéo dài đến bao giờ mới có điểm dừng?"

"Chúa nói, cái gì của Caesar hãy trả cho Caesar, cái gì của Thiên Chúa hãy trả cho Thiên Chúa. Giống như năm xưa Đảng Cộng sản Việt Nam đã nhân danh việc ngăn chặn tội ác để tiêu diệt hoàn toàn Đảng Cộng sản Campuchia, nếu những người cầm quyền của một quốc gia không thể tự mình sửa chữa sai lầm và tự thanh toán tội ác, chắc chắn sẽ có ngoại lực can thiệp. Có lẽ rất nhanh thôi, có lẽ là trong một tương lai không xa." Tôi và Luca đều nói chuyện rất sảng khoái, cũng rất bình thản.

"Anh dự định đi đâu tiếp theo?" Luca đã nghe tôi kể sơ qua về cảnh ngộ trong lần gặp mặt hôm kia, hiện tại tôi đang trong trạng thái lữ hành phiêu bạt.

"Tôi cũng không biết nữa, chỉ có thể tiếp tục giao phó thời gian cho những chuyến đi." Tôi nói thực lòng.

Trầm Công, người bạn đã nhờ tôi đến San Francisco thăm con gái Thanh Thanh của ông, đã mở công ty tại Phnôm Pênh được hơn hai năm và cử một đội ngũ 5 người thường trú tại đây. Ông muốn đầu tư vào nông nghiệp trồng chuối tại Campuchia; đội ngũ của ông đã cắm chốt lâu dài để khảo sát, nghiên cứu và thương thảo việc mua đất nông nghiệp. Gần đây, một thương vụ 3.000 ha đất đã tiến đến giai đoạn ký kết thỏa thuận, cần Trầm Công đích thân họp nghe báo cáo và đưa ra quyết định cuối cùng. Đêm đầu tiên sân bay quốc tế Techo thông hành, tôi cùng đội ngũ của ông đã có mặt để đón tiếp.

Dưới bầu trời đầy sao và ánh trăng tròn vành vạnh, sân bay mới hiện lên kim bích huy hoàng, mang đậm vẻ hào nhoáng của giới nhà giàu mới nổi. Nhìn từ xa hay lại gần, đâu đâu cũng thấy những khối vàng, thỏi vàng, cột vàng, vách ngăn vàng, mái vòm vàng và tượng Phật vàng được đắp điếm hoặc chạm khắc tinh xảo. Trong số hàng trăm sân bay tôi từng đi qua trên thế giới, đây là nơi duy nhất cho tôi cảm giác như đang đứng trong một sòng bạc khổng lồ ở Las Vegas. Hành khách bước ra từ sảnh đến ở tầng một, nhìn xuống đám đông đang chờ đón phía dưới, cảm giác nghi thức như một vị đại đế thân chinh bách chiến. Bước đi ung dung, khoan thai tiến về phía chúng tôi là Trầm Công – một người đàn ông trung niên với vóc dáng đậm người, hơi phát tướng, toát lên khí chất đặc trưng của văn hóa Trung Quốc: vừa là quan vừa là thương, vừa là thầy vừa là bạn.

Trầm Công thuộc thế hệ "Lão tam giới" (ba khóa học sinh trung học những năm 1966, 1967, 1968 vào thời kỳ đầu Cách mạng Văn hóa), ông thi đỗ đại học vào năm thứ hai sau khi khôi phục chế độ thi cử. Là những "đứa con của trời" trong tháp ngà thời bấy giờ, bất kỳ sinh viên nào cũng được hưởng chế độ "Tam bao": bao tốt nghiệp, bao phân công công tác, bao làm quan. Trầm Công làm việc tại một doanh nghiệp nhà nước lớn suốt hơn mười năm. Ở vị trí trưởng phòng, ông đã phát minh ra công nghệ mới, dùng công nghệ đó nhận được 20 triệu tệ hỗ trợ từ chính phủ, rồi từ chức dùng số tiền đó để "tay trắng lập nghiệp" thành công doanh nghiệp tư nhân. Với mạng lưới bạn học đều là cán bộ trong cùng hệ thống ngành nghề, trong cơn sốt đại hạ tầng của Trung Quốc, muốn không làm lớn cũng không được. Ông đã đầu tư hàng chục tỷ tệ vào các dự án thu phí dài hạn với dòng tiền dồi dào, doanh nghiệp cũng thuận nước đẩy thuyền lấy được các chứng chỉ năng lực lớn về tư vấn, thiết kế, thi công và bảo trì theo kiểu "trọn gói". Theo lời bạn bè, ngoài "Tam bao", nhất định phải để đồng chí Trầm Công có thêm "Nhất bao" nữa: bao phát tài.

Là chủ một doanh nghiệp dân doanh lớn với tài sản hơn 1 tỷ tệ và hàng trăm nhân viên, Trầm Công không ít lần nếm trải cay đắng trong mười năm qua. Ông từng ở Los Angeles cùng tôi "đối tửu đương ca" (uống rượu hát ca) mà than vãn đầy vẻ oán trách. Tôi dĩ nhiên chỉ là người nghe, còn đối tượng oán trách là chính phủ – nơi mà ngày thường Trầm Công chỉ dám giận mà không dám nói.

Nỗi lòng của Trầm Công chủ yếu xoay quanh ba việc:

Việc thứ nhất là bị lưu giữ điều tra trong các vụ án tham nhũng. May nhờ quan hệ rộng và gia thế dày có tiền để nộp, cộng thêm chính sách trung ương đối với tội hối lộ của doanh nghiệp dân doanh về nguyên tắc là không định tội, nên sau hơn một năm bị lưu giữ ông đã được thả. Người thì ra rồi, án cũng kết rồi, nhưng lòng ông luôn không yên. Tại sao? Vì làm trong lĩnh vực hạ tầng hơn hai mươi năm, không có hợp đồng dự án nào mà thiếu đi việc chiêu đãi tặng quà, hối lộ thông đồng. Giờ đây ngọn gió chính sách đổi chiều, tội hối lộ của doanh nghiệp dân doanh bị định tội theo pháp luật, quan chức các ngành bị truy quét ngược lại 10 năm, 20 năm, chẳng biết ngày nào mình lại bị bắt vào, mà lần sau vào thì gần như chắc chắn là "ngồi mục xương" trong tù. Trầm Công thấy uất ức, trước đây môi trường chung đều như thế, lẽ ra "pháp không trách đám đông", nhưng chính sách lại lớn hơn luật, chẳng khác nào trước đây mặc cho mọi người phạm tội, rồi sau này tùy hứng đi bắt tội phạm.

Việc thứ hai là bị nợ tiền công trình do ứng vốn xây dựng cho chính phủ. Giữa một đống khái niệm đầu tư xây dựng như BT, BOT, EPC, PPP, doanh nghiệp của Trầm Công cũng gánh nợ ngân hàng để làm, dự án hoàn thành xong thì phải làm "cháu chắt" cho cả hai đầu: đòi tiền chính phủ thì làm cháu, xin gia hạn nợ ngân hàng cũng làm cháu. Ở tỉnh Tứ Xuyên có một dự án hạ tầng, chính quyền huyện nợ ông hơn 400 triệu tệ, 14 năm rồi vẫn chưa đòi được tiền. Hai năm nay trung ương liên tục ra lệnh yêu cầu địa phương thanh toán nợ cũ, cũng có chút hiệu quả, huyện nọ tuyên bố mỗi năm trích 5 triệu tệ từ ngân sách để trả nợ. Trầm Công nói số tiền đó còn không đủ trả lãi ngân hàng, thu hồi hết chắc phải mất 100 năm, mà trong 100 năm đó chỉ cần một ngày kinh doanh không thuận lợi là bị ngân hàng rút vốn, dừng cho vay là "chết đứng" ngay. Vậy mà vẫn không dám kiện chính quyền địa phương vì sợ bị điều tra ngược lại các vấn đề khác. Có doanh nghiệp xây dựng tại đó đi kiện đòi tiền, kết quả bị tra ra một đống vấn đề sai quy định trong thời kỳ xây dựng, tiền không đòi được mà còn mất cả công ty. Sự bất bình của Trầm Công nằm ở chỗ: dự án là của chính phủ, ngân hàng cũng là của chính phủ, nhưng doanh nghiệp ở giữa lại bị kẹp chết, tại sao không cho doanh nghiệp dân doanh một con đường sống.

Việc thứ ba là phải bấm bụng làm sổ sách giả để khai khống doanh thu và lợi nhuận. Kinh tế đi xuống gặp thêm 3 năm dịch bệnh, đâu đâu cũng vắng xe thưa người, doanh nghiệp tất yếu sụt giảm doanh thu và thua lỗ. Nhưng với một doanh nghiệp lớn như của Trầm Công, vừa phải giúp địa phương hoàn thành chỉ tiêu tăng trưởng GDP, vừa phải đạt chỉ tiêu tài chính để ngân hàng gia hạn nợ, lại vừa phải làm đẹp báo cáo và uy tín để cạnh tranh đấu thầu. Một số doanh nghiệp dân doanh còn phải đối mặt với các mục tiêu kỳ vọng về cam kết lợi nhuận, giá trị vốn hóa và tăng lương. Quan chức địa phương và các ông chủ dân doanh đều tin rằng "cách giải quyết luôn nhiều hơn khó khăn", thế là khai khống hóa đơn, doanh thu và lợi nhuận. Khi làm giả để đạt chỉ tiêu, nộp thêm thuế phí, hỗ trợ con số thành tích, chính phủ và ngân hàng đều mắt nhắm mắt mở coi như không thấy. Nhưng khi có chuyện cần thanh tra xử lý, ai nấy đều sẽ ra tay tàn độc bóp nghẹt cổ doanh nghiệp.

Buổi chiều ở Los Angeles đó, mượn hơi men của loại rượu trắng 63 độ tôi ngâm từ nho rừng, Trầm Công lúc thì phẫn nộ, lúc lại thở dài sườn sượt. Ông hỏi tôi nhiều nhất là: "Anh là người nghiên cứu viết lách, anh nói xem đám người đó (lãnh đạo quốc gia) rốt cuộc nghĩ gì, sao họ lại không sợ xã hội loạn, không muốn xã hội tốt đẹp lên?" Tôi chỉ có thể nói với Trầm Công rằng, những người đó có hoài bão và lý tưởng, họ cho rằng mỗi thất bại của con đường công hữu chế trên toàn cầu đều là vấn đề về thử nghiệm và thời cơ, vì vậy họ đang triển khai một cuộc vận động thực tiễn công hữu chế quy mô lớn hơn mang tính thời đại. Trầm Công nói ông cảm thấy đúng là như vậy, nhưng với tư cách là người đi qua thời "Lão tam giới", ông không tin và không phục. Dù có phục đi nữa thì doanh nghiệp cũng không dám và không thể sụp đổ, sụp đổ là cả một gia đình lớn sẽ trở thành những kẻ nợ xấu "sống không được chết không xong", và những nhân viên đi theo ông hai ba mươi năm qua vẫn đang mòn mỏi trông chờ.

Cách của Trầm Công là: ra khơi (xuất hải). Doanh nghiệp trong nước tiếp tục cầm cự, tăng vay ngân hàng để bổ sung dòng tiền, rồi rút một phần tiền ra đầu tư hải ngoại. Ông có quan hệ tốt, ra tay nhanh, năm nay cuối cùng cũng xin được chỉ tiêu ngoại hối phân kỳ 30 triệu USD, tài khoản công ty tại Campuchia đã có 10 triệu USD đợt đầu. Mục tiêu xa xăm của ông là: bỏ tiền mua đất trồng chuối ở Campuchia, bỏ tiền vào các dự án hạ tầng xây dựng và vận hành ở Trung Á, Tây Á hoặc Đông Nam Á.

Tôi đã tham gia buổi đón tiếp đội ngũ và cuộc họp dự án của Trầm Công. Trên tường văn phòng treo mấy bức ảnh Phó Thủ tướng, Bộ trưởng Campuchia từng tiếp kiến ông. Các thành viên đội ngũ bày tỏ sự tự tin sẽ làm thành công dự án nông nghiệp tại Campuchia giữa những rủi ro và cơ hội.

Rủi ro của dự án nông nghiệp Campuchia đến từ hai phía:

Một là giá đất cực thấp nhưng hoa hồng cho người trung gian cực cao (hoa hồng gấp hàng chục lần giá đất). Người trung gian phải lấy được hoa hồng trước để nộp tiền cho quan chức cầm quyền mới có thể nộp đơn mua đất. Người trung gian dùng một mảnh đất nhỏ khác để thế chấp rủi ro, nếu không làm xong thì mất mảnh đất nhỏ đó chứ hoa hồng không trả lại.

Hai là đội ngũ mất hơn hai năm với chi phí hàng trăm nghìn USD mới chọn được mảnh đất 3.000 ha đó, nơi có cây cối mọc dày đặc, về lý thuyết là phù hợp chính sách khai thác, nhưng cuối cùng có được chặt hạ hay không phải do cuộc họp Phủ Thủ tướng phê duyệt, không phải một mình quan chức nhận tiền quyết định được.

Niềm tin cũng đến từ hai phía:

Một là một người đồng hương kiêm bạn cũ của Trầm Công đã đến Campuchia mua đất trồng chuối phát tài từ hơn mười năm trước, người đó vỗ ngực cam đoan trồng chuối ở đây chỉ có lãi không có lỗ.

Hai là ngành trồng chuối địa phương là loại cây trồng thích nghi với thổ nhưỡng khí hậu, cho năng suất cao, quả tươi và quả khô vận chuyển về Trung Quốc đều bán được giá tốt.

Trầm Công tuyên bố: "Vì dự án nông nghiệp này, mọi người vất vả xa gia đình quanh năm ở hải ngoại là không hề dễ dàng. Tôi cũng đã xem mảnh đất đó, hơi hẻo lánh một chút nhưng tỷ lệ giá trị trên giá thành khá cao. Những năm nay doanh nghiệp trong nước quá khó làm, hoặc là không cạnh tranh được dự án, hoặc cạnh tranh được thì làm lỗ mà vẫn không thu được tiền. Hàng trăm nhân viên phải phát lương, doanh nghiệp bắt buộc phải ra khơi tìm đường sống, USD cũng đã chuyển vào tài khoản công ty Campuchia rồi. Dự án nông nghiệp trồng chuối rủi ro thấp, thu hồi vốn nhanh, rủi ro chính là việc mua đất và cải tạo ban đầu. Đến Campuchia người ta đầu tư làm ăn thì phải theo quy tắc của người ta, quốc gia cai trị theo tông tộc thì không thể việc gì cũng có pháp luật bảo đảm trước được. Phải coi rủi ro là khó khăn, từng bước tìm cách giải quyết việc mua đất và cải tạo. Vì vậy, hãy tìm luật sư can thiệp để đẩy nhanh đàm phán, sớm thúc đẩy việc mua đứt mảnh đất."

Trầm Công còn bày tỏ lòng cảm ơn với tôi vì con gái Thanh Thanh của ông, tôi đã đặc biệt lái xe đến San Francisco một chuyến. Ông nói người già rồi chỉ mong con cái đừng chịu khổ cực, Thanh Thanh cuối cùng cũng đã kết bạn lại trên WeChat và gọi tiếng "Ba". Hiện tại Mỹ đang bắt bớ người nhập cư rầm rộ, thân phận của Thanh Thanh không an toàn, nên ông đã đưa đủ tiền, nhờ một người bạn ở bang Maryland cho con bé ở nhờ cho an toàn hơn. Tôi cũng hùa theo, con bé còn nhỏ, mới ngoài ba mươi, một mình ở Mỹ không dễ dàng gì. Thanh Thanh lần đó ở San Francisco cũng nói với tôi rằng, ba cô có cả vợ lớn vợ nhỏ một gia đình đông đúc, lòng bàn tay hay mu bàn tay đều là thịt, cô không tin ba có thể bỏ mặc không "nâng đỡ" mình.

Gia đình "ba người" của Kim Cương đã tiếp đãi tôi tại một quán vịt quay Bắc Kinh ở Phnôm Pênh. Trong đó có "một người" còn đang nằm trong bụng của cô vợ mới Lily, kém anh hơn hai mươi tuổi, dự kiến sẽ chào đời vào tháng sau. Lúc đó tôi mới biết rằng, sau khi vội vã tháo chạy khỏi Trung Quốc 7 năm trước, dù anh có giải thích thế nào, người vợ cũ đang làm việc trong biên chế doanh nghiệp nhà nước cũng không tài nào hiểu nổi, càng không thể chấp nhận thực tế rằng công việc kinh doanh tài chính mạng của anh là phi pháp. Cô ấy lại càng không đời nào chịu rời bỏ hệ thống "bát cơm sắt" hay rời khỏi Trung Quốc, nên chẳng bao lâu sau họ đã ly hôn.

"Tổng giám đốc Cương có điểm gì thu hút mà khiến một mỹ nhân tốt nghiệp đại học thuộc đề án 985 ở Nam Kinh như em cam tâm tình nguyện gả cho anh ấy vậy?" Sau khi Kim Cương giới thiệu, tôi nói đùa hỏi Lily.

"Anh Cương nhà em làm ăn có đầu óc lắm. Đến Phnôm Pênh chưa được mấy năm đã làm môi giới bất động sản, góp vốn vào một sòng bạc nhỏ, lại còn tổ chức hơn 300 cựu chiến binh Trung Quốc đang làm ăn ở Campuchia thành một hiệp hội thương mại. Người đàn ông như thế đương nhiên xứng đáng để yêu chứ!" Một câu nói của Lily khiến Kim Cương sướng rơn cả mặt, anh nâng ly rượu trắng loại một lượng lên đòi cạn chén với tôi.

"Haha, em dâu quả nhiên không đơn giản, tầm nhìn cao hơn vợ trước của lão Kim nhiều!"

"Đó là đương nhiên rồi ạ. Mấy năm em làm thương mại điện tử xuyên biên giới, ở nước ngoài tự do tự tại biết bao. Đám phụ nữ trong biên chế ở trong nước cứ như lừa kéo cối xay, làm sao hiểu được kinh doanh, hiểu được cuộc sống! Họ bị nhốt trong bức tường, lại còn ảo tưởng những kẻ xây tường dựng rào coi mình như trâu ngựa mà nuôi là người tốt, là có ngày lành!" Lily quay đầu liếc xéo Kim Cương bên cạnh: "Đúng không chồng yêu?"

Kim Cương vội đặt tay lên bụng vợ xoa nhẹ: "Đúng! Đúng! Đúng! Mình đã ra đến nước ngoài rồi thì phải quên cái bên trong tường đi, phải sống cho ra trò để chúng nó phải ngưỡng mộ, ghen tị và căm hận! Hơn 300 anh em cựu chiến binh trong hiệp hội của tôi, rời xa quê hương thân cô thế cô ở hải ngoại, tự do tự tại kiếm tiền để người thân ở trong nước có cuộc sống tốt đẹp, đó mới là thực sự yêu nhà, yêu nước. Còn lũ trâu ngựa trong hàng rào suốt ngày hát 'Tôi và tổ quốc tôi không thể tách rời', đó không phải yêu nước, mà là đang bị nuôi nhốt để lấy thịt!"

"Tổng giám đốc Cương, tôi có xem video anh đăng rồi. Hơn 300 cựu chiến binh, vào ngày thành lập quân đội 1/8 được anh tổ chức lại để cùng hát quân ca, quốc ca, không đơn giản đâu! Thực sự yêu nước! Lớp trưởng, tôi kính anh một ly!" Tôi và Kim Cương đều là lính nghĩa vụ giải ngũ, tôi ngẫu hứng vung tay phải chào anh theo điều lệnh quân đội, anh cũng vung tay chào đáp lại ngay tắp lự.

"Ông có biết những anh em cựu chiến binh đó đã vất vả thế nào, khó khăn thế nào mới đến được Campuchia không?" Kim Cương đặt ly rượu xuống rồi nói tiếp.

"Có một anh lính giải ngũ, con anh ấy ở trường bị mấy đứa bạn bắt nạt suốt thời gian dài. Một lần thấy con bị đánh bầm dập, anh ấy đến trường tìm giáo viên để nói lý lẽ, thì nhận được câu trả lời là: 'Mấy đứa kia đánh người là sai thật, nhưng con nhà anh cũng phải xem lại tại sao người bị đánh là nó chứ không phải đứa khác'. Anh ấy uất quá, máu nóng dồn lên não, vung tay tát cho giáo viên đó một cái nổ đom đóm mắt, máu mồm máu mũi be bét. Kết quả là lý lẽ chẳng đòi được, nhà trường báo công an cho anh ấy vào trại tạm giam. Sau này anh ấy mới biết mấy đứa trẻ đánh con mình đều là con nhà quan chức, trưởng phòng, trưởng khoa trong chính quyền, còn giáo viên kia cũng xuất thân từ gia đình ba đời làm cán bộ ngành giáo dục. Sau khi được thả, anh ấy đi khiếu nại vượt cấp nhưng chẳng những không có tác dụng gì mà còn bị liệt vào danh sách đối tượng giám sát trọng điểm, thông báo về đơn vị khiến anh ấy mất luôn công việc. Theo lời anh ấy nói, 'tránh voi chẳng xấu mặt nào', anh ấy chuyển trường cho con rồi một mình sang Campuchia bươn chải kiếm tiền.

Có người mở quán ăn, quán ngâm chân bị dịch bệnh hành cho tán gia bại sản; có người mua nhà giá cao gánh nợ ngân hàng rồi giá nhà giảm mất một nửa, không trả nợ đúng hạn được nên đành bỏ mặc cho ngân hàng siết nợ; có người thầu đất làm ruộng bán lương thực không đủ bù đắp chi phí phân bón, hạt giống... Mỗi người một câu chuyện khác nhau, nhưng kết luận thì giống hệt nhau: Kinh tế hỏng rồi, làm hì hục cả đời mà tiền kiếm được không đủ tiêu."

Kim Cương nói tiếp: "Tôi tổ chức anh em cựu chiến binh lại không vì gì khác, chỉ để họ có chỗ trông cậy vào nhau. Cái xứ Phnôm Pênh này vàng thau lẫn lộn, mại dâm, cờ bạc, ma túy, lừa đảo viễn thông cộng với rửa tiền, hạng người ác nào cũng có, chuyện xấu gì cũng có thể xảy ra. Không dễ dàng gì, ai cũng chẳng dễ dàng gì! Mấy đứa 'trâu ngựa' trong nước mà Lily nói cũng chẳng dễ dàng gì, trừ mấy đứa ngu hay đứa xấu ra, nhiều người cũng chỉ là hiểu nửa vời mà bất lực thôi."

"Tổng giám đốc Cương, hôm nọ ở Malaysia anh có nói trước đây vốn tư nhân làm tài chính, các nền tảng P2P gần như bị hốt trọn ổ, vậy anh nhìn nhận thế nào về việc các ngân hàng dùng dữ liệu lớn Internet để làm dịch vụ tài chính?"

"Ăn quen mùi tanh, uống quen mùi máu rồi thì làm sao đổi vị được? Họ dùng dữ liệu lớn không phải để làm dịch vụ, mà là để thắt cái túi tiền lại chặt hơn!"

"Ý anh là sao?"

"Ai cũng nghe rêu rao phải coi doanh nghiệp dân doanh là 'người nhà' đúng không? Vậy ai mới thực sự là người nhà của họ? Đương nhiên là các doanh nghiệp công hữu. Người dân nhìn bề ngoài thì thấy một bên là ngân hàng, một bên là doanh nghiệp, nhưng thực chất đều là doanh nghiệp nhà nước, đều thuộc quyền quản lý của Ủy ban Quản lý Tài sản Nhà nước (SASAC), và thực tế đều là các bộ phận của chính phủ! Xã hội đồn đại 'Quốc tiến dân thoái' (kinh tế nhà nước tiến, kinh tế tư nhân lùi), tuy không thấy văn bản chính thức và cũng không được chính thức thừa nhận, nhưng hãy nhìn những gì họ đang làm trong lĩnh vực tài chính. Ở cấp độ doanh nghiệp nhà nước, tài sản được số hóa, số hóa được tài chính hóa, và tài chính bảo đảm cho sự bành trướng. Nghĩa là sao? Đất đai, nhà xưởng có thể vay nợ; dự án công trình có thể vay nợ; bằng sáng chế, nhãn hiệu có thể vay nợ; tài nguyên dữ liệu có thể vay nợ; thậm chí nước trong hồ, bùn dưới đáy hồ cũng có thể định giá để vay nợ. Dù sao tiền ngân hàng cho vay ra cũng là tiền gửi của dân, doanh nghiệp nhà nước vay được tiền thì chẳng cá nhân nào trong đó phải chịu trách nhiệm trả nợ cả. Người dân cũng chẳng biết đồng tiền mồ hôi nước mắt của mình sau khi qua tay 'người nhà' ngân hàng và doanh nghiệp nhà nước, bị xén bớt chỗ này một ít chỗ kia một ít thì đã vơi đi bao nhiêu.

Nhìn bề ngoài thì hô khẩu hiệu giảm chi phí, giảm lãi suất để hỗ trợ doanh nghiệp dân doanh! Nhưng thực tế thì sao? Doanh nghiệp tư nhân muốn vay vốn, tài sản thế chấp trước tiên bị chém một nhát ép giá, rồi các loại hối phiếu chấp nhận ít nhất sáu tháng lại bị chiết khấu lấy phí, chi phí vay vốn thực tế từ lãi suất cơ bản 3.0 vọt lên 5.0, 6.0 thậm chí là 10.0. Không chỉ cho vay, doanh nghiệp nhà nước còn nợ đọng doanh nghiệp tư nhân, doanh nghiệp tư nhân không có tiền đành đi vay để duy trì, đến lúc thanh toán thì dù không cam tâm tình nguyện cũng phải chấp nhận hối phiếu do doanh nghiệp nhà nước chi trả, rồi lại tìm ngân hàng mất phí chiết khấu để lấy tiền mặt. Sau vài lượt như thế, chút lợi nhuận ít ỏi lẽ ra thuộc về doanh nghiệp tư nhân đã tan thành mây khói. Nói vậy thì ông bảo 'Quốc tiến dân thoái' là tin đồn nhảm hay là sự thật?! Có dữ liệu lớn Internet, đám người đó có thể kiểm soát khiến tiền của dân không thể ra được nước ngoài, gửi ở đâu, mua cái gì đều phải thực hiện theo ý muốn của họ, đúng là dữ liệu lớn đã phát huy tác dụng đắc lực đấy." Qua ba tuần rượu, Kim Cương đã nói toạc ra những gì anh nắm được trong giới tài chính chính phủ.

"Công ty nào thiếu tiền mà đi mượn của người thân bạn bè, mượn nhiều người một chút là bị chụp ngay cho cái mũ 'huy động vốn phi pháp'. Thế là tiền của dân chỉ còn cách gửi vào ngân hàng, ngân hàng lại đem cho nhóm dân khác vay. Ngân hàng không biết đầu tư, không dám chịu rủi ro, nhưng bề ngoài lại phải làm đẹp mặt xã hội bằng cách cho vay lãi suất thấp theo chính sách quốc gia. Đi một vòng lớn rồi lại quay về trò lãi mẹ đẻ lãi con, tiêu diệt 99,99% các nền tảng P2P dân gian, chỉ để lại vài nền tảng P2P của 'người nhà' họ như tài chính WeBank, tài chính công nghệ... mà cổ đông đứng sau toàn là các ngân hàng. Cá nhân hay doanh nghiệp đến ngân hàng xét duyệt không vay được tiền, nhưng lên các nền tảng WeBank, tài chính công nghệ thì duyệt vay trong phút mốt. Tại sao? Một khoản vay trả góp, trả xong lại vay, lãi chồng lãi, lãi suất thực tế năm có thể lên tới 20%, 30% hoặc hơn thế nữa!" Về điều Kim Cương nói, tôi vô cùng thấm thía, những năm đó tôi đã không ít lần dùng khoản vay của các nền tảng như WeBank, lãi suất năm 20% - 30% là chuyện thường tình.

"Tổng giám đốc Cương nhìn nhận thế nào về bước phát triển kinh tế tiếp theo của Campuchia? Sự phụ thuộc vào các ngành công nghiệp xám và đen vượt quá 60%, các băng nhóm lừa đảo viễn thông từ Myanmar đang chuyển dịch sang đây." Tôi đem những tình hình mình nắm được nói cho Kim Cương, cũng muốn nghe ý kiến của một nhân vật tầm cỡ đã lăn lộn nhiều năm trong "giang hồ" tại đây.

"Thiện ác hữu báo, nhân quả tuần hoàn. Ngước đầu nhìn xem, trời có tha cho ai! Cái xứ Campuchia này làm ăn không gọi là kinh tế, mà gọi là 'khoe cơ bắp, bẻ cổ tay'. Tại sao Thái Lan lại dùng tiêm kích F-16 ném bom nổ súng? Vì họ bị làm cho đau quá rồi! Làm xã hội đen bẻ cổ tay thì bản thân phải có nắm đấm thép thực sự, Campuchia mua mấy cái súng gỉ pháo hỏng từ phương Bắc về tưởng là có tác dụng thật chắc. Cứ chờ mà xem, đám lừa đảo miền Bắc Myanmar sang đây càng nhiều thì chết càng nhanh! Tại sao những nhân vật xã hội đen hống hách đó cứ đến Thái Lan, Singapore hay Malaysia là bị bắt giữ và trục xuất? Đó là vì tự tin quá mức, vô tri nên mới bạo gan! Đám đại ca xã hội đen đó tưởng mua được cái hộ chiếu Campuchia, Thổ Nhĩ Kỳ hay Vanuatu là có bùa hộ mệnh chắc. Không phải là không hộ mệnh được, nhưng chỉ khi ở lỳ trong cái nước bán hộ chiếu cho mình thôi, dù sao người ta cũng đã nhận tiền bán hộ chiếu rồi. Đám đó cứ dùng cái cuốn sổ hộ chiếu ấy mà đi khắp thế giới, đi thăm tình nhân, coi dấu vân tay không phải là dấu vân tay, coi phạm tội không phải là phạm tội! Cái loại tội danh mà số tiền lên tới hàng trăm triệu, hàng tỷ tệ đó, không xử chúng thì xử ai?!" Kim Cương cầm ly rượu đứng dậy, lúc thì chỉ tay lên trời, lúc thì rút cuốn hộ chiếu Campuchia ra, mắng mỏ một hơi khiến tôi và vợ anh đều được một phen cười nghiêng ngả.

Trên dải xanh ở giữa đại lộ Norodom, những cây đại (sứ) cao vút với phiến lá dày rộng đang vươn mình, những đóa hoa đại với cánh trắng hoặc đỏ ôm lấy nhụy vàng ở giữa. Các chỉ huy trong Phủ Thủ tướng Campuchia chỉ cần nhìn qua cửa sổ là có thể thấy từng chùm hoa rực rỡ ấy. Những người bán hàng rong luôn biết nắm bắt thời cơ để du khách khi đi lại giữa Hoàng cung, Tượng đài Độc lập và chợ Nga, khi ghé qua dưới bóng cây đại trước cổng Phủ Thủ tướng, có thể thuận tay mua được đồ uống lạnh và đồ ăn vặt. Dưới bóng hoa đại, tôi chậm bước đi ngang qua trước cửa của những thành viên nội thể quốc gia như Phó Thủ tướng, Thủ tướng. Trong khuôn viên vuông vức, những ô cửa kính sát đất màu xanh thẫm của mấy tòa nhà cao tầng mang lại chút cảm giác dịu mát cho bầu không khí oi nóng. Nơi góc phố, bốn gã đàn ông vạm vỡ với những hình xăm màu xanh đen chằng chịt trên làn da rám nắng cuồn cuộn đang đôi một đá một quả cầu lông chim rực rỡ. Những cú bật nhảy linh hoạt, nhanh nhẹn, khiến túm lông chim bay qua bay lại trên không trung tạo thành những dải cầu vồng liên tiếp. Uy quyền của kẻ thống trị dường như không hiện hữu trong góc nhỏ ngập tràn bóng tháp và hương hoa này, nhưng lại đang nắm giữ chặt chẽ vận mệnh của hơn 17 triệu con người.

Giây phút đặt chân đến Siêm Riệp, tầm mắt tôi hoàn toàn chuyển sang một bức tranh khác. Một con sông nhỏ xa xăm mang hơi thở của rừng già vào thị trấn nhỏ, lặng lẽ để lại sự bình yên. Rồi lại mang thế giới của thị trấn nhỏ đến với Angkor, cố tình dùng hình bóng để bầu bạn với nỗi cô đơn. Khi tôi đứng trước Angkor Wat của 500 năm sau, nhìn thấy nó đổ gục xuống giữa những biến động của trời đất, trước cổng đền Ta Prohm nơi đại thụ quấn quýt, một cây "phù thủy" với tán xanh nhỏ treo trên bộ xương khô rỗng cao quá đầu người một chút, dùng giọng nói khàn đục khó nghe và khó hiểu của 500 năm trước nói với tôi: "Không phải, không phải đâu, chính chuỗi nhân họa của vương quyền và thiên tai từ thần linh giáng xuống đã khiến Ấn Độ giáo và đế chế Khmer suy tàn và diệt vong."

Đức Giê-hô-va phán rằng: "Ta sẽ làm cho lòng Pha-ra-ôn cứng cỏi, và ta sẽ làm thêm nhiều dấu lạ phép mầu của ta trong xứ Ê-díp-tô." Cuốn Kinh Thánh mà Isabel tặng tôi mới chỉ đọc được một phần ba, khi nghĩ về nó, tôi đang lang thang không mục đích giữa những phế tích cực độ của Angkor Thom. Trong tâm tưởng chợt hiện lên một phương xa, tôi nâng cuốn Kinh Thánh, bước đi trên con đường dẫn dắt ba nghìn năm của nó, từ Ai Cập đến Israel.

17. HỒNG KÔNG, CHUỒNG CÂU

Đơn xin thị thực Canada của tôi đã được chấp thuận sau gần bốn tháng chờ đợi, và đó là vào thời điểm gần hai tháng sau khi tòa án di trú Hoa Kỳ ra lệnh trục xuất tôi. Trước đó, các chuyên gia về chính trị, di trú và thị thực giải thích rằng hồ sơ của tôi chắc chắn đã rơi vào vòng thẩm tra hành chính của phía Canada. Do sự đồng bộ dữ liệu của liên minh "Ngũ Nhãn" (Mỹ, Canada, Anh, Úc, New Zealand), trong trường hợp tôi đã có lệnh trục xuất và bị cưỡng chế hồi hương từ Mỹ, thông thường Canada sẽ không cấp thị thực hoặc cho phép nhập cảnh.

Đây là lần thứ 4 tôi đến Hồng Kông trong vòng 5 tháng, 3 lần trước đó là đi lại giữa sân bay hoặc quá cảnh. Một căn phòng "chuồng câu" rộng khoảng 4 mét vuông trong một nhà nghỉ tại Hồng Kông là nơi nương náu của tôi suốt 7 ngày. Bạc Vọng đã sắp xếp nhân viên đón lấy hộ chiếu của tôi tại phía Hồng Kông của cửa khẩu Thâm Quyến, sau đó mang ngược về Thâm Quyến để gửi đến Đại sứ quán Canada dán thị thực, nhằm đảm bảo tôi có thể nhận lại hộ chiếu và rời đi trong thời hạn lưu trú 7 ngày ngắn ngủi tại Hồng Kông. Có thêm thị thực của một quốc gia thuộc thế giới thứ nhất dân chủ, tự do và phát triển là thêm một cơ hội và hy vọng cho tôi, dĩ nhiên không nên bỏ lỡ.

So với những căn nhà ổ chuột (liêu ốc) hồi đầu năm, "chuồng câu" còn tồi tệ hơn nhiều. Thời tiết Hồng Kông trước khi cơn bão "Vajasa" — được dự báo là mạnh nhất trong năm — đổ bộ, khiến người ta chỉ cần đứng trong bầu không khí nóng ẩm ngoài trời là da dẻ đã túa dầu mồ hôi. Trong phòng phải bật điều hòa cả ngày lẫn đêm để chống chọi với luồng khí nóng hừng hực bên ngoài; chiếc điều hòa cửa sổ kiểu cũ trên vách đầu giường liên tục phát ra những tiếng kêu "khục, khục, khục" chói tai. Chi phí sinh hoạt ở Hồng Kông thực sự quá đắt đỏ: mỗi đêm trong "chuồng câu" tốn 42,5 USD, một suất cơm hộp bình dân khoảng 20 USD, giá vé tàu điện ngầm hoặc đường sắt nhẹ chỉ vài trạm có thể lên tới 10 USD, nghĩa là chi phí mỗi ngày của tôi rơi vào khoảng 100 USD. Lấy đâu ra tiền nữa đây? Thẻ tín dụng ngân hàng Mỹ duy nhất trên người liên tục bị thấu chi, tôi phải duy trì tín dụng bằng cách mượn tiền để thanh toán mức tối thiểu hàng tháng. Nếu không tiết kiệm, tôi sẽ không thể trụ vững. Tôi thường xuyên phải xuống một cửa hàng McDonald's dưới hầm gần đó để mua các suất bánh burger giảm giá, vừa để tận hưởng không gian mát mẻ tránh xa tiếng ồn của máy điều hòa, vừa vì nước ngọt và burger rất chắc dạ, một công đôi việc. Thỉnh thoảng tôi cũng tự cho phép mình tiêu xài để thưởng thức một suất cơm món xào; ở nước ngoài đã lâu, thực sự khó lòng cưỡng lại hương vị thơm ngon của món ăn Trung Hoa.

Cái "chuồng câu" tôi ở nằm trên tầng 11 của một tòa cao ốc gọi là Đại mỗ mỗ tại khu Du Ma Địa (Yau Ma Tei) sầm uất. Căn phòng lớn rộng hơn ba mươi mét vuông được cải tạo thành 7 cái "chuồng câu", và tôi ở một trong số đó. Nhà vệ sinh chật hẹp có một cửa sổ nhỏ lật ra ngoài, đôi khi tôi mở hé phía dưới để hít thở chút không khí, nhìn xuống dòng người và xe cộ hối hả trên đường phố. Tôi cũng đã thử thò đầu ra ngoài khoảng trống dưới cửa sổ, độ rộng đó đủ để tôi gieo mình xuống kết thúc cuộc đời. Trong hơn hai mươi năm kinh doanh bình thường và hơn một năm thất bại vừa qua, ý định quyên sinh hiện về không biết bao nhiêu lần, quen thuộc như cơm bữa. Cũng không phải là chưa từng có những hành động bộc phát; chín năm trước, sau một chầu rượu giữa đêm cuồng phong bão táp, trong sự chồng chéo của nhiều tầng cảm xúc, tôi đã lái xe lao đi với tốc độ kinh hoàng rồi đâm sầm vào kết cấu thép bên đường. Chiếc Mercedes coupe — một trong những loại xe an toàn nhất thế giới — vỡ vụn, biến dạng hơn một mét. Thật đáng tiếc và cũng thật may mắn, tôi gần như không hề hấn gì, Thượng đế không chấp nhận lời cầu chết của tôi.

Thị thực Canada được phê duyệt, thị thực Nhật Bản đang trong quá trình xin, nhưng hy vọng và cơ hội vẫn không ngăn nổi những suy nghĩ mông lung của tôi trong căn phòng "chuồng câu" ấy. Để chống lại sự trầm cảm, tôi đã viết một bài nhật ký.

CUỘC ĐỐI THOẠI KHÁC VỚI CÁI CHẾT

Mỗi khi bàn về cái chết, tôi luôn nói với người khác rằng tôi không sợ chết, sớm hay muộn gì con người cũng phải chết. Nhưng tôi sợ bệnh tật và sự già nua, điều đó sẽ khiến tôi bị dán nhãn "vứt đi rồi" hoặc "lão già", tôi sẽ bị động mất đi tôn nghiêm, từ đó đánh mất sự tự tin. Vì vậy, tôi cực kỳ tự luật để phòng ngừa và chữa trị những căn bệnh thông thường khó tránh khỏi, cũng như thực hiện những biện pháp tuần hoàn năng lượng cần thiết hoặc các biện pháp trì hoãn lão hóa mà công nghệ mang lại khi vòng tuổi cứ tăng dần.

Vào ngày chạm ngưỡng 50 tuổi, tôi tự dưng nhận ra ngày tháng của sự sống chẳng còn bao nhiêu. Liệu có thể sống thêm ba mươi năm nữa? Hay nhiều hơn? Thực tế là chỉ hơn mười năm nữa thôi, tôi ít nhất sẽ trở thành một "lão già". Không còn tuổi trẻ, chất lượng cuộc sống chắc chắn sẽ giảm sút so với trước kia. Huống hồ đối với tôi, vốn dĩ đã có ba loại cái chết hữu hình: một là doanh nghiệp phá sản; hai là tinh thần bất ổn (sự hạn chế tự do cũng thuộc loại này); ba là hơi thở chấm dứt. So với việc hơi thở chấm dứt, đau khổ hơn cả chính là hai loại đầu tiên. Khi đó, bản thân tôi vừa phải sống trong uất ức và giày vò, vừa phải liên tục chứng kiến trong vòng bạn bè những sự thất ý và thất bại trên thương trường, chính trường; có người biến mất, có người ngồi tù, có người không biết đã đi đâu và ra sao.

Những gì tôi sợ hãi như bệnh nan y, lão hóa, phá sản và bất ổn tinh thần sẽ không vì sự sợ hãi của tôi mà không đến, cũng không vì việc tôi chủ động phòng ngừa, trì hoãn hay hóa giải rủi ro từ trước mà không bị ảnh hưởng bởi hệ thống môi trường thực tế khách quan. Cẩn trọng vì sợ hãi có thể mang lại một chút tác dụng, nhưng không có nghĩa là chắc chắn mang lại hiệu quả và thành tựu tốt. Trừ phi không sống, không làm việc, thì mới không có cái chết, không có thất bại.

Thật may mắn là tôi đã thực sự trải qua vài sự cố mà theo lý thuyết thì chắc chắn là "xong đời" hoặc phải ngừng thở, vậy mà tôi vẫn đang sống sờ sờ và nghiêm túc, thậm chí còn có dư dả thời gian hoàn toàn thuộc về chính mình. Rũ bỏ hết thảy những chuyện tồi tệ, giao phó phần đời còn lại cho những gì mình nghĩ, mình yêu, cảm giác tuyệt vời đó tôi cũng đã từng có.

Nhưng, tôi vẫn phải suy nghĩ về cái chết, cái loại ngừng thở ấy, bởi sớm hay muộn thì nó cũng phải đến, và đối với tôi hay bất kỳ ai, nó chỉ định sẵn xảy ra duy nhất một lần.

Liệu tôi có được người thân chôn cất nơi nghĩa địa quê nhà? Dưới hình thức tro cốt hay nhục thân đều không quan trọng, điều quan trọng là tôi của hiện tại đang do dự, thậm chí là sợ hãi việc bị vùi lấp nơi nghĩa địa quê nhà. Dù cho khu mộ có tường bao đó là do chính tay tôi xây dựng vào một dịp Thanh minh, năm năm sau ngày cha tôi qua đời. Khi ấy tôi có chút vẻ "phát đạt" nhờ kiếm được tiền, tôi đã vô cùng trần tục mà phá dỡ, mở rộng ngôi mộ ngay tại chỗ để đại diện hay chứng minh cho một điều gì đó. Hoàn toàn không phải vì cha tôi để lại di nguyện nào, mà hoàn toàn là do tôi tự chủ trương, chi tiền bạc để khiến ngôi mộ mới quy mô và bề thế hơn những ngôi mộ khác ở địa phương lúc bấy giờ.

Thực tế, cha tôi là một người vô thần, một người duy vật triệt để dưới thời đại và môi trường đó, ông đã dùng những lời lẽ như vậy để giáo dục và răn dạy tôi nhiều lần. Dù sau này khi tôi "phát đạt" hơn một chút, có thầy phong thủy đến xem và nói rằng ngôi mộ tình cờ được đặt ngay tại mạch, huyệt và vị trí tốt nhất của ngọn núi đó, huênh hoang rằng sự nghiệp của tôi sẽ thăng tiến không ngừng, nhưng sự nghiệp của tôi dù có nỗ lực đến đâu cũng không thể bền vững, cũng chẳng hề thăng tiến mãi mãi.

Thực ra tôi đã sớm nhìn thấy số phận phá sản của mình và từng viết nhật ký về nó. Phá sản, không ai muốn gặp phải chuyện xui xẻo như vậy, nhưng những người gặp phải nó vẫn tồn tại trong thực tế. Nói nó là chuyện xui xẻo là bởi khi phá sản, mọi vật chất đều tan thành mây khói, chỉ để lại một tia ý niệm tinh thần hoàn toàn trong trạng thái vùng vẫy. Cũng có thể nói đó là chuyện may mắn, khi phá sản, mọi thị phi phức tạp đều chấm dứt. Vật chất, tiền tài có thể được chứng kiến ngay trong lúc còn sống rằng chúng là những thứ "sống không mang đến, chết không mang đi".

Trong hơn hai mươi năm kể từ khi tôi phá dỡ và mở rộng khu mộ mới, nhiều gia đình khác cũng đua nhau xây dựng. Nơi đó ngày càng có nhiều ngôi mộ vượt xa về quy mô và sự hào nhoáng, khiến ngôi mộ nhà tôi trở nên kém cạnh và chẳng còn nổi bật nữa. Tình trạng tương tự vẫn đang tiếp diễn.

Sở dĩ tôi do dự, thậm chí sợ hãi việc bị chôn cất nơi nghĩa địa quê nhà là vì nơi đó là một vùng mộ địa mênh mông, chôn cất những người hàng xóm láng giềng với đủ loại tính cách mà tôi quá đỗi quen thuộc. Đáng lẽ ra, tôi nên tuân theo truyền thống của người Trung Quốc là "lá rụng về cội", và tôi cũng từng xác định khi xây mộ rằng mình sẽ lá rụng về cội. Ở bên cha mẹ, an nghỉ nơi quê nhà, ai mà chẳng hướng tới? Nhưng tại sao tôi lại không quản ngại gian khổ, không ngừng bươn chải để bước ra khỏi mảnh đất quê hương ấy? Chẳng phải vì tôi muốn và tôi cần phải tránh xa những tranh chấp, lao khổ, nghèo đói, loạn lạc và tập tục xấu xa sao? Chẳng lẽ bắt tôi lúc sống hay khi đã chết đều không được và không thể rời khỏi môi trường đó sao? Trong xã hội ấy, đâu chỉ có mình tôi biết những con người, sự việc và môi trường trước kia có ý nghĩa như thế nào.

Những con người độc ác, những sự việc xấu xa, cái môi trường tồi tệ có chấm dứt vì cái chết của con người không? Tất nhiên không phải là tuyệt đối, cái thiện vẫn tồn tại, và có nhiều điều thiện đáng được nhắc đến. Tôi chỉ hy vọng mình có thể đặt mình vào một cảnh giới thiện lành không có cái ác hoặc ít nhất là ít cái ác, để ngay cả sau khi chết, khi con cháu đến lăng mộ tưởng nhớ tôi, thì xung quanh từ trước kia, hiện tại cho đến tương lai đều là điều thiện.

Tôi nghĩ rằng, nếu một ngày nào đó tôi qua đời nơi đất khách quê người, hãy cứ thuận theo ý trời, thiêu hủy nhục thân và quần áo của tôi ngay tại chỗ, đừng mang đi bất cứ thứ gì, đừng chôn cất bất cứ thứ gì, tất cả tan biến đi là tốt nhất.

Nếu một ngày nào đó tôi qua đời tại chính quốc, tôi vẫn sẽ tôn trọng cảm xúc của người thân, dù sao cũng phải xử lý nhục thân, vậy thì hãy hỏa táng đi, rồi rải nắm tro tàn không thể cháy hết ấy vào bất kỳ dòng sông hay cánh đồng nào, đừng mang đi bất cứ thứ gì, đừng chôn cất bất cứ thứ gì. Tất cả tan biến đi là tốt nhất.

Dĩ nhiên, người thân có thể cắm một tấm biển hoặc dựng một văn bia nơi khu mộ quê nhà để ghi danh tôi là ai. Nếu quả thực sau khi chết tôi còn linh hồn, có quay trở về nơi đó hay không là do suy nghĩ, tâm nguyện và hành động của chính tôi.

Hãy để những bài viết và cuốn sách của tôi được lưu truyền, dù có được xuất bản hay không, cũng hãy để chúng được sưu tầm và truyền thế. Những bài viết và cuốn sách của tôi ghi chép lại toàn bộ cuộc đời tôi. Bất kể bao nhiêu năm sau, chỉ cần có người lật xem, nghĩa là tôi vẫn còn ít nhiều giá trị tàn dư. Cho đến khi tuyệt diệt.

Tôi sẽ yêu thương chính mình một cách nghiêm túc, vào lúc tôi không còn yêu nữa, tôi sẽ tự mình rời bỏ thế giới này. Khi căn bệnh nan y ập đến, khi sự già nua bào mòn, khi chân lý không thể chiến thắng tà ác, tôi cũng sẽ chủ động rời bỏ thế giới này, hoặc nhờ người khác tìm cách giúp tôi rời bỏ thế giới này.

Tôi có người quen ở Hồng Kông, ít nhất là trong các khóa học tại trường kinh doanh tôi đã quen biết hai người Hồng Kông. Tôi không coi những người kết giao trong các khóa học kinh doanh là bạn học, thứ nhất vì tôi chỉ học các khóa ngắn hạn chứ không phải hệ đào tạo văn bằng; thứ hai là chu kỳ học tập ngắn ngủi kiểu bồi dưỡng không đủ để sớm tối có nhau, thực sự hiểu về nhau, nên tôi cho rằng quan hệ giữa các học viên chỉ dừng lại ở mức người quen hoặc bạn bè. Trong 5 năm trước khi công ty phá sản, tôi đã tham gia hai khóa học kinh doanh, một do danh nhân kinh tế toàn cầu tổ chức và đứng tên, một liên kết với một tổ chức học thuật của trường đại học hàng đầu thế giới và dùng tên trường đó. Tôi thừa nhận mình tham gia học là vì danh lợi, đồng thời công ty của tôi cũng phải gánh chịu tổn thất vốn (học phí). Giai đoạn đó, tôi theo đuổi danh lợi cá nhân và doanh nghiệp, coi sự theo đuổi là mục tiêu, dùng mục tiêu làm ảo tưởng, rồi để ảo tưởng trở thành một phần của cuộc sống và công việc.

Khách quan mà nói, tham gia các khóa học kinh doanh có thể mở mang tầm mắt về mạng lưới quan hệ và kiến thức, nhưng điều đó không đại diện cho việc năng lực và thực lực của bản thân được nâng tầm. Muốn thực sự tạo nên danh tiếng cho cá nhân và doanh nghiệp thì vẫn phải dựa vào bản lĩnh thực sự của mình. Có năng lực và thực lực thực sự, người khác sẽ tìm cách kết giao. Không có năng lực và thực lực, trà trộn vào giới danh nhân trường chuyên cũng chỉ là công dã tràng. Như đã nhắc đến Lớp trưởng Đồng – người bị cơ quan kiểm tra kỷ luật lưu giữ hơn ba năm, trong một buổi tụ tập khi đang đi học đã kéo theo hai học viên đại gia khác, trước mặt mọi người tuyên bố nhất định sẽ đầu tư vào công ty của tôi. Để có một định giá công ty thành thực cho họ, tôi đã chi hàng trăm nghìn tệ thuê công ty kế toán làm thẩm định chuyên sâu (due diligence). Kết quả là phí tiền tốn sức, ba người họ cầm báo cáo thẩm định xong thì không muốn bàn chuyện đầu tư nữa, thế là huề cả làng.

Hai người quen ở Hồng Kông này đều là những tỷ phú sống trong các biệt thự xa hoa.

Trình tiên sinh, những năm đầu làm phát triển bất động sản. Câu chuyện thành công của ông y hệt kịch bản của các ông chủ bất động sản những năm giao thời thế kỷ: dùng thân phận người Hồng Kông đến các thành phố lớn ở đại lục tìm quan hệ lấy đất và phê duyệt quy hoạch, có phê duyệt xong thì làm thủ tục vay vốn khởi công, vừa xây dựng vừa bán nhà thu tiền trước, dự án chưa khánh thành đã có thể thực hiện "tay trắng lập nghiệp" thâu tóm lợi nhuận.

A Thất có thành tích học tập tốt, đỗ đạt bảng vàng. Theo lời cô ấy, vào thời buổi đó, một gia đình nông dân Vân Nam mà để con gái đi học đại học là chuyện hiếm có trong mười làng tám xóm. Nữ sinh viên đại học thời đó được coi là "phượng mao lân giác" (hiếm như lông phượng sừng lân), tốt nghiệp xong được phân công vào viện nghiên cứu khoa học. Cô kết hôn với một chàng trai học khối kỹ thuật cùng đơn vị, làm nghiên cứu tại vị trí công tác, dùng một loại dịch chiết thực vật mà ai cũng biết công dụng để tổng hợp thành sản phẩm hóa mỹ phẩm cùng chức năng. Sau khi hoàn thiện công thức và thấy thị trường có nhu cầu, hai vợ chồng từ chức xuống biển thành lập công ty, xây dựng thương hiệu, dựng nhà máy làm cho đến khi công ty niêm yết. Trên con đường khởi nghiệp trở thành nhân vật của công chúng, A Thất đảm nhiệm chức Chủ tịch hội đồng quản trị, nắm gọn thương hiệu, thị trường, huy động vốn và nhân tài; chồng cô làm Tổng giám đốc thực chất chỉ ở nhà máy quản lý sản xuất, cả nước ai cũng biết doanh nghiệp đó là của A Thất.

Trình tiên sinh đang đi công tác ở đại lục, tôi đã hẹn gặp được A Thất. Sở dĩ cô gọi là A Thất vì là con thứ bảy trong nhà. Cha mẹ cô cả hai bên nội ngoại trước ngày thành lập nước đều là những gia đình đại địa chủ giàu có ở địa phương, dù bị tịch thu tài sản trong phong trào cải cách ruộng đất nhưng họ vẫn coi trọng giáo dục con cái hơn các gia đình nông dân khác. Việc đi học, giáo dục văn bằng thực sự đã thay đổi số phận tồi tệ của A Thất, cũng là nối tiếp vận mệnh tốt đẹp của tổ tiên cô.

A Thất bảo, ngoại trừ những biến cố hôn nhân đã công khai vài năm gần đây, còn lại chúng tôi đều có thể trò chuyện. Dù A Thất không muốn nhắc lại chuyện chồng mình tranh quyền đoạt vị và bạo hành gia đình dẫn đến ly hôn sau khi công ty niêm yết, nhưng cô vẫn bộc bạch với tôi về tư tưởng trọng nam khinh nữ thâm căn cố đế của gia tộc chồng ở Triều Châu, Quảng Đông, mọi sự đều có nhân quả. Từ phong tục làng quê, sự thành bại của doanh nghiệp, đến vận số giàu sang và tương lai công nghệ, cuộc trò chuyện khiến tôi nảy sinh ảo giác rằng mình không hề sống trong "chuồng câu", bởi Hồng Kông mà tôi đang đặt chân tới dù sao cũng là mảnh đất màu mỡ mà ba mươi năm trước người dân trong nước đã coi như núi vàng núi bạc.

"Lần đầu tiên em đến nhà chồng cũ trước khi cưới, em không được phép ngồi bàn lớn ở gian chính để ăn cơm, mà phải cùng mẹ anh ta và mấy người phụ nữ khác ngồi riêng ở một chiếc bàn nhỏ trong bếp. Phụ nữ không được ngồi mâm trên, em là người có học vấn tốt nghiệp đại học, làm việc ở viện nghiên cứu quốc gia cũng không ngoại lệ. Chồng cũ là con cả nên kết hôn sớm nhất, kỳ Tết đầu tiên sau đám cưới, sau khi tế lễ từ đường dòng họ, anh biết cha anh ta gọi mấy đứa con trai lại nói gì không? 'Thằng cả tuy đã kết hôn lập gia đình rồi, nhưng các con phải nhớ kỹ: anh em như tay chân, đàn bà như quần áo, phải luôn đặt tình cảm và lợi ích anh em lên hàng đầu'. Lúc đó em đứng ngay bên cạnh nghe thấy, chỉ đành nhẫn nhịn coi họ là những nông dân không có học thức mà không chấp nhặt."

"Vì vậy, sự cách biệt và mâu thuẫn trong hôn nhân thường bắt nguồn từ phong tục, quan niệm của gia đình gốc của đôi bên một cách vô thức. Em là người sau này trở thành nhà doanh nghiệp, trong tính cách thiên bẩm sẽ mang sự phóng khoáng và mạnh mẽ, điều đó không những không trở thành ưu điểm trong mắt đối phương, mà ngược lại trở thành đối tượng cần được giáo huấn và thuần hóa trong xương tủy của tư tưởng trọng nam khinh nữ." Trong những năm từ nông thôn ra thành thị, tôi cũng thấm thía điều này: vô số người dù thân đang ở đô thị, ở nhà máy, ở giữa công nghệ, nhưng quan niệm, thói quen và tư duy vẫn dừng lại rất lâu ở mức tiểu tập thể, tiểu nông thôn, tiểu nông hộ, không thể tự thay đổi hay bị thay đổi.

A Thất nói tiếp: "Em sùng bái các nhà doanh nghiệp, có cơ hội khởi nghiệp là muốn nỗ lực phấn đấu để trở thành một nhà doanh nghiệp, ít nhiều cũng chịu ảnh hưởng từ Chử Thời Kiện[29]. Hồi nhỏ nhà em ở gần cái xưởng sấy thuốc lá của thương hiệu thuốc lá Hồng Tháp Sơn, hồi đó nghèo đến mức nào anh biết không? Người Ngọc Khê đều biết câu: 'Có con gái đừng gả vào xưởng sấy'. Chử Thời Kiện lúc đầu xây dựng xưởng thuốc lá cần dùng gạch đỏ, cha em đánh xe ngựa chở gạch, bốc vác cho xưởng, lúc đó em đang học cấp hai thường giúp cha vào ngày Chủ nhật và ngày nghỉ nên hay gặp ông ấy. Người vùng em tận mắt chứng kiến xưởng thuốc lá lớn mạnh dưới tay Chử Thời Kiện, nhiều gia đình nhờ địa phương có doanh nghiệp lớn mà đi làm có tiền, làm ăn có tiền, đời sống khá lên. Một người như ông ấy mà vì mấy chuyện tiền bạc kinh doanh của doanh nghiệp mà bị kết án ngồi tù thì thật quá oan uổng và đáng tiếc.

[29] Chử Thời Kiện (褚时健, 1928–2019): doanh nhân Trung Quốc nổi tiếng, người đưa thương hiệu thuốc lá Hồng Tháp Sơn lên hàng đầu cả nước. Sau khi bị kết án tù vì vấn đề kinh tế, ông ra tù ở tuổi ngoài 70 và khởi nghiệp lại bằng nghề trồng cam, trở thành biểu tượng về tinh thần doanh nhân.

Dù đó là doanh nghiệp công nhưng ông ấy là một nhà doanh nghiệp thực thụ. Nếu pháp luật có thể dành cho nhà doanh nghiệp thù lao, cổ phần và quyền kinh doanh rõ ràng, tình hình đã hoàn toàn khác. Sau này khi Chử Thời Kiện ra tù, ở tuổi 74 vẫn lên núi Ai Lao thầu đất hoang trồng cam đường, doanh nghiệp của em lúc đó cũng đang trong giai đoạn tăng trưởng nhanh, em đã đặc biệt đến bái kiến và thỉnh giáo ông ấy."

"Em nói rất đúng, Chử Thời Kiện ra tù khởi nghiệp ở tuổi 74, trồng cam đường ở núi Ai Lao giành chiến thắng bằng chất lượng, một lần nữa chứng minh ông có tinh thần và năng lực hành động của một nhà doanh nghiệp thực thụ. Ngay cả doanh nghiệp và thương hiệu của em, sau khi niêm yết từng bị truyền thông phanh phui sự kiện chứa chất gây ung thư, sau 6 năm dài đằng đẵng cuối cùng kết quả kiểm nghiệm và pháp luật xác định là bị vu khống ác ý, nhưng những tổn thất thực tế đã gây ra là không thể cứu vãn. Nhà doanh nghiệp luôn đầy rẫy hiểm nguy trước một xã hội, thời đại và môi trường nhất định chưa trưởng thành hoặc tồi tệ." Tôi dẫn dắt câu chuyện sang việc kinh doanh của A Thất.

"Thượng đế đóng một cánh cửa, có lẽ là để mở ra một cánh cửa khác. Sự kiện chất gây ung thư và chuyện bạo hành ly hôn đã trực tiếp khiến doanh nghiệp không dám và không thể tiếp tục mở rộng kinh doanh, em đã rút lui khỏi doanh nghiệp và thoái vốn toàn bộ, tất cả những điều đó đã giúp em né tránh được rủi ro từ sự xuống cấp nghiêm trọng của môi trường kinh doanh cho doanh nghiệp dân doanh những năm gần đây. Một bất động sản khách sạn trong nước lẽ ra chịu ảnh hưởng của dịch bệnh rất khó duy trì, nhưng nhờ việc quy hoạch nhà ga đường sắt cao tốc mà may mắn được chính phủ mua lại với giá cao trong thời gian dịch bệnh. Các khoản đầu tư của em vào vàng, tiền kỹ thuật số, cổ phiếu trí tuệ nhân tạo (AI) hai năm nay cũng đều tăng trưởng. Em và chồng cũ dù ly hôn nhưng con cái là chung, tài sản và lợi ích tăng thêm mang thuộc tính gia tộc. Nếu không phải Thượng đế đóng một cánh cửa rồi lại mở ra một cánh cửa khác, thì không biết việc kinh doanh hiện nay sẽ khó khăn thế nào, tài sản sẽ mất giá ra sao. Kinh tế trong nước đi xuống và khốn cảnh của doanh nghiệp dân doanh là hiện tượng phổ biến mà ai cũng thấy, nếu em còn ở trong đó, khó mà nói trước được liệu mình có phải đối mặt với một vận rủi hay không." A Thất nói những lời này, rõ ràng là đang quy kết những thăng trầm của số phận mình cho sự sắp đặt của Thượng đế.

"Em có tầm nhìn đầu tư vào tiền kỹ thuật số, AI, xem vòng bạn bè WeChat thấy em gần đây còn tham gia buổi diễn thuyết của Triệu Trường Bằng (CZ) – người đứng đầu thế giới về tiền kỹ thuật số, người sáng lập Binance tại Diễn đàn Tài chính Mã hóa Hồng Kông, anh muốn nghe ý kiến của em." Đây là một chủ đề nóng hổi ở đại lục và Hồng Kông hiện nay. Đại lục những năm gần đây luôn định nghĩa Bitcoin, BNB và các loại tiền kỹ thuật số ảo là phi pháp và trấn áp, trong khi Hồng Kông vào nửa đầu năm nay đã lần lượt ban hành "Điều lệ về đồng tiền ổn định" (Stablecoin) và công bố "Tuyên ngôn Chính sách Phát triển Tài sản Kỹ thuật số 2.0". Sàn giao dịch Binance của Triệu Trường Bằng mãi đến đầu năm 2018 mới chuyển toàn bộ ra khỏi Trung Quốc, thân phận của ông ở Hồng Kông là thượng khách của chính phủ, nhưng vào đại lục thì tồn tại rủi ro pháp lý. Đây có lẽ chính là một hình ảnh thu nhỏ của sự khác biệt rõ rệt dưới quốc tình "Một quốc gia, hai chế độ", và càng là hình ảnh phản chiếu của những thứ mới mẻ trong đổi mới công nghệ ở các quốc gia có thể chế khác nhau trong cùng một thế giới, thật giả và đúng sai khiến người ta thật khó hiểu.

"Chúng ta phải thấy rằng, Web 3 là thế hệ Internet tiếp theo dựa trên công nghệ blockchain và phi tập trung. Tiền kỹ thuật số đại diện bởi blockchain, hệ thống máy tính đại diện bởi AI, và các nền tảng ứng dụng đại diện bởi dữ liệu lớn đã trải qua một chu kỳ phát triển và ứng dụng khá dài, khiến Web 3 không còn là khái niệm suông. Nhìn từ góc độ này thì rất trực diện: bất kể tiền kỹ thuật số có bị một số quốc gia định nghĩa là phi pháp hay không, Hồng Kông rất cần tận dụng thiên thời địa lợi nhân hòa của một trung tâm tài chính thế giới để quy phạm hóa và phát triển đột phá. Những thứ liên quan đến Web 3 là đổi mới, và hơn thế nữa là sự vượt trước thời đại. Chính vì vượt trước nên sẽ chưa có luật pháp, cũng chưa có cơ chế. Nếu chỉ vì vậy mà bị định nghĩa là phi pháp, điều đó sẽ khiến tất cả những người đổi mới và vượt trước phải chịu đựng những gian khổ không thể chấp nhận được, vậy thì còn nói gì đến chiến lược quốc gia hỗ trợ và phát triển đổi mới công nghệ?"

A Thất còn cho rằng, người tiêu dùng mua sản phẩm và dịch vụ, thương hiệu và doanh nghiệp nhờ đó mà có giá trị gia tăng, bao gồm cả bản thân sản phẩm và dịch vụ đó. Trong hệ thống thương mại truyền thống, người tiêu dùng ngoài việc nhận được sản phẩm và dịch vụ còn phải chịu những tổn thất liên quan đến khấu hao, và không được hưởng phần giá trị gia tăng do chính mình tạo ra. Điều này cực kỳ phi lý, cực kỳ không phù hợp với giá trị về cộng đồng lợi ích toàn cầu và bình quyền nhân loại. Đằng sau đó không chỉ là một số ít người đang độc chiếm lợi ích gia tăng, mà việc phát hành thêm tiền tệ, sự tăng giá của tài sản đều đang xâm thực lợi ích của những người vừa là người tiêu dùng vừa là người lao động. Công nghệ mới đang và chắc chắn sẽ viết lại các quy tắc của ngành công nghiệp truyền thống và thế giới thương mại, để tất cả người tiêu dùng được sống trong một thời đại "bình quyền và chia sẻ nhờ giá trị gia tăng tiêu dùng", trở thành giá trị và lợi ích của nhau, đó là điều mà công nghệ có thể thực hiện được.

Lịch sử Hồng Kông sớm nhất có thể truy nguyên từ thời kỳ đồ đá mới đã có người sinh sống. Từ thời Tần, Hán trở đi, nơi đây thuộc quyền quản lý của các triều đại Trung Hoa, cư dân sống dựa vào nghề đánh bắt cá, làm muối và nuôi ngọc trai — kiểu "vựa vào núi ăn núi, dựa vào nước ăn nước". Đối với người địa phương, nơi này giống như một làng chài lớn; đối với hoàng thất và người đại lục, nó lại giống như một làng chài nhỏ. Cho đến khi người Anh tìm kiếm một căn cứ thương mại tại châu Á, dẫn đến cuộc Chiến tranh Phiện thứ nhất, triều đình nhà Thanh đã nhượng bán đảo Cửu Long cho Anh vào năm 1842. Sau đó, vào năm 1898, Tân Giới được cho Anh thuê trong 99 năm. Sự thay đổi này khiến Hồng Kông hoàn toàn từ biệt lịch sử hàng ngàn năm của một làng chài lớn nhỏ, để rồi trong nỗi nhục nhã của những người yêu nước xót xa cảnh "vong triều vong quốc", Hồng Kông đã vươn mình trở thành trung tâm tự do thương mại, hàng hải và tài chính toàn cầu. Từ cổ chí kim, đường bờ biển và hải đảo của Trung Quốc về mặt địa lý, môi trường và số lượng vốn là thứ mà các quốc gia khác khó lòng bì kịp, vì vậy trong thời đại đại hàng hải của châu Âu, một mặt chúng bị các nước khác thèm khồng, cướp bóc, mặt khác lại bị chính quốc gia mình phong tỏa đường biển, cấm vận tải. Tuy nhiên, một thế kỷ Hồng Kông bị thực dân hóa, tuy là một kỳ tích trên bản đồ Trung Quốc, nhưng cũng là một "cô phẩm" (vật phẩm độc nhất vô nhị) trên bản đồ ấy.

Trong thời gian bị giam giữ tại nhà tù di trú Mỹ, với tư cách là một người Trung Quốc, tôi đã liên tục yêu cầu CBP, ICE và thẩm phán di trú cho tôi được đi Hồng Kông. Mặc dù thẩm phán nói rõ theo nguyên tắc và ranh giới pháp luật thì đó là yêu cầu hợp lý, nhưng CBP và ICE thuộc Bộ An ninh Nội địa Hoa Kỳ đã không thực sự cho phép tôi đi Hồng Kông. Đồng thời, chính vì có một thành phố như Hồng Kông tồn tại ở Trung Quốc, những người gặp khó khăn trong cuộc sống và kinh doanh, mang trên mình nợ nần, không phạm tội nhưng bị tòa án hạn chế đủ loại quyền nhân thân như tôi, mới có thêm một con đường sống và một cơ hội để bước ra ngoài. Những kiến giải tinh tường và tầm nhìn độc đáo của nhà doanh nghiệp A Thất, đằng sau cô ấy là cả một nhóm lớn các nhà doanh nghiệp đang đặt kỳ vọng vào "chế độ". Liệu Hồng Kông có một lần nữa đền đáp các nhà doanh nghiệp bằng vị thế trung tâm thương mại, hàng hải và tài chính tự do toàn cầu?

Trong khi tra cứu các tài liệu văn hiến về Hồng Kông bản tiếng Anh, có một nguyên văn rằng: Kể từ thời thuộc địa Anh, sự phát triển tương lai của Hồng Kông đã được "đảm bảo".

Không khó để giải thích tại sao hai cảng biển trong cùng một khu vực ở miền Trung Việt Nam, cảng Hội An đã nắm bắt được cơ hội gì trong thời Minh - Thanh của Trung Quốc, và Đà Nẵng hiện nay đang nắm bắt cơ hội gì. Suốt hàng ngàn năm qua, Hồng Kông cũng giống như chúng, đều chỉ là những làng chài lớn hay nhỏ mà thôi.

Bên ngoài cửa sổ "chuồng câu", có hai tòa nhà đang được bao quanh bởi giàn giáo tre gỗ, cũng có một số lưới nilon treo lơ lửng giữa các giàn giáo. Hơn hai mươi năm trước, mỗi lần đến Hồng Kông đều thấy dáng vẻ trẻ trung của những tòa cao ốc và ánh đèn nê-ông rực rỡ, nhưng giờ đây không còn tìm lại được cảm giác đó nữa. Là thành phố đã già? Hay đường phố hẹp lại? dường như chẳng ai cần phải suy nghĩ hay đi tìm câu trả lời. Người đến người đi, ngay cả những tòa nhà đang đại tu lớp tường ngoài cũ kỹ bao quanh bởi giàn giáo tre và lưới nilon, thì vô số những "chuồng câu" bên trong vẫn luôn được lấp đầy bởi những người như tôi. Thành phố nghĩa là cơ hội, ngày càng có nhiều thành phố được chứng minh là cơ hội qua thời gian dài, vậy nên trong nhận thức chung của mọi người, thành phố là đáng tin cậy. Càng nhiều nhà cao tầng và càng nhiều cư dân thì càng được tin tưởng. Ví dụ, ngay cả khi giàn giáo tre hay lưới nilon bốc cháy, người ta vẫn tin rằng lực lượng cứu hỏa có thể đảm bảo an toàn.

Nhìn qua cửa sổ "chuồng câu", ngắm những tòa nhà bao quanh bởi giàn giáo và lưới nilon đó, tôi xác nhận rằng mình đã vô thức nghĩ đến hỏa hoạn. Giống như hồi đầu năm khi ở trong căn nhà ổ chuột tại Los Angeles, lúc biết cơn bão "Santa Ana" sắp đến, tôi đã cảm thấy sẽ có một trận hỏa hoạn lớn. Hỏa hoạn, hay bất kỳ loại tai họa nào, có lẽ liên quan đến vô số người, nhưng về xác suất lại gần như chẳng liên quan gì đến vô số người khác. Tôi chỉ là một cá thể trong số vô số người đó mà thôi, ý thức là ý thức, không liên quan là không liên quan. Thế nhưng, hai tháng sau đó, 7 tòa nhà ở Đại Bộ (Tai Po), Hồng Kông lần lượt bốc cháy, tạo thành vụ hỏa hoạn lớn nhất trong lịch sử Hồng Kông, nó đã trực tiếp hoặc gián tiếp liên quan đến sinh mạng, cuộc sống và công việc kinh doanh của rất nhiều người.

Cơn bão "Vajasa" ngày càng tiến gần Hồng Kông và toàn bộ khu vực Đại Vịnh Khu (Greater Bay Area). Đầu tiên là truyền thông chính thống của chính phủ đăng tải trên mạng khẩu hiệu "Nhân dân là trên hết", hạ lệnh dừng làm việc, dừng học, dừng vận tải trên diện rộng trước thời gian dự định. Tiếp đó là các cửa hàng mặt phố ở Hồng Kông gần như đóng cửa cài then toàn bộ. Người đi sạch, phố trống không, tiếng gió của "Vajasa" ngày càng hung hãn, át cả tiếng mưa, khiến người ta sợ hãi đến mức chỉ còn lại rất ít cửa hàng McDonald's, KFC và vài tiệm đồ ăn nhanh phương Tây là còn mở cửa. Tôi hỏi người bảo vệ già địa phương của tòa nhà: Chính phủ Đặc khu Hồng Kông chắc chắn trận bão này có sức tàn phá lớn hơn vô số trận bão trong 100 năm qua sao? Ông cười nói, dù thế nào đi nữa, làm như thế này bây giờ mới khiến người dân Hồng Kông an toàn hơn, các quan chức Hồng Kông cũng có thể "nhất trí bước đi" với đại lục theo kiểu "tất cả vì nhân dân".

Hộ chiếu được dán thị thực tại Đại sứ quán Canada trong nước không thực sự đảm bảo tôi có thể nhận lại nó trong vòng 7 ngày giới hạn lưu trú tại Hồng Kông. Thời điểm cơn bão "Vajasa" quét qua lại rơi vào đúng hai ngày cuối cùng, không chắc chắn liệu có chuyến bay nào có thể cất cánh hay không. Tôi đã nộp đơn xin gia hạn lưu trú trực tuyến với Cục Nhập cư Hồng Kông nhưng không được phê chuẩn. May mắn thay, tiếng gió và mưa của "Vajasa" đã chuyển hướng và nhỏ dần, tôi cũng nhận lại được hộ chiếu vào sáng ngày cuối cùng.

Trong căn phòng "chuồng câu", câu hỏi: "Hồng Kông là của Trung Quốc, tôi là người Trung Quốc, tại sao tôi không thể tự do ra vào thành phố của nước mình? Tại sao chính phủ Mỹ trục xuất tôi về nước mà không thể cho tôi bay thẳng đến Hồng Kông?" — cái câu hỏi không lời giải đáp đó cứ quẩn quanh mãi trong đại não tôi.

Căn phòng "chuồng câu" tuy nhỏ nhưng không ngăn được những suy tưởng viển vông. Ổ cắm ba chấu hình chữ "Phẩm" trên tường cực kỳ bất tiện, phải mua thêm đầu chuyển đổi, tiếng kêu "khục, khục, khục" của chiếc điều hòa cửa sổ như một bản nhạc đệm tương xứng. Thế là tôi cầm điện thoại đăng một bài lên Xiaohongshu (Tiểu Hồng Thư), muốn tìm hiểu nguyên nhân đằng sau vấn đề ổ cắm "du lịch nhiều nơi, ít chỗ bất tiện" này. Trong tổng số 273 bình luận nhận được, khoảng 2% bàn về kỹ thuật, 10% bàn về quan điểm, còn 88% hoặc là chửi tôi là kẻ đại lục không não, hoặc đuổi tôi cút về đại lục, hoặc phun ra những lời nhục mạ tôi là "chó liếm" của thể chế này nọ. Xiaohongshu vốn dĩ là nơi người trẻ sử dụng nhiều, những bình luận trong bài đăng này có thể coi là sự thể hiện tập trung của một loại tâm trạng và mâu thuẫn xã hội nhất định.

Đứa cháu gọi bằng cậu gửi tin nhắn WeChat hỏi tôi: rốt cuộc nó có nên tiếp tục trả nợ ngân hàng cho căn nhà đó không? Cháu tôi mới học hết tiểu học, nhiều năm trước làm thuê trong một công xưởng nhỏ ở nơi khác, sau khi nghỉ việc không lâu thì mắc bệnh bạch biến, uống thuốc Đông y dẫn đến biến chứng xơ gan, không thể làm lao động chân tay ngoài trời. Mười năm trước khi kết hôn, nó mua một căn hộ cao tầng kiểu "bao diêm" giá 1,3 triệu tệ ở khu vực giáp ranh thành phố Nam Kinh, vay nợ 70% trong 30 năm, mỗi tháng trả hơn 4.000 tệ. Sau khi công ty tôi phá sản, nó thất nghiệp ở nhà, lương đi làm của vợ không đủ duy trì việc học hành của con cái, chi tiêu gia đình và nợ nhà. Điều phiền não hơn là căn nhà đó hiện giờ chỉ trị giá khoảng sáu bảy trăm nghìn tệ, mà tiếp tục trả nợ hàng tháng thì còn phải mười mấy năm nữa, cả gốc lẫn lãi tính ra khoảng 1 triệu tệ. Bán không xong; mà dù có bán được thì tiền trả trước, tiền đã trả hàng tháng, tiền trang trí tiêu tốn hơn 1 triệu tệ cũng mất trắng, lại không đủ bù đắp khoản nợ thế chấp. Dừng trả nợ hàng tháng thì sẽ bị ngân hàng kiện ra tòa, hai vợ chồng bị đưa vào danh sách "Lão lại", ảnh hưởng đến cuộc sống và con cái.

Tình cảnh như cháu tôi có đến hàng chục triệu người trẻ tầm ba mươi tuổi đang sống trong những căn nhà "bao diêm". Có người đã hoàn toàn mất khả năng chi trả, buộc phải dừng nợ trở thành "Lão lại"; có người vẫn đang nghiến răng dùng "Tam khoa phối hợp" (chạy taxi, giao đồ ăn, làm shipper) hay đổ mồ hôi sôi nước mắt đổi sức lực lấy tiền để cố gắng cầm cự.

Tôi đã làm một phân tích lợi hại cho cháu mình: Một là dù dừng trả nợ, bị phán định là "Lão lại", hạn chế tiêu dùng cao thì ngân hàng cũng không thu mất nhà ngay, vẫn có thể ở tiếp; hai là chính sách đang thay đổi, chưa chắc sau này đã ảnh hưởng đến việc con cái thi cử hay vào biên chế; ba là tình trạng này trong xã hội nhiều như lông bò, sau này hoặc là chính phủ ra chính sách giải quyết chung, hoặc là cùng nhau "nằm xòa" không lời giải; bốn là loại nhà đó sẽ chỉ ngày càng rẻ và mất giá, tiếp tục trả nợ nghĩa là ném tiền mồ hôi nước mắt qua cửa sổ; năm là loại nhà "bao diêm" có thời hạn sở hữu 70 năm đó cuối cùng đi đâu về đâu thì chẳng ai biết kết quả.

"Chuồng câu" ở Hồng Kông, "Bao diêm" ở đại lục, cải thiện điều kiện nhà ở vẫn là khát khao và nhu cầu thiết yếu của hàng trăm triệu người trẻ tầng lớp đáy ở Trung Quốc. Nếu có cơ hội, có khả năng, những người trẻ sẵn lòng dốc hết sức lực cả đời để được ở trong một ngôi nhà tốt, cải thiện cuộc sống. Vậy mà ngay trong bối cảnh đó, lượng nhà tồn kho của Trung Quốc dư thừa nghiêm trọng, giá cả liên tục sụt giảm mạnh, một lượng lớn người trẻ trơ mắt nhìn phần đời còn lại bị trói chặt vào khoản nợ nhà hàng tháng, cũng có một lượng lớn người trẻ vẫn không mua nổi nhà, vận mệnh không thấy hy vọng thay đổi, tiền đồ tối tăm mịt mù.

Vì muốn du lịch với chi phí thấp nhất và để có thêm những trải nghiệm chưa biết, tôi quyết định bay đi Việt Nam một lần nữa.

18. TRỞ LẠI VIỆT NAM

Những siêu bão như "Vajasa" và "Boroix" liên tiếp đổ bộ từ phía Bắc vĩ độ 15° Bắc của Biển Nam Trung Hoa hướng về phía Bắc, tấn công Hồng Kông, Ma Cao, Đài Loan và các vùng ven biển lân cận, khiến hành trình của bao người tan thành mây khói dưới bầu trời u ám. Trong mùa này, Nha Trang ở khoảng vĩ độ 12° Bắc lại có thể né tránh hoàn hảo những cú đánh trực diện của mùa bão. Những cơn gió và mưa tạt ngang chỉ khẽ chạm vào rặng dừa và bãi cát, biến Nha Trang trở thành một trong những điểm đến tuyệt vời nhất ở phía Tây Thái Bình Dương.

Ở Nha Trang, chỉ với mức giá 10-20 USD mỗi đêm, bạn có thể ở trong một căn phòng hướng biển, sẵn sàng thả mình vào dòng hải lưu ấm áp và bãi cát mịn màng bất cứ lúc nào. Dạo bước trên phố, bạn có thể tùy ý ghé vào những quán cà phê đầy phong cách, hay bước vào vô số tiệm massage với mức giá cực kỳ hợp lý để tận hưởng một liệu trình SPA thư giãn. Sau những ồn ào của dòng xe cộ, bạn có thể tĩnh lặng ngồi trong một nhà thờ Công giáo kiểu Gothic Pháp có tuổi đời hơn một thế kỷ. Vòng quay khổng lồ chuyển động, thu vào tầm mắt mọi chân trời góc bể, để rồi đối thoại ngàn năm với tháp Bà Po Nagar qua những thăng trầm của thời gian. Và quan trọng nhất, Việt Nam không thiếu tự do, Nha Trang lại càng không. Vì vậy, có rất nhiều người trẻ châu Âu đến đây rồi không muốn rời đi, họ thuê mặt bằng, dựng sạp hàng, thu hút du khách da trắng nói tiếng Anh, Tây Ban Nha, Pháp, Đức, Hà Lan, và sẵn tiện quảng bá Nha Trang ra thế giới.

Một buổi trưa, tại cửa hàng của nhà mạng Viettel, tôi dùng phần mềm dịch thuật trên điện thoại để mua thẻ SIM. Một người phụ nữ Việt Nam biết nói tiếng Trung chủ động tiến lại chào hỏi, cô bảo đây là lần đầu thấy một người Trung Quốc không biết tiếng Việt mà dám ra ngoài làm thủ tục một mình không cần phiên dịch, cô có thể giúp tôi trao đổi với nhân viên. Qua trò chuyện, cô bảo tôi cứ gọi cô bằng tên Trung Quốc là Nguyệt Nguyệt, cô là một bà mẹ đơn thân ngoài ba mươi tuổi, công việc là trợ lý cho một ông chủ người Trung Quốc. Tôi dĩ nhiên cũng giới thiệu về mình: là một nhà văn, đi lữ hành để lấy trải nghiệm viết lách. Cô bảo sau này có thể hẹn lúc nào đó uống cà phê, cô sẵn lòng chia sẻ với tôi vài chuyện về Việt Nam.

Ngay chiều hôm đó, Nguyệt Nguyệt đã gọi điện mời tôi đi ăn tối cùng ông chủ của cô. Cô giải thích thật quá trùng hợp, ông chủ vốn hai ba tháng mới ghé Nha Trang kiểm tra việc kinh doanh nhà hàng một lần, đột nhiên bảo sẽ lái xe từ Sài Gòn qua, nên cô muốn giới thiệu tôi cho ông biết, và ông chủ cũng rất sẵn lòng thết đãi tôi.

Trên đường đón tôi đến nhà hàng vào buổi tối, Nguyệt Nguyệt bảo cái nhìn đầu tiên đã thấy tôi là một người có học thức, khí chất. Đó dĩ nhiên là lời lấy lòng khiến người lạ thấy rất bùi tai, tôi cũng đáp lại bằng cách khen ngợi cô và phụ nữ Việt Nam một hồi. Ông chủ của cô tên là Hoàng Đại Phong, sang Việt Nam làm kinh doanh du lịch mới bảy tám năm đã phát tài. Cô thực chất là đại diện pháp luật cho công ty của ông tại Nha Trang, vì chỉ người bản địa mới có thể thuận tiện đứng tên tài sản và kinh doanh. Hoàng Đại Phong là người hào sảng, trọng nghĩa khí, làm ăn tại Việt Nam rất sành sỏi. Nguyệt Nguyệt tin rằng cuộc trò chuyện này nhất định sẽ mang lại điều gì đó giúp ích cho tôi. Về điểm này, dù chỉ tình cờ gặp gỡ, tôi thực sự cảm kích cô từ tận đáy lòng. Mặc dù cô không hề biết rằng tôi thực chất là một kẻ lang thang thất thế, công ty phá sản mà không thể tuyên bố phá sản theo luật pháp, và lúc đó mọi lời tôi nói về việc đi lữ hành để lấy trải nghiệm viết lách đều là những lời nói dối tự biên tự diễn.

Ngày hôm đó có ba người trẻ từ trong nước sang đầu quân cho Hoàng Đại Phong. Việc kiếm tiền ở trong nước quá khó khăn, mà dự án mới của Hoàng Đại Phong tại Việt Nam lại đang thiếu nhân lực. Nhà hàng mà

Nguyệt Nguyệt vừa làm đại diện pháp luật vừa quản lý có hàng chục chiếc bàn lớn, loại quán ăn bình dân có thể tiếp đón nhiều đoàn khách du lịch cùng lúc. Sau khi chào hỏi giới thiệu, tôi biết Hoàng Đại Phong là người Tứ Xuyên. Cuối năm 2017, ông mang theo 500.000 Nhân dân tệ sang Việt Nam làm du lịch, chỉ sau vài năm, tài sản ròng đã lên tới hơn 30 triệu tệ, gấp hàng chục lần. Chủ đề chính giữa chúng tôi là việc tôi thỉnh giáo ông.

"Nguyệt Nguyệt bảo anh là nhà văn, tôi là dân thô kệch, xưa nay luôn ngưỡng mộ những người có chữ nghĩa, nên đặc biệt dặn đầu bếp hầm con tê tê này cho anh, đại bổ đấy."

"Hoàng tổng quá khách khí rồi! Tê tê ở Việt Nam cũng là động vật quý hiếm được bảo vệ đúng không ạ? Sao lại có thể hầm ăn thế này, hay ở Việt Nam có người nuôi ạ?" Tôi khá bất ngờ trước sự thết đãi này của Hoàng Đại Phong.

"Ở cái xứ Việt Nam này, làm gì có loại động vật quý hiếm nào mà không kiếm ra được! Cứ yên tâm đi, tôi mở mấy cái nhà hàng ở Việt Nam, chất lượng thực phẩm tuyệt đối đảm bảo. Riêng con tê tê này, nói là nuôi nhân tạo đều là lừa xã hội lừa chính phủ cả, cái gọi là nuôi nhân tạo thực chất cũng là bắt trên núi về nhốt lại nuôi chung thôi, toàn là đồ rừng đấy." Ông chủ Hoàng thản nhiên nói, nhưng tôi thì không dám nếm thử món lạ này.

"Anh mới đến Việt Nam, có thể thấy quốc gia này cho người dân xuống đường biểu tình, lên mạng thoải mái, trên đường không có camera giám sát, khắp nơi không có an ninh kiểm soát, người dân lương thiện, xã hội an toàn, đều rất tốt. Nhưng đây là xã hội do Đảng Cộng sản cầm quyền, từ trên xuống dưới một màu đỏ, quân đội có đất đai, có khoáng sản, có ngân hàng, cũng có cả độc quyền ngành nghề. Một xã hội như thế chắc chắn sẽ nảy sinh quan liêu tham nhũng, không có ngoài sáng thì có trong tối, ngoài sáng nhỏ thì trong tối sẽ lớn. Thứ gì càng bị cấm, càng phi pháp, thì kẻ có quyền, kẻ cầm luật càng dễ kiếm chác." Nghe những lời này của Hoàng Đại Phong, tôi thấy việc Nguyệt Nguyệt giới thiệu anh cho tôi quả là rất đáng giá.

"Hoàng tổng nói thật quá. Giống như ở trong nước từ năm 2020 thực hiện cấm đánh bắt cá trên sông Trường Giang trong 10 năm, giám sát và thực thi pháp luật đồng loạt ra quân, trên thị trường, nhà hàng đúng là không thấy bóng dáng các loại cá đặc sản của Trường Giang nữa. Nhưng ba năm trước tôi đến thăm một vị đại gia nổi tiếng trong giới bất động sản và sưu tập ở Nam Kinh, trong tủ đông nhà biệt thự của ông ấy quanh năm luôn có cá Trường Giang, các loại cá theo mùa như cá cháy, cá bẹ, cá tầm Trung Quốc nhất định đều có đồ tươi để ăn. Hợp pháp hay phi pháp cũng vậy, tóm lại là luôn có kênh để kiếm ra."

"Nhưng Việt Nam mấy năm nay cải cách rất mạnh, doanh nghiệp nhà nước đóng cửa không ít, phạm vi làm ăn của quân đội cũng đang bị hạn chế và thu hẹp, doanh nghiệp nước ngoài tăng mạnh. Anh xem dọc đường dọc phố bao nhiêu cửa hàng, hàng rong không cần giấy phép không cần đóng thuế cũng có thể kinh doanh, chính phủ Việt Nam làm vậy không vì gì khác ngoài giải quyết việc làm. Hai năm nay người Trung Quốc sang làm thuê rất nhiều, lương tuy trả cao hơn người bản địa một chút nhưng dùng người Trung Quốc rất tiện, công nhân Trung Quốc không tính toán thời gian và cường độ lao động. Tôi đến Nha Trang hôm nay là để ngày mai đưa ba người mới sang dự án, ở Hồ Chí Minh đang đầu tư xây dựng một công viên giải trí lớn. Ngành du lịch truyền thống ngày càng khó kiếm tiền, giờ tôi vừa chuyển đổi mô hình tại Việt Nam, vừa phát triển sang Trung Á." Hoàng Đại Phong bắt đầu kể về triết lý kinh doanh của mình.

"Chỉ dựa vào cái quán bình dân đón khách ăn uống thế này mà trong bảy tám năm ngắn ngủi, ông có thể lãi gấp hàng chục lần vốn liếng để trở thành ông chủ lớn, quả thực không đơn giản." Tôi rất muốn biết bí quyết làm ăn của ông.

"Cái quán này chỉ là cái mặt tiền để đón các đoàn khách du lịch trong nước thôi, tiền thực sự kiếm được là nhờ các trung tâm mua sắm (đại mại trường). Tôi tính cho anh xem: các đoàn du lịch ra nước ngoài ở trong nước, công ty lữ hành báo giá cho khách cực thấp, chỉ hai ba nghìn tệ mỗi người, chắc chắn không đủ cả tiền vé máy bay. Công ty lữ hành kiếm tiền từ hai nguồn: một là chính phủ hỗ trợ một ít; hai là phía tôi bao trọn tiền vé máy bay, ăn uống, ngủ nghỉ, xe bus và điểm tham quan cho khách, cộng thêm khoản hoa hồng trả cho công ty lữ hành thường là 1.000 tệ mỗi đầu người. Nếu một đoàn 30 người đi chơi 7 ngày, chi phí phía tôi ít nhất là 100.000 tệ. Công ty lữ hành ngoài chi phí vận hành, hướng dẫn viên và bảo hiểm thì coi như nắm chắc phần thắng, không bao giờ lỗ. Vậy tôi kiếm tiền từ đâu? Đưa khách đi mua sắm. Những du khách ham rẻ, đi theo đoàn thường rất ít khi ra nước ngoài, khó khăn lắm mới xuất ngoại một lần nên đều muốn mang chút đặc sản, quà cáp về, và chắc chắn sẽ có người dự chi khoảng ba năm mươi nghìn tệ để mua cho mình món đồ quý giá nào đó. Một đoàn 30 người, tiền mua sắm đạt 120.000 tệ là tôi chắc chắn không lỗ vốn. Trong mấy ngày đó, mỗi trung tâm mua sắm mà khách đến đều là do tôi mở, hoặc là đã được sắp xếp sẵn. Hàng hóa trong đó, giá vốn chỉ chiếm 10%-20% giá bán, và không có bất kỳ chế độ hậu mãi nào. Chúng tôi có một bộ kịch bản và những lời dẫn dụ mua sắm, khách muốn không mua cũng không được. Đã ra nước ngoài là muốn ham rẻ, đến nơi rồi thì dù bấm bụng cũng phải mua, chỉ có mua nhiều chứ không có mua ít. Hơn nữa trong một đoàn chắc chắn sẽ có vài người chịu chi và có ngân sách, chúng tôi cũng sẽ cung cấp dịch vụ tốt hơn để họ giúp lôi kéo người khác. Khó khăn lắm mới ra nước ngoài một lần, phải tiêu tiền để mua lấy sự vui vẻ chứ. Tính ra mấy năm nay, trung bình mỗi khách trong đoàn đều mang lại lợi nhuận ròng hàng chục nghìn tệ, gặp đoàn do cơ quan tổ chức cho nhân viên đi thì lãi ròng vài trăm nghìn tệ là chuyện bình thường."

Nghe xong tôi hiểu ngay lập tức: "Đó chẳng phải là cái bài 'du lịch miễn phí' ở trong nước mấy năm trước sao? Sau này bị chỉ trích, tố cáo quá nhiều nên chính phủ ra tay trấn áp. Giờ thì lại biến tướng kiếm tiền từ người già thông qua trợ cấp du lịch của chính phủ và bán thực phẩm chức năng."

"Đúng vậy, chính là mô hình đoàn du lịch miễn phí ở các vùng như Vân Nam, Hải Nam, Thanh Hải trước kia. Tôi vào nghề này muộn, ở trong nước không còn cơ hội nên có bạn bè chỉ điểm sang Việt Nam bắt kịp một làn sóng. Tôi có người bạn lúc du lịch Thanh Hải hot nhất, bán đông trùng hạ thảo, len cashmere giá trên trời, kiếm được hàng trăm triệu tệ. Còn một người bạn khác, những năm trước sang Malaysia làm nghề này, đợi đến lúc mô hình bị phanh phui, chính phủ trấn áp thì ông ấy đã kiếm đủ tiền rồi. Ông ấy mua hàng trăm chiếc xe bus, chuyển đổi thành tập đoàn đón tiếp du lịch lớn. Tôi ở Việt Nam đây, hai năm trước và sau dịch là thời kỳ cao điểm của các đoàn khách, trong dịch thì ít hơn, kiếm chưa được bao nhiêu. Giờ kinh tế trong nước không tốt, các cơ quan doanh nghiệp tổ chức đi chơi ngày càng ít, nên tôi cũng phải chuyển đổi làm công viên giải trí, giải trí bãi biển ở Việt Nam, đồng thời sang Trung Á, Tây Á mang mô hình truyền thống đó qua làm. Người Trung Quốc đông, cả đời muốn ra nước ngoài chơi một lần cũng nhiều, châu Á vẫn còn rất nhiều quốc gia có thể khai thác thị trường."

"Hoàng tổng kiếm được tiền rồi không có ý định về trong nước đầu tư kinh doanh sao?"

"Trong nước tôi sẽ không bao giờ quay về làm ăn nữa, ngành nghề nào cuối cùng cũng dựa vào quan hệ, dựa vào quyền lực, cá lớn nuốt cá bé, cá bé nuốt tôm tép thôi. Trước khi sang Việt Nam tôi làm thịt bò khô. Cái ngành đó bất kể là thịt bò vàng hay thịt bò Tây Tạng, đều dùng một loại tinh chất thịt bò có bằng sáng chế phát minh để chế biến các loại thịt rẻ tiền khác như vịt, lợn thành thịt bò khô, đó là bí mật công khai trong ngành. Tôi làm mười mấy năm, đứng vững thị trường ở một khu vực vùng Tây Bắc, thịt bò khô ở các siêu thị cửa hàng địa phương hầu như đều do tôi cung cấp. Nhưng ngày vui ngắn chẳng tày gang, địa phương đó thay một ông cục trưởng quản lý mới, người nhà ông cục trưởng đó cạnh tranh với tôi, trực tiếp bứng sạch chén cơm của tôi luôn. Tôi chạy nhanh nên mới không rước họa vào thân đấy." Tôi liên tục cảm thán phục Hoàng Đại Phong quá giỏi, quá tỉnh táo.

"Muốn không tỉnh táo cũng không được, năm nào tôi cũng về Tứ Xuyên hai ba lần, bạn bè làm ăn ngày trước giờ kẻ sụp đổ, người bỏ đi, kẻ thua lỗ. Tại sao? Di chứng sau dịch cộng với việc bàn tay của doanh nghiệp nhà nước vươn ra ngày càng dài, doanh nghiệp dân doanh bị chèn ép, hoặc là cạnh tranh ác tính, hoặc là mỗi người tự thi triển bản lĩnh xem chỗ dựa của ai cứng hơn. Mấy năm nay sang Việt Nam làm thuê cho tôi có hàng chục người Tứ Xuyên rồi, có người vượt biên qua, có người cầm visa qua rồi ở lỳ lại. Trong nước mà kinh tế tốt như mấy năm trước kiếm được tiền thì chắc chắn họ chẳng ai thèm sang Việt Nam làm thuê đâu!"

"Tại sao họ phải vượt biên, phải ở lỳ lại thế? Không xin visa lao động chính thức được sao?" Tôi hơi tò mò điểm này, vì tôi cho rằng các loại visa của Việt Nam rất dễ xin.

"Có người làm ăn nợ ngân hàng không trả được, có người nợ tiền nhà không trả được. Vượt biên là vì lo sợ đi chính ngạch qua hải quan có rủi ro, còn ở lỳ lại là muốn né tránh các loại giám sát và thuế phí phía Việt Nam, để kiếm thêm chút tiền mặt."

"Vậy những người Việt Nam như Nguyệt Nguyệt, chắc hẳn ở mỗi công ty dự án tại Việt Nam ông đều phải dùng, có rủi ro gì không?"

"Người Trung Quốc chúng tôi qua đây làm ăn, dùng tên người bản địa để đăng ký và kinh doanh cho thuận tiện, cũng tiết kiệm được rất nhiều rắc rối và thuế phí. Thu nhập của người Việt không thể so với Trung Quốc, tôi sẽ trả lương cho họ khá cao để họ cam tâm tình nguyện đi theo mình. Hơn nữa công việc kinh doanh của chúng tôi vẫn là hướng về người Trung Quốc, người Việt cũng không rành được việc của mình đâu, họ chỉ làm những việc cụ thể thôi, không giống như nhân viên Trung Quốc hay có nhiều mưu tính lắt léo giữa nhân viên và ông chủ."

Trước khi bữa tối kết thúc, Nguyệt Nguyệt đã dặn nhà bếp chế biến sẵn vảy tê tê để Hoàng Đại Phong mang đi. Sau này tôi có hỏi Nguyệt Nguyệt, cô thực sự không hề biết về mô hình kinh doanh mà Hoàng Đại

Phong đã nói với tôi, cô chỉ phụ trách quản lý nhân viên nhà hàng, sắp xếp việc ăn ở chơi bời cho du khách, đôi khi giúp ông chủ phiên dịch. Cô bảo mình là một quản lý doanh nghiệp nước ngoài rất biết đủ, ở Việt Nam cô thuộc tầng lớp thu nhập cao.

Đêm đó, tôi cứ thế kéo rèm cửa ra, tôi, căn phòng và núi biển hòa làm một trong màn đêm. Mong đợi mình lại được đánh thức bởi những dải nắng rực rỡ, những tia nắng nhất định sẽ từ núi xa, từ biển gần, từ tối dần sáng lên, đánh thức tôi bên cửa sổ, không cho phép tôi bỏ lỡ khoảnh khắc đầu tiên của nó trong ngày. Bên ngoài cửa sổ là Nha Trang, phía xa Hòn Chồng – nơi quay bộ phim "Người tình" (L'Amant) – đang được màn đêm bao phủ, gần đó là tháp Trầm Hương trong ánh đèn sáng rực, trông như chồi non mới nhú của một cái cây. Chợ đêm người đi chen chúc, trên đường xe cộ qua lại nườm nượp.

Lại một đêm nữa, tôi ngồi bên bờ biển dưới chân tháp Trầm Hương nghe điện thoại. Hết cuộc này đến cuộc khác, rồi lại cuộc khác nữa; ba thanh niên người Trung Quốc không hề quen biết nhau dần tụ lại quanh tôi. Trong điện thoại là bà Du, chủ một công ty ở một thành phố lớn vùng Trung Tây, vừa là khách hàng cũ vừa là tri kỷ. Bà hỏi tôi trong tiếng khóc nghẹn ngào: tất cả tài khoản bị đóng băng, tất cả bất động sản bị niêm phong, các khoản phải thu, nhà cửa, hàng tồn kho và thiết bị đều không thể thanh khoản cũng chẳng còn giá trị như trước, phải làm sao đây? Làm sao bây giờ? Làm sao đây?! Cả gia đình trong chớp mắt từ quản lý cấp cao biến thành những kẻ nợ xấu bị thi hành án "Lão lại". Tôi nói với bà một cách nặng nề qua điện thoại: "Vấn đề và khủng hoảng của bà đã xuất hiện từ hơn một năm trước rồi. Hai ba lần trước bà gọi hỏi tôi phải làm sao, tôi đã đưa ra những phân tích, lời khuyên và đối sách chân thành nhất. Tại sao, tại sao bà không thực hiện các biện pháp và hành động để né tránh tất cả những chuyện của ngày hôm nay! Lúc này đây, mọi thứ đã quá muộn rồi, tìm cách phá sản hợp pháp có lẽ là lối thoát duy nhất!" Cuộc thảo luận giữa chúng tôi thực chất chẳng còn ý nghĩa gì.

Những trải nghiệm xương máu tương tự khiến tôi hiểu rất rõ rằng gia đình bà Du chẳng khác nào đang rơi vào cảnh tù túng, không lối thoát. Dù tôi biết rất rõ tình hình công ty bà, giá trị của bốn loại tài sản lớn là khoản phải thu, bất động sản, hàng tồn kho và thiết bị vốn dĩ cao hơn nhiều so với nợ ngân hàng, nhưng thực tế là qua từng tháng từng năm, chúng đã trở thành nợ xấu, bị mất giá, bị khấu hao, và bị tiêu tán trong quá trình kinh doanh "đơn hàng ít, thua lỗ nhiều" cho đến khi cạn kiệt thì thôi.

Ba thanh niên lạ mặt tụ lại quanh tôi vì nghe thấy tôi nói tiếng Trung. Mỗi người kể một câu chuyện về những biến cố cá nhân đã cũ rích, nhân danh đồng bào và tình cảm của những kẻ cùng hội cùng thuyền nơi đất khách để nói về nỗi khốn quẫn và bất lực.

Cậu thanh niên Tây An là một "thợ mã" (lập trình viên) phần mềm, tình hình kinh doanh của công ty ngày càng tệ. Ông chủ, bộ phận nhân sự và kinh doanh đã cố tình đẩy mọi gánh nặng và trách nhiệm của nền tảng phía trước lên nền tảng kỹ thuật phía sau một cách vô lý, mục đích chỉ có một: "Chi phí sa thải cao, ép người ta tự nghỉ là tiết kiệm nhất."

Cậu thanh niên Thượng Hải là quản lý công ty quỹ. Hết đợt này đến đợt khác, đối tượng bị "thu hoạch" không còn chỉ là các cổ đông nhỏ lẻ. Công ty quỹ dù ở thị trường sơ cấp hay thứ cấp đều không thể xoay xở nổi, cả ngành nghề sụp đổ khiến những người trong các công ty biến mất đó trở thành kẻ thất nghiệp.

Cậu thanh niên Hàng Châu thì nói công việc kinh doanh công trình giám sát của mình thực sự không thể duy trì nổi nữa. Các doanh nghiệp đầu ngành cứ thế đẩy mọi khó khăn, chèn ép lên các mắt xích của ngành, thị trường và chuỗi cung ứng. Công ty nhỏ của cậu lâm vào cảnh phá sản, nợ xấu cộng với ly hôn – một kịch bản phổ biến của các ông chủ thầu công trình. Đến Việt Nam vẫn chưa tìm được việc làm, cậu ở trong một nhà trọ thanh niên giá 30 tệ một đêm (khoảng 100.000 VNĐ) ngủ chung phòng chung giường, mỗi ngày cứ lang thang như một hồn ma cô độc đến tận khuya mới về nằm lên giường ngủ qua đêm.

Tôi lập một nhóm WeChat với họ, chia sẻ thêm nhiều câu chuyện gian nan khác để chứng minh cho họ thấy rằng họ thực sự không phải là người thảm nhất, khó khăn nhất, và khuyến khích họ bắt đầu lại từ đầu nơi đất khách quê người.

Giống như đại đa số các quốc gia khác, Việt Nam có người giàu, có người nghèo. Nhưng khác với đại đa số các quốc gia, Việt Nam không chịu nổi thước đo của hệ số Gini về khoảng cách giàu nghèo, nhưng lại có thể được lấp đầy bởi chỉ số hạnh phúc. Thế giới có gì, Việt Nam có nấy. Ví dụ như núi, ví dụ như biển; ví dụ như nét cổ điển của châu Âu, ví dụ như sự dè dặt của châu Á; ví dụ như cà phê, ví dụ như trà đạo; ví dụ như bánh mì Pháp, ví dụ như món ăn Trung Hoa.

Điều gì đã nâng đỡ đức tin của người Việt? Tại một quán cà phê trên Đường Sách, tôi trò chuyện với một người đàn ông trung niên bản địa và dường như đã tìm thấy câu trả lời: đó là sự hiện diện của những khổ đau chiến tranh, là sự tồn tại vĩnh cửu của kinh thành kiểu Trung Hoa và kiến trúc kiểu Pháp, là việc không ngưỡng mộ sự xa hoa hào nhoáng bên ngoài mà tin tưởng vào những giá trị sở hữu bên trong, là công nghệ và internet đã phơi bày một thế giới không còn khoảng cách, là sự tụ hội của đủ mọi màu da và ngôn ngữ của những người bạn quốc tế, là cánh cổng của chính phủ và các hoạt động xã hội luôn rộng mở cho cộng đồng.

Trên tầng quan sát của tòa tháp Landmark 81 ở Thành phố Hồ Chí Minh, nhìn ra dòng sông Sài Gòn uốn lượn, giữa những đường chân trời mang hình thái thẳng đứng, khi đứng ngay trong tòa nhà biểu tượng này, ta cảm nhận được sự nổi bật theo kiểu "mộc tú ư lâm" (cây cao vượt rừng). Nó không giống những ngôi nhà thấp tầng trải dài vô tận ở hầu hết các thành phố Mỹ, cũng không giống những tòa nhà chọc trời san sát của các thành phố Trung Quốc, mà là sự đan xen hài hòa giữa muôn vàn ánh điện của những mái ấm giữa những mảng xanh công viên. Các học giả Âu Mỹ thường đánh giá các thành phố châu Á dựa trên đường chân trời quá cao và sự mở rộng đô thị kiểu "loang dầu", khiến cơ hội bên ngoài thành phố biến mất, buộc nhiều người phải đổ xô vào đô thị để bị bóc lột sức lao động. Nhưng người Việt Nam nói với tôi rằng, chính phủ Việt Nam luôn né tránh sự tập trung đô thị do tập quyền chính trị gây ra, cho phép người dân tư hữu hóa đất đai mua từ chính phủ và tự xây nhà với chi phí thấp. Đồng thời, họ cố gắng xây dựng thành phố thật tốt để tầng lớp tinh anh trong và ngoài nước được hưởng chất lượng cuộc sống tương xứng với sự giàu có của mình.

Từ tầng quan sát nhìn xuống cảnh quan đô thị hai bên bờ sông Sài Gòn, tôi tiện tay quay một đoạn video ngắn khoảng 20 giây chia sẻ lên Xiaohongshu với dòng trạng thái: "Landmark là biểu tượng của Thành phố Hồ Chí Minh, tốc độ thang máy miễn phí rất nhanh. Tầng 75 có quán cà phê và đài quan sát, chỉ cần vài chục tệ là có thể gọi một ly cà phê và một phần bánh ngọt, thỏa sức ngắm nhìn vẻ lung linh rực rỡ của Sài Gòn. Giá nhà xung quanh vượt quá 100.000 tệ một mét vuông (khoảng 350 triệu VNĐ), các nhà đầu tư quốc tế đang tấp nập sở hữu. Thế nhưng cần biết rằng, người Việt Nam có thể mua đất vĩnh viễn (quyền sở hữu tư nhân) để tự xây nhà, giá nhà đô thị dù cao đến đâu cũng không làm khó được người dân. Ngược lại, lợi nhuận được chia sẻ cho dân, phát tiền mặt." Trong số 170 bình luận bằng tiếng Trung nhận được sau đó, chỉ có chưa đầy 10% cho rằng Việt Nam đang phát triển và tốt lên, 60% nói rằng Việt Nam đâu đâu cũng nghèo nàn lạc hậu, 30% trực tiếp chửi tôi là kẻ "thổi phồng nước ngoài, là 'Việt xuy' giống như 'Mỹ xuy' hay 'Nhật xuy'". Những năm gần đây, trên mạng xã hội tiếng Trung luôn có một nhóm người đông đảo không màng logic, không màng đạo lý, không nhìn vào sự thật, chỉ đơn giản là không cho phép người khác khen nước ngoài tốt, cho rằng việc tự tâng bốc Trung Quốc mới là yêu nước. Tôi đã quen rồi, cứ mặc họ bình luận, vì đó chính là một kiểu sự thật và chân tướng không thể phủ nhận khác.

Trên vòng bạn bè WeChat, tôi chia sẻ một dòng trạng thái: "Đến rồi không muốn đi, đi rồi lại muốn quay lại." Kèm theo đó là tấm hình một ly cà phê đen, làm từ hạt Robusta hay hạt cà phê Sài Gòn, vẻ ngoài thô mộc, hương vị tinh tế mịn màng, đắng chát nhưng hậu vị ngọt ngào. Khi tôi buộc phải dùng thời gian dư dả của mình để làm một lữ khách đến Việt Nam, vẻ đẹp và hương vị mà cà phê đen mang lại không hề kém cạnh nét thướt tha của tà áo dài hay sự lãng mạn của người Pháp.

"Chắc anh cũng nghe nói rồi, dịp Quốc khánh tháng Chín vừa rồi mỗi người Việt Nam chúng tôi đều được chính phủ phát 100.000 đồng tiền mặt. Đó có lẽ là cổ tức của 'Công ty Quốc gia Việt Nam' (Chính phủ) chia cho mỗi 'cổ đông' là người dân. Giống như khi nhân viên nhận được tiền thưởng từ ông chủ, chúng tôi biết rằng ông chủ đã kiếm được tiền, công ty chúng tôi và chính bản thân chúng tôi sẽ phát triển tốt đẹp hơn, có một tương lai tươi sáng hơn."

"Anh biết không? Đã thông báo và xác nhận rồi, đến năm 2030, mỗi người Việt Nam chúng tôi đều sẽ được hưởng bảo hiểm y tế cơ bản miễn phí. Thu nhập tuy có hạn nhưng tăng dần qua từng năm, chi tiêu và bảo đảm cuộc sống tương xứng, làm một kẻ 'viêm màng túi' (Moonlight clan - tiêu sạch tiền mỗi tháng) cũng thấy hạnh phúc!"

"Giá nhà cao sao? Giá nhà ở Sài Gòn, Hà Nội cao sao? Đó có lẽ là chính phủ đang kiếm tiền đấy thôi. Những mức giá cao đó chẳng ảnh hưởng gì đến thường dân chúng tôi cả, vì người Việt có thể mua đất từ chính phủ, sau khi trả tiền thì mảnh đất đó từ sở hữu nhà nước trở thành tư nhân, muốn xây nhà thế nào tùy thích."

Cuộc đối thoại với người đàn ông trung niên ở quán cà phê Đường Sách thật nhẹ nhàng, tự tin. Có lẽ chính cuốn sách ông đang đọc, hay công việc ông đang làm đã nâng đỡ cho "thơ và những chân trời xa" của ông.

Tại một quốc gia Xã hội Chủ nghĩa dưới sự lãnh đạo của Đảng Cộng sản, người Việt Nam có tín ngưỡng không? Tín ngưỡng đó là gì? Những thói quen sinh hoạt đi kèm với tín ngưỡng đó ra sao? Việt Nam không giống như các quốc gia Đông Nam Á lân cận như Myanmar hay Thái

Lan với vô số đền tháp và chùa chiền, cũng không có một Angkor Wat hùng vĩ như Campuchia, hay quá nhiều thánh đường Hồi giáo như Malaysia; những ngôi chùa, tháp hay nhà thờ ở Việt Nam dường như ít gặp hơn. Đôi khi ta bắt gặp những nhà thờ lớn do người Pháp xây dựng từ hàng trăm năm trước, hay những ngọn tháp kinh có lẽ từ ngàn năm trước dấu chân Sư tổ Đạt Ma từng đi qua và để lại, cùng những điện thờ nghi ngút khói hương, nhưng tất cả những thứ đó tuyệt đối không thể cấu thành nên tín ngưỡng tôn giáo của người Việt. Sau tất cả, lý tưởng Cộng sản và thực tiễn Xã hội Chủ nghĩa đã đi qua chặng đường hơn 80 năm.

Mang theo câu hỏi trong lòng, tôi bước lên chuyến xe khách từ thành phố Hồ Chí Minh đi Đà Lạt. Hành trình đó sẽ băng qua những cung đường đồng bằng và miền núi bình dị nhất của miền Trung Việt Nam, để rồi dẫn lối tới "vườn sau" của người Pháp, nơi được mệnh danh là "Tiểu Thụy Sĩ phương Đông" của người Việt.

Hơn 300 cây số, dọc đường từ đồng bằng lên cao nguyên, uốn lượn quanh co, mất trọn một ngày dài. Lộ trình lượt về là từ đỉnh núi cao nguyên xoay vần đổ dốc theo một hướng khác, hơn 100 cây số, mất hơn ba giờ đồng hồ. Qua hai hành trình này, điều tôi nhìn thấy là sự đô thị hóa gần như bao phủ toàn diện. Khái niệm đó là gì? Dọc theo con đường hành trình đi qua, đâu đâu cũng là những dãy phố kinh doanh, mọi loại hình thương mại và dịch vụ mà một đô thị cần có đều hiện diện đầy đủ. Chỉ là, cảnh quan ngoại vi của phố xá hay mặt ngoài của các kiến trúc có phần hơi lộn xộn và kém sắc. So với những ngôi nhà dân cư, hoa cỏ và đồ điện máy, việc xây dựng cơ sở hạ tầng công cộng có phần lạc hậu hơn.

Nếu nói cà phê là dòng nhạc thịnh hành gây bão toàn cầu, thì quán cà phê chính là những nhà hát cung cấp sự tiện nghi cho dòng nhạc đó. Loại cà phê và quán cà phê nào châu Âu có, Việt Nam có; loại nào châu Âu không có, Việt Nam cũng có. Phủ khắp thành thị đến nông thôn, len lỏi vào từng ngõ ngách, có lẽ chẳng có ngành nghề nào có thể "điên cuồng" tại Việt Nam như cà phê. Quan trọng hơn hết, từ những đại sảnh cà phê siêu xa hoa rộng hàng trăm nghìn mét vuông, đến những quán cà phê kiểu sân vườn, trang trại nơi sơn thôn tĩnh mịch, hay những tiệm cà phê lớn nhỏ nơi đầu đường cuối ngõ, tất cả đều có thể cung cấp loại cà phê và thức uống hảo hạng, và đều có thể dùng mức giá rẻ mạt chỉ hai ba đô la để thong dong tự tại tận hưởng cả ngày dài trong không gian và thời gian tuyệt đẹp.

Tại trung tâm Đà Lạt có một địa danh nổi tiếng là Hồ Xuân Hương, đây là hồ nhân tạo được đặt theo tên của nữ sĩ nổi tiếng Việt Nam Hồ Xuân Hương – người được mệnh danh là "Lý Thanh Chiếu[30] của Việt Nam". Trong làn nước hồ rộng khoảng 1,5 km2, có rất nhiều cá bơi lội, nhiều đến mức những người câu cá chẳng cần dùng mồi, chỉ cần dùng lưỡi câu không kéo lê dưới nước là có thể "mắc" được cá. Mỗi ngày quanh hồ đều có dăm ba người buông cần, không phải kiểu câu cá tụ tập đông đúc, họ thường rời đi sau khi câu được vài con. Việc câu cá ở Hồ Xuân Hương là tùy hứng, không có biển cấm cũng không có người canh giữ. Nếu kẻ câu cá hay người bắt cá nào nảy lòng tham, họ hoàn toàn có thể thu hoạch được hàng bao tải cá. Nhưng theo những gì tôi thấy và tìm hiểu được, người dân địa phương không tham lam như thế, vậy nên lượng cá trong hồ quanh năm vẫn luôn dày đặc.

Trên đường đến một quán cà phê trên đỉnh núi, tôi đi ngang qua một cánh đồng hoa Túy Điệp rộng hàng trăm mét vuông đang kỳ nở rộ; sắc trắng chuyển hồng, hồng sang tím, tím lại hóa rực rỡ. Nghe nói ngôn ngữ lãng mạn của loài hoa này là sự bí ẩn, mộng ảo và tự do. Hôm đó đúng vào ngày Trung thu theo lịch cũ, tôi muốn một mình ngắm nhìn buổi hoàng hôn được truyền tụng là đẹp nhất. Quán cà phê đỉnh núi được chủ nhân đặt tại một sườn dốc hẻo lánh ngoài rìa Đà Lạt, tồn tại đơn độc giữa

---

[30] Lý Thanh Chiếu (李清照, 1084–1155): nữ từ nhân (nhà thơ làm thể loại "từ") nổi tiếng bậc nhất thời Tống của Trung Quốc, được xem là đại biểu tiêu biểu của dòng từ uyển chuyển, trữ tình.

cỏ cây, hoa lá và bầu trời bao la. Một cô gái dáng người cao ráo, vận chiếc áo dài trắng tinh khôi, khoác chiếc khăn lụa hồng điểm hoa li ti trên cánh tay, có lẽ cũng đang đợi chờ ráng chiều. Tôi chào cô bằng tiếng Anh, cô nghe hiểu và đáp lại bằng nụ cười thân thiện, cô chấp nhận sự thỉnh giáo của tôi và cho tôi biết tên cô là Vân Anh, tốt nghiệp chuyên ngành Quốc tế học tại Đại học Quốc gia Hà Nội, cô rất sẵn lòng chia sẻ những gì mình biết.

"Áo dài là truyền thống, là sự thịnh hành, là nét trẻ trung và cũng là thường nhật của phụ nữ Việt Nam chúng tôi; khi cần thiết, nó còn tượng trưng cho lễ nghi. Tôi chưa từng đến Trung Quốc, nhưng tôi biết phụ nữ Trung Quốc coi sườn xám – một loại trang phục tương tự áo dài – là vẻ đẹp cổ điển. Con gái Việt Nam muốn mặc áo dài ra được phong thái và khí chất thực ra không hề dễ dàng, ít nhất cần chú trọng rèn luyện và quản lý vóc dáng trong thời gian dài, không được béo cũng không được gầy. Áo dài không phải là sự trói buộc về văn hóa, mà là sự theo đuổi thẩm mỹ; đó là sự tự kỷ luật, tự tin của phương Đông hòa quyện cùng nét phóng khoáng, lãng mạn của phương Tây." Vân Anh gõ phím tiếng Việt thoăn thoắt trên màn hình điện thoại, rồi đưa cho tôi xem bản dịch sang tiếng Trung.

"Lao động và làm việc là truyền thống của phụ nữ Việt Nam, chúng tôi cùng đàn ông chia sẻ trách nhiệm gia đình và tạo ra của cải. Trong chuyện đại sự như hôn nhân, con gái Việt Nam cũng không đưa ra yêu cầu quá cao với nhà trai, cứ như cuộc sống thường nhật, có bao nhiêu tiền thì sống bấy nhiêu, hai người cùng nhau chắc chắn sẽ làm cho cuộc sống tốt đẹp hơn. Chúng tôi không cần dành quá nhiều thời gian để lao lực vì công việc, có thể cưỡi xe máy, có thể tự xây một ngôi nhà mình thích. Nếu có nhiều tiền hơn, tất nhiên chúng tôi cũng sẽ mua ô tô, mua nhà thành phố, nhưng người Việt rất ít khi tiêu xài thâm hụt trước hay so bì lẫn nhau. Anh có thể kiểm tra dữ liệu, tỷ lệ ly hôn ở các nước như Mỹ, Trung Quốc, Nhật Bản cao gấp 10 lần so với Việt Nam." Gương mặt Vân

Anh rạng rỡ nụ cười đẹp đẽ, tan ra theo làn gió mát lành giữa núi rừng, mặt trời dần thu mình phía xa sau những rặng núi.

"Trong hệ thống chính trị và giáo dục của Việt Nam, theo những gì tôi biết và hiểu, chúng tôi cố tránh nhắc đến cuộc chiến đó với Trung Quốc các anh, không có quá nhiều hận thù. Sách giáo khoa lịch sử, bảo tàng đều có ghi chép rõ ràng về những sự kiện đó, không có gì phải tranh luận hay nghi ngờ. Người Campuchia, người Việt Nam đều biết rằng Đảng Cộng sản Campuchia đã đàn áp hàng triệu người dân Campuchia, gây ra vụ 'Thảm sát Ba Chúc' [31] khiến hơn ba nghìn người thiệt mạng tại một ngôi làng Việt Nam. Đảng Cộng sản Campuchia chỉ chấm dứt được tội ác khi bị quân đội Việt Nam tiêu diệt hoàn toàn." Vân Anh bày tỏ rằng cô không ngờ tôi lại hỏi cô về cuộc chiến đó, ở Việt Nam hầu như chẳng có ai bàn tán về những cuộc chiến đã qua. Chẳng lẽ phải dùng chiến tranh để kéo dài hận thù sao? Chẳng phải nên hữu nghị và hòa bình sao? Hơn nữa sự thật lịch sử đã được phơi bày và ghi chép rõ ràng ở đó rồi. Tôi hỏi Vân Anh chủ đề này vì biết cô học chuyên ngành Quốc tế học. Khoảnh khắc đó, tôi bỗng cảm thấy hổ thẹn. Là một người Trung Quốc, nhiều khi chúng tôi cứ thảo luận không dứt về chiến tranh, về đúng sai, về hận thù, bởi vì sách giáo khoa lịch sử và bảo tàng của chúng tôi không rõ ràng, thậm chí các minh chứng còn hư ảo, hoặc được minh chứng vì nhu cầu tuyên truyền nào đó. Cũng có đôi khi, vì một sự đối đầu hay hận thù nào đó mà người ta chọn lọc để ghi nhớ một vài cuộc chiến, và lãng quên đi một vài cuộc chiến khác.

Trăng tròn đã sớm lơ lửng trên bầu trời vắt ngang các dãy núi, ráng chiều màu tím đỏ kim vàng ở bầu trời phía Tây dần bị mặt trời lặn thu lại,

---

[31] Vụ thảm sát Ba Chúc: Từ ngày 18 đến 30 tháng 4 năm 1978, quân đội Đảng Cộng sản Campuchia xâm lược xã Ba Chúc, huyện Tri Tôn, tỉnh An Giang, Việt Nam. Họ lùa dân làng vào chùa và trường học để sát hại dã man, khiến 3.157 thường dân Việt Nam thiệt mạng bằng những thủ đoạn cực kỳ tàn ác (bắn chết, đâm chết, chặt đầu), chỉ có 2 người may mắn sống sót.

rồi thắt lại thành một đường chỉ lửa đỏ rực, cho đến khi đường chân trời khép lại hoàn toàn, giao phó cho vầng trăng tròn trông nom Hồ Xuân Hương, những rặng núi, cây cà phê, loài chồn và vạn vật. Tôi bảo nhân viên phục vụ lấy bút và giấy, bắt chước thi nhân đề một bài thơ tứ tuyệt rồi dán vào khung tranh trên tường quán cà phê:

Dư huy dư nguyệt[32]
(Ánh sáng còn sót lại gửi cho vầng trăng)

Dư huy dư nguyệt nhậm bão lãm,
(Ánh tà dương gửi lại trăng vàng thưởng ngoạn,)
Vãng khứ tha sơn noãn chúng sinh.
(Soi rọi núi xa sưởi ấm chúng sinh.)
Phù trần hòa quang đồng tán mạn,
(Bụi hồng hòa ánh sáng cùng tan ra thong thả,)
Luân hồi tứ hải hóa hà đăng.
(Luân hồi bốn bể hóa đèn hoa đăng trên sông.)

Trong màn đêm của đường về thành phố, có những gia đình người Việt đang quây quần trên sàn nhà dùng bữa cơm đoàn viên đêm Trung thu. Tiếng trống chiêng vang dội khắp phố phường từ các hoạt động hội hè như đi cà kheo, múa lân, múa lụa, chèo cạn, múa trống chèo và đủ loại hình dân gian khác.

---

[32] Bài thơ chữ Hán do tác giả sáng tác. Nguyên văn và phiên âm Hán-Việt:汉语原诗《馀晖予月》：馀晖予月任饱览，往去它山暖众生。浮尘和光同散漫，轮回四海化河灯。

19. Canada

Những chuyến bay từ Việt Nam đi Canada có giá rẻ nhất đều thuộc về các hãng hàng không Trung Quốc, với lộ trình buộc phải quá cảnh hoặc nối chuyến tại đại lục. Tôi đã mua vé mà quên mất rằng mình đang gánh trên vai "lệnh hạn chế đi lại bằng đường hàng không tại Trung Quốc". Mãi đến đêm trước ngày khởi hành, khi hãng bay yêu cầu tải giấy tờ lên để kiểm tra, tôi mới sực nhận ra rằng ngay cả những chuyến bay nối chuyến của cùng một hãng hàng không tại Trung Quốc cũng phải trải qua thêm một bước kiểm soát hải quan. Cuối cùng, tôi đành ngậm ngùi chịu phí hoàn vé, đổi sang mua vé của hãng Philippine Airlines với một đêm dài quá cảnh tại Jakarta.

Câu thành ngữ "tham rẻ hóa đắt" (muốn khôn khéo lại thành khờ khạo) dù đã được mẹ dạy đi dạy lại từ thuở nhỏ, vậy mà trong những chuyến hành trình suốt hai năm qua, tôi vẫn bao phen vì ham rẻ mà phải chịu thiệt thòi, vất vả. Tôi tự giận mình không phải là một cuốn bách khoa toàn thư, cũng thiếu đi tinh thần "vặn hỏi đến cùng" như trong cuốn sách Mười vạn câu hỏi vì sao. Những người sống ở Trung Quốc có lẽ khó nhận ra sự khác biệt giữa "kiếm tiền chân chính" (trình tiền) và "xoay tiền bằng mọi giá" (gảo tiền), nhưng một khi đã ra hải ngoại sinh sống, sự khác biệt ấy trở nên vô cùng rõ rệt. Sự quan tâm của nhiều người Trung Quốc đối với tiền bạc được chia làm hai loại: Những kẻ "kiếm tiền" có thể không quản ngại thời gian lao động và mức độ gian khổ; còn những kẻ "xoay tiền" sẽ dùng mọi thủ đoạn, miệng nam mô bụng một bồ dao găm, dùng mồi nhử để giăng bẫy.

"Nghèo mà vui" (Cùng khoái hoạt) có nghĩa là dù nghèo thì con người ta vẫn phải sống một cách hạnh phúc. Trong bộ phim Ẩn nhập trần yên

(Return to Dust)[33], đôi nam nữ chính sống ở rìa cực hạn của xã hội vẫn có thể tận hưởng khoái cảm tình yêu đầy căng tràn hormone chỉ bằng những bông hoa in trên tay hay chiếc nhẫn bằng cỏ. Còn gã giàu có trong làng thì sao? Dẫu nằm trên giường bệnh, hắn cũng đừng hòng mong đứa con trai suốt ngày than nghèo kể khổ kia chịu bán đi chiếc BMW hay tài sản trong nhà để cứu mạng mình, bởi người giàu chẳng thể chịu nổi cảnh bần hàn. Yêu cầu của tôi đối với bản thân là: dù khó khăn đến mấy, đã sống thì phải khiến mình hạnh phúc nhất có thể.

Đến Canada chính là điều khiến tôi hạnh phúc nhất vào lúc này. Tôi nên có sự đáp đền và phản hồi đối với tấm thị thực mà Canada đã cấp cho mình: dùng sự tiêu dùng làm lời đáp đền, và dùng chuyến đi khứ hồi làm lời phản hồi cho việc "không có ý định di cư cũng như sẽ không ở lại bất hợp pháp". Đang giữa mùa thu, những cánh rừng, núi tuyết, đại dương và đồng hoang ở miền cực bắc của Bắc Mỹ, đặc biệt là những lá phong vàng rực như pháo hoa hay đỏ thẫm như màu rượu vang, đã hàng nghìn lần hiện về trong sự kỳ vọng của tôi. Những ngày đó, tôi thậm chí cảm thấy mình như đã nếm được bầu không khí của một Canada mà tôi chưa từng đặt chân tới – thứ mùi vị tỏa ra từ những bài tản văn của nhà văn thám hiểm người Mỹ Sigurd F. Olson (1899–1982). Ông đã dành phần lớn cuộc đời mình trong những khu rừng nguyên sinh tại Bắc Mỹ; những mùa sương, muông thú và địa lý của dãy núi Rockies đã xâu chuỗi nên những tác phẩm như Hoang dã thì thầm, Rừng thức giấc, Ngôi nhà xa xôi và An ủi tâm hồn.

Trong đêm quá cảnh tại Jakarta, giữa những khoảng lặng thong dong, đã có lúc tôi nảy sinh ý định bước ra khỏi sân bay để hòa mình vào thành phố ấy. Một nơi sở hữu 42.000.000 dân – đứng đầu thế giới về quy mô

---

[33] Ẩn nhập trần yên (隐入尘烟, tên quốc tế: Return to Dust): bộ phim điện ảnh Trung Quốc năm 2022 của đạo diễn Lý Nhuệ Quân, kể về cuộc hôn nhân và cuộc sống của một đôi vợ chồng nông dân nghèo ở vùng nông thôn Tây Bắc Trung Quốc.

dân số đô thị, nhưng chỉ số đáng sống lại xếp thứ 132 toàn cầu, và tình trạng tắc nghẽn giao thông gây thiệt hại hơn 6 tỷ USD mỗi năm. Liệu có cơ hội nào cho một người như tôi – kẻ luôn muốn dùng công nghệ để giải quyết các vấn đề tai nạn, ùn tắc và ô nhiễm? Nhưng rất nhanh sau đó, tôi đã phủ nhận chính mình. Bởi vào khoảnh khắc ấy, tôi nhận ra rằng: nếu ai đó đưa ra được một phương hướng và mục tiêu để giải quyết vấn đề, chắc chắn sẽ có vô số người dùng công nghệ và năng lực để thực hiện, chứ chẳng đợi đến lượt tôi với cái gọi là "năng lực và công nghệ" tự thân.

Hãy nhìn vào chiến lược quốc gia thay thế xe động cơ đốt trong bằng xe điện: từ hơn 100 năm trước, xe điện đã có nhiều thử nghiệm nhưng đều thất bại và bị xe xăng thay thế. Nhưng khi các chính trị gia đưa ra chiến lược xe điện của 100 năm sau, nhân tài, công nghệ và sản phẩm bỗng mọc lên như nấm sau mưa để đáp ứng và đi theo chiến lược đó, tạo ra cuộc cách mạng lật đổ xe xăng. Trước cả ô tô là xe ngựa; giả sử có vị chính trị gia nào đưa ra "chiến lược xe ngựa", liệu chẳng phải sẽ xuất hiện vô số "thiên lý mã" ngày đi ngàn dặm, đêm chạy tám trăm đó sao? Liệu chẳng phải sẽ ra đời những công nghệ và sản phẩm mới như giày trợ lực, giày bền bỉ, đường chuyên dụng, xe tiện nghi, bộ thu gom chất thải sinh thái, thuần hóa thông minh và công nghệ tái tạo gen... tích hợp cùng các nền tảng đám mây dữ liệu lớn đó sao? Chắc chắn là có. Nhân tài lớp lớp, công nghệ tuôn trào, đó chưa bao giờ là vấn đề. Chiến lược tất nhiên cũng không phải vấn đề, xe điện tiết kiệm và bảo vệ môi trường hơn xe xăng, còn xe ngựa thì lại càng sinh thái và bền vững hơn xe điện.

Đang mải suy nghĩ, Lý Tư Duệ gửi cho tôi một tin nhắn WeChat: "Đại sếp à, anh quay lại nhóm nghiên cứu ngành của tôi đi. Những video gần đây anh nói rất có lý. Nhìn lại chặng đường mười năm qua, những kẻ tấn công anh mười năm trước đều đã sai rồi." Tư Duệ là một người tài năng, vẻ ngoài bảnh bao, can trường. Cậu ấy từng đỗ vào một trường đại học kỹ thuật hàng đầu từ một vùng quê nổi tiếng với các thủ khoa, sau đó làm việc cho một tập đoàn nhà nước lớn, rồi được điều động về địa phương làm thị trưởng thị trấn trong ba năm trước khi trở lại làm cán bộ trung cấp tại tập đoàn. Cậu ấy ham học hỏi và thích giao thiệp. Mười năm trước, khi WeChat mới rộ lên, cậu ấy đã lập một nhóm nghiên cứu ngành với đủ 500 thành viên. Trong khoảng hai ba năm đó, để phổ biến công nghệ và sản phẩm mới của mình, tôi đã không ít lần bị các "chuyên gia uy tín" có tiếng nói quyền lực trong ngành tấn công. Thực ra nguyên nhân rất đơn giản: đó là sự kết hợp lực lượng giữa những kẻ độc quyền kinh doanh và các môn phái công nghệ bị chạm đến lợi ích truyền thống. Tôi luôn có một phép so sánh: người sáng tạo ra máy ảnh kỹ thuật số sẽ bị kẻ độc quyền phim cuộn tấn công; nếu kẻ độc quyền phim cuộn còn có sự bảo hộ chính trị và định ra các tiêu chuẩn riêng, thì máy ảnh kỹ thuật số chắc chắn sẽ chết yểu từ trong trứng nước. Những ví dụ như vậy không hề hiếm trong lịch sử thế giới, từ dòng điện một chiều và xoay chiều, đến bàn phím và màn hình viết tay, hay các ứng dụng Internet ở một số quốc gia đặc thù. Dù cuối cùng mọi thứ đều ứng nghiệm với câu nói của Chúa: "Một ngày như ngàn năm, ngàn năm như một ngày", chân lý cuối cùng cũng chiến thắng sự giả dối, nhưng liệu có mấy ai chịu đựng nổi việc mấy mươi năm cuộc đời mình bị sự giả dối chà đạp?

"Chào Tư Duệ, giờ tôi chẳng còn là đại sếp gì nữa, chỉ là một lãng tử buộc phải lưu lạc nơi chân trời góc bể. Năm đó tôi rời nhóm không chỉ vì mấy kẻ tấn công ác ý, mà còn vì trong nhóm có những kẻ không có não, chỉ biết đứng về phía quyền uy và nịnh hót. Tôi cảm thấy tranh luận thêm cũng chỉ lãng phí thời gian. Giờ đây các nhóm WeChat không còn là khu vực tự do ngôn luận nữa, tôi cũng gần như không lên tiếng trong các nhóm khác," tôi trả lời bằng tin nhắn thoại.

"Mấy kẻ tấn công anh năm đó đa phần không còn ở trong nhóm nữa, số ít còn lại cũng im lặng quanh năm rồi. Gần đây có người gửi video của anh vào nhóm, mọi người đều đang thảo luận vì đồng tình với hướng giải quyết vấn đề và lộ trình công nghệ đúng đắn của anh, nên muốn mời anh quay lại nói thêm cho mọi người nghe. Trước đây là do một số người cứ a dua theo các chuyên gia có địa vị và danh xưng chính thống, không tôn trọng sự thật mà chỉ bàn về lập trường," Tư Duệ gửi lại tin nhắn thoại.

"Haizz, cảm ơn sự công nhận của cậu. Một tài tử trong hệ thống như cậu mà nói được vậy, tôi thấy rất an lòng. Chỉ là mọi chuyện đã quá muộn rồi, câu chuyện dài khó nói hết tôi đã viết cả vào cuốn sách Lối thoát xuất bản năm ngoái. Cuốn đó không qua được kiểm duyệt ở Trung Quốc nên phải in ở Mỹ, các cậu ở trong nước cũng không đọc được. Có lẽ chỉ đành để thời gian chứng minh tất cả."

"Có lẽ đúng như anh từng nói với tôi, là hệ thống nơi tôi đang sống có vấn đề, nhưng người trong hệ thống lại hoàn toàn không hay biết. Ngay cả khi tình hình kinh tế hiện tại khiến mọi người đều thấy khó khăn, họ vẫn dùng những lý do như thị trường khó, việc làm khó, kinh tế khó làm thuốc an thần để mà nhẫn nhịn, mà cầm cự. Chính những lúc thế này, anh vào nhóm nghiên cứu ngành nói thêm đôi điều sẽ rất có ích cho mọi người."

"Vậy được, Tư Duệ, tôi sẽ trở lại nhóm, nhưng phần lớn thời gian tôi sẽ giữ im lặng. Mong cậu hiểu cho, giờ tôi chỉ thường xuyên trò chuyện trong một nhóm WeChat rất ít người. Vật họp theo loài, người phân theo nhóm mà."

Tôi và Tư Duệ còn nói thêm một chút về tình hình Việt Nam. Cậu ấy bảo có vị giám đốc của một công ty tư vấn thiết kế đầu ngành đang liên tục kết nối với thị trường Việt Nam, điều này đã thu hút sự chú ý của các đồng nghiệp khác. Thị trường trong nước vốn không thể nuôi nổi những viện nghiên cứu và cơ quan lớn tồn đọng từ thời kỳ đại hạ tầng. Đúng lúc đó, một hộp thoại WeChat mới hiện lên: "Chú ơi, chú có thời gian gọi điện không?" Đối phương là Dịch Minh, con trai một người bạn thân của tôi. Cậu ấy được chính phủ cử đi làm việc tại hải ngoại. Từ hồi cấp hai, cậu ấy đã đọc một số bài viết dạng tùy bút của tôi, thi thoảng vẫn hỏi tôi vài chuyện.

Tôi chấp nhận lời mời của Tư Duệ để trở lại cái nhóm đã rời đi từ mấy năm trước. Trong đó có 478 người tính cả tôi, vài người đang thảo luận về nội dung video của tôi. Đó là video tôi chỉ trích sự hỗn loạn trong ngành: một hệ thống nhìn có vẻ tập quyền, nhưng các bộ ngành lại mạnh ai nấy làm, mỗi bên đặt ra một bộ tiêu chuẩn kỹ thuật riêng để né tránh trách nhiệm. Ngay sau đó, tôi gọi WeChat cho Dịch Minh.

"Chào Dịch Minh, có chuyện gì vậy cháu? Công việc ở nước đó vẫn tốt chứ? Chú đang chờ nối chuyến ở sân bay Jakarta, thời gian còn rất dư dả."

"Chào chú, cháu muốn nghe ý kiến của chú. Cháu định nghỉ việc về nước để giúp gia đình trông nom việc kinh doanh cây giống." Ý định đột ngột này của Dịch Minh thực sự làm tôi bất ngờ. Trong bối cảnh giới trẻ chen chân qua "cầu độc mộc" để thi vào biên chế và làm công chức, vợ chồng Dịch Minh đều là công chức lại được cử đi công tác nước ngoài dài hạn, đó là niềm tự hào rất lớn cho cha mẹ và gia đình.

"Cháu không giấu gì chú, hơn vạn mẫu cây giống nhà cháu không bán được, thua lỗ liên tục bảy tám năm nay, thực sự không trụ nổi nữa. Bố cháu là người trọng sĩ diện, không muốn cũng không cho nói ra ngoài. Nhìn thì mỗi năm vẫn có từng xe cây giống bán đi, nhưng thực chất không đủ bù vốn. Ba năm dịch bệnh, cây cứ lớn trên đất mà không bán được, lại còn phải tốn tiền thuê người bón phân, phun thuốc, cắt tỉa. Những công trình cây giống nhận trước dịch phần lớn giờ thành nợ xấu, chính quyền và các doanh nghiệp nhà nước rất vô lý. Ví dụ, có những công trình đã nghiệm thu từ tám mười năm trước, giờ họ lại đòi thanh tra ngược lại; có những hợp đồng đã có tiền tạm ứng, giờ họ lại đòi làm lại giá từ khâu dự toán của viện thiết kế; có những cây đã qua thời hạn bảo hành, chết hoặc mất vì đủ mọi lý do, giờ họ bắt trồng lại miễn phí rồi mới nghiệm thu lại. Dòng tiền đứt hẳn, phải dựa vào vay ngân hàng, khoản vay đến hạn phải nộp tiền vào rồi mới được giải ngân tiếp, thế là thường xuyên phải vay nặng lãi để đáo hạn. Cháu là con trai trong nhà, không thể cứ nhìn tình hình tệ đi từng ngày mà không nghĩ cách."

"Chính quyền địa phương dám đối xử với nhà cháu như với các công ty khác sao?" Điều khiến tôi ngạc nhiên hơn cả trong lời Dịch Minh nói là gia đình cậu ấy có họ hàng gần trong vòng ba đời đang đương chức quan chức cấp Bộ trưởng của quốc gia.

"Chuyện nhỏ trong kinh doanh, sao có thể hở tí là dùng quan hệ lớn để gây áp lực được ạ. Môi trường chính trị hiện nay, các quan chức né còn không kịp, nói gì đến chuyện can thiệp vào việc ngoài chức trách. Người quen đều nghĩ công việc hiện tại của cháu là nhờ quan hệ, nhưng thực tế hoàn toàn là do cơ hội cộng với may mắn. Được nhà nước cử đi nước ngoài, có danh có diện, thu nhập vẫn chiếu theo trong nước. Nhưng nếu thực sự bỏ việc về nước, liệu có thể đổi sang một mô hình kinh doanh mới để làm tốt mảng cây giống hay không, cháu cũng không chắc chắn." Dịch Minh tiếp tục chia sẻ thêm vài ý tưởng với tôi.

"Ý kiến của chú là: hiện trạng kinh doanh nhà cháu là vấn đề mang tính phổ quát của xã hội. Nó vừa là di chứng sau đại dịch, vừa là di chứng của thời kỳ đại hạ tầng, lại còn là biến chứng từ nợ của chính quyền địa phương. Nếu xã hội tốt, ngành nghề tốt, chỉ là cái khó của một vài doanh nghiệp thì còn dễ giải quyết. Đằng này, ngoại trừ một số ít có nền tảng dày hoặc gặp vận may, thì nhà nhà người người làm doanh nghiệp đều khó. Vì vậy, chú không khuyên cháu nghỉ việc về nước, mà nên bảo bố cháu tìm cách cắt giảm chi phí, giải phóng hàng tồn, cố gắng thanh khoản được gì thì hay nấy để cầm máu thua lỗ. Thời buổi này, người làm kinh doanh dẫu có ở không, cũng đã là thắng rồi."

Từ trước đến nay, Dịch Minh vẫn thích đọc bài của tôi, tin vào những gì tôi kể, không vì việc công ty tôi đóng cửa hay sự nghiệp thất bại mà thay đổi. Cậu ấy nói, có lẽ chỉ đành cố được ngày nào hay ngày nấy, chứ chẳng thấy đâu là bến bờ, hoàn toàn không thấy bến bờ đâu cả.

Trong những chuyến bay bình thường, khi đêm đã dần tàn, người ta có lẽ đang dần quên đi cuộc biểu tình quy mô lớn bùng nổ tại Philippines vài ngày trước, nguyên nhân do hành vi tham nhũng của các quan chức chính phủ và nghị sĩ trong các dự án phòng chống lũ lụt. Quá nhiều phương tiện truyền thông tiếng Trung đã truyền tải những thông điệp mang đầy định kiến: Philippines quá loạn, quá bất an, quá hủ bại, thậm chí là Philippines sắp sụp đổ. Thế nhưng, nhận thức của người Việt Nam lại là: biểu tình là quyền lợi và là chuyện không thể bình thường hơn, chẳng lẽ phản đối chính phủ lại không được biểu tình sao? Cái nghèo của Philippines là điều ai cũng thấy rõ. Khi tôi lái Uber tại các khu nhà giàu quanh Santa Monica và Beverly Hills, tôi thấy hầu như gia đình nào cũng có người giúp việc Philippines (Filipino maid); những người già cô độc, đi lại khó khăn hoàn toàn dựa vào sự chăm sóc của họ. Có một cô gái từ gia đình giúp việc người Philippines đã nói với tôi bằng thứ tiếng Anh lưu loát rằng, bố mẹ cô đều thực hiện di cư thông qua nghề giúp việc gia đình, còn bản thân cô là một người Mỹ chính gốc. Tôi cũng bị ảnh hưởng bởi câu nói đó, và đã nghiên cứu nhiều hơn về sự khác biệt giữa công việc phổ thông và công việc mang tính chuyên nghiệp hóa trong xã hội Mỹ.

Có những quốc gia mà người dân có thể chấp nhận nghèo đói, nhưng không thể chấp nhận mất tự do. Lại có những quốc gia mà người dân có thể chấp nhận mất tự do, nhưng không thể chấp nhận nghèo đói. Và vế sau thường là: càng lún sâu vào nghèo đói thì càng mất đi tự do, ngay cả khi gặp thời điểm lịch sử để thoát nghèo, họ cũng sẽ quay lại cảnh bần cùng vì sự hạn chế về tự do.

Giữa cái khó và cái dễ, giữa giàu và nghèo, giữa đáy thấp và đỉnh cao, giữa bóng tối và ánh sáng, đôi khi tồn tại một hố sâu ngăn cách bởi "thiết lập nhân sinh", nhưng đôi khi lại mở toang một đại lộ tự do. Tôi của ngày hôm đó, nếu chọn chuyến bay Trung Quốc quá cảnh trong nước, hay chuyến bay Philippines quá cảnh Jakarta, sẽ dẫn đến hai kết cục hoàn toàn khác biệt.

Sân bay Vancouver hoàn toàn là tự động hóa thủ tục nhập cảnh, không hề có sự tra hỏi nhân công như thể đối mặt với kẻ thù giống các cửa khẩu tại Mỹ. Thực tế cũng chứng minh tôi không thuộc diện di dân bất hợp pháp hay bất kỳ đối tượng tình nghi nào của liên minh "Ngũ Nhãn". Thế nhưng, một công dân vô tội của một quốc gia không có nghĩa là có thể tự do tại quốc gia đó; một công dân thế giới vô tội không có nghĩa là có thể tự do trên thế giới. Đó chính là thực tế đặt ra trước toàn nhân loại vào năm 2025, và hơn thế nữa, hai siêu cường đứng đầu và đứng thứ hai – vốn đều tự tuyên bố về dân chủ và tự do – đã cung cấp cho nhân loại hai phiên bản hoàn toàn khác nhau.

Tại quầy hướng dẫn, một người Ấn Độ đội chiếc mũ cao vút khi nghe tôi nói đây là lần đầu nhập cảnh Canada, ông ấy đã vui vẻ đưa tôi lên vị trí xe đưa đón ở tầng hai. Nhờ vậy, tôi nhanh chóng lên được xe của công ty cho thuê xe.

Sự thân thiện của người Canada là điều tôi được đọc sớm nhất về bác sĩ Bethune[34] trong sách giáo khoa trung học. Trong những lần đọc sau này, tôi biết thêm về vùng đất rộng lớn ở phía bắc của Bắc Mỹ, nơi đáng lẽ phải có môi trường tự nhiên thuần khiết hơn so với vùng cận bắc, miền trung và miền nam châu Mỹ. Hậu duệ của người Anh và người Pháp sống nhiều tại Canada; sau khi tổ tiên gây ra tội lỗi với người bản địa, họ đã để con cháu sinh ra và lớn lên tại đây, sống một cuộc đời thong thả suốt hai thế kỷ rưỡi qua.

Đất rộng người thưa, sản vật trù phú, biên giới không giáp với quốc gia nghèo nàn lạc hậu nào, Thượng đế coi như đã dành cho người Canada một sự sắp đặt và hứa hẹn ưu ái nhất. Đưa hình ảnh lá phong lên quốc kỳ, với sắc đỏ độc bản, đó là biểu tượng cho thấy mùa đẹp nhất của Canada chính là mùa thu. Thượng đế có lẽ cũng cố tình sắp đặt hành trình của tôi: trước tiên tạo ra cám dỗ và trở ngại, sau đó lại cho phép tôi nhập cảnh Canada thuận lợi giữa mùa thu vàng.

---

[34] Bethune (白求恩, Norman Bethune, 1890–1939): bác sĩ người Canada, từng sang Trung Quốc hỗ trợ y tế trong thời kỳ kháng Nhật và qua đời tại đó; nhờ một bài viết của Mao Trạch Đông, ông trở thành cái tên quen thuộc với nhiều thế hệ người Trung Quốc qua sách giáo khoa.

Mỗi khi thu về, tôi đều chìm đắm trong đó. Các loại hoa trái ngũ cốc trở nên căng đầy, chim thú cá côn trùng béo tốt, cỏ cây hoa lá đều được nhuộm màu. Ngay cả những bông hoa trong mùa thu cũng tuyệt nhiên không phải vì mục đích duy trì nòi giống, chúng nở chỉ vì chính bản thân mình. Mùa thu này ở Canada chắc chắn không thể phụ lòng tốt của Thượng đế, tôi nhất định phải để mình bay bổng giữa rừng già, núi tuyết, đại dương và đồng hoang, để gặp gỡ những con người, sự vật và sự việc chưa biết, hoặc vốn đã được định sẵn.

Căn homestay tôi ở nằm ở ngoại ô phía đông Vancouver, trên một vùng đất cao thoai thoải từ đông sang tây. Ban công rộng lớn ở tầng hai có thể nhìn về phía tây bao quát toàn bộ đường chân trời của thành phố, sông Fraser nằm ngay sát gần. Vào một buổi chiều tà cực kỳ tùy hứng, khi bầu trời, thành phố và mặt nước rực rỡ như pháo hoa vàng kim và đỏ thẫm như rượu ngon, tôi và chủ nhà người gốc Quảng Đông tên là A Dư ngồi trên ban công hướng về phía tây. A Dư 47 tuổi, 7 năm trước đưa vợ con di cư sang Canada, hiện đã có ba đứa con và dự định sinh thêm ít nhất một đứa nữa. Có gia đình, anh nói, có thêm nhiều con cái, không gian thuần khiết, xã hội ổn định, thì cảnh đẹp núi non sông nước sẽ không còn buồn tẻ.

A Dư bảo, ở Canada cũng tồn tại cái nghèo tương đối. Có ít nhất 10% các gia đình trong cộng đồng phải dựa vào ngân hàng thực phẩm và trợ cấp để sống qua ngày. Đó có phải vì người nghèo không có việc làm hay nhà ở không? Chắc chắn là không. Mà là vì lương kiếm được không đủ duy trì những chi phí sinh hoạt thiết yếu. Thế nào là thiết yếu? Lái xe, du lịch và nghỉ dưỡng tất nhiên đều được tính là thiết yếu của cuộc sống. Bất kỳ người Canada bản xứ hay người nhập cư nào, nghèo không có nghĩa là mất đi sự bảo đảm, mà ngược lại, có nghĩa là có thể dựa dẫm lâu dài vào phúc lợi xã hội và cứu trợ cho đến tận cuối đời.

James L., một giáo sư đại học tại bang B.C, đã đặc biệt dành thời gian gặp tôi tại quán cà phê trong khuôn viên trường. Chúng tôi quen nhau trong hội nghị ngành giao thông TRB (Transportation Research Board) tại Washington D.C đầu năm 2024. Theo hồ sơ, trong lịch sử 103 khóa của TRB (mỗi năm một lần), tôi là doanh nghiệp Trung Quốc đầu tiên và duy nhất trưng bày các sản phẩm công nghệ đổi mới tự chủ. Tôi đã kể cho ông ấy nghe việc mình không thể vào Mỹ được nữa, cũng như việc bị từ chối đơn xin thăm một viện nghiên cứu khoa học ngành danh tiếng của Mỹ sau hội nghị đó. Sau khi chia sẻ về các chủ đề giao thông, James L. đã đưa ra quan điểm về việc chính quyền Trump đang áp dụng các chính sách thương mại và thuế quan không thân thiện với Canada.

"Canada có hệ thống ngôn ngữ và văn hóa Anh - Pháp độc lập và lâu đời, sự dung hợp giữa tôn giáo và chính trị dưới chế độ quân chủ lập hiến là rất cao. Trong nửa thế kỷ qua, dân số nhập cư liên tục tăng và hiện chiếm gần 25% tổng dân số, vượt xa tỷ lệ 15% của Mỹ. Tỷ lệ người gốc Á trong nhóm nhập cư mới của cả hai nước đều khá cao, nhưng do tính thuận tiện về địa lý, tỷ lệ người nhập cư từ Mexico và Nam Mỹ tại Mỹ cao hơn. Dù thế nào đi nữa, đóng góp của người nhập cư mới đối với dân số, xã hội và kinh tế của cả hai nước là vô cùng rõ rệt và tích cực, đặc biệt là tính bền vững của tăng trưởng kinh tế. Tại sao Los Angeles và cả bang California lại tiếp nhận lượng lớn người nhập cư? Bởi vì các số liệu tăng trưởng kinh tế và phát triển cộng đồng có sức thuyết phục nhất; nếu số lượng nhập cư giảm sút, thật khó tưởng tượng điều gì sẽ xảy ra với Los Angeles và California. Tạm gác lại quyền lực chính trị, Trump luôn thông qua sức ảnh hưởng từ những phát ngôn của mình để đẩy ý chí cá nhân lên mức cực đoan, vượt xa bất kỳ vị tổng thống nào trong việc sử dụng mạng xã hội, từ đó ảnh hưởng đến đảng cầm quyền, Quốc hội và quá nhiều người Mỹ đi theo ý chí cá nhân của ông ta. Ý chí đó là gì? Chính là quy kết một cách cực đoan và sắc nhọn mọi vấn đề và mâu thuẫn xã hội cho người nhập cư và thương mại, giương cao ngọn cờ 'Làm cho nước Mỹ vĩ đại trở lại' và chĩa khẩu đại bác 'Đưa sản xuất trở lại Mỹ'."

"Thực tế thì sao? Sự bành trướng độc quyền của các tập đoàn công nghệ khổng lồ, cuộc bầu cử trông có vẻ là của toàn dân nhưng thực chất là sự thao túng của thiểu số trong hai đảng đại diện cho đa số, tất cả đã làm trầm trọng thêm sự tranh giành, rạn nứt và phân hóa chính trị trong tầng lớp quyền quý ở Mỹ. Việc sử dụng các khẩu hiệu đối nội và đại bác đối ngoại khiến một lượng lớn người Mỹ buộc phải đứng về phía bên trái hoặc bên phải, thực chất đều trở thành những kẻ đồng lõa chính trị. Còn những người trung lập – những người nhìn nhận rõ ràng nhất – lại trở thành thiểu số và yếu thế. Có lẽ không thể đổ lỗi cho thể chế chính trị tam quyền phân lập của Mỹ, khi hầu hết thế giới đều coi đó là hoàn hảo. Tuy nhiên, có thể khẳng định rằng hệ thống chính trị và xã hội của Mỹ chính là nguồn cơn dẫn đến khoảng cách giàu nghèo, nợ nần leo thang, tội phạm lộng hành và sự suy đồi nhân tính."

"Sau khi chính quyền Trump lên nắm quyền, việc bắt giữ người di cư bất hợp pháp đã leo thang thành một chính sách mới với quy mô lớn, phạm vi rộng, nghiêm ngặt nhất, thậm chí là cơ chế truy soát ngược, điều chưa từng có trong lịch sử. Sự tổn thương đối với các gia đình nhập cư, người dân Mỹ bình thường và các chủ doanh nghiệp nhỏ cũng chưa từng có tiền lệ. Nói về việc phong tỏa công nghệ đối với Trung Quốc những năm gần đây, liệu họ có thực sự kiểm soát được chip không bán sang Trung Quốc? Có lẽ nó chỉ biến tướng khiến các tập đoàn công nghệ có cơ hội đẩy lợi nhuận lên cao ngất ngưởng, trong khi Trung Quốc thực tế vẫn đang sử dụng nguồn chip không ngừng nghỉ để giúp các sản phẩm công nghệ thay đổi mẫu mã nhanh chóng. Gậy thuế quan năm nay, bao gồm cả việc tăng thuế với Canada, cái chiêu trò muốn các nước khác đừng bán hàng sang Mỹ nữa này, chẳng khác gì chính sách bế quan tỏa cảng của một số quốc gia trong lịch sử. Để thúc đẩy chính sách cực đoan của mình, một mặt ông ta giảm thuế và phát tiền cho dân, mặt khác lại tăng nợ quốc gia lên mức kỷ lục. Điều mà người dân hoàn toàn không nhận ra là: nợ quốc gia cuối cùng ai trả? Chính là bản thân người dân! Nếu chỉ dựa vào việc tăng thuế quan với nước khác mà có thể khiến ngành sản xuất quay lại Mỹ, thì đơn giản quá, châu Âu, Nhật Bản, Hàn Quốc cứ thế mà làm theo, cuối cùng cả thế giới mạnh ai nấy sống là xong."

"Kinh tế Mỹ có tốt lên được hay không, hãy nhìn vào việc chính quyền Trump đang khiến bao nhiêu người phải làm những việc tiêu tốn giá trị lao động, và khiến bao nhiêu người phải xa rời cơ hội kiếm tiền hoặc không có cách nào để lao động và sản xuất nhiều hơn." James L. có độ tuổi tương đương tôi, cặp kính gọng vàng ngự trên sống mũi cao, đôi mắt sâu thẳm tỏa ra vẻ điềm tĩnh tự tại trên khuôn mặt hơi bầu bĩnh. Hiện ông đang nghiên cứu học thuật về giao thông, nhưng từng có kinh nghiệm làm việc trong các cơ quan kinh tế của chính phủ.

"Hai năm qua, lượng lớn người Trung Quốc xin thị thực Canada bị từ chối, tỷ lệ trượt có hồ sơ ghi lại cao tới hơn 50%. Trong bối cảnh đó, mạng xã hội tiếng Trung thường xuyên có hai luồng dư luận: một là thêu dệt rằng lượng lớn người nhập cư Ấn Độ đang làm xã hội và cuộc sống Canada trở nên tồi tệ; hai là thêu dệt rằng người nhập cư Trung Quốc đang có cuộc sống và công việc vô cùng gian nan tại Canada." Tôi đặt câu hỏi xác nhận với James L.

James L. mỉm cười nói ông đã đoán trước tôi sẽ hỏi về hiện tượng này, nên đã đặc biệt tìm hiểu trước từ những người bạn là quan chức phụ trách nhập cư của chính phủ: "Từ lâu, Canada đã có chính sách hạn ngạch nghiêm ngặt đối với người nhập cư từ khắp nơi trên thế giới. Những năm gần đây, chính sách đối với người nộp đơn từ Trung Quốc đại lục đã bị thắt chặt, dẫn đến việc năm 2025 số lượng người nhập cư mới từ Trung Quốc đại lục sẽ giảm xuống dưới 5.000 người. Tất nhiên, điều này không ảnh hưởng đến việc tổng số người nhập cư mới vào Canada tăng trưởng hàng năm và phá vỡ các kỷ lục lịch sử; người Ấn Độ và Philippines đã nhận được hạn ngạch cao hơn. Trong đó có sự cân nhắc tổng hợp về trình độ tiếng Anh và mức độ chuyên nghiệp nghề nghiệp."

Khi chia tay, James L. nói với tôi rằng, những người bình thường nhất bị ảnh hưởng bởi các chính sách cực đoan của chính quyền Trump nhất định phải tin rằng, Thượng đế sẽ sớm cho người Mỹ thấy sự thật và những điều tồi tệ. Tất cả chúng ta đều phải cảm ơn Thượng đế vì đã cho chúng ta quen nhau tại Washington D.C và gặp lại nhau tại Vancouver.

Thời điểm đó là cuối thập niên đầu tiên của tháng 10, ở nhiều nơi tại Vancouver, người ta có thể nhìn thấy những cây phong rực rỡ đơn lẻ hoặc tráng lệ theo từng cụm, màu sắc chuyển dần từ sắc pháo hoa sang đỏ rượu vang. Những loài phong lá lớn (Bigleaf Maple), phong Manitoba, phong tiêu huyền (Sycamore Maple), cây Tulip và phong tro (Ash-leaf Maple) mang sắc vàng ngỗng, vàng tươi, vàng mơ và vàng kim đầy ấm áp nhưng cũng đượm vẻ phong trần. Phong đường (Sugar Maple), phong đỏ, phong Douglas, những cây phong đó không ngoại lệ đều phô diễn ưu thế gen của mình, giống như dải lụa đỏ, như ráng chiều tím, như pháo hoa. Khuôn viên trường Đại học British Columbia (UBC), núi Burnaby, phố Griffiths là những nơi đầu tiên trở thành điểm check-in, sau đó sự lây lan ấy lan tỏa sang nhiều con phố, khu dân cư, sườn đồi và bờ nước. Những người ở bờ tây tin rằng Vancouver có thể đại diện cho toàn bộ "quốc sắc" của Canada.

Vào một thứ Bảy mưa phùn và một thứ Hai rạng rỡ, tôi lái xe đi về hai lượt nam bắc dọc theo con đường cao tốc Sea-to-Sky, thưởng ngoạn vẻ đẹp tuyệt mỹ khác biệt giữa mông lung và thanh khiết của cùng một vùng núi biển. Khi đi về phía bắc, đường quanh co uốn lượn, trong biển có núi, trong núi có biển, trên mặt biển xanh thẳm lững lờ trôi những làn sương hoặc những đám mây trắng, bầu trời phía trên được tuyết trắng tôn lên vẻ thanh tao linh diệu. Đó chỉ là tuyết trắng, không phải băng hà, nhưng rõ ràng đã báo trước rằng băng hà đang ở ngay phía trước không xa. Một khúc cua vắt ngang sườn núi, một đoạn dốc kéo dài, những lá phong hình pháo hoa, màu đỏ rượu luôn xuất hiện dù tình cờ hay hữu ý, như tuyên cáo rằng vương quốc của nó đang nhiệt liệt chào đón tôi. Khi quay về thành phố theo hướng nam, tôi lại được chứng kiến sự kiên cường của vùng núi biển ấy, những khối đá khổng lồ đột ngột nhô ra làm bệ đỡ cho cả ngọn núi, có khối đứng bên lề đường, có khối sừng sững trên mặt biển.

Công viên tỉnh bang Garibaldi là những cánh rừng lá kim (sam thụ) nguyên sinh bạt ngàn. Còn vút cao và cổ xưa hơn cả rừng cây chính là những đỉnh núi giữa các dãy núi khiến người ta phải dừng bước ngước nhìn, thời tiết đã ban tặng cho những đỉnh núi ấy từng lớp băng tuyết. Mỗi cây sam cổ thụ, dẫu có hiên ngang đứng vững suốt hàng trăm, hàng ngàn năm, cuối cùng cũng sẽ ngã xuống trên mảnh đất rừng nguyên sinh, phủ dày rêu xanh, rồi phân hóa thành đất bùn. Biết bao nhiêu cây sam cổ thụ cứ lặp đi lặp lại vòng luân hồi của sự sống, chẳng có cây nào xuất chúng hơn cây nào, cũng chẳng có cây nào đáng được ghi danh. Có lẽ tất cả chúng đều đủ vĩ đại, vĩ đại đến mức cả khu rừng nguyên sinh gần như chỉ còn lại những thân cây cao vút của chúng. Tôi độc hành giữa khu rừng nguyên sinh ấy, dương xỉ ngày đêm đọng sương nhỏ giọt, nước suối trong khe núi reo vui nhịp nhàng. Thi thoảng có hai người hoặc nhóm ba năm người đi bộ đường dài (trekking), lưng đeo ba lô nặng trĩu, tay chống gậy, sải bước trên con đường dốc hình chữ S. Nghe nói cách đó sáu giờ đi bộ, có những hồ nước thuần khiết và núi tuyết nương tựa vào nhau từ thuở khai thiên lập địa. Tôi hỏi người bộ hành, tại sao phải lặn lội mang vác nặng nề đến một đêm tối nguyên sơ, tĩnh lặng như vậy? Người bộ hành nói, nên để bản thân thấy nhiều hơn và có cái nhìn sâu hơn.

Cá hồi Thái Bình Dương (Pacific salmon) vượt dòng vẫn đang tiếp diễn, phần lớn quần thể đã hoàn thành sứ mệnh của mình. Dưới một cây cầu đường sắt (Canadian National Bridge), mấy bóng dáng béo tròn kết bạn với nhau, hết lần này đến lần khác lao vào dòng nước ngược. Những con chim lượn lờ và lao xuống mặt nước sông, gấu đứng đợi sẵn giữa dòng để dùng bữa. Cá hồi vô cùng quyết liệt, hoặc là bị ăn thịt, hoặc là nhảy qua thác nước, lao vào dòng nước xiết để đến nơi sinh ra mà đẻ trứng rồi chết đi. Chúng đều quyết liệt như nhau, cùng hát vang bài ca tán tụng, cùng dốc hết sức lực thi đấu để đi về phía quê hương nơi cái chết đã định sẵn.

Trước khi bay sang bờ đông Canada, tôi đã cố tình ghé thăm một trang trại, vì nghe đồn có một gia đình người Sơn Đông quanh năm trồng hàng trăm mẫu rau củ. Khoảnh khắc đó làm tôi nhớ đến Solvang – vùng quê đầy nắng ở California, Mỹ. Người Đan Mạch đã lặn lội đến Solvang từ hai trăm năm trước, dùng phương thức canh tác nông nghiệp để sinh sôi nảy nở, dùng cối xay gió và màu sắc quê hương để trang trí cuộc sống, tạo nên thị trấn Đan Mạch nổi tiếng thế giới. Một trăm năm, hai trăm năm nữa, người Trung Quốc ở Bắc Mỹ sẽ tồn tại như thế nào? Liệu có vẫn giống như hiện tại, giống như những con cá hồi kia, không thể buông bỏ những chuyện xưa cũ và quá khứ hay không.

Tiến gần hơn đến cuối mùa thu hai ba ngày, băng qua dãy Rockies, những sắc màu của phong ở Toronto phía bờ Đại Tây Dương lại càng nồng đượm hơn. Ngay cả cây xuân, cây bách, cây dây leo cũng tham gia vào cuộc đua sắc màu, khiến người ta khó lòng phân biệt được ai mới là kẻ đại diện cho "quốc sắc" trong mùa thu. Những quả bí ngô rực rỡ sắc màu tạo nên một phong cảnh khác lạ cho Vườn bách thảo Hoàng gia (Royal Botanical Gardens). Thế nhưng, tôi lại lái xe men theo con đường nhỏ bên cạnh vườn bách thảo, tình cờ lạc vào một vùng đầm lầy hoang dã rộng lớn. Mặt hồ trong vắt trải dài vô tận phía xa, những đám mây trắng tinh khôi cũng theo bầu trời xanh thẳm trải dài vô tận, vài chiếc kính viễn vọng hướng về phương xa mịt mờ chỉ để chứng kiến một cánh chim hoang dã cất cánh hay đậu xuống. Đi bộ vào sâu hơn nữa, đập vào mắt là những bức tranh sơn dầu, nhưng tuyệt đối không phải màu nhuộm từ mực, mà là sắc màu tự nhiên do sương gió thổi đúc nên. "Trường hà lạc nhật" (Sông dài bóng xế)? "Đại mạc cô yên" (Khói thẳng sa mạc)? Sao có thể sánh được với vẻ u nhã và linh động này. Một con chim bạc má, đội chiếc mào lông đen, khoác bộ cánh xám trắng, làm xao nhãng tầm nhìn của tôi rồi đậu xuống tay tôi. Lại một con chim hồng tước phương bắc (Northern Cardinal) xúng xính xiêm y rực rỡ cũng nhảy nhót tỏ ý thân thiện với tôi, chỉ tiếc là trên tay tôi không có hạt giống hay thức ăn mà nó muốn. Đây là Ngũ Đại Hồ của Bắc Mỹ sao? Đúng vậy, tôi đã đặt chân tới bờ tây của hồ Ontario.

Hồ Superior, hồ Huron, hồ Michigan, hồ Erie và hồ Ontario cùng nhau cấu thành nên địa hình và địa mạo Ngũ Đại Hồ đặc hữu của Bắc Mỹ. Ngũ Đại Hồ thông nhau, rồi chảy qua sông St. Lawrence, đổ toàn bộ nước vào Đại Tây Dương một cách vô điều kiện. Tất nhiên cũng bao gồm cả dòng sông Niagara chảy không ngừng nghỉ, sau khi băng qua hết hố sâu này đến vực thẳm khác tạo thành quần thể thác nước hàng đầu thế giới, đã được hồ Ontario ôm trọn vào lòng, rồi lại chảy về phía sông St. Lawrence.

Quốc lộ 6 xuyên qua bán đảo Bruce, kéo dài về phía bắc đến hồ Huron ròng rã hàng trăm cây số. Quốc lộ 69 chạy song song ở bờ đông hồ Huron lại đâm thẳng về phía nam vào hồ Ontario. Bạn có thể thấy những tảng đá bị xẻ dọc một cách dứt khoát, khiến hai bên con đường bằng phẳng hiện ra những vách đá hiểm trở tuyệt đối. Từng lớp, từng lớp chồng chất lên nhau, sắc thu và ý thu cứ thế xếp chồng vô tận trong những lớp đá ấy, chẳng thể phân biệt nổi đâu là cây phong, hay là loại phong nào. Khi lá cờ quốc gia với biểu tượng lá phong tung bay trên hồ Huron, phà từ bến tàu Tobermory ở phía nam hướng về đảo Manitoulin ở phía bắc, tất cả những tự sự về Ngũ Đại Hồ đều được trình hiện trực tiếp dưới hình thức những bức họa đồ. Đêm đó, xe của tôi dừng lại giữa rừng sâu tại một nơi gọi là Công viên Eco, tôi quyết định sẽ nhóm một đống lửa vào ban đêm để đón chờ một bầu trời sao (Star Sky) lộng lẫy. Chỉ còn vài ngày nữa là hòn đảo giữa hồ nước ngọt lớn nhất thế giới này bước vào mùa đông dài đằng đẵng, phà sẽ ngừng chạy, xe cộ sẽ phải lắp xích chống trượt, vì thế khu cắm trại sâu trong rừng dưới bầu trời sao này không còn người quản lý. Hai chàng trai trẻ đến từ thành phố Waterloo, là hai anh em ruột, đã tình cờ gặp tôi giữa vùng hoang vu hẻo lánh này.

Thế là chúng tôi quây quần bên đống lửa, trò chuyện rôm rả cho đến khi màn đêm đã trĩu nặng.

Tất cả những sắc màu đậm nét, tất cả những ý niệm sâu xa đều bị màn đêm che khuất không còn dấu vết, chỉ còn những vì sao lấp lánh dày đặc trên trời cao. Nhiệt độ gần mức 0 độ C, oxy bão hòa tuyệt đối, củi khô nổ lách tách tạo ra những ngọn lửa màu xanh lam tinh tú, bắn ra vô số những ngôi sao nhỏ li ti, thăng hoa, lao về phía trời cao, tựa như những linh hồn đâm xuyên qua bóng đêm và tấm màn nhung huyền bí.

20. Pattaya

Sự vội vã trong hành trình tại Canada là do ngay đêm đầu tiên đến Vancouver, tôi đã nhận được Giấy chứng nhận tư cách lưu trú (COE) tại Nhật Bản, và sau đó hộ chiếu của tôi cần phải được gửi về Đại sứ quán Nhật Bản tại Trung Quốc để dán thị thực. Dẫu giấc mơ du ngoạn có lớn đến đâu, cũng không thể quan trọng bằng việc an cư lạc nghiệp. Về mức độ khó dễ của các loại thị thực lưu trú tại Nhật Bản, tôi sẽ trình bày chi tiết trong chương sau khi nhập cảnh vào quốc gia này.

Lịch sử và hình thái địa lý của Pattaya đã tạo nên một hiệu ứng thu nhỏ của kinh tế xã hội và bản tính con người. Bất kỳ ai, dù đang cảm thán về cuộc đời đắc ý hay bất đắc chí, đều có thể đến Pattaya ở lại một thời gian để trải nghiệm thế nào là đạo làm người.

Hướng ra biển khơi, hoa nở "quanh năm", nơi đây có nhiều hơn ba mùa xuân so với những vùng ven biển chỉ có hoa nở khi "xuân ấm". Nếu chỉ dùng hình thái địa lý như vậy để giải thích cho sự hưng thịnh của ngành du lịch Pattaya thì thật khiên cưỡng, bởi trên thế giới có quá nhiều nơi sở hữu vị trí địa lý tương tự. Thực tế, điều làm nên sự khác biệt của Pattaya bắt nguồn từ một sự kiện lịch sử. Vào giữa những năm 60 của thế kỷ XX, để ngăn chặn sự mở rộng ảnh hưởng của chủ nghĩa cộng sản do Liên Xô dẫn dắt tại Đông Nam Á, Hoa Kỳ đã phát động chiến tranh Việt Nam, trong hơn mười năm đã lần lượt cử tới khoảng 2,7 triệu lượt binh sĩ. Chiến tranh kết thúc với sự thất bại của các lực lượng thân Mỹ ở miền Nam Việt Nam và quân đội Mỹ, biên giới thế lực của Đảng Cộng sản cũng bị giới hạn, không mở rộng quy mô lớn hơn ra ngoài các nước Đông Nam Á khác ngoài Việt Nam và Lào. Trong thời gian chiến tranh, Pattaya là nơi đồn trú lâu dài của quân đội Mỹ, những phụ nữ nghèo địa phương vì kế sinh nhai đã cung cấp dịch vụ bầu bạn tạm thời và dịch vụ tình dục cho binh lính Mỹ.

Sau chiến tranh, cùng với sự trỗi dậy của ngành du lịch Thái Lan, một số cựu binh Mỹ đã nghỉ hưu rủ rê bạn bè từ các nước Âu Mỹ tiếp tục tìm đến Pattaya để tìm kiếm những người bạn đồng hành ngoại quốc giá rẻ. Thuận thời gian, "người bạn đồng hành tạm thời" đã trở thành một loại dịch vụ bầu bạn kiểu "thuê vợ" (rent-a-wife) toàn diện, đáp ứng đủ mọi nhu cầu từ hướng dẫn viên, bảo mẫu, tình dục cho đến hơi ấm gia đình. Cho đến nay, luật pháp Thái Lan đối với dịch vụ "thuê vợ" vừa không có lệnh cấm rõ ràng, vừa không có sự bảo hộ hợp pháp, khiến nó trở thành một vùng chân không mà "pháp luật không cấm thì có thể làm". Điều nuôi dưỡng dịch vụ "thuê vợ" phát triển thành quy mô và bền vững chính là việc chính phủ Thái Lan cung cấp một loại thị thực hưu trí dài hạn cho người cao tuổi nước ngoài, gián tiếp khuyến khích "thuê vợ" trở thành một loại hình kinh tế và văn hóa tiêu dùng cao.

Tương tự như dịch vụ "thuê vợ" còn có những màn trình diễn khỏa thân (show chuyển giới/sexy show) nóng bỏng, vốn cũng là vùng xám trong một xã hội mà luật pháp Thái Lan nghiêm cấm mại dâm và khỏa thân công cộng như những "tội phạm tình dục". Tôi gọi hiện tượng này là "trương lực tình dục" (sexual tension), và "trương lực tình dục" trong vùng xám này lại vượt xa các khu vực giao dịch tình dục hợp pháp như Geylang ở Singapore, bên bờ kênh Amsterdam hay phố Reeperbahn ở Hamburg, Đức; nó tạo ra hiệu ứng mở rộng lớn hơn cho đầu tư và tiêu dùng du lịch. Người Âu Mỹ tụ tập cư trú dài hạn, du khách châu Á nườm nượp kéo đến, ăn uống, lưu trú, vui chơi không kể mùa màng thời tiết, khiến một Pattaya nối liền núi biển muốn không sôi động cũng khó. Nơi đây quy tụ giới danh lưu, tiểu thương tập nập, những cô gái quán bar hay gái đứng đường cung cấp dịch vụ tình dục có thể vẫy gọi bất cứ lúc nào, nhưng tuyệt nhiên đừng hòng có một cửa hàng đồ chơi tình dục nào có thể mở cửa hoạt động.

Một góc xã hội như Pattaya, giữa cái khó và cái dễ, giữa giàu và nghèo, giữa đáy thấp và đỉnh cao, giữa bóng tối và ánh sáng, luôn mở toang đại lộ tự do. Thế nhưng, đã sinh ra làm người, không phải ai cũng có thể thay đổi vận mệnh trong một xã hội loài người có đại lộ tự do, nhiều người vẫn sẽ duy trì trạng thái ban đầu hoặc trạng thái sau thất bại trong một thời gian dài.

Bên cạnh một khu phố ồn ào cách bãi biển vài trăm mét đi bộ, căn hộ tôi thuê chỉ mất 10 USD một ngày. Tòa nhà sơn tường màu xanh nhạt với hàng trăm phòng khách, mỗi phòng đều đủ rộng rãi, sáng sủa, sạch sẽ và yên tĩnh. Bốn cô bé, trông có vẻ vừa mới lớn vừa như chưa trưởng thành, hàng ngày dọn dẹp, quét tước phòng khách; không gian nghỉ ngơi và chờ lệnh phục vụ tạm thời của họ là ở đầu mỗi lối hành lang tầng. Tôi cố gắng dùng phần mềm dịch thuật trên điện thoại để giao tiếp với họ, họ đáp lại tôi bằng ánh mắt thuần khiết và nụ cười bẽn lẽn, họ không biết chữ hoặc biết rất ít. Tôi ở đó khá lâu, ròng rã ba tuần. Điều đó vẫn phải cảm ơn tốc độ chuyển phát nhanh của các công ty Trung Quốc, gửi từ Pattaya đến Nam Kinh chỉ mất 4 ngày, và gửi trả lại hộ chiếu đã dán thị thực Nhật Bản cũng chỉ mất 4 ngày. Trước đó, tôi từng có hơn ba giờ đồng hồ chờ đợi xuyên đêm tại quầy làm thủ tục ở sân bay quốc tế Suvarnabhumi, Bangkok, cố gắng tìm xem có hành khách nào bay đi Nam Kinh để nhờ mang hộ có trả phí hay không, nhưng mọi lý do từ chối đều rất trực diện: "Không thể tin được là anh thực sự cần giúp đỡ, lo sợ phải gánh chịu một trách nhiệm tiềm tàng nào đó."

Người phụ nữ Trùng Khánh ấy – chúng tôi không hỏi họ tên nhau – là người chủ động bắt chuyện với tôi. Những ngày đó, mỗi ngày tôi đều đi bộ qua lại giữa bãi biển, một quán ăn nhỏ và căn hộ. Tại bãi biển có những bậc thềm đá sạch sẽ, thuận tiện cho du khách lười biếng ngồi xuống hoặc nằm dài; tôi cũng thường lười nhác ở đó để phóng tầm mắt ra xa, đọc sách, thả hồn theo những suy tưởng hoặc đợi hoàng hôn buông xuống. Có lẽ nhìn cách tôi đọc sách, người phụ nữ Trùng Khánh nhận ra tôi là người Trung Quốc. Cô ấy hỏi tôi có phải đi một mình không và từ đâu đến. Tôi nói mình đang đi du lịch một mình, có thể coi là đến từ

Trung Quốc, mà cũng có thể coi là từ Mỹ hay các quốc gia khác. Cô ấy bật cười, bảo sao lại có người kỳ quặc thế, rồi không kiếm tiền mà sống à? Tôi đáp rằng mình sống nhờ tiền vay mượn, nên mới đi đây đi đó ở nước ngoài nhiều hơn. Cô ấy nói cô ấy hiểu rồi, chắc chắn là kiểu kinh doanh thất bại ở trong nước hoặc đứt nợ vay mua nhà rồi bị tòa án liệt vào danh sách "Lão Lại" (kẻ nợ chây ì bị hạn chế quyền lợi), loại người này nhiều vô kể, cô ấy có người thân bạn bè cũng như vậy, đi ra nước ngoài cũng thường xuyên gặp. Tôi cũng cười, bảo rằng nếu cô muốn nói vậy thì cứ cho là vậy đi, vả lại tôi cũng có một gia đình người bạn ở Trùng Khánh gần đây đều đã trở thành "Lão Lại". Cuộc trò chuyện tiếp theo của chúng tôi càng trở nên thú vị hơn.

"Tôi đi theo đoàn du lịch đấy, chi phí còn rẻ hơn cả tiền vé máy bay khứ hồi nếu tôi tự đi một mình. Hôm nay đoàn tổ chức đi mua sắm, tôi giả vờ đổ bệnh không khỏe để không đi theo, mấy chỗ mua sắm đó lừa đảo lắm." Người phụ nữ Trùng Khánh trông khoảng chừng bốn mươi tuổi.

"Thế thì cô tinh ranh thật đấy, lại còn biết chuyện mua sắm có mánh khóe. Cô làm thế chẳng phải lại là 'hố' ngược lại công ty lữ hành tổ chức đoàn sao?" Tôi sực nhớ đến những gì Hoàng Đại Phong đã nói ở Nha Trang về mô hình mua sắm du lịch kiểu cũ vốn đã khó sống ở ba nước Singapore, Malaysia và Thái Lan.

"Tôi bị mấy công ty du lịch đó lừa một lần rồi, ngã một lần bớt dại một lần chứ. Sau này muốn ra nước ngoài tôi cứ theo đoàn cho ít tốn kém, rồi tìm cách không mua sắm, không tiêu dùng. Nhưng công ty du lịch cũng chẳng lỗ đâu, chỉ là không kiếm thêm được nhiều tiền trên đầu một mình tôi thôi."

"Sư tỷ à, cô đúng là dùng chiêu 'gậy ông đập lưng ông' đấy! Thế thì cô có thể thường xuyên ra nước ngoài du lịch hưởng thụ cuộc sống vừa nhẹ nhàng vừa rẻ rồi."

"Làm gì có chuyện vừa có tiền vừa có thời gian mà đi thường xuyên. Những năm gần đây kinh tế trong nước tệ lắm, anh biết không? Đầu tiên là công ty đào tạo ngoại khóa nơi tôi làm việc đóng cửa, ông chủ mất liên lạc nên tôi mất việc. Ông chủ đó cũng khổ lắm, đầu tiên là bị chính sách quốc gia đột ngột cấm đoán không cho làm, sau đó lại gặp dịch bệnh nên chẳng thể làm gì. Mất việc xong tôi tự mở một tiệm trà sữa, nhìn người ta mở tiệm khách xếp hàng dài mua, rồi làm lớn đến mức niêm yết trên sàn chứng khoán thấy dễ ợt, đến lượt mình mở thì... hừm. Cho dù tôi có điều chỉnh hương vị thế nào, giảm giá khuyến mãi ra sao cũng không bán được, tiệm trà sữa nhiều quá rồi. Chẳng còn cách nào khác đành phải đóng cửa, lần này đến Thái Lan là để xem thử và học hỏi kỹ thuật bên này."

"Cô cũng giỏi xoay xở đấy, đúng là người phụ nữ lợi hại. Kinh tế trong nước tệ thì tôi có biết, nhưng dù tệ đến mấy thì đa số các công ty vẫn còn sống, vẫn có những chỗ tốt đấy chứ, giống như cô nói tiệm trà sữa vẫn có thể niêm yết được mà. Ở Thái Lan thì học được kỹ thuật gì?"

"Haizz, chắc anh ở nước ngoài lâu rồi nên không biết, mấy cái công ty còn sống đó chẳng có mấy chỗ ra hồn đâu. Không phải họ muốn sống, mà là không sống không được, ngã xuống một cái là tán gia bại sản, không nơi nương tựa ngay. Tôi có người họ hàng như vậy đấy, nhà cửa thế chấp hết cho ngân hàng rồi, chỉ cần anh ta dám phá sản là coi như mất sạch sành sanh. Tôi còn người họ hàng khác làm quan trong chính phủ, kiểu làm ngày nào hay ngày nấy thôi, muốn từ chức cũng không dám, từ chức là bị thanh tra ngay, gia sản nhà ông ấy chắc chắn không chịu nổi nhiệt đâu. Còn những kẻ suốt ngày hô hào tốt đẹp, rồi niêm yết này nọ, anh nhìn cái lão chủ hãng 'Mi không Mi' (Xiaomi) chuyên làm điện thoại với làm xe ấy, mặc complet giày tây bóng lộn mà bụng dạ đầy mưu mô, khác gì mấy cái công ty lữ hành tổ chức du lịch cho chúng tôi đâu? Trên thì bòn rút trợ cấp chính phủ, dưới thì lừa bịp dân đen, dù sao thì Trung Quốc rộng lớn cũng chẳng thiếu những 'cái đầu không não' để làm mồi cho họ như tôi. Mở tiệm trà sữa xong tôi mới biết, mấy cái hãng làm lớn được toàn là nhờ thuê người xếp hàng với chiêu trò mạng xã hội, kéo người vào ảo lòi để lấy số lượng thôi. Chứ nếu ai cũng làm ăn thực chất thì kinh tế đã chẳng tệ thế này." Người phụ nữ Trùng Khánh bắn liên thanh như thể đang chỉ giáo cho một kẻ ở nước ngoài quá lâu như tôi.

"Anh nghe nói đến 'Bắt mạch rồng' (Massage rồng - Karsai Nei Tsang) chưa? Tôi đi theo đoàn du lịch là để vừa chơi vừa tìm quán massage phù hợp để học 'Bắt mạch phượng' (Massage phượng)."

"Tôi từng trải nghiệm 'Bắt mạch rồng' ở tiệm massage trong nước rồi nên tất nhiên là biết, nhưng 'Bắt mạch phượng' thì tôi chưa nghe bao giờ."

"Cái món massage đó làm cho đàn ông các anh thì gọi là 'Bắt mạch rồng', còn làm cho phụ nữ chúng tôi thì gọi là 'Bắt mạch phượng', là từ Thái Lan truyền về trong nước đấy. Tôi không làm được 'Bắt mạch rồng', phục vụ đàn ông kiểu gì cũng bị động tay động chân không đàng hoàng, nên tôi định học xong 'Bắt mạch phượng' chỉ về làm massage cho phụ nữ thôi."

"Cô học một cái nghề như vậy cũng tốt, ở trong nước phí massage chuyên nghiệp cũng khá cao."

"Tốt lành gì đâu, chẳng qua không còn cách nào khác mới phải đi làm massage chứ? Giờ ở trong nước, từ thành phố lớn đến thành phố nhỏ, hang cùng ngõ hẻm chỗ nào chẳng có tiệm massage, chẳng qua là bỏ sức lao động ra kiếm miếng cơm thôi! Anh đi nước ngoài nhiều, có thể nói cho tôi biết nước nào dễ kiếm tiền không? Tôi cũng từng nghĩ đến chuyện ra nước ngoài làm thuê kiếm tiền, nhưng lại sợ bất đồng ngôn ngữ."

"Bất đồng ngôn ngữ không phải vấn đề đâu. Ở Mỹ tôi gặp không ít người tầm tuổi cô, dùng thị thực du lịch vào Mỹ rồi tìm cách ở lại, làm massage, giao bưu kiện, đóng gói kho bưu kiện, chỉ cần chịu khó làm, một ngày ít nhất cũng kiếm được 200 đô la."

"Đi Mỹ á? Bây giờ Mỹ đang tìm đủ mọi cách chơi xấu Trung Quốc, làm cho kinh tế của chúng ta tệ đến thế này, đi Mỹ làm việc thì đúng là quá không yêu nước rồi!" Bước ngoặt trong câu chuyện của người phụ nữ Trùng Khánh thực sự khiến tôi hơi ngỡ ngàng.

"Sư tỷ, lời cô nói cũng có cái lý của nó. Đứng từ góc độ yêu nước, kinh tế có tệ đến mấy cũng nên lăn lộn trong nước, cho dù không kiếm được tiền thì ít nhất cũng đóng góp cho kinh tế và quốc gia. Chứ người mà đi hết thì đúng là kinh tế sẽ càng tệ hơn." Đáp lại câu này, không biết cô ấy có hiểu được ý nghĩa thực sự mà tôi muốn diễn đạt là gì không.

"Haizz! Anh nói xem, ở Pattaya này đâu đâu cũng thấy người nước ngoài giàu có, sao họ không đến Trung Quốc du lịch nhỉ? Nếu họ đều đến Trung Quốc chơi thì kinh tế cũng sẽ tốt lên, vả lại các cơ sở hạ tầng công cộng của Trung Quốc thoải mái hơn bên Thái Lan này nhiều! Anh bảo xem, sao họ lại không đến?" Người phụ nữ Trùng Khánh liên tục thở dài, cô ấy ý thức được rằng du khách nước ngoài đến Trung Quốc càng nhiều thì kinh tế sẽ càng tốt lên.

"Thế thì cô phải về nước kiến nghị với chính phủ đi, để người nước ngoài đến Trung Quốc có thể tự do lên mạng dùng Google, Facebook, Twitter các kiểu, vả lại người nước ngoài đa phần không chấp nhận được việc camera giám sát khắp nơi xâm phạm quyền riêng tư đâu." Người phụ nữ Trùng Khánh dường như nhận ra điều gì đó, cô ấy nói đến giờ phải tập trung với đoàn du lịch, rồi đứng dậy chào tạm biệt.

Lễ Halloween của phương Tây và lễ hội Loy Krathong (Lễ hội hoa đăng) của Thái Lan lần lượt diễn ra vào đầu tháng 11. Khách du lịch tại Pattaya đông lên từng ngày. Mấy con đường hạn hẹp và phố đi bộ ven biển mỗi ngày từ lúc chập tối đã trở thành thiên đường khiến du khách lưu luyến quên lối về. Ông chủ một tiệm bánh mì kẹp thịt (Roujiamo) do một gia đình người Thiểm Tây mở, chỉ tay ra quảng trường ngoài cửa kính sát đất nói với tôi rằng, trước đây quảng trường này bày kín bàn ghế, mấy quán đại bạch (quán ăn lớn ngoài trời) của người Trung Quốc tiếp đón các đoàn khách du lịch Trung Quốc tấp nập như nước chảy. Còn bây giờ thì sao? Người Trung Quốc đến mỗi năm một ít đi, thi thoảng có vài khách Trung Quốc cũng đều là khách đi tự túc, không còn những đoàn xe bus lớn hết chiếc này đến chiếc khác đầy ắp người nữa. Các quán đại bạch đều đã đóng cửa vì không trụ nổi, những khách sạn, homestay, nhà hàng và dịch vụ đón tiếp du lịch do người Trung Quốc mở tại Pattaya đều bị ảnh hưởng. Ông chủ đó nói với vẻ hơi bất lực rằng, kinh tế Trung Quốc đi xuống và việc không cho quan chức ra nước ngoài là một lẽ; nhưng mô hình kinh doanh du lịch theo kiểu người Trung Quốc "hố" người Trung Quốc không thể bền vững lâu dài cũng là một lẽ khác. Ông ấy nói một câu mà ông nghĩ có lẽ là không thỏa đáng: "Con đường của người Trung Quốc ở hải ngoại cũng đang bị chính người Trung Quốc tự làm cho càng đi càng hẹp lại."

Trong những ngày Pattaya nắng nhẹ và gió hòa, tôi đã liên tiếp đăng tải hơn mười video phân tích về hiện tượng và căn nguyên của các vấn đề trong ngành giao thông Trung Quốc, thu hút sự quan tâm và bình luận của Lý Tư Duệ cùng nhiều chuyên gia trong ngành và các nhân sĩ xã hội. Mỗi ngày, kênh video của tôi có tới hàng chục nghìn lượt xem cùng lượng lớn bình luận cần tôi phản hồi và trao đổi. Tai nạn giao thông đường bộ, ùn tắc và ô nhiễm từ lâu đã được liệt vào danh sách những bài toán khó của thế giới, và cũng là hướng nghiên cứu công nghệ cũng như học thuật dài hạn của tôi tại Trung Quốc. Trong năm qua, tại Mỹ đã xảy ra hai vụ tai nạn giao thông thảm khốc gây thương vong lớn, trong đó có nhiều người Trung Quốc. Một vụ ở bang Idaho, khi một chiếc xe bán tải va chạm với một chiếc xe du lịch trên đường cao tốc dẫn đến Công viên Quốc gia Yellowstone, khiến 7 người chết và 8 người bị thương. Vụ còn lại là một chiếc xe buýt du lịch đang trên đường từ thác Niagara trở về thành phố New York thì gặp nạn ở phía tây bang New York, làm ít nhất 5 người chết và hơn 40 người bị thương. Trong thời gian ở Canada, tôi đã lái xe hàng nghìn km dọc theo bờ Tây và bờ Đông, trao đổi với James L. và tra cứu các báo cáo nghiên cứu kỹ thuật liên quan. Trong 17 tháng ở Mỹ, tôi chưa bao giờ ngừng trải nghiệm, điều tra và học hỏi kiến thức về tình trạng giao thông tại đây. Dựa trên hiểu biết của tôi về hiện trạng và sự phát triển giao thông đường bộ toàn cầu, mối quan hệ giữa giao thông với đô thị, xã hội, môi trường và những vấn đề, mâu thuẫn lâu đời của xã hội loài người đều có những nét tương đồng kỳ lạ.

Nước Mỹ thông qua "Đạo luật Thuế Đường bộ Liên bang" vào năm 1956. Những tích lũy từ khoảng 30 năm trước đó của cuộc cách mạng công nghiệp ô tô và phong trào "phi đô thị hóa" đã thúc đẩy và mở ra thời kỳ bùng nổ xây dựng hạ tầng cao tốc. Trong 30 năm tiếp theo, Mỹ đã xây dựng hơn 400.000 km đường cao tốc. Trước hiệu suất "kép" về tốc độ xây dựng và tốc độ lái xe, Chính phủ Mỹ đã đặt vấn đề cốt lõi và quan trọng nhất là an toàn giao thông vào tay luật pháp, tức là quản lý nghiêm và trừng phạt nặng. Tam quyền phân lập và thượng tôn Hiến pháp là đức tin chính trị mà Mỹ truyền bá cho thế giới, chính phủ và giới học thuật đương nhiên tin rằng điều này cũng áp dụng tốt cho quản lý giao thông đường bộ. Nhưng việc quản lý và trừng phạt nghiêm khắc nhất định phải đối mặt với điều gì? Xã hội Mỹ vì chế độ điều trần và coi trọng quyền riêng tư nên không đủ sức hỗ trợ việc giám sát chặt chẽ trước khi sự việc xảy ra (tiền kiểm). Việc trừng phạt nặng sau đó cũng gặp khó khăn về manh mối, dẫn đến chỉ có thể xử phạt nặng một phần các vụ tai nạn có manh mối rõ ràng. Tất nhiên, chúng ta cũng phải thừa nhận sự tiên tiến về kỹ thuật của Mỹ trong kết cấu cơ khí ô tô, bảo vệ con người như dây an toàn, hay vật liệu thiết bị kiểm soát đường bộ. Tuy nhiên, công nghệ tiên tiến đến đâu cũng không đại diện cho sự hoàn thiện của hệ thống; nếu một số công nghệ không được cải cách, chúng sẽ từ tiên tiến trở thành lạc hậu. Thực tế, trong quản lý giao thông đường bộ ở Mỹ, việc trừng phạt nghiêm khắc sau sự việc (hậu kiểm) được đặt lên hàng đầu nhưng lại lỏng lẻo; việc cứu hộ khẩn cấp giữa sự việc (trung kiểm) không tiếc chi phí công nghệ nhưng lại lợi bất cập hại; còn hệ thống an toàn phòng ngừa trước sự việc (tiền kiểm) lại bị đặt ở vị trí thứ yếu. May mắn thay, sự "phi đô thị hóa" và ý thức tuân thủ quy tắc hành vi đã bù đắp phần nào khiếm khuyết của hệ thống giao thông đường bộ Mỹ, nhưng điều đó không có nghĩa là vấn đề đã được giải quyết.

Trung Quốc bước vào thời kỳ bùng nổ thực sự của ô tô và đường cao tốc vào khoảng năm 2000. Trước đó, tố chất nhân dân còn thấp và trình độ kinh tế lạc hậu là sự thật khách quan, xã hội trên mọi phương diện đều phải "dò đá qua sông". Thế là, dưới bầu không khí chính trị coi Mỹ là số một, Mỹ là vạn năng, Mỹ là tiêu chuẩn, giới học thuật giao thông rập khuôn học theo Mỹ, "chép bài" của Mỹ. Thể chế phân cấp từ trên xuống dưới của chế độ nhất đảng, hệ thống pháp luật chưa hoàn thiện và bị lệch lạc, giáo dục an toàn và công nghệ yếu kém cứ thế tặc lưỡi cho qua. Nhiều yếu tố trực tiếp dẫn đến việc "dạy không đủ, học không thông, chép không đúng". Phải nói rằng, bài học "quản lý nghiêm trừng phạt nặng" của Mỹ được chép lại tốt nhất, thậm chí là "hậu sinh khả úy". Gậy chính trị và củ cà rốt học thuật cùng được tung ra, hệ thống camera giám sát Thiên La Địa Võng được thiết lập; trước sự việc thì dùng phạt thay quản, sau sự việc thì dùng phạt để định trách nhiệm. Việc cứu hộ khẩn cấp giữa sự việc thì do thiếu hụt hệ thống và ngân sách tài chính, trang thiết bị công nghệ không theo kịp, chuỗi liên kết giữa cứu hỏa, cứu thương và cảnh sát thường xuyên đứt đoạn. Hệ thống an toàn phòng ngừa trước sự việc thậm chí còn tệ hơn cả "người thầy" Mỹ, các mắt xích về con người, phương tiện, đường xá và môi trường đều yếu kém rõ rệt. Bất kỳ một mắt xích yếu kém nào vận hành trong hệ thống giao thông đều không khác gì cạm bẫy và hiểm nguy rình rập. Càng nhiều mắt xích yếu và hiểm nguy, tai nạn càng xảy ra thường xuyên. Để quy kết "vấn đề hệ thống" thành "trách nhiệm cá nhân", các quan chức chính phủ đã dùng mọi thủ đoạn che mắt thế gian, lập ra đủ loại danh mục và râu ông nọ cắm cằm bà kia. "Vấn đề hệ thống" cốt lõi lâu ngày không được giải quyết, con người trong hệ thống vì đủ loại vấn đề và hiểm nguy mà bị đẩy dần ra "mép vực nguy hiểm", cuối cùng mọi trách nhiệm đều đổ lên đầu những nạn nhân gặp họa tại "mép vực" đó. Trong tình trạng trị ngọn không trị gốc này, việc dùng phạt thay quản được đặt ở vị trí cao nhất, quan trọng nhất và cốt lõi nhất.

Ô tô và đường cao tốc ở Canada bùng nổ gần như cùng thời kỳ với Mỹ, nhưng điểm khác biệt là Canada ngay từ đầu đã đặt thiết kế và xây dựng hệ thống an toàn giao thông lên vị trí cao nhất. Điều này có được là nhờ Canada là thành viên của Khối Thịnh vượng chung, tiếng Pháp và tiếng Anh đều là ngôn ngữ chính thức, vốn đã có hệ thống chính trị và kỹ thuật độc lập hoàn chỉnh. Họ không thể học Mỹ hoàn toàn, càng không cần "chép bài" của Mỹ. Về thể chế, "Canada có một tổ chức phi lợi nhuận – Hội đồng các nhà quản trị vận tải cơ giới, bao gồm đại diện từ các tỉnh, vùng lãnh thổ và chính phủ liên bang, thông qua cơ chế thương lượng tập thể để ra quyết định về các vấn đề cấp phép, đăng ký và quản lý vận hành liên quan đến vận tải cơ giới và an toàn đường bộ. Tổ chức này đồng thời tiếp nhận các thành viên hợp tác từ khu vực tư nhân và các cơ quan chính phủ khác để tham vấn ý kiến chuyên gia trong phát triển chiến lược và dự án." Có thể thấy, các yếu tố trong hệ thống giao thông đường bộ được thúc đẩy một cách tổng thể. Về kỹ thuật, tổ chức này cho rằng "phương pháp hệ thống an toàn nhận ra rằng phần dễ bị tổn thương nhất trong hệ thống là con người không được bảo vệ, vì vậy phải thiết kế xoay quanh họ." Điều này hoàn toàn phù hợp với "Định luật chiếc thùng gỗ" của nhà quản lý học Lawrence Peter, tức là dung tích của thùng gỗ được quyết định bởi tấm ván ngắn nhất.

Điều thú vị là, ngay từ năm 1999, Bộ Giao thông Vận tải Mỹ đã cử một đội ngũ thuộc Cục Đường cao tốc Liên bang đến bốn nước Thụy Điển, Đức, Pháp, Anh để khảo sát. Báo cáo hình thành sau đó nhận định rằng "phát hiện nhiều thực tiễn kỹ thuật giao thông khác với cách làm của Mỹ, trong đó sự khác biệt rõ rệt và trực quan nhất là hệ thống thiết bị kiểm soát giao thông mà châu Âu sử dụng, rất đáng để Mỹ tham khảo và học hỏi." Thế nhưng phải đợi hơn 20 năm sau, khi Đạo luật Cơ sở hạ tầng của hai đảng năm 2021 được thông qua, Mỹ mới thực sự thừa nhận vấn đề và sai lầm, đưa ra quan điểm: "Quá khứ của Mỹ tập trung vào việc 'làm thế nào để con người sử dụng hệ thống giao thông an toàn hơn', từ nay về sau nên là 'làm thế nào để hệ thống giao thông cung cấp dịch vụ di chuyển cho con người an toàn hơn'. Phương pháp hệ thống an toàn tập trung vào phòng ngừa chủ động thay vì các chiến lược thụ động nhằm giảm thiểu tai nạn." Canada vừa là họ hàng xa vừa là láng giềng gần của Mỹ, đi lại thường xuyên, nhưng Mỹ trước vấn đề hệ thống an toàn giao thông đường bộ lại coi như không thấy, chứ đừng nói đến việc học tập. Còn Trung Quốc thì sao? Hầu như tất cả mọi người trong hệ thống đều đã hình thành thói quen trong các vấn đề và sai lầm suốt bao năm qua. Họ có thể biến "đường Thục khó hơn lên trời" thành đại lộ bằng phẳng, nhưng nếu muốn họ thay đổi thói quen, điều đó gần như là lấy mạng họ vậy.

Tôi đã dành nhiều năm nỗ lực giải quyết bài toán khó của thế giới về tai nạn giao thông, ùn tắc và ô nhiễm. Trung Quốc là bài toán khó nhất trong số các bài toán khó, và tôi dường như đã sinh nhầm chỗ, định sẵn sẽ bị "khắc tử" bởi hầu hết những người coi vấn đề và sai lầm là thói quen. Nếu đưa những khó khăn và hiện tượng của hệ thống giao thông đường bộ vào các vấn đề và mâu thuẫn lâu đời của xã hội loài người, không khó để nhận ra rằng: nếu cơ chế ra quyết định bị sai, hệ thống sẽ gặp vấn đề, và con người trong hệ thống sẽ gặp nguy hiểm vì vấn đề không được giải quyết, cho đến khi tử nạn. Những người xây dựng hệ thống, để tránh phải chịu lỗi, đã thuận tay định tính và đẩy trách nhiệm cho những "kẻ yếu" trong vòng nguy hiểm và tử nạn đó. Đây là một vòng lặp chết chóc, và dưới chế độ tập quyền trung ương cùng hệ thống phân cấp, vòng lặp này lại càng dễ hình thành hơn. Khi mô hình chính trị bám rễ trở thành mô hình tư duy được mọi người công nhận, con người ta sẽ vô tình đưa mô hình chính trị vào việc quản trị các loại hệ thống xã hội mà quên mất rằng các hệ thống khác nhau có hệ sinh thái khác nhau. Ví dụ, mô hình điều độ trung tâm và tích hợp hệ thống rất phù hợp cho vận hành đường sắt, vì đường sắt là môi trường hoàn toàn khép kín với quỹ đạo và đầu mối, mọi nhu cầu và hành vi cá nhân của hành khách đều được tập thể hóa. Nhưng giao thông đường bộ là một hệ sinh thái vận hành mở, mỗi cá nhân đều có nhu cầu và hành vi riêng, có phán đoán và ý chí riêng, không thể và không nên hoàn toàn phục tùng sự điều độ trung tâm của tích hợp hệ thống. Nếu đưa từng cá nhân trong giao thông, từng cá nhân trong xã hội vào sơ đồ tổ chức hệ thống để thống nhất và điều khiển cao độ, nếu hệ thống xảy ra vấn đề và sai lầm, tất cả mọi người đều phải gánh chịu, đó là rủi ro cực lớn và cũng là sự thiếu trách nhiệm lớn nhất.

Trước đây, khi muốn làm cho doanh nghiệp lớn mạnh, tôi phải để ý đến cảm nhận của nhiều quan chức và chuyên gia cùng ngành. "Trồng hoa nhiều hơn, trồng gai ít lại" là một trong những tín điều của người Trung Quốc dạy nhau không được đắc tội với người khác, tôi buộc phải yêu cầu ngôn luận của mình giữ vẻ ôn hòa nhất có thể. Còn bây giờ, tôi ít vướng bận hơn, nghiên cứu của tôi rộng hơn và sâu hơn. Hơn mười video liên tiếp tôi đăng tải không còn ẩn dụ nữa mà trực diện vào sự thật và chân tướng, thậm chí dùng giọng điệu chửi thề để phê phán. Từ lượng lớn bình luận và thảo luận cho thấy, ngoại trừ một số rất ít người vẫn còn kẹt lại trong việc coi vấn đề và sai lầm là thói quen, đại đa số mọi người đều tán đồng và ủng hộ nội dung video của tôi.

Nếu có thể tiếp xúc với những cựu binh chiến tranh Việt Nam, đó chắc chắn là điều tôi mong đợi trong hành trình Pattaya, cũng là việc có thể gặp chứ không thể cầu. Có lẽ vì số ngày lưu lại đủ nhiều nên cơ hội đã đến cùng vận may. Biển hiệu "Dollars Cafe" của quán cà phê đó rất nổi bật, mấy chiếc bàn trong sân trước cửa luôn có những ông tây da trắng ngồi. Một phần bánh mì kẹp trứng và cà phê đá chỉ mất 3 đô la, tôi đã dành thời gian ở đó suốt mười mấy ngày liên tục. Khi Joseph W. được một người phụ nữ trung niên da vàng hơi đậm người dắt tay bước vào, chỉ còn bàn của tôi là có chỗ trống. Ông ngồi xuống không lâu sau đã mở ra cho tôi một cửa sổ để một cựu binh Mỹ nhìn vào nước Mỹ và thế giới.

"Hello Sir, tôi là một nhà văn tiếng Trung, cách đây không lâu tôi có sống ở Los Angeles, Mỹ một thời gian." Cuộc đối thoại được tôi khởi xướng bằng vốn tiếng Anh bập bẹ. Theo tuổi tác của ông, nếu là giữa người Trung Quốc với nhau, tôi cần gọi là lão tiên sinh, bậc cao niên hay đại gia. Việc dán nhãn nổi bật cho từng người là thói quen của người Trung Quốc, còn khi ra khỏi Trung Quốc, chỉ cần gọi là Sir hoặc Miss. Sau đó Joseph W. tự giới thiệu về mình, chỉ cho tôi xem những vết sẹo trên đùi và bụng, đó là dấu tích để lại từ cuộc chiến ở Việt Nam. Tôi soạn một đoạn văn trên điện thoại dịch cho ông xem về trải nghiệm ngắn ngủi của mình: tại sao bị trục xuất khỏi Mỹ, tại sao đi du lịch, và sắp tới sẽ đi Nhật Bản. Ông rất cởi mở và kiên nhẫn, chấp nhận đeo một bên tai nghe dịch thuật của tôi, cuộc trò chuyện và chia sẻ trở nên suôn sẻ hơn.

"Cầu Chúa phù hộ và cảm thông cho hoàn cảnh của anh khi phải đối mặt với họng súng của thế giới hỗn loạn và thời đại hỗn loạn này. Tôi không hiểu rõ tình hình Trung Quốc, nhưng tôi biết Trump đang dùng cái mà ông ta coi là thành công trong kinh doanh để quản trị xã hội Mỹ và đối diện với thế giới. Cương lĩnh và khẩu hiệu tranh cử của Trump đáp ứng nhu cầu của đại đa số người dân Mỹ bình thường nhất, nhưng những hành động và biện pháp chính trị của ông ta sau khi lên nắm quyền lại làm ảnh hưởng trực tiếp đến nhóm người bình thường và tầng lớp thấp nhất, khiến họ không thể sống nổi. Tài sản của người giàu đang tăng lên, nhưng mức tiêu dùng của những người nghèo không có tài sản cũng đang tăng theo."

"Trước khi Trump đắc cử tổng thống lần đầu, tôi từng đọc tiểu sử của ông ta, ông ta từng thất bại nhiều lần trong lĩnh vực bất động sản, nhưng lần nào cũng dùng thủ đoạn và ý chí của mình để giành được thành công huyền thoại trong nghịch cảnh. Tôi từng là người ủng hộ Trump, cũng coi xã hội Mỹ là nơi hướng đến để khởi nghiệp lần nữa, bởi vì mỗi lần thất bại và vấp ngã mà ông ta từng trải qua chắc chắn sẽ không bao giờ có cơ hội trỗi dậy trong xã hội Trung Quốc. Mãi đến khi ông ta lên nắm quyền lần nữa, coi vấn đề nhập cư như một cuộc chiến và giải quyết bằng vũ lực, coi vấn đề nợ nần là nước Mỹ đang chịu thiệt trong thương mại thế giới, tôi mới nhận ra mình nên học hỏi và suy nghĩ nhiều hơn, nhìn nhận một cách bình tĩnh xem chính quyền Trump sẽ mang lại cuộc sống như thế nào cho nhân dân Mỹ và nhân dân thế giới." Kể từ khi cuộc cải cách mở cửa có các nhà kinh tế tư nhân đến nay, các doanh nhân Trung Quốc một khi đã ngã xuống hầu như không ai có thể thực sự đứng dậy được nữa, trong khi các doanh nhân thành đạt trong mọi ngành nghề ở Mỹ ngày nay, mỗi người đều từng trải qua ít nhất hai, ba lần phá sản và thất bại trở lên.

"Đúng như anh nói, những doanh nhân như Trump ở Mỹ có thể thất bại rồi lại thành công là vì chính trị, luật pháp và xã hội đã cho doanh nhân môi trường và cơ chế cho phép phạm sai lầm và thất bại. Không phải như một số người tưởng tượng rằng luật pháp Mỹ hoàn thiện hay nghiêm khắc đến mức nào. Có quá nhiều người và việc ở Mỹ không thể giải quyết thông qua luật pháp, nhưng lại có thể khiến những người và việc được giải quyết qua luật pháp nhận được sự công bằng và công lý. Không cực đoan, không cai trị, đó mới là chính trị gia theo đúng nghĩa. Phương pháp mà Mỹ dùng dân chủ và tự do để ảnh hưởng và thay đổi thế giới có ít nhất hai con đường: con đường thứ nhất là lật đổ chính quyền ở các nước Thế giới thứ ba để quốc gia đó thay đổi tổng thể sang dân chủ và tự do; con đường thứ hai là cho phép nhiều người từ Thế giới thứ ba vào các quốc gia dân chủ và tự do để làm việc và sinh sống. Con đường thứ nhất Mỹ đã làm được một số, con đường thứ hai Mỹ vẫn luôn thực hiện. Còn Trump thì sao? Chỉ cần có việc kinh doanh để làm, ông ta lấy hòa bình làm cớ để không đi theo con đường thứ nhất. Con đường thứ hai thì đang bị ông ta bịt kín, chỉ mở cửa cho một số ít người quyền quý. Mỗi người Mỹ, mỗi người ở một quốc gia dân chủ và tự do không nên thuộc về một quốc gia cụ thể nào, mà là do Chúa phái đến cho thế giới. Nếu cứ đi theo cách làm của Trump, không những người dân ở Thế giới thứ ba không có được dân chủ và tự do, mà còn khiến ngày càng nhiều người ở Thế giới thứ nhất mất đi dân chủ và tự do." Logic cô đọng, rõ ràng của Joseph W. khiến tôi dễ dàng hiểu được ông đang nói gì, tư duy của ông vượt xa tầm vóc của một cựu binh Mỹ bình thường từng tham chiến tại Việt Nam.

"Thưa ông Joseph W., ông có thể nói cho tôi nghe về cuộc chiến tranh Việt Nam mà năm xưa ông từng trực tiếp tham gia không? Những gì tôi biết được ở Trung Quốc là quân đội Mỹ thảm bại dưới tay quân đội Cộng sản Việt Nam. Bảo tàng Nixon tại quê nhà Yorba Linda của Tổng thống Nixon cũng giới thiệu về thất bại của quân đội Mỹ với tổng cộng hơn 50.000 người chết và hơn 300.000 người bị thương trên chiến trường Việt Nam."

"Thất bại đó của chúng tôi, những con số thương vong đó, đều là sự thật. Tôi chính là người bị thương trên chiến trường Việt Nam, và trong thời gian điều trị tại Pattaya, tôi đã kịp tham gia vào chiến dịch rút quân của Tổng thống Nixon để trở về Mỹ. Cuộc chiến đó, theo một nghĩa nào đó, đã thất bại. Tuy nhiên, mỗi quân nhân Mỹ chúng tôi đều là quân nhân chuyên nghiệp, được giáo dục nhận thức chuyên nghiệp, hiểu rõ mình chiến đấu vì cái gì. Phục tùng mệnh lệnh là thiên chức của quân nhân trên toàn thế giới, nhưng quân nhân Mỹ chúng tôi có quyền từ chối những hành động chiến tranh phi nghĩa, xâm lược và phi nhân tính. Chiến tranh Việt Nam có thể đánh kéo dài nhiều năm như vậy, chúng tôi sẵn sàng đánh, đó là vì quân nhân Mỹ chúng tôi muốn giúp nhiều người hơn có được dân chủ và tự do, ngăn chặn sự bành trướng cai trị cực đoan của chủ nghĩa cộng sản sang các nước Đông Nam Á. Không phải để cướp đất đai của nhân dân Việt Nam, càng không phải dùng thủ đoạn cai trị để hãm hại nhân dân Việt Nam. Thực tế cũng chứng minh chủ nghĩa cộng sản đã bị ngăn chặn ở Việt Nam và Lào, không lan rộng ra Đông Nam Á. Hơn nữa, tại những nơi mà những người cộng sản cai trị cực đoan như Việt Nam và Lào, kinh tế xã hội và đời sống nhân dân từ lâu đã nghèo nàn lạc hậu. Sự tăng trưởng kinh tế của Việt Nam những năm gần đây cũng là nhờ cải cách lớn, cho người dân Việt Nam nhiều tự do, dân chủ và kinh tế thị trường hơn." Ly cà phê kiểu Mỹ dường như đang làm cho Joseph W. hưng phấn hơn.

"Nếu Tổng thống Nixon năm đó không rút quân thì sao?"

"Không có 'nếu như'. Sự khốc liệt và thương vong trên chiến trường, nhân dân và xã hội của hai quốc gia đứng sau cuộc chiến, có lẽ tất cả đều là lý do để Tổng thống Nixon nhân danh hòa bình đưa ra quyết định rút quân. Sau Thế chiến thứ hai, thế giới rơi vào trạng thái Chiến tranh Lạnh. Nền văn minh công nghệ và cuộc sống sung túc của nước Mỹ với nhà nhà có xe, có điện máy vốn bị chiến tranh bào mòn và kéo lùi. Người Mỹ vốn quen sống tốt ngày càng không thể chấp nhận việc cuộc sống trở nên tồi tệ và người thân gặp họa trên chiến trường. Việt Nam lúc bấy giờ, người dân không có xe, không có đồ điện, không có nhà cửa ra hồn, cái họ có là lý tưởng cách mạng được những người cộng sản cực đoan tuyên truyền và nhồi nhét. Họ cực kỳ nghèo khổ nhưng không sợ chết, dùng nguồn lực hữu hạn và những khoản nợ khổng lồ để đổi lấy vũ khí, vật tư viện trợ từ Liên Xô. Trong năng lực tác chiến và mô hình chiến tranh lúc đó, hành động rút quân của Tổng thống Nixon có lẽ là đúng, dùng hòa bình đổi lấy phát triển kinh tế, rồi dùng phát triển kinh tế đổi lấy dân chủ và tự do cho nhiều người hơn theo thời gian. Nhưng đứng từ góc độ tuyên truyền của chính trị gia, định nghĩa chiến tranh Việt Nam là thất bại hay giảm thiểu thương vong thì đều chưa khách quan. Quân đội Cộng sản Việt Nam chết và bị thương hàng triệu người, sự bành trướng bạo chính của chủ nghĩa cộng sản Liên Xô bị ngăn chặn, dân chủ và tự do được nhiều người trên thế giới biết đến và tiến bộ hơn, nhìn từ góc độ này, đó rõ ràng là một thắng lợi lớn."

"Cách đây không lâu tôi có đến Việt Nam, người dân ở đó không hề ghi nhớ hận thù của cuộc chiến đó. Giới tinh hoa đang sử dụng đồng đô la, người dân dùng Internet của Mỹ để kinh doanh, và họ cũng đặc biệt thân thiện, nhiệt tình với du khách Mỹ." Tôi thuật lại những hiện tượng mình tìm hiểu được ở Việt Nam cho Joseph W. nghe.

"Đúng vậy, tôi cũng thi thoảng đến đó nghỉ dưỡng. Internet đã giúp người Việt Nam hiểu về thế giới, cũng hiểu về cuộc chiến đó. Chỉ cần Đảng Cộng sản Việt Nam không hạn chế Internet, lưu giữ và trưng bày sự thật cũng như chân tướng cho thế giới thấy, dân chủ và tự do chắc chắn sẽ tiến bộ rất nhanh ở Việt Nam. Mạnh yếu, giàu nghèo luôn tồn tại ngay từ khi con người sinh ra, nhưng tự do và bình đẳng cũng là quyền mà mỗi người có được từ lúc chào đời. Anh nhìn Pattaya đây, mấy chục năm trước đã có người nghèo, giờ vẫn có người nghèo, nhưng họ có thể tự do làm việc và cung cấp dịch vụ, chỗ ở và đồ dùng của họ đều đã được cải thiện. Pattaya có tự do, có sự bầu bạn tốt hơn, có môi trường mà tôi đã quen thuộc, nên tôi đến đây để dưỡng già. Tôi chưa bao giờ cho rằng Mỹ là quốc gia tốt nhất thế giới. Sau khi chiến tranh Việt Nam kết thúc, các sản phẩm công nghệ cao của Mỹ được bán ra toàn thế giới, kiếm tiền của cả thế giới, vậy mà chính quyền Trump lại nói ngược sự thật rằng các nước khác đang lợi dụng nước Mỹ, điều đó không khách quan. Chiến tranh nhập cư, chiến tranh thuế quan đều không phải là việc nước Mỹ nên làm. Việc thực sự nên làm là mở toang cánh cửa dân chủ và tự do cho nhân dân thế giới, để nhiều người trong thế giới dân chủ và tự do hơn nữa phản hồi lại cho toàn thế giới." Người phụ nữ trung niên không ngừng xoa bóp mu bàn tay và cánh tay cho Joseph W., bà dường như không hiểu chúng tôi đang trò chuyện về điều gì.

"Chúa sẽ phù hộ cho anh, anh còn trẻ, nhà văn là một nghề rất tốt. Thế giới cần những nhà văn viết ra sự thật và chân tướng cho mọi người biết, làm sáng tỏ những vấn đề đằng sau sự thật đó cho mọi người thấy."

Tôi nói với Joseph W. rằng mình vẫn chưa đọc hết phần Cựu Ước trong Kinh Thánh và cũng không phải là một tín đồ Cơ Đốc giáo. Ông nói tôn giáo là tự do của mỗi người, Phật giáo nhấn mạnh việc người Thái Lan phải tu tâm dưỡng tính và làm việc thiện, Chúa yêu cầu chúng ta yêu thương người khác như chính mình và sống tử tế. Tin vào Chúa chính là tin vào tự do và bình đẳng.

Hơn 40 vị tiên tri, quân vương, ngư dân, bác sĩ khác nhau đã viết nên Kinh Thánh trong suốt hơn 1.600 năm. Nhà thờ lớn Cologne được xây dựng liên tục trong hơn 600 năm. Hơn 10.000 trường thần học, bao gồm cả các viện đại học chính quy, có mặt trên khắp thế giới. Tại Rome, Ý, trường thần học The Venerable English College (vốn là nhà của những người hành hương thành lập năm 1362) đã có lịch sử hơn 600 năm; còn trường thần học Pontifical Roman Major Seminary thành lập năm 1565 cũng đã trải qua 460 năm. Các trường đại học ở châu Âu thời Trung cổ hầu hết đều có nguồn gốc từ giáo hội, như Đại học Paris, Oxford, Bologna... Có thể nói, các trường thần học chính là cái nôi của giáo dục khoa học.

Trên thế giới có nhiều nhà khoa học nổi tiếng xuất thân từ trường thần học hoặc là linh mục: Georges Lemaître đưa ra mô hình ban đầu của "Thuyết Vụ nổ lớn"; Roger Bacon là người tiên phong trong khoa học thực nghiệm và đưa ra phương pháp duy nghiệm; Nicolaus Copernicus đưa ra "Thuyết Nhật tâm"; Charles Darwin đưa ra "Thuyết Tiến hóa"; René Descartes là người sáng lập triết học và hình học giải tích; André-Marie Ampère là người đặt nền móng cho điện từ học; Michael Faraday là người phát hiện ra hiện tượng cảm ứng điện từ, và còn nhiều người khác nữa.

21. Nhật Bản

Ngày 7 tháng 11, Thủ tướng Takaichi Sanae trong phiên chất vấn tại Quốc hội Nhật Bản đã đề cập rằng "sự cố Đài Loan" có thể cấu thành "tình trạng nguy cấp đối với sự tồn vong" của Nhật Bản. Sự việc nhanh chóng bùng nổ giữa hai nước Trung - Nhật. Ngay ngày hôm sau, Tổng lãnh sự Trung Quốc tại Osaka, Tiết Kiếm, đã đăng tải một bài viết đe dọa trên nền tảng X với nội dung "chặt đứt những cái đầu bẩn thỉu". Chính phủ Trung Quốc lập tức cắt giảm chuyến bay và kiểm soát lượng người du lịch đến Nhật, hủy bỏ hàng loạt hoạt động giữa hai nước, đồng thời gia tăng các cuộc tập trận hải quân và không quân nhắm vào Đài Loan và Nhật Bản. Quan hệ chính trị một lần nữa rơi vào thời khắc căng thẳng lịch sử.

Liệu có đánh nhau không? Những người ở trong nước không khỏi nảy sinh nghi vấn, sự hoang mang này đã kéo dài ít nhất năm năm rồi. Nhớ lại ba năm trước, rồi hai năm trước, đều từng có những giai đoạn xã hội hoảng loạn vì các cuộc tập trận dày đặc quanh eo biển Đài Loan. Truyền thông trung ương và quân đội liên tục phát tin về việc hình thành thế bao vây đảo Đài Loan, phong tỏa đường biển. Trong bầu không khí dư luận về việc thống nhất tổ quốc bằng vũ lực, một bộ phận người dân nắm chặt tay, dâng cao cảm xúc sẵn sàng chiến đấu ủng hộ "vũ thống" (thống nhất bằng vũ lực), nhưng cũng có một bộ phận âm thầm chuyển tài sản ra nước ngoài làm thượng sách, và đại đa số còn lại bàn tán về việc chiến tranh sẽ ảnh hưởng thế nào đến cuộc sống của họ. Các chính trị gia Mỹ hết lần này đến lần khác đến thăm Đài Loan, tiếp đón các chính trị gia Đài Loan; những phát ngôn của các chính trị gia Đài Loan bị đại lục liệt vào danh sách "phần tử Đài độc" luôn được truyền thông công bố rộng rãi ngay lập tức. Thế nhưng, nguồn tin của dân chúng hoàn toàn từ truyền thông chính thống trong nước. Các nền tảng mạng xã hội sẽ lựa chọn điều gì được đăng, điều gì bị cấm, người dân thực sự không biết nước Mỹ đã làm gì để ứng phó với sự kiện eo biển Đài Loan.

Đầu tiên là vào tháng 10 năm 2020, Bộ An ninh Nội địa Hoa Kỳ ban hành chính sách nhập cư mới, quy định rõ ràng việc hạn chế đảng viên Đảng Cộng sản Trung Quốc và thân nhân trực hệ của họ nhập cư vào Mỹ, đồng thời thắt chặt kiểm tra các loại thị thực.

Tiếp đó, vào tháng 9 năm 2024, Hạ viện Liên bang Hoa Kỳ đã thông qua "Đạo luật trừng phạt các cá nhân đàn áp và bạo chính của Đảng Cộng sản Trung Quốc". Nội dung chính của đạo luật này là: nếu Trung Quốc động binh với Đài Loan, Mỹ sẽ thực hiện các lệnh trừng phạt nhắm vào toàn bộ hơn 300 quan chức cấp cao của Trung Quốc cùng thân nhân đã trưởng thành và vợ/chồng của họ, bao gồm tịch thu tài sản, trục xuất, v.v.

Trong năm nay, Mỹ lại ban hành "Đạo luật triển khai đảm bảo Đài Loan" nhằm đảm bảo bình thường hóa quan hệ song phương giữa Mỹ và Đài Loan, tăng cường bán vũ khí cho hòn đảo này, và hạn chế Trung Quốc làm thay đổi hiện trạng eo biển Đài Loan mà Mỹ vốn kiên trì bấy lâu. Đạo luật này sau đó đã được Tổng thống Trump chính thức ký ban hành vào tháng 12.

Liệu Mỹ có dừng lại ở đó không? Không. Đạo luật Ủy quyền Quốc phòng (NDAA) cho năm tài chính 2026 của Mỹ yêu cầu rõ ràng Giám đốc Tình báo Quốc gia phải công khai đánh giá và tiết lộ tình trạng tài sản của các lãnh đạo cấp cao Trung Quốc.

Loạt lập pháp chính thức này của Mỹ không còn là ý đồ chính trị của riêng cá nhân lãnh đạo hay đảng phái nào. Nội dung của các đạo luật này đều được công khai trên mạng Internet quốc tế, nhưng người dân trong nước không nhìn thấy, cũng không nghe thấy. Ngay cả những người Hoa sống tại Mỹ, đại đa số cũng không chủ động tìm hiểu nên không hề hay biết.

Khi quan hệ Trung - Nhật xấu đi, bạn bè trong nước luôn hỏi tôi quan điểm về việc liệu có xảy ra chiến tranh hay không. Tôi bày ra trước mắt họ sự thật về loạt đạo luật của Mỹ. Dựa trên những sự thật này, áp lực và mâu thuẫn nội bộ của tầng lớp lãnh đạo Trung Quốc chắc chắn là vô cùng lớn. Nếu đánh nhau, lợi ích sát sườn của giới quyền quý sẽ bị hy sinh đầu tiên; nếu không đánh, cảm xúc xã hội đã bị khuấy động suốt mấy năm qua, nếu cứ tiếp tục hô khẩu hiệu và tập trận thì áp lực xã hội "lao dân thương tài" (mệt dân tốn của) cũng sẽ chuyển hóa thành sự hy sinh lợi ích chính trị. Có đánh nhau không? Không có câu trả lời chính xác, nhưng mạch lạc của sự việc đã rất rõ ràng. Cũng có người tiếp tục hỏi, quân sự Trung Quốc rất mạnh, liệu có sợ trừng phạt không? Thực ra có hai điểm: một là nếu Mỹ nắm được người và tiền để trừng phạt thì chắc chắn phải sợ; hai là hãy xem máy bay quân sự Mỹ có tiếp tục bay vào các quốc gia đồng minh chiến lược của Trung Quốc để thực hiện nhiệm vụ như chốn không người hay không.

Chiếc máy bay của Vietnam Airlines từ Bangkok quá cảnh Nha Trang đáp xuống Osaka lúc trời vừa hửng sáng. Ngay khi qua cửa hải quan lấy hành lý, nhân viên an ninh tại cổng sân bay đã chặn riêng tôi lại để kiểm tra hành lý chi tiết. Tôi bất bình hỏi tại sao chỉ kiểm tra một mình tôi, họ giải thích rằng gần đây có nhiều hành khách từ Trung Quốc mang theo hàng cấm hoặc lượng lớn tiền mặt trái phép. Lý do này rõ ràng là khiên cưỡng, vì tôi đến từ Thái Lan, hộ chiếu Trung Quốc, và rõ ràng chuyến bay đó chỉ có mình tôi là người Trung Quốc. Việc bị tăng cường kiểm tra nhắm vào người Trung Quốc là điều tôi đã gặp tại sân bay nhiều nước trong năm nay. Đó là vận đen của cá nhân tôi? Hay là hiện tượng phổ biến? Không tài nào biết được.

Lần gần nhất tôi đến Nhật Bản là chín năm trước với tư cách khách du lịch cưỡi ngựa xem hoa. Ấn tượng khi đó là mọi thứ từ ăn ở đi lại đều rất đắt đỏ, nhưng trật tự lại cực kỳ tốt.

Từ thời Tiên Tần, Hán Đường trở đi, khái niệm "Trật tự" (Chì-xù) trong tiếng Trung và tiếng Nhật vốn là thứ tự và cấu trúc từ trên xuống dưới về phẩm cấp, quan chức và bổng lộc. Trong khi đó, từ tương ứng trong tiếng Anh là "Order", hoàn toàn là thứ tự và cấu trúc của các quy tắc xã hội. "Trật tự" và "Order" nhìn qua có vẻ tương đồng về ý cảnh, nhưng thực chất bản chất lại khác biệt.

Năm 1946, nhà nhân chủng học người Mỹ Ruth Benedict đã công bố tác phẩm Cúc và Kiếm nghiên cứu về xã hội Nhật Bản thời Thế chiến II. Nội dung chỉ thẳng vào những hiện tượng kiềm chế, mặc cảm nhục nhã, xiềng xích và mâu thuẫn trong xã hội Nhật thời chiến. "Người Nhật vừa là một trong những dân tộc coi trọng lễ nghi nhất thế giới, vừa là dân tộc có khả năng bộc lộ những hành vi tàn bạo cực đoan mà không có bất kỳ dấu hiệu báo trước nào." "Nhật Bản là một xã hội duy trì trật tự bằng 'nỗi hổ thẹn' thay vì 'tội lỗi'." "Cả cuộc đời người Nhật là quá trình không ngừng trả nợ các nghĩa vụ." "Người Nhật không coi cái tôi là một chủ thể đạo đức độc lập, mà là một nút thắt trong mạng lưới các mối quan hệ."

Năm 2016, học giả nổi tiếng Trung Quốc Hùng Bồi Vân trong thời gian nghiên cứu tại Đại học Tokyo đã xuất bản cuốn Tây Phong Đông Thổ dưới dạng nhật ký, trong đó có câu: "Sự tiến bộ của xã hội không phải do hô hào mà có, mà là do mỗi người từng chút một làm nên."

Với tính cách cá nhân, tôi hy vọng được sống trong một xã hội "Order", hơn là một xã hội "Trật tự" mà lẽ ra tôi phải quen thuộc.

Tôi nói với cô Ngô Tịnh, người giúp tôi làm thủ tục thị thực kinh doanh, rằng tôi đã đến Nhật Bản nhưng hoàn toàn không có sự chắc chắn về việc thuộc về nơi này. Tôi thực sự không gom đủ số vốn để đáp ứng điều kiện khởi nghiệp tại Nhật. Nếu trong thời hạn thị thực 4 tháng mà không hoàn thành việc nộp đủ vốn điều lệ, thuê văn phòng và nhà ở, tôi sẽ lại phải tiếp tục kiếp sống lênh đênh nơi đất khách. Trong cơn tuyệt vọng, kết quả thảo luận giữa Ngô Tịnh và tôi là: dựa trên điều kiện tôi đã xuất bản nhiều đầu sách, có thể thử xin thị thực nghệ sĩ (Artist Visa). Tuy nhiên, việc nắm giữ thị thực kinh doanh 4 tháng mà ngay sau khi nhập cảnh lại xin chuyển đổi sang loại thị thực mới là một rủi ro cực lớn.

Đến lúc này tôi mới biết rằng, nhà văn thuộc phạm trù thị thực nghệ sĩ, có thể nhận được quyền cư trú dài hạn và tư cách làm việc liên quan tại nhiều quốc gia như Nhật Bản hay Pháp. Trong khi ở Trung Quốc, tôi từng bị Hội Nhà văn từ chối kết nạp, dù tác phẩm và thâm niên của tôi hoàn toàn đạt điều kiện và đã qua vòng sơ tuyển, nhưng tôi không thể tìm được cơ quan chính phủ hay trường đại học nào đóng dấu vào đơn gia nhập – một điều kiện bắt buộc. Việc không thể gia nhập Hội Nhà văn đồng nghĩa với việc tác phẩm sẽ không được đưa vào danh sách xét giải thưởng, và không được xác nhận danh xưng nhà văn trên các nền tảng mạng xã hội. Việc một người có phải là nhà văn hay không, ở Trung Quốc thường không do tác phẩm quyết định, mà do con dấu của cơ quan nhà nước. Hội Nhà văn Trung Quốc là một đơn vị cấp Bộ, Hội nhà văn các tỉnh là cấp Sở, hội vừa là đoàn thể xã hội, vừa nằm trong biên chế nhà nước. Một chủ doanh nghiệp tư nhân như tôi, dù mang đủ thứ danh hiệu chức vụ ở chính phủ hay đại học, nhưng trong những việc cụ thể như "bảo chứng cho ngôn luận", làm sao có cơ quan tổ chức nào dám đóng dấu cho đơn gia nhập hội của tôi? Tuyệt đối không thể. Tôi đã xuất bản 7 cuốn sách, đăng hơn 1.000 bài viết, còn 2 cuốn khác không qua được kiểm duyệt, nhưng từ trước đến nay tôi vẫn chỉ tự xưng là nhà văn chứ không phải danh xưng chính thống, nên chưa bao giờ liên tưởng đến việc mình có thể dùng tư cách nhà văn để xin thị thực cư trú dài hạn ở một số nước.

Về rủi ro xin chuyển đổi thị thực, tôi đã tìm đến một văn phòng chuyên nghiệp của người Nhật để tư vấn. Sau hơn một tuần thẩm định hồ sơ, lãnh đạo văn phòng đã khéo léo từ chối giúp tôi làm thủ tục. Lý do là rủi ro quá lớn, chưa có tiền lệ. Nhân viên liên lạc với tôi liên tục xin lỗi mong tôi thông cảm, người Nhật làm việc luôn vô cùng cẩn trọng.

Mười ngày sau, Ngô Tịnh chấp nhận giúp tôi làm lại hồ sơ xin thị thực, mọi giấy tờ cần thiết đều có sẵn, tôi chỉ việc sắp xếp lại. Nếu có được thị thực nghệ sĩ, tôi sẽ không cần Ngô Tịnh giúp những việc đã trả phí trước đó nữa, coi như bù trừ chi phí. Vấn đề sinh tồn đầy sầu não của tôi lại có thêm một lối thoát.

Sự thất vọng của Ngô Tịnh đối với tôi có thể cảm nhận rõ qua ánh mắt và thái độ. Tình trạng kinh tế eo hẹp của tôi định sẵn tôi chỉ là một khách hàng "mua đứt bán đoạn" một lần, chứ không phải là kiểu làm ăn theo chuỗi "all-in-one" từ khách sạn, thuê nhà, văn phòng, đổi tiền cho đến thuê nhân công như lẽ thường.

Những người Trung Quốc định cư lâu năm ở hải ngoại, vào nửa cuối thế kỷ XX đều mang một dấu ấn sâu đậm do chính phủ chủ đạo gán cho họ: "Hoa kiều" – danh xưng đại diện cho việc không thiếu tiền và được tôn trọng. Đầu thế kỷ XXI, giao thương giữa Trung Quốc và thế giới phát triển rầm rộ, ngày càng nhiều người Trung Quốc di cư ra nước ngoài. Chỉ tính riêng di cư sang Mỹ, trong hai mươi năm trước đại dịch, con số tăng thêm đã gần 3 triệu người, gấp đôi tổng lượng người Hoa nhập cư vào Mỹ tính đến cuối thế kỷ XX. Danh xưng cao quý "Hoa kiều" cũng ngày một mờ nhạt đi. Thế nhưng tại lễ duyệt binh quốc khánh Trung Quốc năm 2019, một cặp vợ chồng "Hoa kiều" Anh mà tôi quen biết đã được mời lên Thiên An Môn dự lễ. Cặp vợ chồng đó di cư sang London từ những năm 80, bắt đầu từ một quán ăn nhỏ rồi mở thành nhà hàng lớn, sau đó thành lập thương hội, rồi trở thành người kết nối và địa điểm hoạt động cho các quan chức chính phủ khi sang Anh làm việc. Có quan chức đã nhận định rằng họ có đóng góp cho văn hóa Trung - Anh.

Kể từ sau khi đại dịch COVID-19 bùng phát, lệnh phong tỏa ngôn luận, khó khăn của doanh nghiệp tư nhân, thất nghiệp và đứt nợ vay mua nhà đã khiến dòng người Trung Quốc tìm đủ mọi cách để di cư ra nước ngoài trở nên "vỡ trận". Không có dữ liệu chính thức chính xác từ Trung Quốc, nhưng dữ liệu khảo sát xã hội cho thấy, những năm gần đây lượng người di cư thuần của Trung Quốc mỗi năm lên đến con số hàng chục triệu. Nhiều người Trung Quốc ra hải ngoại đến vậy, trong đó chưa đầy 5% là những người tìm được việc và có thẻ cư trú sau khi du học hoặc thuộc tầng lớp quyền quý, còn đại đa số đều phải lao vào kiếm tiền sinh tồn. Đóng gói kho bãi, làm trang trại, giao hàng, shipper, lái xe công nghệ, quán ăn nhỏ, tiệm massage, homestay, cho thuê xe, bảo hiểm, môi giới nhà đất, môi giới nhập cư, mua hộ, đổi tiền và cả các mảng xám... đủ mọi kiểu bỏ sức lao động kiếm tiền và vắt óc xoay tiền. Mà phần lớn trong số đó chỉ là "nội tuần hoàn" trong cộng đồng người Trung Quốc nhập cư, hoặc "ngoại tuần hoàn" giữa người Trung Quốc ở trong và ngoài nước. Người Trung Quốc dù là đi du lịch hay định cư, chẳng mấy ai nói tiếng Anh lưu loát, càng ít người thực sự am hiểu thế giới Internet kỹ thuật số ở nước ngoài (dù ở trong nước lướt video ngắn và mua sắm online rất thành thạo). Đối mặt với hàng tá công việc, họ thường giao phó cho một người Trung Quốc ở hải ngoại nào đó tiếp cận đầu tiên giúp giải quyết. Thế là một số người Hoa hải ngoại đầu óc nhanh nhạy đã đứng ra làm dịch vụ "trọn gói". Họ tự đội lên đầu chiếc vương miện mỹ miều "nghề nghiệp không phân quý tiện, kiếm tiền là để thoải mái", còn việc có thực sự cao quý hay thoải mái hay không, chỉ lòng họ mới biết. Họ thường xuyên chia sẻ cảnh đẹp, món ngon trên mạng xã hội, giống như tuyệt đại đa số người Trung Quốc: dẫu sống khổ như chó, cũng phải giữ lấy cái thể diện cho mình.

Trong hai ngày đầu mới nhập cảnh, mang theo cả bề dày lịch sử của Nhật Bản lẫn hiện thực của cá nhân, tôi thấy lòng mình muôn phần sầu não. Trong cuộc trò chuyện với Bạc Vọng, tôi nói rằng thực ra Nhật Bản không hợp với mình, anh ta ném lại cho tôi một câu: "Nghìn vàng khó mua được sự hài lòng". Bạc Vọng chắc chắn là người hiểu được nỗi gian truân của tôi, nhưng dẫu sao anh ta cũng không phải là kẻ đang ở trong cảnh không nhà cửa, phải sống dựa vào việc vay mượn để duy trì hành trình và sinh kế. Cái sự khó thấu cảm này còn đến từ Lý Na, một người bạn khác đang định cư tại Nhật. Một ngày nọ, cô ấy đột nhiên gọi điện hỏi tôi rằng, cô ấy có 3-4 người bạn quen thân đều kiên quyết bán nhà ở Nhật, từ bỏ tư cách vĩnh trú để sang Mỹ. Lý Na hỏi tôi tại sao lại có người liên tiếp làm như vậy, trong khi đây là một môi trường vô cùng thân thiện và đáng sống; cô ấy thực sự khó hiểu. Câu trả lời của tôi dành cho Lý Na cũng rất đơn giản: "Một quốc gia hay xã hội có thể cho phép những người ở tầng lớp đáy, những người gian nan nhất, kiếm được mức thu nhập tương xứng với kinh tế xã hội chỉ bằng sức lao động trong thời gian ngắn nhất hay không – đó chính là điều kiện cơ bản nhất để đánh giá xã hội đó có thân thiện và đáng sống hay không. Và trong suốt nửa thế kỷ qua, một số quốc gia ở châu Mỹ, châu Âu, Đông Nam Á vẫn luôn như vậy, mà Mỹ lại là nơi có nhiều cơ hội và không gian nhất." Tất nhiên, tôi không nói với Lý Na về những gì đang xảy ra ở Mỹ, bởi những tình tiết đó sẽ rất dài dòng.

Đứng từ góc nhìn của một du khách để quan sát xã hội, thị trường và môi trường Nhật Bản, từ những thứ lớn lao như hệ thống chuyển tàu điện ngầm, tàu điện nhẹ, tàu cao tốc tỏa đi khắp ngả, cứ đến là đi, đi là đến; cho đến những thứ nhỏ nhặt như các suất ăn chế biến sẵn rực rỡ sắc màu, đủ vị trong siêu thị và cửa hàng tiện lợi; rồi những đồ dùng nội thất tuyệt đối tinh tế và sạch sẽ trong những căn phòng dù rộng rãi hay chật hẹp; hay từng món quần áo không cần nhìn thương hiệu cũng cảm nhận được chất liệu qua xúc giác... tất cả đều mang lại cho con người cảm giác về công nghệ, sự thông minh và thoải mái ở khắp mọi nơi. Trên các con phố, ngõ nhỏ, có quá nhiều người đẩy những chiếc vali lớn nhỏ đi về phía nhà ga, khách sạn hay khu dân cư. Tại sao? Vì sự tiện lợi, vì gần như toàn bộ hệ thống đường dành riêng cho người đi bộ đều bằng phẳng, sạch sẽ và kết nối không kẽ hở. Tỷ lệ phổ cập bồn cầu thông minh ở đây dẫn đầu tuyệt đối trên toàn cầu, và các thiết bị tiện ích, an toàn dành cho trẻ em, người già, người khuyết tật cũng có tỷ lệ phổ cập dẫn đầu tương tự. Quan trọng hơn, mặt trái của sự hoàn hảo đến mức khắt khe và bao phủ toàn diện đó là một không gian tiêu dùng và cung ứng đa tầng. Ở nhiều khu vực, giá bất động sản rẻ đến mức khó tin, các nhu yếu phẩm như thực phẩm và trang phục cũng có giá trị sử dụng cực cao so với giá thành.

Cơ sở hạ tầng công cộng của xã hội Nhật Bản thuộc hàng đỉnh cao thế giới. Không chỉ ba cường quốc kinh tế đứng đầu là Mỹ, Trung Quốc, Đức không theo kịp, mà ngay cả các quốc gia tư bản kỳ cựu như Anh, Bắc Âu cũng phải lép vế; các trung tâm tài chính thế giới như Thụy Sĩ, Singapore, Hồng Kông cũng khó lòng sánh kịp. Tôi đã đi qua nhiều nước và đọc bài trên các trang web du lịch, mọi người đều đồng thanh nói rằng họ yêu Nhật Bản. Câu nói này có lẽ nhiều người Trung Quốc sẽ không đồng tình, họ cho rằng những "quái kiệt hạ tầng" của Trung Quốc đã tạo ra nhiều kỳ tích kiến trúc như nhà cao tầng, sân vận động, nhà ga và cầu đường với quy mô và mức độ xa hoa vượt xa Nhật Bản. Nhưng đó là vì họ chưa tìm hiểu về Nhật Bản thời kỳ Thế vận hội Tokyo 1964 hay thời kỳ "Thuyết cải tạo quần đảo Nhật Bản" những năm 70 của thế kỷ XX. Nhật Bản khi đó đã rầm rộ xây dựng trên quy mô toàn quốc, nông thôn và thành thị đồng bộ bước vào "cơn lốc hạ tầng". Về sau này, trên nền tảng của những kỳ tích kiến trúc đó, Nhật Bản bồi đắp thêm sự "tinh tế hoàn hảo", hình thành nên một diện mạo như ngày nay: vừa xa hoa, vừa chất lượng, lại vừa tinh xảo.

Thế nhưng, khi một du khách vì yêu Nhật Bản mà di cư đến đây, chuyển đổi thân phận từ du khách sang người mới nhập cư, cư dân Nhật Bản, thì cảm giác thực tế sẽ hoàn toàn không còn giống như góc nhìn trước đó nữa. Đối mặt với hộ khẩu, thuê nhà, đi lại, bảo hiểm, và quan trọng hơn là phải có một công việc hay việc kinh doanh để bảo đảm cuộc sống – mọi thứ đều là bài toán khó.

Nhật Bản vẫn giữ chế độ quản lý hộ khẩu nghiêm ngặt nhất. Trong vòng 14 ngày kể từ khi nhập cảnh, bạn phải có nơi ở ổn định để đăng ký cư trú (Jumin Toroku), nghĩa là phải tìm được căn hộ hoặc nhà dân phù hợp điều kiện; không phải căn hộ hay nhà dân nào cũng được, còn khách sạn và các địa điểm kinh doanh thì tuyệt đối không. Tôi đã phải bỏ ra

20.000 Yên, nhờ Ngô Tịnh tìm một chỗ ở tại Osaka để đăng ký tạm thời, số tiền đó chỉ giới hạn cho việc đăng ký trong một tháng. Sau đó, tôi đến thành phố Kawasaki, tỉnh Kanagawa để thuê nhà. Khi đến văn phòng chính quyền (Yakusho) để làm thủ tục đăng ký cư trú, tôi được thông báo rằng phải làm thủ tục chuyển đi từ Osaka trước, có bản gốc giấy tờ chuyển đi mới được làm thủ tục chuyển đến. Tôi lại phải khẩn thiết nhờ Ngô Tịnh giúp đỡ, dùng giấy ủy quyền của tôi để cô ấy đến trực tiếp văn phòng ở Osaka làm thủ tục chuyển đi rồi gửi cho tôi. Trong suốt quá trình làm thủ tục chuyển đến, chuyển đi, không thể thiếu các loại giấy tờ viết tay, để rồi cuối cùng nhận lại được một tờ "Phiếu cư trú" (Juminpyo). Một xã hội Nhật Bản với công nghệ bán dẫn dẫn đầu tuyệt đối, ứng dụng Internet và kỹ thuật số hiện diện khắp nơi, vậy mà lại làm khổ từng người dân bằng những thủ tục rườm rà như thế.

Giá bất động sản ở nhiều khu vực rẻ đến khó tin không đồng nghĩa với việc tiền thuê nhà sẽ thấp. Nói Nhật Bản thiếu nhà thì chắc chắn là nói bừa, nói dân số biến động quá lớn khiến cung không đủ cầu cũng không thực tế; đi dọc đường có thể thấy nhà trống treo biển cho thuê ở khắp nơi. Vấn đề nằm ở chỗ, các chủ nhà rất đoàn kết trong việc giữ giá thuê, ai muốn thuê thì thuê, không thì thôi, mà đã thuê là phải trả thêm một khoản "tiền lễ" (Reikin) tương đương một tháng tiền nhà. Dựa trên việc tìm nhà và hỏi giá ở nhiều nơi, tôi ước tính sơ bộ rằng tỷ lệ lợi nhuận đầu tư hàng năm của nhà cho thuê phổ biến ở mức 8%, 10% hoặc cao hơn. Người thuê phải tự chi trả thêm tiền điện, nước, ga, Internet. Một mình tôi sống trong căn hộ khoảng 20 mét vuông, tổng chi phí hàng tháng ngoài tiền thuê nhà đã mất hơn 20.000 Yên. Điều khiến tôi đau đầu nhất là khi đăng ký lắp mạng băng thông rộng, thời gian sớm nhất để nhân viên đến lắp đặt cũng mất gần một tháng. Chuyện này ở Trung Quốc có lẽ chỉ mất hai ba ngày, ở Mỹ chỉ cần đăng ký qua mạng, đóng phí, rồi nhận thiết bị gửi đến và tự lắp đặt đơn giản trong vòng 3-5 ngày.

Về phương diện đi lại, Nhật Bản đặt ra một cửa ải khó khăn cho mỗi người mới đến – lái xe. Đầu tiên là bằng lái, chỉ có bằng lái của một số ít quốc gia và vùng lãnh thổ mới có thể lái xe tại Nhật; bằng lái Mỹ thì một số ít bang được chấp nhận, đa số thì không; hiệu lực của bằng lái quốc tế do các nước tham gia các công ước giao thông khác nhau cấp cũng rất khác biệt tại Nhật. Thứ hai là việc xin cấp bằng lái Nhật Bản, quá trình chuyển đổi và thi cử là một quy trình gian nan và kéo dài (từ ba tháng đến nửa năm). Thêm vào đó là việc đỗ xe vừa khó vừa đắt, bãi đỗ xe trên mặt đất ít, bãi đỗ xe trong nhà hoặc dưới hầm nhiều, đặc điểm chung là giá cao, từ 200-400 Yên hoặc hơn cho mỗi giờ. Khi nhiều người buộc phải chọn phương tiện đường sắt vì lái xe quá khó, dẫu mạng lưới đường sắt dày đặc dẫn đầu thế giới, thì hiện tượng tạm dừng hoặc trễ chuyến kéo dài đột ngột lại trở thành thói quen mà hành khách buộc phải chấp nhận trong bất lực. Ngoài giá tàu điện ngầm và tàu điện nhẹ trong thành phố cao, giá vé tàu Shinkansen cũng có thể coi là dẫn đầu thế giới, vé cho một giờ hành trình đã vượt quá 6.000 Yên.

Nhiều bệnh viện không cần đặt lịch trước, đến là khám ngay, mức tự chi trả 30% trong phạm vi bảo hiểm y tế quốc dân là rất dễ chấp nhận. Các loại thuốc tim mạch tôi uống thường xuyên như Aspirin tan trong ruột và Atorvastatin Calcium có giá cho 4 tháng chỉ khoảng 1.500 Yên. Thế nhưng, tôi phải gánh khoản phí bảo hiểm y tế hàng tháng là 9.800 Yên; ngoại trừ du học sinh có thể xin miễn giảm, so với những người có thu nhập khác phải đóng nhiều hơn thì mức đóng của tôi được coi là thấp rồi. Ngoài ra, tôi còn phải đối mặt với khoản đóng quỹ hưu trí quốc dân (Nenkin) là 17.510 Yên mỗi tháng.

Những người mới di cư đến Nhật chắc chắn cần một công việc hoặc việc kinh doanh để bảo đảm cuộc sống. Với thị thực kinh doanh (Kuei-kanri) theo chính sách mới, việc đăng ký công ty, thuê nhà ở và văn phòng, thuê ít nhất một nhân viên… khiến chi phí cố định hàng năm lên tới ít nhất 6 triệu Yên. Đây là một thách thức, thậm chí là rủi ro cực lớn đối với đại đa số những người khởi nghiệp. Điều kỳ quái nhất là bất kỳ ai thuộc diện thị thực nào, sau khi nhập cảnh chỉ có thể đăng ký thẻ rút tiền của ngân hàng bưu điện (Yucho Bank), giới hạn ở chức năng gửi và rút tiền mặt. Phải sau 6 tháng mới có thể đăng ký thẻ ngân hàng bình thường. Những người nhập cảnh bằng các loại thị thực khác cho phép tìm việc, về lý thuyết thì dễ tìm việc làm ở các công xưởng hay kho bãi vốn đang thiếu nhân công, nhưng trên thực tế, những hạn chế về phạm vi công việc của thị thực, thẻ ngân hàng, đào tạo kỹ năng hay chứng chỉ… đã hạn chế rất lớn không gian và thời gian tìm việc.

Từ một du khách trước đây đến cư dân hôm nay, nhìn lại những sai lệch trong hệ thống giao thông và xã hội mà tôi hằng thảo luận, sự khác biệt giữa cấu trúc phẩm hàm của "Trật tự" trong tiếng Hán và quy tắc "Order" trong tiếng Anh, sự kiềm chế, mặc cảm, xiềng xích và mâu thuẫn trong Cúc và Kiếm, hay câu nói trong Tây Phong Đông Thổ: "Sự tiến bộ của xã hội không phải do hô hào mà có, mà là do mỗi người từng chút một làm nên"… tất cả xã hội Nhật Bản hiện ra trước mắt tôi vô cùng rõ nét. Những quan điểm khác nhau của những người từ các thế giới khác nhau cũng hiện ra vô cùng rõ nét. Sự tiến bộ của xã hội Nhật Bản được đổi lấy bằng cái giá như thế nào, người dân đã, đang và sẽ phải tiếp tục trả giá ra sao, có lẽ chỉ mỗi người dân Nhật Bản bình thường mới có cảm nhận thực tế nhất.

Ở hai đầu cán cân, một bên là tỷ lệ nợ chính phủ trên đầu người của Nhật Bản cao gấp đôi Mỹ, thuế thu nhập trên lương cao hơn Mỹ gấp đôi, mức thuế doanh nghiệp 35% và thuế thu nhập cá nhân 45% gần như khiến doanh nghiệp và cá nhân nghẹt thở; bên còn lại là Nhật Bản vẫn dùng hành động để theo đuổi sự hoàn hảo cực đoan, thể hiện chủ yếu qua việc đầu tư ngân sách cho các công trình và dịch vụ công cộng. Chỉ riêng về giao thông đường bộ, việc hy sinh sự tiện lợi của nhiều người trong việc lái xe dẫn đến chi phí đi lại đắt đỏ, dẫu các chỉ số an toàn giao thông như "tỷ lệ tử vong trên vạn dân/xe, tỷ lệ tử vong trên 100 km" đã thuộc hàng thấp nhất thế giới, họ vẫn đang vắt kiệt nỗ lực theo kiểu "vắt nước từ chiếc khăn khô" để giảm thêm tỷ lệ tai nạn. Đến mức từ đầu năm 2026, họ giảm hạn chế tốc độ trên mọi tuyến đường công cộng trong khu dân cư xuống dưới 30 km/h, trong khi trước đó là dưới 60 km/h.

Có người sẽ nói rằng, điều dẫn đến thực trạng của Nhật Bản hôm nay là do diện tích đất đai nhỏ, nhiều núi, ít đất canh tác. Nhưng một sự thực khác là đất nông nghiệp ở vùng nông thôn Nhật Bản rất rẻ, không gian và cơ hội phát triển canh tác nông nghiệp còn rất lớn. Có lẽ người Trung Quốc hay người Nhật Bản trong hệ tư tưởng ngôn ngữ Hán không thể nhìn ra và không muốn tin vào những vấn đề và sai lầm của chính mình, thay vào đó họ tin tưởng hơn rằng mình đã tiến bộ. Điều kỳ quái hơn nữa là, "du khách" trên toàn thế giới đều nhìn thấy và tin rằng Nhật Bản đã tiến bộ, Trung Quốc đã tiến bộ.

Bạc Vọng đã giới thiệu cho tôi một buổi tọa đàm đọc sách "Tái tạo Trung Quốc tại Tokyo" (tác giả Phó Quốc Dũng). Người tổ chức là Shuke, một blogger nổi tiếng với khả năng viết lách, sở hữu hàng triệu người theo dõi. Địa điểm được chọn gần khu phố hiệu sách cũ ở Jimbocho.

Trước buổi gặp, tôi đã tham gia vào nhóm người hâm mộ mà Shuke vừa lập riêng cho sự kiện. Anh ấy liên tục gửi tin nhắn thoại trong nhóm, chủ yếu để chia sẻ về ý tưởng tổ chức buổi đọc sách đầu tiên sau khi định cư tại Tokyo. Anh cũng kỳ vọng sau này sẽ có buổi thứ hai, thứ ba, giống như cách các bậc tiền bối cách mạng cách đây một trăm năm khi du học tại Nhật đã truyền bá tư tưởng, thậm chí còn hy vọng mọi người sẽ đề cử ra một hội trưởng.

Việc dùng sức ảnh hưởng để thúc đẩy tiến bộ lịch sử hay làm biến đổi cấu trúc xã hội chính là thước đo mà thế giới dành cho những con người kiệt xuất—những kẻ dám đứng giữa dòng xoáy thời đại. Điều Trung Quốc thiếu, chưa bao giờ là những "ngôi sao mạng", những blogger triệu người theo dõi hay tầng lớp quyền quý; thứ thực sự thiếu chính là những con người như vậy. Nếu quả thật xuất hiện một thanh niên mang trong mình nhiệt huyết ấy, đó hẳn sẽ là một may mắn lớn lao cho xã hội Trung Quốc.

Phố sách cũ Jimbocho vẫn gần như không đổi suốt hơn một thế kỷ. Thỉnh thoảng chỉ có thêm vài hiệu sách mới, hoặc một không gian văn hóa nhỏ chen vào giữa những cửa hiệu cũ kỹ. Hôm diễn ra buổi đọc sách, tôi đến từ sớm, đi dạo một vòng. Ngay lối vào hiệu sách Uchiyama gần trăm năm tuổi, người ta trưng bày nổi bật những cuốn sách khổ lớn với bìa đỏ và vàng—những tác phẩm về tư tưởng chính trị và tầm nhìn toàn cầu của các nhà lãnh đạo Trung Quốc. Lịch sử, nhân văn, y học... trên những giá sách ấy luôn có những cuốn sách cổ điển quý giá, khiến người ta cầm lên rồi không nỡ đặt xuống.

Đứng ở năm 2025 mà ngoái nhìn lại một thế kỷ trước—cuối thời Thanh, đầu thời Dân Quốc—biết bao con người đã qua lại giữa Trung Quốc và Nhật Bản, dừng chân tại Đại học Tokyo, Waseda, và cả Jimbocho này. Văn hóa, nghệ thuật và khoa học châu Âu khi ấy dĩ nhiên đã "xông thẳng vào" Trung Quốc, nhưng nơi gieo những hạt giống đầu tiên của một nền văn hóa mới, không nghi ngờ gì, lại chính là Nhật Bản. Trong số hai, ba vạn du học sinh năm đó, có những cái tên mà lịch sử không thể quên: Tôn Văn, Trần Độc Tú, Lỗ Tấn, Trần Dần Khắc, Vương Quốc Duy, Lý Đại Chiêu, Hồ Thích, Tống Giáo Nhân, Thu Cẩn... Lịch sử đủ để chứng minh: xã hội Nhật Bản khi ấy và dân gian Trung Quốc từng có một thời kỳ thân thiện hiếm có. Nhưng với triều Thanh và chính quyền Dân Quốc, tất cả những điều đó lại giống như đổ thêm dầu vào một ngọn lửa vốn đã cháy dữ giữa nội loạn và ngoại xâm.

Trong những du học sinh ấy, tồn tại hai lập trường rõ rệt: một bên là những người bảo vệ trật tự cũ, một bên là lớp thanh niên mới khao khát dân chủ và tự do.

Vương Quốc Duy là một trong những người thuộc về phía trước—những kẻ tiếc thương một triều đại đã mất, phẫn uất trước sự suy yếu, và lựa chọn trung thành với trật tự mà họ gọi là "ái quốc". Ông chọn cái chết như một cách khép lại tất cả—"chỉ còn thiếu một cái chết mà thôi".

Sau khi qua đời, ông được Phổ Nghi truy tặng thụy hiệu "Trung Khác". Có lẽ cũng không cần vội vàng phán xét một con người bằng chuẩn mực đạo đức của hậu thế. Con người không phải cỏ cây; đã từng nhận ân huệ, thì khó tránh khỏi việc đáp lại bằng lòng biết ơn. Nhận thức của một người cũng không dễ dàng thay đổi chỉ vì đọc nhiều hay đi nhiều—"nỗi đau chạm vào da thịt" và "nỗi đau nhìn thấy trên da thịt người khác" vốn dĩ là hai điều hoàn toàn khác nhau.

Dẫu hậu thế thường nói cuộc đời Vương Quốc Duy nhiều trắc trở, nhưng xuất thân của ông không hề tầm thường: có học, có sản nghiệp, có ruộng đất. Ông có cơ hội học tập, du học, rồi giảng dạy tại Đại học Bắc Kinh và Thanh Hoa, tham gia vào đời sống học thuật và chính trị của thời đại. Những điều mục nát của triều đại ấy, ông không thể không biết. Nếu còn có thể cứu vãn, có lẽ ông cũng từng muốn góp sức. Thế nên mới có một Vương Quốc Duy vừa viết nên những câu như: "Ngàn năm tráng lệ, ông có biết chăng?", vừa cố chấp giữ lại bím tóc và tự nhận mình là di dân nhà Thanh. Ông từng nói "trên đất Trung Hoa không còn mảnh đất sạch", nhưng lại coi một góc Di Hòa Viên là nơi thanh sạch cuối cùng.

Buổi đọc sách của Shuke có hơn ba mươi chiếc ghế, kín chỗ. Mỗi người trả 2000 yên để tham dự. Cuốn "Tái tạo Trung Quốc tại Tokyo" xoay quanh những du học sinh từng tụ hội tại đây. Năm 1905, Đồng minh hội ra đời; những người trẻ tuổi bắt đầu mưu tính thay đổi vận mệnh quốc gia. Lương Khải Siêu kêu gọi "tân dân", nhấn mạnh việc khai mở trí tuệ và tinh thần của người dân; những người như Thu Cẩn thì chọn hành động, thậm chí là cái chết, để chống lại chế độ chuyên chế.

Buổi đọc sách bắt đầu với sự sôi nổi, nhưng kết thúc trong sự nhạt dần. Cuối cùng, chỉ bán được tám cuốn sách.

Ngày hôm sau, dựa trên những gì Shuke từng nói trong nhóm và tại buổi đọc, tôi hỏi thẳng trong nhóm: buổi đọc sách này rồi sẽ tiếp tục như thế nào—một cộng đồng, một hoạt động, hay chỉ đơn giản là một mô hình kinh doanh cá nhân? Câu trả lời rất rõ: không nói chính trị, không nói lý tưởng—chỉ là kinh doanh. Ngay sau đó, anh thông báo rằng nhóm nên "giữ im lặng", hạn chế phát biểu—nói cách khác, đó sẽ là một không gian chỉ có một tiếng nói.

Tôi chợt nhớ đến lời anh nói hôm trước: dù đã sang Nhật, nhưng tài khoản công khai vẫn do đội ngũ ở Thượng Hải vận hành, để tránh việc người theo dõi trong nước thay đổi thái độ. Những người theo dõi đó—hàng triệu người—phần lớn đến từ thời kỳ phong tỏa ở Thượng Hải, khi họ bị giữ trong nhà, còn anh mỗi ngày đăng những bài viết thể hiện lập trường. Nghe nói anh từng bị "mời làm việc", tài khoản cũng từng bị khóa.

Không lâu sau, anh viết một bài, lấy chính câu hỏi của tôi làm bối cảnh, và diễn giải nó thành việc tôi phản đối việc thu phí. Tôi phải lập tức nhắn riêng giải thích: tri thức có giá—điều đó là bình thường ở bất cứ đâu; tôi chỉ muốn hiểu mô hình. Bởi trước đó, anh từng nói đến lý tưởng—và tôi đã tin.

Chưa đầy hai mươi ngày sau, một khái niệm gọi là "đường chém" lan truyền trên mạng. Anh nhanh chóng viết theo, lần này là bài viết trả phí—thu hút hàng nghìn người trả tiền. Nhưng rồi một blogger khác, người viết trước, công khai cáo buộc anh "viết lại từ người khác". Anh phủ nhận. Không có câu chữ trùng lặp, anh nói vậy. Thái độ điềm tĩnh, phản hồi trực tiếp, dáng vẻ như một người đứng ngoài mọi ồn ào—"không liên quan đến tôi, trong sạch tự chứng". Bên dưới, người hâm mộ để lại vô số bình luận—mơ hồ, nhưng đủ để củng cố hình ảnh ấy.

Buổi đọc sách. Lý tưởng và kinh doanh. "Đường chém". "Viết lại". Tất cả những điều này diễn ra trong một khoảng thời gian ngắn đến mức tôi không thể không nối chúng lại với nhau.

Nói cho cùng, "đường chém" là câu chuyện ở nước Mỹ—xa xôi và phần nào vô can với đa số người Trung Quốc. Ở Trung Quốc, có hàng chục triệu—thậm chí hàng trăm triệu—đứa trẻ bị bỏ lại phía sau, thiếu thốn tình cảm và lớn lên trong nghèo khó. Có những người trưởng thành chỉ cần không trả nổi tiền nhà là lập tức rơi xuống đáy, trên còn cha mẹ, dưới còn con cái. Có những người mất việc, thất bại, không đóng nổi bảo hiểm xã hội, bị cắt cả bảo hiểm y tế lẫn hy vọng về tuổi già.

Những con người đó—mới thực sự là những người đang sống dưới "đường chém".

Trong khi đó, những bản kế hoạch xây dựng "cường quốc" vẫn liên tiếp được đưa ra, ngành này nối ngành khác. Nhưng những người ở tầng thấp nhất—những người đang thực sự chống đỡ tất cả những kế hoạch ấy—lại từ lâu không nằm trong bất kỳ kế hoạch nào về việc cải thiện thu nhập của họ.

Giữa lúc tâm thần quẫn bách, con quỷ dữ lại một lần nữa vung roi quất vào người tôi: "Rốt cuộc bao giờ ông mới bắt đầu kiếm tiền? Bao giờ mới có tiền mang về? Có thể nghĩ cách nào lấy chút tiền ra cho con trai đăng ký kết hôn không? Chúng ta không thể không có tiền để nhà gái khinh thường được! Tại sao ông không thể nghĩ cách nâng đỡ con gái mình?! Tại sao trước khi công ty phá sản ông không rút bớt tiền ra dự phòng?! Tại sao những quan chức bị bắt, những ông chủ sụp đổ kia vẫn có thể để lại cho gia đình đủ tiền sống sung túc?! Tại sao ông không thể như người ta, vững vàng mở công ty kiếm tiền?! Tại sao ông phải phá sản?! Tại sao ông phải phạm sai lầm?! Ông viết bài viết sách mà không đổi ra tiền thì có tác dụng quái gì cơ chứ?! Ông nhìn xem nhân viên công ty ông giờ ai cũng làm chủ, sống sung sướng, sao mỗi ông là không xong thế này?!..."

Tôi không còn sức để đưa ra bất kỳ câu trả lời nào, chỉ thản nhiên đáp lại một câu: "Đúng là chưa thấy quan tài chưa đổ lệ". Cúp máy, tôi đi mua 3 kg than củi.

Nằm trên giường, tôi lả đi với ý nghĩ trước khi đốt than: việc này sẽ gây ra điềm đại hung cho chủ nhà cho thuê. Một đời người, mọi hành vi, sự việc, thân xác đều sống trong thời gian và không gian. Khi thời gian không dung thứ cho con người, ta có thể đổi không gian; khi không gian không dung thứ, ta có thể sống tạm để kéo dài thời gian. Nhưng có hai trường hợp, có lẽ không thể đổi không gian cũng chẳng thể trộm thêm thời gian. Một là khoảnh khắc Chúa muốn mang một người đi; hai là khi thời thế ép người, người ép thời thế đến mức dồn nhau vào chỗ chết mà không có kết quả. Trong cơn mê muội, căn bệnh ngoài da ở mông của tôi lại tái phát, vết nhiễm nấm từ nhà tù di trú đen như than, sừng hóa nứt nẻ, tôi thấy mình đã ở trong một bệnh viện tại Nhật Bản.

"Bác sĩ, tại sao ở Nhật tôi không mua được loại thuốc mỡ trị nhiễm nấm đó? Trước đây ở Trung Quốc, Việt Nam, Thái Lan tôi đều có thể tùy ý mua ở hiệu thuốc, tôi biết cách điều trị mà."

"Kháng sinh ở Nhật thuộc loại thuốc nhóm một, bắt buộc phải có đơn của bác sĩ. Anh phải nói cho tôi biết, anh bị nhiễm nấm trong môi trường nào." Vị bác sĩ hóa ra có thể nghe hiểu và nói được tiếng Trung.

"Nhà tù, trong nhà tù di trú của Mỹ. Mỗi ngày tôi phải ngủ cùng rất nhiều người trong một cái kho lớn, chăn đắp và nệm lót đều là loại thảm lông nhân tạo cứng và ráp, quần áo thì mặc lại của những tù nhân khác."

"Tôi sẽ kê cho anh một đơn thuốc, anh có thể ra hiệu thuốc mua thuốc mỡ."

"Ông có thể cho tôi biết tại sao ở Nhật không thể tùy tiện mua thuốc kháng sinh không? Phiền phức quá! Hồi ở Mỹ, bị cảm sốt bác sĩ chỉ cho uống Ibuprofen hoặc Tylenol, để bệnh nhân tự chịu đựng. Đến Nhật các ông, hễ có bệnh là phải tìm bác sĩ kê đơn, thật là rắc rối. Ông cứ sang Trung Quốc chúng tôi mà xem, đổ bệnh là có đủ loại kháng sinh tự chọn mua, bác sĩ cũng kê nhiều hơn để dự phòng cho lần sau. Ba mươi năm trước ở nông thôn, nông dân chúng tôi còn trộn kháng sinh vào thức ăn để nuôi lợn, nuôi gà."

"Tôi nói nghiêm túc với anh, mỗi quốc gia có hệ thống vệ sinh phòng dịch riêng. Anh không thể dùng thói quen ở Trung Quốc để cho rằng bác sĩ Mỹ không quan tâm bệnh nhân, hay cho rằng khám bệnh ở Nhật quá phiền phức. Lạm dụng kháng sinh, dùng quá nhiều, quá lâu sẽ có hại cho cơ thể, tạo ra vi khuẩn kháng thuốc, khiến việc điều trị sau này trở nên khó khăn hơn. Thuốc thừa, thuốc dư lượng, thuốc vứt lung tung, uống sai cách, hay tồn dư trong thịt động vật đều gây hại cho cơ thể con người và phá hoại môi trường. Tôi đã thảo luận với các bác sĩ Mỹ, những bệnh nhân đến từ Trung Quốc các anh khi bị cảm sốt hay mắc bệnh đều rất khó điều trị vì vi khuẩn kháng thuốc. Không phải dịch vụ y tế của Mỹ hay Nhật không tốt, mà là những vấn đề và sai lầm trong phòng dịch ở Trung Quốc đã bị coi thành thói quen."

"Bác sĩ nói vậy thì tôi hiểu rồi. Tôi nhớ có lần học ở Đại học Harvard, một giáo sư sinh học cũng nói rằng các chỉ số tồn dư kim loại nặng, tỷ lệ phổ biến và phát hiện vi khuẩn kháng thuốc trong cơ thể người nhập cư từ Trung Quốc thường ở mức rất cao."

Một cơn đau nhói nứt toác ở mông làm tôi giật mình, một bàn tay đưa xuống gãi... hóa ra chỉ là một giấc mơ khi ngủ say. Sờ lại mông, làm gì có chuyện tái phát, thật kỳ lạ!

Ngoài cửa sổ trời đã tối, dù chưa đến 6 giờ chiều. Lướt WeChat, trong nhóm của Ngô Tịnh có tin nhắn từ người đại diện hành chính (Gyoseishoshi): Thị thực nghệ sĩ đã được thông qua! Kèm theo đó là một bản sao chứng nhận tư cách.

Tôi liên tục gửi lời cảm ơn trong nhóm. Ngô Tịnh lập tức gọi điện chúc mừng: "Anh quá may mắn rồi! Tuy nhiên, đây không còn là chuyện may mắn có thể giải thích được nữa, đây là một kỳ tích, có lẽ đã phá vỡ tiền lệ về việc người Trung Quốc chuyển đổi tư cách thị thực ngay sau khi nhập cảnh vào Nhật Bản. Từ lúc nộp đơn đến khi phê duyệt chỉ mất 12 ngày! Tất nhiên, tài liệu hỗ trợ đầy đủ, xác thực và thỏa đáng mới là nguyên nhân giúp chính phủ Nhật Bản làm việc hiệu quả đến vậy."

Dựa theo giấc mơ, tôi tra cứu tài liệu và thấy rằng Trung Quốc mỗi năm dùng khoảng 100.000 tấn kháng sinh cho ngành chăn nuôi. Tương ứng, lượng kháng sinh dùng cho động vật của Mỹ khoảng 10.000 tấn/năm (giảm gần 30% trong 10 năm qua); Nhật Bản chỉ dùng khoảng 700 tấn/năm (giảm 5% trong 5 năm qua).

Tại một điểm giao dịch viễn thông, cô nhân viên người Trung Quốc tiếp đón tôi, cầm lấy thẻ lưu trú của tôi và nói rằng, cô định cư ở Nhật hơn mười năm rồi nhưng đây là lần đầu tiên thấy tư cách lưu trú diện nghệ sĩ. Cô còn nói, một số du khách Trung Quốc thường chế nhạo cô, bảo rằng ở Trung Quốc dễ phát tài, làm công việc này ở nước Nhật nhỏ bé thì có gì hay ho. Cô ấy đang gặp khó khăn, rủi ro không được gia hạn thị thực sắp tới là rất lớn, nếu vậy cô buộc phải về nước. Cô ấy thậm chí còn hỏi tôi có thể chi tiền thuê người viết một cuốn sách để xuất bản rồi xin thị thực nghệ sĩ hay không. Tôi không thể giải thích thêm cho cô ấy, khó khăn của cô đang lan rộng trong cộng đồng người Trung Quốc tại Nhật.

Cháu trai của chủ nhà, một thanh niên gốc Phúc Kiến đã mở nhà hàng ở Kawasaki được 8 năm, mấy ngày trước nhận được kết quả gia hạn thị thực chỉ có thời hạn 4 tháng, trong khi trước đây thường là 3 năm hoặc ít nhất 1 năm.

Cô bạn thân của Lý Na kinh doanh homestay với hơn mười phòng, từ chỗ ngày nào cũng kín chỗ đến lúc phải hoàn tiền hủy phòng vô điều kiện cho tất cả khách, rồi chứng kiến phòng ốc trống trơn mỗi ngày, cô chỉ có vài ngày để đối mặt với thực tế đó. Dù vậy, những người Trung Quốc làm ăn tại Nhật trong thời điểm này chỉ có thể giữ im lặng, càng không thể nói rằng Nhật Bản an toàn hay Nhật Bản vẫn rất tốt.

Chuỗi dịch vụ "trọn gói" của người Trung Quốc gồm lữ hành, tài xế, hướng dẫn viên, nhà hàng Trung Hoa, homestay, suối nước nóng, môi giới đã đột ngột bị "bóp nghẹt". Những người Trung Quốc kinh doanh du lịch tại Nhật giống như mùa đông ập đến qua cửa sổ của tôi, hoàn toàn mất sạch nguồn khách.

Trong khi đó, tại Kyoto, Ueno, Kawasaki, Yokohama, Osaka và khắp nơi trên đất Nhật, du khách Âu Mỹ và Đông Nam Á nườm nượp kéo đến. Các hãng hàng không, khách sạn, trung tâm thương mại, suối nước nóng, khu trượt tuyết và công ty lữ hành bản địa Nhật Bản làm không hết việc.

Điều này thúc đẩy chính phủ Nhật Bản đang xây dựng chính sách thị thực phí cao mới để điều tiết năng lực đón tiếp du khách.

Có lẽ tôi sẽ sớm rời khỏi Nhật Bản. Trên hành trình dạo qua khu vực Đại học Waseda và cầu Nihonbashi ở Edo, tôi đã ngâm một bài thơ ngũ luật:

Thu hành học đinh[35]
(Dạo bước phố học đường ngày thu)

Cầu bạn Tảo Điền điền,
(Bên cầu cánh đồng lúa sớm - Waseda)
Quy diệp Phụng Thư đinh.
(Lá rụng về khu phố sách - Hoshu-cho)
Học tử độc học tín,
(Sĩ tử đọc thư trường,)
Triển chỉ vãng phục khinh.
(Mở giấy, hồi âm nhẹ.)
Ca câu hô dạ oanh,
(Chim oanh ca gọi chim oanh đêm,)
Tỷ dực Cửu Châu lân.
(Chắp cánh láng giềng Cửu Châu.)
Giang Hộ vấn chính sử,
(Đến Edo hỏi về chính sử,)
Phù thế hội hà cảnh?
(Tranh Phù Thế vẽ cảnh chi?)

Tại thành Osaka, tôi lại ngâm một bài thất luật:

---

[35] Bài thơ chữ Hán do tác giả sáng tác. Nguyên văn và phiên âm Hán-Việt:汉语原诗《学町秋行》：桥畔早稻田，归叶奉书町。学子读学信，展纸往复轻。歌鸲呼夜莺，比翼九州邻。江户问正史，浮世绘何景?

Trang[36]

(Trang điểm/Diện mạo)

Bích tiên hà tằng luyến thệ thủy,
(Tờ giấy xanh nào đâu luyến tiếc dòng nước trôi,)
Tiêu hán kiếp sắc phụ vãn trang.
(Dải ngân hà mượn sắc tô điểm buổi hoàng hôn.)
Đông thổ thương kính công thư quyển,
(Đất Đông cương nghị chuyên tâm vào kinh sách,)
Tây phong khinh tiếu phất phiếu tương.
(Gió Tây lả lướt thổi nhẹ nhãn tên sách.)
Triều đường đan thanh trọng trang biểu,
(Nơi triều đình tranh vẽ được lồng khung quý trọng,)
Kỷ dung điểm mặc ô nha tường.
(Há để vết mực nhơ làm bẩn bức tường nha môn.)
Vạn tượng ứng cảnh sức phàm trần,
(Muôn hình vạn trạng theo cảnh trang điểm cho trần thế,)
Thành hà lưỡng ngạn phi đồng hương.
(Hai bên bờ sông thành, chẳng phải cùng quê hương.)

---

[36] Bài thơ chữ Hán do tác giả sáng tác. Nguyên văn và phiên âm Hán-Việt:汉语原诗《妆》：碧笺何曾恋逝水，霄汉劫色奉晚妆。东土苍劲工书卷，西风轻佻拂缥缃。朝堂丹青重装裱，岂容点墨污衙墙。万象应景饰凡尘，城河两岸非同乡。

22. Những người mặc hắc y

Lê Minh gửi cho tôi biểu tượng một quả táo đỏ khi đồng hồ vừa điểm qua mười giờ đêm, tối mai mới là đêm Bình an. Với thân phận là Phó Thị trưởng kiêm Cục trưởng "số một" (nhất thủ chỉ), những lời chúc tụng ngày thường hay lễ tết của anh chỉ giới hạn trong các biểu tượng hình ảnh hoặc câu chào hỏi ngắn gọn; nếu có chuyện cần bàn cũng chỉ thực hiện qua cuộc gọi thoại WeChat. Việc liên lạc với các nhân sĩ xã hội mà cứ như "làm tặc" là quy tắc phổ biến của các quan chức từ cấp Xử trở lên tại quốc nội. Lần gần nhất tôi trò chuyện với Lê Minh là vài tháng trước khi còn ở trong nước, tôi đã chúc mừng anh được điều động thăng chức làm Phó Thị trưởng kiêm Cục trưởng tại một thành phố cấp địa khu khác. Ở Trung Quốc, có một số cơ quan hành chính quan trọng cần điều phối liên ngành, người đứng đầu thường được "cấu hình cao" (cao phối) tương đương hàm Phó Thị trưởng. Sau khi ra nước ngoài, tôi rất ít khi liên lạc với những người bạn là lãnh đạo cấp Sảnh trở lên, vừa để họ rảnh rang công vụ, vừa để tránh sự nhạy cảm trong thân phận chính trị khi họ giao lưu với người ngoài hệ thống. Tình trạng này cũng tạo ra một hiện tượng: quan chức cấp càng cao, thông tin xã hội càng bế tắc. Ví dụ như các sự kiện "treo biểu ngữ trên cầu vượt" hay "sinh viên cầm giấy trắng" trong thời kỳ đại dịch, tôi có thể nhận được tin chỉ vài phút sau khi sự việc xảy ra, nhưng một số bạn bè là lãnh đạo cấp cao phải một hai ngày sau, hoặc lâu hơn thế, mới được hay biết.

Tôi vừa đặt bút nghỉ viết, mười giờ đêm cũng là khung giờ khá thích hợp để trò chuyện với các "đại lãnh đạo", thế là tôi bấm cuộc gọi thoại WeChat cho Lê Minh. Tôi vẫn quen gọi anh là Cục trưởng Lê, cảm giác như những người bạn già lâu năm, không cần thiết phải hùa theo sự thăng tiến chức vụ của anh.

"Chào Cục trưởng Lê, nhận được lời chúc của anh tôi vui quá!"

"Chào đại sếp, xem vòng bạn bè thấy anh đang ở Nhật phải không, bận rộn gì thế?"

"Tôi cũng mới đến Nhật chưa lâu, chẳng có gì bận rộn cả, đang muốn thử chuyển mình thành một nhà văn chuyên nghiệp. Dù sao cũng phải nghĩ cách kiếm tiền, không thể cứ ngồi không mãi được, vả lại tư cách lưu trú Nhật cấp cho tôi cũng là thân phận nhà văn và làm việc."

"Làm nhà văn tốt đấy, anh có thực lực đó, cái xã hội nát bét này cần có người lên tiếng. Dân mình sống khổ quá, chúng tôi ở trong thể chế cũng phải nín thở mà sống, chẳng kể ngày đêm, không có chút thời gian riêng tư nào cho mình."

"Thân phận như anh mà cũng thốt ra câu xã hội nát bét, thật hiếm có! Nhưng thời buổi này làm gì cũng khó chồng khó, bài của tôi hoặc là không đăng được, hoặc bị bóp tương tác, hoặc bị xử lý xóa bài. Trừ khi tôi bắt chước mấy tay blogger mạng, kể chuyện tào lao, làm thiên hạ cười khóc vô bổ, chứ còn viết bài theo kiểu logic, sự thật và bàn luận vấn đề thì coi như viết không công, sách cũng chẳng qua nổi kiểm duyệt để xuất bản trong nước, chỉ có thể lan truyền ở hải ngoại thôi."

"Nội dung bài viết của anh cũng phải cẩn thận đấy, bên tôi dạo này đang xử lý mấy tay blogger có lượng truy cập lớn, toàn là những kẻ nói về chuyện giá nhà giảm, ông chủ phá sản, nhảy lầu tự sát. Nhưng anh đang ở nước ngoài, họ cũng chẳng bắt anh đi răn đe xử lý được." Điều Lê Minh nói đang được triển khai rầm rộ khắp nơi trong nước, bởi trung ương yêu cầu thực hiện chiến dịch "Làm sạch không gian mạng", nghiêm cấm các luận điệu bi quan về bất động sản, nghiêm cấm nói xấu nền kinh tế, tránh kích động tâm lý xã hội.

"Anh nhắc đúng đấy, để tài khoản không bị phong tỏa hoàn toàn, lượng người theo dõi không bị xóa sạch, tôi đang phải cố tiết chế nội dung. Nhưng bao giờ mới là điểm dừng? Còn để cho dân sống nữa không?"

"Chẳng có điểm dừng đâu, ai nấy đều sống ngày nào hay ngày nấy thôi. Anh cũng từng xem trung tâm dữ liệu lớn của chúng tôi rồi đó, những người bị giám sát cư trú, bị tạm giữ hay tội phạm được thả, những người đi khiếu kiện (thượng phóng) đều bị theo dõi trọng điểm. Giờ thì nâng cấp rồi, những đối tượng 'Ngũ thất' – gồm thất bại trong đầu tư, thất chí trong cuộc sống, thất hành về tâm lý, thất hòa trong các mối quan hệ hoặc thất thường về tinh thần – đều bị liệt vào nhóm rủi ro cao và có vấn đề, đưa vào phạm vi phòng kiểm soát an ninh trọng điểm. Cấp trên giao nhiệm vụ chính trị cho tôi, tôi lại phải giao xuống dưới, chỉ cần có ngọn gió lung lay là đập ngay khi vừa lộ diện. Ngay cả người trong hệ thống chúng tôi cũng đầy tâm tư, những quyền tự do thân thể cơ bản nhất cũng bị tước đoạt, chế độ làm việc '5 cộng 2, trắng cộng đen' (làm cả thứ bảy chủ nhật, làm cả ngày lẫn đêm), túc trực 24/24 suốt 365 ngày nhân danh sự cống hiến. Thỉnh thoảng đi công tác thì bị theo dõi định vị toàn hành trình, hộ chiếu bị thu giữ, không cho tụ tập, không cho bàn tán, đám hiếu đám hỷ cũng phải thu hẹp phạm vi người quen đến mức tối đa. Lương bổng, tiền thưởng không được phát đúng hạn mới là chuyện bình thường. Ai dám lên tiếng, ai dám ho he? Ai mà không sợ mất bát cơm hoặc bị thanh tra? Mà có ai chịu nổi nhiệt khi bị thanh tra cơ chứ? Đại sếp anh còn thấy uất ức, chứ cái tính của anh mà đặt vào hệ thống này của chúng tôi, e là một ngày cũng không trụ nổi."

"Haizz! Đôi khi tôi cũng tự hỏi, nếu quăng một kẻ quen thói tự do tản mạn như mình vào trong thể chế thì sẽ sống sao đây. Mấy hôm trước, một người bạn làm lãnh đạo ở trại tạm giam còn nói với tôi qua điện thoại rằng, người bị nhốt đã chật kín cả rồi, cứ đà này chỉ còn nước xây thêm, trại tạm giam ở không ít thành phố trong nước đang phải mở rộng quy mô. Cục trưởng Lê này, ông Vụ trưởng Ngũ ở thành phố phía Bắc đã nghỉ hưu mà anh cũng quen đó, lần nào trò chuyện cũng khuyên tôi đừng về nước, bảo cái tính và hoàn cảnh của tôi mà về thì chẳng làm nên trò trống gì, chỉ thêm uất hận. Nhưng mỗi lần đọc thấy chính sách tốt, tin tức hay ở trong nước, tôi lại cứ muốn về để gầy dựng lại sự nghiệp."

"Tôi cũng khuyên anh tạm thời đừng về, trừ khi anh tìm được chỗ nào đó ở trong nước để mai danh ẩn tích, nhưng thế thì còn ý nghĩa gì nữa.

Những chính sách tốt anh thấy đều có văn bản cả, tin hay cũng đều là thật. Tôi ở cái ghế Phó Thị trưởng này là rõ nhất, chính sách của trên ban xuống thành phố, nhưng chẳng có tiền cũng chẳng có điều kiện để thực hiện, để hoàn thành chỉ tiêu đánh giá thành tích thì đành tìm cách xóa sạch những chuyện và số liệu không nên xảy ra, rồi chọn lấy một phần nghìn, một phần vạn những điều tốt đẹp và số liệu khả quan để làm truyền thông. Anh nghe tôi một lời khuyên, cứ ở nước ngoài đi, ăn uống lành mạnh, không khí trong lành. Ngay cả cái thành phố nhỏ này của tôi còn coi việc đón lễ tết phương Tây là vấn đề ý thức hệ, bắt các trung tâm thương mại và hộ kinh doanh không được tổ chức, thế nên tôi mới sực nhớ ra gửi cho anh một quả táo, chúc anh bình an và bảo trọng." Những lời này của Lê Minh câu nào cũng thấu tình đạt lý, vẫn giữ nguyên phong cách thẳng thắn như mỗi lần chúng tôi ngồi chuyện trò trực tiếp năm xưa.

Nếu nói về năng lượng tiêu cực, tôi gặp các ông chủ doanh nghiệp tư nhân hay tầng lớp làm công ăn lương thì đâu đâu cũng nghe tiếng oán than dậy đất. Nhưng trong vòng bạn bè hơn vạn người của tôi, tám phần là người trong hệ thống, những người còn nói chuyện được với nhau mỗi khi hàn huyên đa số đều là "dám giận mà không dám nói", cảm thán rằng cái thời đại này có lẽ chỉ còn cách quản lý cực đoan (cường giám quản). Quản lý cực đoan thì cái giá phải trả là cực lớn, nhưng hễ nới lỏng ra là một đống chuyện rắc rối đổ bể lại phải gánh trách nhiệm. Những người tầm bốn mươi tuổi thì mong sớm được hưu, đám trẻ tuổi thì chỉ biết phó mặc cho cấp trên điều động, bảo gì làm nấy, tin rằng rồi sẽ có ngày "sống lâu lên lão làng" để đến lượt mình ra lệnh.

Anh vợ của A Duy ở Los Angeles mấy hôm trước sau một chận chè chén say sưa, trên đường về nhà đã gục ngã rồi chết cóng giữa cánh đồng lúa mì phủ đầy tuyết trắng. Vợ A Duy phải lật đật tàu xe về quê cũ ở Đông Bắc, cô chia sẻ một bức ảnh tuyết rơi trắng trời kèm dòng trạng thái: "Quê nhà, quê nhà, ai mà chẳng nhớ thương quê cũ và người thân". A Duy nhắn tin hỏi tôi, tại sao đồn cảnh sát địa phương kiên quyết không lập hồ sơ vụ án, rõ ràng những kẻ cùng uống rượu hôm đó phải chịu trách nhiệm. Tôi cũng chẳng am tường luật pháp, chỉ biết bảo rằng có lẽ nếu người chết là quan chức thì việc vi phạm kỷ luật quân hồi vô phèng sẽ dễ được xử lý hơn; còn trong cái xã hội trọng tình nghĩa như Trung Quốc, với những tranh chấp dân sự, đa số mọi người đều muốn "chuyện lớn hóa nhỏ, chuyện nhỏ hóa không".

Pietro, chủ phòng tranh, gửi cho tôi một email nói rằng Giáng sinh sắp đến rồi, anh tin rằng Chúa sẽ trừng phạt những kẻ ác nhân ở Mỹ đã đẩy hàng triệu người di cư vào cảnh khốn cùng, và tin rằng Ngài sẽ che chở cho tôi một năm mới bình an, thuận lợi. Anh sắp tới New York để mở một phòng tranh mới, vị hôn thê của anh thì hy vọng năm tới có thể sang Nhật Bản du lịch, biết đâu chúng tôi có thể gặp nhau tại đó. Anh còn hỏi tôi nghĩ gì về cách hành xử của chính phủ Mỹ đối với các nước khối "BRICS" [37], Iran và Venezuela. Tôi hồi âm rằng, nếu chính phủ Mỹ dùng hành động quân sự để can thiệp và ngăn chặn bạo chính cùng tội ác của các chính quyền chuyên chế, thì đó hẳn là ý nguyện của Chúa. Nhưng nếu chính phủ Mỹ không thể giúp nhân dân nước đó thực hiện được dân chủ, tự do và cuộc sống tốt đẹp hơn, ngược lại còn hạn chế hành động mưu cầu những điều đó của họ, gây ra thảm họa cho tầng lớp đáy của xã hội, thì đó chắc chắn là tội ác của chính phủ Mỹ, và Chúa sẽ không dung thứ.

Marine đang ở Johor Bahru, Malaysia để trang trí căn hộ mới mua. Lão Vương kia một mặt khoe mình đã có bạn gái trẻ trung mới, mặt khác vẫn cứ dây dưa muốn làm hòa với cô. Cô bảo: "Đi chết đi, cứ đưa thêm

---

[37] Các quốc gia BRICS: Một tổ chức hợp tác quốc tế được thành lập vào tháng 9 năm 2006 theo sáng kiến của Nga. Các quốc gia thành viên sáng lập bao gồm: Brazil, Nga, Ấn Độ, Trung Quốc, sau đó kết nạp thêm: Nam Phi, Ả Rập Xê Út, Ai Cập, Các Tiểu vương quốc Ả Rập Thống nhất, Iran, Ethiopia, Indonesia.

tiền bồi thường là được". Marine đã lập một nhóm nhỏ ở trong nước để làm thương mại điện tử phụ kiện trang sức, nhưng hơn nửa năm nay liên tục thua lỗ, nếu làm thêm một thời gian nữa mà không có chuyển biến thì cô dự định giải tán. Cô rất thích Johor Bahru, cũng muốn tìm một người bạn đời ở Malaysia, dùng trứng đã đông lạnh để làm thụ tinh ống nghiệm, sinh một đứa con rồi sống một cuộc đời bình thường.

Giáo sư David, người đã tiễn tôi ở Los Angeles hồi tháng Tư, cách đây không lâu đã trở về tổ quốc sau gần 8 năm xa cách. Thượng Hải, Nam Xương, Vũ Hán, Thâm Quyến, mỗi nơi ông đến đều có người thân, bạn học dành thời gian đón tiếp và tháp tùng. Mỗi ngày ông đều cập nhật vòng bạn bè: sự tiện lợi thoải mái của tàu cao tốc, hương sắc vẹn toàn của ẩm thực, hàng hóa phong phú giá rẻ, và sự thay đổi chóng mặt của các đô thị. Giống như vài vị giáo sư đang làm việc tại các trường đại học trong nước đã thảo luận với tôi: không thể dùng bộ phương pháp "phóng đại" nỗi khổ cá nhân của học thuật phương Tây để đánh giá tiêu cực sự phát triển tổng thể của Trung Quốc; cần phải nhìn thấy nhiều hơn việc kinh tế Trung Quốc những năm qua vẫn tăng trưởng, môi trường vĩ mô đang tốt lên, trật tự và an ninh xã hội được quản lý rất bài bản. Tất nhiên, cũng có vài giáo sư kiên quyết phản đối việc xem nhẹ nỗi khổ cá nhân, họ cho rằng tầng lớp đáy khổng lồ của xã hội chính là tập hợp từ từng cá nhân đau khổ; kinh tế tăng trưởng hay môi trường tốt lên tuyệt đối không được là lý do để mặc kệ nỗi đau của cá nhân, và một nền an ninh xã hội dựa trên sự quản lý thô bạo thì không phải là trật tự thực sự.

Tôi không thể liên lạc được với 15 người bạn tù Trung Quốc quen trong nhà tù di trú. Dù tôi đã để lại số điện thoại và email cho một người trong số họ, nhưng lúc đó họ bảo chẳng biết khi liên lạc thì nên nói chuyện gì. Các bạn tù chủ yếu cho rằng dù có ra khỏi tù, họ cũng phải đối mặt với việc làm thuê, kiếm tiền quần quật mỗi ngày, không giống như tôi, dù khó khăn thế nào vẫn có khả năng kinh doanh hoặc viết lách.

Chính sách nhập cư của chính quyền Trump liên tục thắt chặt, các chiến dịch bắt giữ ngày càng gia tăng, số người bị trục xuất và số người bị giam giữ trong các trại tạm giam đều chạm mức cao kỷ lục. Nhìn từ nhiều phía, gian nan của những người bạn tù đó lớn hơn nhiều so với cơ hội.

Nguyệt Tình, người đã đón tiếp tôi ở Bắc Kinh sau khi bị trục xuất, đã giúp tôi liên hệ với luật sư có kinh nghiệm để tìm cách thực hiện thủ tục phá sản cho công ty tôi. Hiện tại tôi vẫn chưa gom đủ hàng chục vạn tệ phí luật sư, hơn nữa các tài liệu hỗ trợ cần thiết cho thủ tục pháp lý cũng gặp khó khăn, nên tôi đành tạm gác lại. Nếu sau này có điều kiện, tôi vẫn sẽ cố gắng để công ty phá sản theo đúng luật pháp, sống một cuộc đời mà một doanh nhân thất bại nên có, chứ không phải phiêu dạt bất định như hiện nay.

Bà Du, người đã gọi điện cho tôi khi tôi ở Nha Trang, lại gọi điện chúc tôi Giáng sinh ở nước ngoài phải thật vui vẻ. Thủ tục phá sản công ty của bà không thông, vì không có tiền thuê luật sư, chu kỳ thủ tục cũng quá dài, cả nhà bà quyết định "khô máu" đến cùng. Cách của bà là một mặt đòi nợ các công trình từ chính phủ và doanh nghiệp nhà nước, đòi được bao nhiêu thì trả ngân hàng bấy nhiêu; mặt khác mượn tên tuổi của một người già ở nông thôn có họ hàng xa để đăng ký công ty mới, tìm cách làm ăn kiểu "tiền tươi thóc thật" để duy trì cuộc sống gia đình. Tòa án không thể đấu giá được đất đai và nhà xưởng của công ty bà, cục thuế yêu cầu mỗi tháng phải báo cáo bằng không nhưng không được dừng, và thuế sử dụng đất hàng năm vẫn phải gánh. Bà nói, đã ngã thì ngã rồi, đi cũng chẳng đi được, thì đành phải sống tiếp thôi.

Ba người trẻ tuổi đã quây quần bên tôi đêm ở Nha Trang đó, trong đó cậu chàng "lập trình viên" làm phần mềm thấy làm việc chuyên môn ở Việt Nam không dễ dàng, nên đã quay về Tây An. Gần đây trên mạng hầu như không còn ai nói về việc giá nhà tiếp tục giảm, chính sách của chính phủ và truyền thông đều nói phải ổn định giá nhà, cậu ấy hỏi tôi liệu có thể mua nhà được chưa. Bố mẹ thì giục cậu đi xem mặt tìm bạn gái để kết hôn. Tôi hồi đáp quan điểm của mình là: Nhà cửa ở Trung Quốc không thuộc loại tài sản đầu tư dài hạn được, nguyên nhân là quyền sở hữu đất đai không tư hữu, giá trị tiền tệ và đất đai không có mỏ neo, không cho phép bất động sản thành thị và nông thôn lưu thông tự do, và chủ thể độc quyền không bảo đảm cho giá cả, thuế phí cũng như chi phí của bất động sản. Thế nhưng, chuyện mua nhà, lấy vợ là việc mà ai cũng phải đối mặt. "Thò đầu ra cũng một đao, rụt đầu lại có lẽ cũng một đao". Quá nhiều người trẻ như cậu đang kẹt cứng tại chỗ, tiến không được mà lùi cũng chẳng xong. Cậu chàng lập trình viên bảo đã hiểu, thò đầu ra là chắc chắn ăn đao, mà cũng chẳng chắc ăn đao xong có lấy được vợ không, vậy thì cứ theo chuyện gì chắc chắn mà làm: cứ kẹt lại tại chỗ, khô máu đến cùng!

Đêm khuya ngày Bình an, tôi dừng bút nằm xuống giường, hồi tưởng lại từng thước phim cuộc đời từ đêm Bình an năm ngoái khi mới dọn vào căn nhà gỗ nát (liêu ốc) cho đến nay. Trong cơn chập chờn, tôi thấy mình đang nằm trên một cánh đồng hoang vu, tay trái đặt cạnh một miệng hang. Một con rắn hổ hành sọc đỏ đen thường thấy ở quê bỗng lao nửa thân mình ra cắn vào ngón tay trỏ, cả ngón tay bị nuốt chửng trong hàm răng của nó. Tôi kinh hoàng giãy giụa, gào thét... Khi bật dậy khỏi giường tỉnh cơn ác mộng, tôi vẫn còn nghe thấy tiếng hét của chính mình. Thật quá đỗi kinh khủng! Nỗi sợ rắn của tôi bắt nguồn từ thuở nhỏ khi thọc tay vào hang bắt tôm trên ruộng lúa, có lần đã lôi ra cả một con rắn hổ hành. Ngày trước ở chân tường nhà cũ cũng từng thấy một ổ rắn, thời thiếu niên lên núi hái thuốc cũng bị một con rắn dài mảnh làm cho khiếp vía, thậm chí trong lồng tre bẫy lươn còn bị người trong làng chơi ác nhét vào một con rắn lục đầu bạc béo tròn. Bất kỳ một con rắn nào cũng đủ khiến tôi hồn siêu phách lạc, nên tôi luôn cố tránh nhìn hình ảnh hay phim về loài rắn để khỏi nằm mơ thấy chúng. Vậy mà, thi thoảng loài rắn vẫn hiện về cắn tôi trong mơ, cơn ác mộng dai dẳng không dứt.

Nằm trên giường để tâm trạng từ từ bình lặng lại, vô thức tôi lại "xuyên không" về trong nước, đang giảng một tiết chính trị cho cả một căn phòng đầy quan chức chính phủ. Một vị lãnh đạo quen thuộc sau khi nghe xong liền hỏi tôi: "Tại sao tiết chính trị anh giảng lại tràn đầy năng lượng tích cực (chính năng lượng), mà bài viết của anh lại nồng nặc năng lượng tiêu cực (phụ năng lượng) thế?"

Tôi đáp: "Thực ra mỗi lần giảng bài hay viết lách tôi đều hướng đến sự tích cực, chỉ là hình thức và nội dung khác nhau thôi."

"Những gì anh giảng, đặc biệt là cách triển khai đổi mới công nghệ, đều đúng cả. Không phải chúng tôi không muốn giúp anh, mà là vì anh làm doanh nghiệp cứ toàn làm những việc phá vỡ quy tắc hiện hành, gây rủi ro cho chúng tôi."

"Chẳng phải các ông yêu cầu phải đổi mới, phải đưa ra những sáng kiến giải quyết vấn đề đó sao?" Tôi hỏi ngược lại.

Một vị lãnh đạo khác, vốn thân thiết, tiếp lời: "Thì anh vẫn phải duy trì và vận chuyển lợi ích chứ, nói thẳng ra là tiền phải cùng nhau kiếm. Đổi mới thì cứ thuận theo nhu cầu của chúng tôi mà làm, đừng phá quy củ."

"Thế thì không làm nổi! Các ông không hiểu về đổi mới doanh nghiệp rồi, tất cả những gì không phù hợp với logic nền tảng xã hội thì không thể làm, những gì không hướng tới căn nguyên vấn đề thì không thể làm. Ví dụ như làm sao để giám sát những người hoạt động xã hội bình thường, làm sao biến thịt vịt thành thịt bò, làm sao giúp chính phủ làm những việc sai trái, hay làm sao để lừa bịp tiền của dân lành dưới danh nghĩa khác, những dự án không có lợi cho sự vận hành lành mạnh của xã hội, tất cả đều không thể làm."

"Anh làm thế này là làm khó chúng tôi rồi..."

Thảo luận những chuyện này với họ thật quá vô vị và lãng phí thời gian! Tôi bước ra khỏi căn phòng, chạy lấy đà rồi bay vút lên. Tôi cực kỳ tận hưởng cảm giác được bay, tôi biết mình có thể bay, đã vài lần như thế và lần này cũng vậy. Đột nhiên vùng thắt lưng hơi cứng lại, tôi đành nương theo đà đáp xuống một sườn dốc gần đó. Một người mặc hắc y đang đứng quay lưng về phía tôi lại xuất hiện, hình như tôi đã gặp ở đâu đó, chưa kịp suy nghĩ thì người đó đã lên tiếng.

"Sức khỏe của mẹ già anh dạo này thế nào rồi?"

"Năm qua bà hồi phục một cách kỳ diệu, ngoại trừ việc đi vệ sinh cần người giúp, nửa thân người tê liệt và nói năng không rõ lời, thì đã có thể đi lại và tự chăm sóc bản thân đơn giản. Tôi không về nhà, chỉ nhìn bà qua video."

"Sắp tới anh định làm gì?"

"Có người bảo tôi học lái xe nâng thì dễ tìm việc ở Nhật, chỉ là tốn tiền tốn sức, tôi cũng chẳng biết lưng chân mình có chịu nổi loại việc đó không. Kênh video mới mở của tôi vì nói về bất công xã hội nên lại bị bóp tương tác rồi. Giờ tôi dành cả ngày để viết truyện dài, viết ra hết những con người và sự việc tôi đã trải qua trong năm nay. Có lẽ việc này không giải quyết được vấn đề kiếm tiền, nhưng số than củi tôi mua vẫn còn đó, tôi có thể tự xử lý xong bản thân mình."

"Anh đã nghĩ đến cái chết nhiều lần rồi phải không, mà vẫn đang sống đó thôi?"

"Nghĩ nhiều lần chứ, cũng đã thử rồi, nhưng thất bại. Haizz! Đừng nhắc nữa, những năm qua tôi làm gì hỏng nấy. Nhưng tôi chắc chắn mỗi quyết định hay hành động của mình không phải là bốc đồng. Tôi thích viết lách, đương nhiên tôi thích suy tư về mọi chuyện, có lẽ thi thoảng tâm ma sẽ chi phối đại não. Anh có biết tâm ma không? Đại não có suy nghĩ thế nào đi nữa, hễ đến chuyện mà tâm ma muốn làm, thì đều phải thuận theo nó. Hiện giờ tôi có một tâm ma: dốc sức một lần nữa để viết xong cuốn sách mới này càng sớm càng tốt, nếu không bán được tiền để duy trì cuộc sống, tôi sẽ đốt than. Trong nhà vệ sinh, hoặc mua một chiếc lều."

"Anh thấy xã hội này bị làm sao mà khiến anh tuyệt vọng đến thế?"

"Bốn năm trước tôi đi ngang qua chùa Tashilhunpo ở Tây Tạng, có vị tăng nhân nói với tôi rằng nhân loại đã bước vào thời kỳ bị linh thần tà ác cai quản. Linh thần chính nghĩa bị giam giữ dưới vùng đất tịnh thổ tuyết trắng Shambhala ở cực Bắc địa cầu. Linh thần tà ác sẽ tự hủy diệt, hoặc bị linh thần chính nghĩa đánh bại khi tái xuất, nhưng cần một thời gian rất dài. Lúc đó tôi hoàn toàn không tin, nhưng giờ nhìn lại, vài vị già nua đang nắm giữ các cường quốc, họ đang xây nên những bức tường hữu hình và vô hình cho đất nước mình, khiến tầng lớp đáy ở trong hay ngoài đều không thể lưu chuyển, mất đi cơ hội đổi đời. Những vị già nua đó nắm chặt quyền lực, thêu dệt những lời dối trá mỹ miều để người ta tin rằng vấn đề xã hội là do tầng lớp đáy gây ra, rằng đóng cửa quốc gia, tập quyền là có thể sống tốt. Có lẽ thực sự cần một thời gian dài nữa thế giới mới lại được cai quản bởi linh thần chính nghĩa."

"Vậy theo cách nói của Shambhala, linh thần chính nghĩa ngày xưa cũng từng đánh bại linh thần tà ác mới cai quản được thế giới, giúp người dân sống tốt. Anh có nghe nói họ đánh bại bằng cách nào không?"

"Lịch sử từng có những nhóm trí thức thúc đẩy sự biến đổi mang tính hệ thống về thể chế và cấu trúc, như Đạo luật Quyền lợi, Tam quyền phân lập. Cũng từng có những tầng lớp đáy dùng hành động thầm lặng để thay đổi quy tắc. Ví dụ trong lịch sử châu Âu, có những thợ thuyền, người hầu trong lâu đài lâu ngày không được cải thiện thu nhập và cuộc sống, vào một đêm nọ tất cả đều lặng lẽ rời lâu đài về quê, khiến tầng lớp vương công quý tộc cấp trên buộc phải thân hành đến tận nơi đàm phán điều kiện, sửa đổi quy tắc."

"Tôi nghe anh nói những điều này, thì thấy tâm ma thực sự của anh chính là cho rằng quốc gia, nhân loại cần thay đổi, sự thay đổi này cần nhiều người cùng thúc đẩy, mà anh chỉ là một cá thể nhỏ bé không thể xoay chuyển nổi, hiện thực là ngay cả hiện trạng cuộc sống của mình anh còn chẳng đổi thay được."

"Đúng vậy. Nhìn từ lịch sử các quốc gia, việc biến đổi bằng phương thức bạo động, bạo lực thực chất là lật đổ sự cầm quyền của kẻ khác để thay bằng sự cầm quyền của chính mình. Quá trình lật đổ người khác tất yếu mang theo hy sinh, máu me; kẻ thành công sẽ cho rằng mọi thứ đều đổi bằng máu và mạng sống, chỉ khi quốc gia vĩnh viễn nằm trong tay kẻ thành công thì mới là lẽ đương nhiên. Các nước châu Á là đại diện rõ nhất, Trung Quốc bị nội lực lật đổ hết lần này đến lần khác, Nhật Bản bị ngoại lực lật đổ, nhưng có thay đổi được bản chất không? Không hề. Nâng tầm lên mức quốc gia hay nhân loại cần thay đổi, tôi quá nhỏ bé, tôi có tâm ma đó nhưng cũng phải phủ nhận nó để quay về với hiện thực kiếm tiền sinh tồn."

"Ha ha ha ha! Chính anh vừa nói đại não không tài nào chi phối được tâm ma, giờ anh lại muốn phủ nhận. Trong khi anh về Trung Quốc thì bị hạn chế, bị vây hãm; ở nước ngoài thì ngôn ngữ không thông, vốn liếng không có, sở trường không dùng được, thân thể lại không chịu nổi lao động chân tay. Hiện thực kiếm tiền sinh tồn hoàn toàn không khả thi, dùng đại não để chi phối tâm ma chẳng qua chỉ là tiêu tốn thần kinh mà thôi."

"Anh nói vậy, tôi chấp nhận."

"Anh có tin vào sự tồn tại của Chúa không?"

"Trước đây tôi không tin có Chúa, nhưng từ những gì đã trải qua, đã thấy, đã học và suy ngẫm, tôi tin vào vận mệnh, từ đó tôi phát hiện ra Thần học là vạn tượng bao dung các hiện tượng khoa học. Tôi tin vào Thần học, lẽ ra tôi nên tin vào Chúa, và tôi cũng muốn tin vào Chúa, nhưng những gì Chúa làm lại khiến tôi không phục."

"Nghĩa là, anh đã công nhận Chúa tồn tại, chỉ là có những việc Chúa làm không khiến anh hài lòng, phải không?"

"Đúng vậy. Tại sao Chúa không ngăn chặn tội ác? Tại sao lại nhắm mắt làm ngơ trước khổ đau?"

"Ha ha ha ha! Giờ tôi trả lời câu hỏi của anh đây! Chúa sáng tạo vạn vật, Chúa yêu thương vạn vật sâu sắc, Chúa muốn vạn vật tồn tại vĩnh hằng, sao Chúa có thể dễ dàng tự tay hủy diệt bất kỳ vật gì. Chúa tạo ra vạn vật, để vạn vật cân bằng tuần hoàn, sống sống chết chết, chết chết sống sống, để có thể tồn tại vĩnh cửu. Giống như việc sáng tác của anh hiện giờ, nếu không có tất cả những con người, sự việc và sự vật đã trải qua, anh lấy gì để sáng tác? Mỗi một con người, thành công sẽ mang theo tội ác, còn thất bại là để tội ác đạt được sự cân bằng; thất bại mang theo khổ đau, còn thành công là để khổ đau đạt được sự cân bằng. Anh đã tin vào Thần học tức là tin vào sự tồn tại của Chúa. Tương lai đã qua của anh, tương lai của hôm nay, và tương lai của mai sau, Chúa đã dùng phương thức sáng tạo vạn vật để sắp đặt sẵn rồi. Chỉ vì sau khi được sắp đặt, anh tự tạo ra những cảm xúc vô nghĩa; chỉ vì trước khi được sắp đặt, anh đã không tự chủ được mình."

"Vậy tôi còn muốn hỏi, tại sao các nhà thờ Cơ Đốc giáo ở Trung Quốc, đại đa số đều bảo người già yếu bệnh tật quyên tiền cầu xin Chúa Giê-su giúp họ trừ bệnh giải nạn? Điều đó rõ ràng là không thể! Tại sao các ngôi chùa Phật giáo ở Trung Quốc, hầu hết đều bảo tín đồ thắp hương, bái Phật, quyên tiền góp vật để cầu tài cầu phúc? Đó rõ ràng là để tăng ni ngồi mát ăn bát vàng, thu lợi tại chỗ!"

"Anh hỏi rất hay, vậy tại sao anh không suy nghĩ và tìm kiếm câu trả lời? Theo tôi được biết, Chúa hóa thân thành Giê-su làm người là để con người yêu thương người khác như chính mình, sống tử tế với nhau. Sư tổ Đạt Ma hoằng pháp là để tăng ni tu hành làm việc thiện, thầy trò tâm tâm tương ấn. Tu hành là thực hành, dùng yêu thương và thiện lương mà hành động. Anh nên đi nói cho người Trung Quốc biết, hãy quay về với đức tin vào Chúa!" Người mặc hắc y đột nhiên cất giọng như tiếng chuông đồng. Đất dưới chân tôi lún xuống, tôi lảo đảo... "A..." một tiếng, lại một lần nữa giật mình tỉnh giấc.

Ngày áp chót của năm, vụ án của Lớp trưởng Đồng – người bị giám sát cư trú suốt 3 năm 4 tháng – đã hạ màn với tiếng búa của công lý đúng như dự đoán. Nhóm chat của lớp học viện kinh doanh im lặng tờ mờ, những vị đại gia chỉ buông lời chúc tụng vàng ngọc vào những dịp vinh hiển của ai đó. Tôi viết một bài đăng "Viết chút điều vô dụng cho vụ án Lớp trưởng Đổng" chia sẻ vào nhóm và vòng bạn bè.

Tình tiết vụ án của Lớp trưởng Đổng thực ra đơn giản đến mức không thể đơn giản hơn: doanh nghiệp niêm yết phát tài, ông công thành danh toại rút lui thì gặp phải làn sóng phẫn nộ kiểu "ghét người giàu" của đám đông, rồi phía công quyền vì để xoa dịu lòng dân mà ra tay bắt người làm án. Đến bước này, nếu tòa án và thẩm phán hoàn toàn thực thi pháp luật để xét xử thì đã là một lẽ khác. Vấn đề là loại án này trong thời gian thụ lý, các cơ quan hành chính phải họp liên ngành, mỗi cuộc họp đều có chỉ thị của lãnh đạo, "định tính" (định danh bản chất) bước tiếp theo làm án thế nào và mục tiêu làm án ra sao. Pháp luật đứng sau cái gọi là "định tính". Nguyên nhân cũng rất đơn giản: Lớp trưởng Đổng hai lần cải cách cổ phần tham gia góp vốn, lần trước là dùng tiền thưởng của chính phủ cấp để mua cổ phần, lần sau là góp vốn theo định giá đầu tư bên ngoài. Chuyện này nếu ở thị trường chứng khoán kinh tế tự do thì chẳng có vấn đề hay tranh chấp gì cả. Một là vốn dĩ phải hợp quy hợp pháp mới được niêm yết; hai là hai lần cải cách cổ phần của 16 năm và 20 năm trước, nếu thực sự có vấn đề pháp lý thì cơ quan giám sát cũng không nên làm ngơ.

Vấn đề và tranh chấp nảy sinh từ đâu? Dù Lớp trưởng Đổng là doanh nhân được thị trường chứng khoán và xã hội công nhận, nhưng ông lại là cán bộ có cấp bậc trong một thể chế đặc thù. Phàm hễ chuyện gì dính đến chữ "Công" (của công) thì rất khó nói rõ được là "Công" hay không. Tương đối mà nói, chữ "Tư" (của tư) trực diện và dễ xác định hơn. Trong quy trình làm án bị chỉ thị, bị "định tính", khoản tiền thưởng 20 năm trước bị coi là không hợp quy tắc, lần định giá 16 năm trước bị coi là quá thấp, tất cả đều có thể dễ dàng bị "định tính". Người bị giám sát cư trú, trong quy trình làm án, thứ gì cần thu giữ đã thu giữ, tài khoản nào cần đóng băng đã đóng băng. Giờ muốn rút lại? Điều đó đồng nghĩa với việc quy trình giám sát cư trú là bất hợp pháp, không ai gánh nổi hậu quả trách nhiệm đó, cũng chẳng ai muốn lật ngược quy trình để nhận sai.

Trong làn sóng kinh tế công hữu chủ đạo, tội làm thất thoát tài sản nhà nước cũng giống như tội gây rối trật tự công cộng hay tội phỉ báng trong luật hình sự: có thể hiểu thế này cũng có thể hiểu thế kia, khiến một số người không nơi kêu oan, lại khiến một số kẻ khác không ngớt lời hả hê.

Vợ của Lớp trưởng Đổng, tôi gọi là tẩu tử, tối đó thấy bài đăng liền liên lạc với tôi. Chẳng tranh giành thắng thua được gì, tranh giành cũng vô nghĩa, người sớm được thả ra để sống cuộc đời bình thường mới là niềm xa xỉ nhất. Tôi thuận theo ý tẩu tử, xóa bài đăng. Trên vòng bạn bè WeChat của Lớp trưởng Đổng vẫn còn một đoạn chia sẻ từ Ngày của Cha trước khi bị bắt, hoài niệm về người cha làm thầy thuốc chân đất cứu nhân độ thế, nhắc lại rằng ông từng lên chức Phó huyện trưởng trước khi cha lâm chung, đó là chuyện rạng rỡ tổ tông to tát nhất đời của một người đàn ông Trung Quốc.

Kỷ nguyên Công nguyên tính từ khi Chúa Giê-su giáng sinh, có rất nhiều người hy vọng đón vận may vào đêm giao thừa. Đêm giao thừa này, có rất nhiều người bị giam giữ trong những nơi mà chính phủ Mỹ gọi là trung tâm tạm giữ di trú, cũng có rất nhiều người bị giam giữ trong các trung tâm giám sát cư trú và trại tạm giam của chính phủ Trung Quốc – tất cả đều không được nhìn thấy. Chỉ có những người trên phố đông mới được nhìn thấy.

Đêm giao thừa của tôi trôi qua trên vòng bạn bè WeChat. Những người bạn Trung Quốc ở khắp nơi trên thế giới liên tục chia sẻ những bức ảnh về biển người sôi động, ánh sáng, hỏa thuật và pháo hoa rực rỡ vào thời khắc chuông giao thừa tại mỗi nơi. Hoành tráng nhất vẫn thuộc về đêm giao thừa trong vòng bạn bè của những người đang ở Trung Quốc: những hàng "tường người" mặc sắc phục bảo vệ dòng người trẻ tuổi chen chúc, mang lại cho họ sự bình an, hạnh phúc và niềm kỳ vọng nồng nhiệt vào năm mới.

HẬU KÝ

Trong suốt một năm qua, con gái đã nhiều lần chất vấn tôi: "Dựa vào đâu và tại sao cuộc sống lại ngày càng trở nên tồi tệ thế này?", còn con trai thì nhiều lần an ủi: "Bố làm tốt lắm, thật phi thường, con yêu bố". Dù cùng sống trong một gia đình, chỉ cách nhau 4 tuổi, nhưng môi trường trải nghiệm và cảm nhận thời đại của hai đứa trẻ hoàn toàn khác biệt.

Bản thảo phi hư cấu này là kết quả của việc tôi thách thức giới hạn viết lách của mình trong 35 ngày (từ 14/12/2025 đến 17/01/2026). Những độc giả đọc hết cuốn sách này có thể hiểu rằng, đằng sau 35 ngày sáng tác là 365 ngày phiêu bạt qua 15 quốc gia và vùng lãnh thổ, là một ngã rẽ đầy truân chuyên trong cuộc đời 53 năm của tôi, và hơn thế nữa, đó là hình ảnh thu nhỏ của thế giới trong hơn nửa thế kỷ qua: từ khi thiết lập và vận hành hệ thống quy tắc, cho đến lúc cấu trúc mất cân bằng và hệ thống rơi vào hỗn loạn.

Trật tự cũ, quy tắc cũ và hệ thống cũ của thế giới này đều đã bị phá vỡ vào năm 2025. Giữa sự mất cân bằng cấu trúc và sự hỗn loạn của hệ thống, thế giới đã bước sang năm 2026.

Ý nghĩa của việc chúng ta đang sống như hiện nay là gì? Chẳng có ý nghĩa gì cả. Bởi lẽ tất cả chúng ta đang sống trong một xã hội đầy dục vọng do con người tự thiết lập cho con người.

Ý nghĩa tối thượng của kiếp người là gì? Là trở về với vòng tuần hoàn của chuỗi thức ăn mà Đấng Tạo Hóa đã thiết lập; trở về với vòng tuần hoàn vị tha "yêu người như yêu mình" và "ở hiền gặp lành" mà Đấng Tạo Hóa hằng yêu cầu.

Năm qua, tôi thường xuyên nghe thấy những người lạ tình cờ gặp gỡ cảm thán hoặc đặt câu hỏi: "Ý nghĩa của việc chúng ta đang sống như hiện nay là gì? Ý nghĩa tối thượng của kiếp người là gì?" Đó là câu hỏi triết học cuối cùng nằm sâu trong linh hồn nhân loại, cũng là câu hỏi thường trực của những kẻ đang chìm trong lo âu hay khổ nạn.

Tuy nhiên, sau khi cuộc đời tôi bước qua một "Con đường của Chúa", sau khi dùng tác phẩm mới "Chúng ta trong một thế giới mất trật tự" để tự sự, tôi đã tìm thấy câu trả lời. Trước đây, tôi chưa bao giờ màng đến việc tìm hiểu hay nghiên cứu tôn giáo, họa chăng chỉ là thi thoảng bước vào đền chùa hay nhà thờ để bái lạy một cách giả tạo. Không tin vào tôn giáo, đương nhiên tôi cũng chẳng mảy may quan tâm Chúa có tồn tại hay không, và đối với ý nghĩa thực sự của đức tin, tôi cũng chỉ hiểu biết nửa vời.

"Con đường của Chúa" có khổ nạn, có sự cận kề cái chết, và cả trạng thái đã bước vào cửa tử. Tôi nghĩ, hễ là người đã đi qua "Con đường của Chúa", hẳn người đó đã có câu trả lời về ý nghĩa hiện tại và ý nghĩa tối thượng của sự sống.

Năm 2019, khi tôi đi tu học tại chùa Tuyết Đậu ở Chiết Giang, Trung Quốc, Hòa thượng Di Tạng đã truyền dạy rằng "Thiện có chính phụ": Bố thí là đại thiện, thực hành là thứ yếu. Tôi nảy sinh nghi hoặc, bèn thưa với Hòa thượng: Chẳng lẽ một người chỉ cần bố thí tiền bạc là có công đức lớn lao, là có thể tiêu nghiệp trừ chướng sao? Và chẳng lẽ một người bền bỉ dùng hành động để lợi người lợi nghề, tiền cũng đã bỏ ra, mà công đức lại xếp sau việc bố thí hay sao? Hòa thượng đáp, kinh luận nhà Phật đã định bố thí là lớn nhất.

Sau "Con đường của Chúa", để giải tỏa nỗi nghi hoặc một lần nữa, tôi đã nghiên cứu giáo lý Cơ Đốc và kinh luận Phật giáo.

Đức Giê-hô-va và Chúa Giê-su răn dạy tín đồ phải "yêu người như mình, ở hiền gặp lành".

Sư tổ Đạt Ma hoằng pháp đã nói với Lương Vũ Đế – người vốn đang đắm chìm trong cảnh "Bốn trăm tám mươi ngôi chùa ở Nam triều, biết bao lâu đài giữa làn mưa bụi" – rằng: "Xây chùa, chép kinh, độ tăng ni" đều không có công đức. Nhân quả của Phật pháp yêu cầu tăng ni và tín đồ phải "tu hành, làm việc thiện", rằng "Phật không phải là thần, Phật là sự thức tỉnh của con người".

Xem ra, cả Cơ Đốc giáo và Phật giáo đều không phải là "hệ thống thần linh" giúp con người trừ bệnh giải nạn, ban tài tiếp lộc, càng không phải là nơi để tín đồ, tăng ni, chúng sinh thắp hương bái Phật cầu tài cầu phúc. Đó là vì các đế vương và nha môn thời Tiên Tần, Nam triều đã trở thành tín đồ, rồi mô phỏng cách xây triều đình, lập chính luật, dùng thái giám để mà xây chùa chiền, soạn kinh luận, độ tăng ni, từ đó làm hỏng mất quy củ.

Lương Vũ Đế có lẽ không biết rằng, khi quyền lực tiếp quản đức tin, thiện niệm sẽ biến thành thuế khóa, và khổ nạn sẽ bị giải thích thành luân hồi.

Quy củ hỏng rồi, hệ thống loạn rồi. Những tín đồ, tăng ni, chúng sinh, thái giám, bách tính trong hệ thống đó, bất kể tiền bạc kiếm được bằng cách nào, bất kể hành vi thường nhật ra sao, nhất loạt đều đem tiền của đi quyên góp, cúng dường hương hỏa, làm các nghi thức hành thiện tại chùa chiền, nhà thờ, hội quán. Hành thiện, làm người thiện, bỗng trở thành việc tranh danh đoạt lợi, tranh giành công đức.

Tôi thấy rõ ràng rằng, tại các quốc gia châu Á chịu ảnh hưởng của các đại đế, đại quốc, con người đang ở trong một hệ thống hỗn loạn – một hệ thống vừa xây, vừa phá, vừa lập – họ ôm lấy nhau, tranh luận, chiếm đoạt, lăn lộn suốt từ 3000 năm, 2000 năm, 1000 năm trước cho đến tận ngày nay. Và đến hôm nay, sự cạn kiệt nguồn lực cùng những tổn thương do tranh giành đang đẩy đám đông khổng lồ đó trượt dài xuống vực thẳm dục vọng không đáy trong một cấu trúc mất cân bằng và một hệ thống mất trật tự.

Còn nước Mỹ thì sao? Đang có những kẻ ngưỡng mộ cái gọi là văn minh dưới sự dẫn dắt của đại đế, đại quốc, họ vung cây gậy thuế quan, chĩa họng súng vào người di cư, nỗ lực bắt chước và mong muốn thiết lập một đại đế, đại quốc như thế.

Hạt giống của văn minh châu Âu từng được gieo rắc khắp châu Á, châu Mỹ và châu Úc. Ngày nay, trong từng nhành cây ngọn cỏ ở Canada, Việt Nam hay Úc, gen của những hạt giống đó vẫn đang tiếp nối, cùng sinh trưởng và cộng hưởng với cỏ cây trên mảnh đất châu Âu cổ kính.

Giới thiệu tác giả

Hoang Dao, tên thật là Lưu Cán, là người sáng lập Nhà xuất bản Thời đại Sáng tạo (Innovation Era Press).

Dựa trên trải nghiệm khởi nghiệp và đổi mới sáng tạo của bản thân, thực tiễn trong lĩnh vực kỹ thuật giao thông cùng các nghiên cứu kinh tế - xã hội, ông đã sáng tác nhiều tác phẩm phi hư cấu như 《出路》(Lối ra), 《市风日下》(Phong khí suy đồi), 《居者无声》(Người ở lặng tiếng), 《创客手记一》(Sổ tay nhà sáng chế I), 《创客手记二》(Sổ tay nhà sáng chế II); tập tản văn và thơ ca 《馀光予月》(Ánh tàn dâng nguyệt); cùng các chuyên khảo như 《交通安全新认知》(Nhận thức mới về an toàn giao thông), 《主动发光道路交通标志的研究与应用》(Nghiên cứu và ứng dụng biển báo giao thông đường bộ chủ động phát sáng), 《5G 时代的智慧道路交通》(Giao thông đường bộ thông minh trong thời đại 5G).

Ông từng được mời làm cây bút chuyên mục cho Tân Hoa Net (Xinhua Net), Tam Liên Sinh hoạt Chu san (Tạp chí Tuần san Đời sống Tam Liên) và The Paper (Bành Bái Tân văn).

www.ingramcontent.com/pod-product-compliance
Lightning Source LLC
LaVergne TN
LVHW100249210926
848480LV00003B/873